Nam Dao

Gió Lửa

Tiểu Thuyết Lịch Sử

Người Việt 2014

Gió Lửa
Tiểu thuyết lịch sử
Tác giả: Nam Dao
Người Việt Books xuất bản lần thứ nhất tại Hoa Kỳ, 2014

Trình bày: Yến Nga và Uyên Nguyên
Bìa: Nguyễn Trọng Khôi
Ký họa bìa sau: Trịnh Công Sơn

Tác giả xin chân thành cảm tạ các bạn Ăn Mày Văn Chương, Hoàng Hải Học, Nguyễn Trọng Khôi và Trần Vũ, dưới những hình thức khác nhau, giúp tác giả thực hiện bộ tiểu thuyết lịch sử này. Đặc biệt Liên Yến Nga đã nhẫn nại sống chung hòa bình ngay cả trước khi tác phẩm được thai nghén, và sau thì chia sẻ nỗi mang nặng đẻ đau trong những năm tháng chữ nghĩa dài dài.

Cùng một tác giả

- Ghềnh V, NXB Hội Nhà Văn và Phương Nam Book, 2013.
- Vu Quy, NXB Hội Nhà Văn và Phương Nam Book, 2013.
- Cõi Tình & Vu Quy, tiểu thuyết, NXB Văn Mới, California 2009.
- Trăng Nguyên Sơ, tiểu thuyết, 240 tr, NXB Lao Động và Trung Tâm Văn Hóa Đông Tây, 2008.
- Bể Dâu (tiểu thuyết lịch sử), 2 tập, 991 tr, NXB Văn Mới, California, 2007.
- Những con người, những bóng ma, bút ký, 250 tr,NXB Văn Mới, California , 2006.
- L'écho du gong, edition Aube, France, 2006.
- Trăng thuê ảo ảnh, (tập truyện), 190 tr, Nhà XB Hội Nhà Văn, Hà Nội, 2004.
- Đất Trời (tiểu thuyết lịch sử) , 420 tr, Nxb Văn Mới, California, 2002. Tái bản, 404 tr, NXB Đà Nẵng, Việt Nam, 2007.
- Khoảng chơi vơi (Truyện và Ký), 242 tr, NXB ThiVan, 2001.
- Trong buốt pha lê (Tập Truyện), 219 tr, NXB ThiVan, 2001.
- Ba vở kịch, 232 tr, NXB ThiVan, 2000.
- Tiếng Cồng (tiểu thuyết), 182 tr, NXB ThiVan, 2000.
- Gió Lửa (tiểu thuyết lịch sử), 493 tr, NXB ThiVan, 1999.

Lỡ làng nước đục bụi trong
Trăm năm để một tấm lòng từ đây

Nguyễn Du

Ngỏ

Quốc gia nào cũng có Lịch Sử. Chỉ kể ra những biến động và sự cố, loại chính sử biên niên đơn thuần ghi lại lịch sử chết. Ngoài dòng chính sử, còn có phần lịch sử hình thành qua khả năng tưởng tượng, óc phán đoán, và sự cảm nhận từ quá khứ những vấn đề của con người và xã hội hiện vẫn tồn tại. Ở đây, biến cố lịch sử trở thành đối tượng đem soi dưới lăng kính chủ quan, nhào nặn lại để rồi, qua ngòi bút người viết, thành tiểu thuyết. Soi rọi vào những vấn đề nhân quần xã hội và thân phận con người trong quá khứ là truy lùng sự sống tàng ẩn trong lịch sử. Lịch sử đó là lịch sử sống. Nó tạo được khả năng nhìn vào tương lai dưới một góc độ có ý thức.

Toàn bộ tiểu thuyết lịch sử sau đây, sắp xếp theo trình tự thời gian, gồm:

Đất Trời, thời gian dân ta giành độc lập từ tay nhà Minh vào thế kỷ 15.

Gió Lửa, giai đoạn Trịnh tàn-Lê mạt, rồi cuộc khởi nghĩa Tây Sơn cho đến đầu đời nhà Nguyễn cuối thế kỷ 18.

Bể Dâu, 2 tập, kể lại một số biến động đã tạo ra những bước ngoặt trong thế kỷ 20, đã và đang còn là những vấn nạn của lịch sử cận đại.

Trong bộ tiểu thuyết lịch sử này, mọi nhân vật, kể cả những nhân vật có thật trong chính sử, đều là những nhân vật tiểu thuyết, thế cách tác giả đối thoại với lịch sử. Thậm chí tác giả không câu nệ bất cứ điều gì, kể cả đôi khi cưỡng bức lịch sử để thai nghén ra tiểu thuyết.

Tiểu thuyết lịch sử chẳng chỉ nhằm mua vui mà còn chuyên chở hoài bão đào sâu một số suy tư về quá khứ. Những trang sử được tái tạo trong tiểu thuyết này là chiến tranh ròng rã, thứ ác nghiệp đang còn rình rập ẩn náu chỉ đợi cơ hội là lại làm cho lệ rơi máu đổ. Tại sao? Dĩ nhiên, yếu tố tình cờ có, yếu tố khách quan có. Nhưng lịch sử vẫn là, nói cho cùng, sản phẩm của những con người cảm nhận, suy tư và hành động trong một hệ hình văn hoá nhất định. Đó là, ta thường gọi gọn, văn hóa. Tránh một xã hội ruỗng rã trong bạo lực, ta không thể không đặt cả cái hệ hình văn hoá đó lên bàn giải phẫu để suy ngẫm, hội chẩn và rồi cắt bỏ những phần nhiễm độc trong tâm thức. Chỉ có như vậy, tương lai mới phần nào rõ nét ngõ hầu hiện tại cưu mang được hy vọng tiếp tục sống còn.

Quebec, 29/3/2014
Chỉnh sửa cho ấn hành Người Việt

Gió Lửa

Tiểu thuyết Lịch Sử

Dẫn

Trong Gió Lửa, thời điểm là buổi Trịnh tàn-Lê mạt vào cuối thế kỷ 18, bối cảnh là cuộc nội chiến Trịnh-Nguyễn, và sự ra đời rồi tiêu vong của triều đại Tây Sơn ngắn ngủi. Những trang sử Việt Nam được tái dựng trong tiểu thuyết này là cuộc nội chiến ròng rã, thứ ác nghiệp còn rình rập ẩn náu chỉ đợi cơ hội là lại làm cho lệ rơi máu đổ. Tại sao? Yếu tố nào là nguồn căn của những cuộc nội chiến mà *ta* là nạn nhân của chính *ta*? Phải chăng nguồn căn là hệ hình văn hóa trong đó tranh công tiếm quyền bất kể sự sống con người đóng một vai trò ở mức bệnh hoạn. Nặn đất sét làm tượng Thành Hoàng, phải chăng hàng dân chúng ta đã quì lậy thì thụp đến độ mê mụ để trở thành nạn nhân của những *quyền lực* do chính chúng ta cùng dựng lên khi những *quyền lực* đó xung đột với nhau? Tránh cho cảnh dậm chân đi giật lùi vào lịch sử máu lửa, giai tầng kẻ sĩ ngày trước, nay gọi là lớp trí thức đặc tuyển, là những kẻ có trách nhiệm đi đầu. Họ buộc sẽ phải can trường đặt cả cái hệ hình văn hoá đó lên bàn giải phẫu để suy ngẫm, hội chẩn và cắt bỏ những phần nhiễm độc trong tâm thức. Chỉ có như vậy, tương lai mới phần nào rõ nét ngõ hầu hiện tại cưu mang được hy vọng để tiếp tục sống còn.

Nam Dao
Iles de la Madeleine 17-7-1997
Québec 21-10-1998
Chỉnh sửa 4-04-2014

Mục Lục

Ngỏ 7
Dẫn 11

Lửa Đàng Ngoài

1 Tiếng đá 17
2 Chim trong lồng 67
3 Nhát gươm ân sủng 119
4 Cõi nổi ba đào 155
5 Kiêu binh 209
6 Bụi Kinh Kỳ 243

Gió Đàng Trong

7 Nẻo dương gian 277
8 Nước đục 315
9 Bờ xa 375
10 Nồi da sáo thịt 439
11 Thoát kiếp 475
12 Gió chướng 503
13 Đòn thù 569

Chương kết

14 Bọt nước sông Mê 619

Lửa Đàng Ngoài

1

Tiếng đá

Gió hầm hập từ phía Tây thổi về Nghệ An. Gió lùa cơn nóng đến độ chó ngậm hơi không sủa, trâu bò uể oải nằm dài, rớt dãi chảy trắng mép, lim dim tựa như xác thịt vừa no đầy. Đợi đến nửa đêm, gió mới hà được một chút hơi lạnh của núi trong tiếng xào xạc từ rừng lá rạc vây bủa trại Bùi Phong.

Căn nhà ba trái nằm yên ả dưới rặng chèm. Tiếng võng thỉnh thoảng kẽo kẹt nhịp cho tiếng quạt phành phạch phẩy gió. Không biết loài chim gì bay ngang, quàng quạc kêu làm vỡ bấy cái êm đềm một đêm nồm ngột ngạt. Lửa đóm lóe lên trong nhà, hắt qua khe liếp những vệt sáng đỏ đục. Tiếng rít thuốc lào sằng sặc, rồi tiếng người sột soạt ra mở then cửa. Nguyễn Thiếp ra đứng, ngửa mặt nhìn trời. Ánh trăng chếch tỏa xuống mầu xanh huyền hoặc trên những lùm cây chập chờn nhẩy múa.

Trước khi gia đình họ Nguyễn ở Nguyệt Ao lên lập trại cuối năm ngoái, khoảng đất bằng phẳng rộng độ hai mẫu ta đất này chỉ toàn là rạc, lá nhọn, sắc, tua tủa chĩa ra như lông nhím. Cũng bởi Thiếp nổi tiếng là người sành thuật phong thủy nên tiếng đồn đãi rằng chỏm Bùi Phong ở phía đông ngọn Lạp Đính trong rặng Thiên Nhận là nơi có mạch rồng để mả ở đó thì đời sau sẽ hạnh phát đế vương. Thế là nghe đâu có vài kẻ cùng một lúc lên quan kiện, ai cũng đưa từ chứng rằng đó là đất của tổ tiên mình. Nhưng chuyện kiện cáo không đến nỗi nhì nhằng. Ở vào những năm cuối cùng đời chúa Trịnh Doanh, ai cũng biết là từ chứng có thể mua bằng tiền, giá thường chỉ bằng giá một đôi gà. Vả lại, miệt Hải Dương có giặc Nguyễn Hữu Cầu, và ngay tại hai trấn Thanh-Nghệ này, Nguyễn Diên mời được Hoàng tôn Lê duy Mật kéo cờ tôn phù vua Lê dấy binh chống chúa Trịnh. Nổi loạn chiếm Đồ Sơn năm 1742, Cầu thường lấy của nhà giầu ra phân phát cho người nghèo, đánh nhau với chúa Trịnh được gần mười năm. Mật là tôn thất nhà Lê, nổi loạn lật Trịnh Doanh ở Thăng Long, thất bại phải chạy ra Thanh Hóa năm 1738. Trong cảnh loạn lạc, quan huyện La Sơn tìm cách khu sử thật gọn. Thông báo chỏm Bùi Phong là công thổ, quan để cho người đồng liêu họ Nguyễn vừa mới nhậm chức huấn đạo ở Anh Đô mua lại, giá rẻ như cho không.

Hiến sát sứ Nguyễn Hành thụ bệnh qua đời ở Thái Nguyên cách đây mười lăm năm. Nỗi đau xót người chú đã nuôi mình ăn học khiến Thiếp mắc chứng cuồng dĩ. Nhẩy xuống ruộng bùn huyện Kim Hoa nằm mê man ba ngày, Thiếp may được người xã Do Nhân mang về nuôi cả tháng, sau mới tìm đường về nhà. Ba ngày trước, tức là đúng vào ngày mùng tám tuần trăng thứ sáu, Thiếp lại lên cơn động kinh. Đang phạt cỏ tranh bới đất trồng thêm chục gốc chè, Thiếp bỗng ngã vật ra, chân tay co quắp, miệng méo xệch, người giật lên như đỉa phải vôi. Thiếp muốn kêu nhưng cổ tắc lại, nước dãi đặc sệt phòi ra từng vũng sùi bọt trắng. Thiếp ngửng mặt nhìn lên trời: mây đùn lên, bay vùn vụt, bỗng nhiên đổi mầu thành mây bẩy sắc, ráng tía chói lọi đến lóa mắt. Trên cao, vô số khuôn mặt từ phương Nam bay lại, sà xuống, mặt người có, mặt ma mặt quỉ có, mặt Thánh mặt Phật cũng có, lúc thì nhe nanh nhe vuốt như chực cắn xé, lúc lại bi thương đại lượng nhỏ nước mắt từ bi.

Đột nhiên, một vùng đất nổi lên cao giữa rừng núi. Một đàn voi xông ra, dẫn đầu là một con voi trắng đầu như đầu rồng. Mấy chục con voi lồng lên trong cát bụi mịt mù rượt đuổi một đàn ngựa, con chạy về phương Nam, con giạt về phương Bắc. Tiếng cồng nổi lên nghe đinh tai nhức óc, lẫn vào đó là tiếng tù và, tiếng chiêng, tiếng trống, tiếng kim khí chát chúa choảng vào nhau, rồi tiếng rên la, tiếng van vi, tiếng kêu khóc, tiếng chửi rủa. Thiếp cố xoay người về phía trái, tì tay vào một mô cỏ vừa cào. Mặt trời rát bỏng xối xuống từng chậu lửa sánh sệt, đống cỏ tranh mới cắt cháy bùng lên. Cháy! cháy! cháy rừng! Thiếp hả miệng hớp lấy chút không khí mỗi lúc một khô một ngột, cố đến độ cổ họng bung ra thành tiếng"Chạy! chạy đi!," rồi lịm dần trong lớp sóng lửa vỗ sôi lên giữa một cái vạc dầu đang từ từ nhận chìm cả nhân loại.

Khi Thiếp mở mắt ra, trời đã tối mịt. Thiếp cố định thần nhưng chẳng biết mình ở đâu. Cố gắng hít không khí vào, Thiếp ngửi đâu đây có mùi thuốc lào. Hé mắt, ánh đèn dầu hắt bóng Đặng-thị lên vách mới trát còn ngan ngát mùi đất ẩm. Thiếp thều thào gọi vợ. Đặng thị cúi xuống xốc cho Thiếp ngồi lên, giọng nửa mừng nửa tủi:

- Mấy năm nay tưởng yên rồi, nay đột nhiên thầy nó lại ngã bệnh.

Thiếp gượng cười.

- Thầy nói, thầy kêu, rồi lại khóc nữa.

- Nói gì?

- Thầy bảo bây giờ là thời mạt pháp!

- Còn kêu gì?

Đặng-thị im lặng một chặp, ngập ngừng:

- Thầy kêu nhiều lắm, khó nhớ hết được. Có lúc thầy vừa khóc vừa bảo đến thánh thần cũng hư huống chi là người!

- Thế kêu với ai?

Đặng-thị lắc đầu, kéo tấm chăn đơn đắp cho Thiếp, nhỏ nhẹ:

- Tôi không biết! Thầy nó uống cho tôi bát thuốc này đã. Uống cho hạ cơn xuống đêm nay.

Thiếp từ tốn nâng bát thuốc do một người bạn nổi tiếng danh y bốc cho. Từng ngụm thuốc đắng chát trôi qua như đốt cổ họng, song vào đến bụng thì lại thành mát rượi. Đặt bát thuốc lên cái ghế đẩu kê cạnh giường, Thiếp nhớ lại ngày nào họ Lê bắt mạch cho mình trên chùa Hương Tích, nửa đùa nửa thật cười bảo ''Chẳng biết Cuồng ẩn đó hay Lãn ông này sẽ tạo nghiệp để phải giây vào đám bụi bậm dưới kia.'' Thiếp với tay lấy bình nước chè, nhưng mất thăng bằng, ngã chúi xuống chân giường, thở hổn hển. Đặng-thị hấp tấp xốc Thiếp lên, miệng hốt hoảng kêu trời. Bà vặn bấc đèn nhỏ lại khiến cái bóng khổng lồ của mình ngả dài ra rồi biến mất.

*

Từ hôm Thiếp lên cơn động kinh, cứ chập choạng tối là Đặng-thị bắt cả ba đứa con đi ngủ sớm. Hai đứa lớn biết nghe, nhưng Thúc Khải mới chập chững biết đi lâu lâu lại khóc đêm đòi mẹ. Bấy giờ đã canh hai, trăng lưỡi liềm đang ngả về phía tây rặng Thiên Nhẫn. Trại Bùi Phong mơ hồ lẫn vào giấc ngủ chập chờn trong đêm hè. Tiếng ếch nhái ven con suối cạnh nhà oang oác, phụ họa vào những âm thanh rỉ rả của đủ loại côn trùng than van cơn nóng bức hừng hực chưng thế gian bằng lửa địa ngục. Đặng-thị thỉnh thoảng lại phe phẩy quạt cho Thúc Khải. Giường bên kia, tiếng trẻ ú ớ nói mê. Bước vào nhà, Thiếp đặt mình xuống giường nằm im ngắm ánh trăng mông lung qua khe liếp.

Đột nhiên con Vện buộc ở gốc cây đầu nhà tru lên sủa oăng oẳng. Tiếng chân người chạy như ma đuổi mỗi lúc một gần. Nguyễn chồm dậy, mím môi. Khi Đặng-thị vừa khêu đèn lên thì tiếng gõ cửa đã dồn dập đánh thức những giấc ngủ dang dở. Cửa vừa mở, tiếng nức nở ập vào:

- Nguyễn công, xin người...

Đặng-thị cúi vội xuống xốc nách người con gái đang quì, thảng thốt hỏi. Dưới ánh đèn, mặt người con gái nhợt nhạt, mái tóc dài màu đen huyền xổ tung ra trên hai vai bung toạc những vết rách như dao cứa. Khắp mảng áo trái, máu bầm hoen ố những đường kim tuyến thêu dọc trên những chiếc áo chẽn của phụ nữ miền núi. Người con gái hai tay run rẩy đưa cho Thiếp một quyển sách gáy da, rồi nhũn người khuyụu xuống, hai mắt nhắm nghiền lại. Đặng-thị vừa lay vừa gọi, nhưng vô ích.

Người con gái đó tên là Hà Khinh Vân, nhưng mọi người trên bản Mê Thượng đều gọi là nàng Mây. Mây là con gái đầu lòng của Hà công, người trưởng tộc họ Hà đã đến sinh cơ lập nghiệp cách đây hơn hai trăm năm trên rặng Giăng Màn. Rặng này cũng có tên là Khai Trướng, chạy theo hướng Bắc-Nam, nằm phía Tây rặng Thiên Nhận, chia ranh giới giữa châu Hoan và vương quốc Ai Lao. Hà tộc đông nhất bản, có lẽ là họ đầu đi khai phá Giăng Màn, và đã suốt tám đời làm *Chao* cai quản bản. Trong gần ba trăm nóc gia, với số trên dưới năm trăm tráng đinh, ngoài họ Hà còn thấy họ Đinh, họ Lê, họ Nguyễn. Chính vợ Hà công là người họ Nguyễn, mới di cư đến Mê Thượng khoảng hai mươi năm nay. Nghe đâu có dính dáng họ hàng gì với Nguyễn Hữu Cầu đã dấy quân làm loạn, gia đình Nguyễn-thị phải bỏ miệt Đồ Sơn chạy vào Nghệ An để tránh tróc nã.

Tộc trưởng họ Hà không nhất thiết là dòng con trưởng mà phải là một người có công đầu. Để định công, cứ năm năm, họ Hà hội đồng đủ mọi chi mọi ngành. Hạch thí gồm hai phần, thi võ và thi văn. Phần thi văn lại trọng về mặt binh thư, và đôi khi có hỏi cả thuật Pháp trị theo sách của Thương Ưởng và Hàn Phi.

Không phải kỳ tộc hội nào cũng có người qua được hai phần hạch thí, cho nên đôi khi phải chờ đến mươi mười lăm năm mới được một người. Người này, được gọi là Tộc thứ, làm phụ tá cho Tộc trưởng cho đến kỳ hạch thí sau. Nếu có thêm được người trúng hạch thì Tộc trưởng xuống nhường cho Tộc thứ lên thay mình.

Trường hợp Hà công, húy là Trường, lên làm Tộc trưởng là một sự kiện khá hãn hữu. Vào tiết lập đông năm Giáp Tý đời Cảnh Hưng thứ ba, bản Mê Thượng bị một con cọp cái khôn đến hóa tinh quấy phá dữ dội. Nó đến vồ người làm nương làm rẫy, và có lần xông hẳn vào bản vật chết một con trâu rồi tha đi. Trai bản sợ, đi đâu phải đi thành toán năm ba người mà vẫn bị nó tấn công, có kẻ thương tích, có kẻ tử vong. Sau một năm nào là đặt bẫy, nào là đánh thuốc, nào là rình bắn tên có tẩm nọc độc, con cọp vẫn vô sự, lại trở nên ranh mãnh và táo tợn đến độ vào tận ven bản rình mò giữa ban ngày ban mặt. Người ở bản chịu thua, đành lập một cái miếu thờ thần Bạch Hổ, rồi cứ mỗi tháng đến nộp một con lợn nái.

Hà công năm ấy mới hai mươi hai tuổi, tính tình xưa nay vốn lầm lì, đột nhiên hỏi''thần Bạch Hổ là hổ đực hay hổ cái?'' Không ai trả lời, Hà công liền vác một túi tên, một cây cung dài hai thước, thanh mã tấu và hai cuộn dây chão to bằng ba đầu ngón chân cái, lẳng lặng đi theo đám người khiêng lợn đến miếu thờ. Khi ai nấy đã ra về, Hà tự buộc mình vào cái chạc ba khá cao trên một cây cổ thụ mọc ngay cạnh miếu, làm một cái đầu thòng lọng to bằng cái nia, rồi cột vào gốc cây. Xong đâu đấy, Hà trèo lên cây, dở cơm nắm ra ăn, bình tĩnh như chẳng có gì. Hà chờ một đêm, sáng hôm sau con cọp đến lấy mồi như lệ thường, không có vẻ nghi ngại, cũng chẳng buồn gầm gừ khi nghe tiếng con lợn tế thần rú lên những tiếng eng éc não nùng vô vọng.

Đợi đến lúc cọp vục đầu vào cổ con lợn đã bị xé tanh banh, Hà nấp trên cây ném sợi thòng lọng vào đầu con cọp. Ngạc nhiên, con cọp nhảy lồng lên gầm. Nút thòng lọng thắt lại khiến cọp nghẹt thở. Nó khôn ngoan nằm phục xuống, mắt lừ lừ, tai nghe ngóng, mũi khịt khịt tìm hơi kẻ thù. Hà dương cung bắn sáu phát tên, phát nào cũng trúng nhưng không vào chỗ nhược. Con cọp lại gầm lên, lết nhanh vào bụi cây, quay cổ lại cắn sợi dây chão.

Hà lắp thêm tên, đợi cách bắn ngay vào chỗ giữa hai mắt cọp rồi bình tĩnh chờ. Nhưng đến quá một khắc vẫn không thấy động tĩnh gì, Hà nới dây, tụt xuống chạc cây dưới thì con cọp bỗng đâu nhảy ào vào làm Hà tối tăm mặt mũi rơi xuống đất. Con cọp không buông tha xông lại lấy chân tát Hà. Hà chĩa mũi mã tấu lùi ra sau. Con cọp nhảy qua bên trái, rồi nhảy qua bên phải, tránh lưỡi mã tấu. Vờn nhau đến lần thứ tư, bất chợt con cọp nhảy thẳng vào Hà. Mũi mã tấu đâm xốc lên, nhưng con cọp vẫn còn sức đạp Hà ngã xuống, mồm há ra ngoạm vào chân trái Hà. Rút dao găm, tay phải kẹp đầu cọp, tay trái Hà kéo một nhát vào cổ. Con cọp nhất định không chịu nhả mồi. Hà lại kéo ngược lại một nhát dao, rồi đau quá, ngất đi.

Khi tỉnh dậy thì trời đã xẩm tối, Hà cố đẩy đầu con cọp ra, nhưng không còn đủ sức. Hà định gọi, nhưng biết không có ai nghe được, lại thôi. Cơn khát rát cả cổ, nhưng ống nước mang theo văng đâu mất. Ống chân trái nát nhè trong mồm cọp làm Hà đau đến độ răng đánh vào nhau nghe lách cách như mõ bản gọi trâu. Mờ sáng hôm sau, Hà lấy dao cắt rơi đầu con cọp, vộc miệng vào uống máu cho đỡ khát. Uống xong, Hà nôn thốc nôn tháo rồi lại ngất đi. Trưa ngày hôm đó, Hà tỉnh dậy, thấy ruồi nhặng đã bu đầy vào chỗ chân trái Hà còn dính trong mồm con cọp. Hà gầm lên, tiếng gầm đựng vào chỏm mây chót vót:"Trời hỡi! trời có mắt không?" rồi lại thiếp mê đi một lần nữa.

Người bỗng nhẹ hẫng, Hà nhìn thấy mình bay bổng về phương Đông, đậu trên đỉnh Thiên Nhận, chung quanh chập chùng những chỏm núi tròn mầu hồng tía nổi bật giữa cái nền xanh đục của rặng Giăng Màn. Rút ống đinh-bia, loại sáo ngang của người Thái trắng, Hà kề môi thổi lên một khúc, rồi ồ ồ cất tiếng hát:

Trăm thứ hoa không bằng hoa con gái
Trăm thứ trái không bằng trái bông com
Trăm thứ hương không bằng hương con mái

Lúc ấy, có người lay tay Hà. Giữa mơ và tỉnh, Nguyễn-thị tay dâng lên Hà chiếc cần uống rượu, mắt nhìn vào mắt Hà, bảo:"Hoa đây, hương đây."

Hà uống, thấy cổ mát lịm, từ từ mở mắt ra. Chung quanh Hà lố nhố những người. Ông lang mừng rỡ kêu"Tỉnh rồi! phúc thật lớn!" Hà nhớ lại, hỏi cái chân trái mình nay ra sao. Ông lang lắc đầu. Hà đòi ăn một nồi cơm, và xin một vò rượu. Uống sạch vò rượu, Hà hỏi tìm thanh mã tấu của mình. Bật cười khành khạch, châm điếu rít thuốc, thình lình Hà xoay người hét lên một tiếng rồi tự tay chặt vào khoảng thịt nhầy nhụa trên chân trái. Hà lại ngất đi một lần nữa. Ba hôm sau,

Hà xin gặp Nguyễn-thị rồi kể lại giấc mơ của mình. Nguyễn- thị không nói"Hoa đây, hương đây" nhưng bảo"Xin cứ cho người đến hỏi." Cuối năm đó, họ thành thân. Chú rể chống nạng và đã trở thành tộc trưởng họ Hà cách đấy đúng hai tháng.

*

Đặng-thị đánh thức Thiếp vào lúc nắng đã chớm vàng đầu cây trên núi Lạp Đính. Mây vẫn còn thiêm thiếp ngủ, tóc xòa những sợi tơ huyền óng ả chảy xuôi xuống triền thân uốn lượn những thác ghềnh mới được thiên nhiên mô phỏng. Thiếp lẳng lặng đổ nước vào bình trà Lạc Thủy, gắp những mảnh than hồng chèn quanh bình nước sôi bằng đồng mun do chính Hà công mang tặng ba năm về trước. Khi ấy, Hà và Nguyễn-thị ghé về làng Nguyệt Ao, nằng nặc đòi gặp. Quà ra mắt là ba sấp vải, ba sâu tiền, mười cân trà và chiếc bình đồng mun. Thiếp hỏi:

- Tôi làm được gì mà Hà công lại đãi thế này?

Hà công khẩn khoản:

- Tôi đến đây xin tiên sinh dạy cho một câu mà thôi. Ngài dạy thế nào tùy ngài. Tôi học được gì, cũng tùy tôi. Còn dăm ba món quà này chỉ là ngoại vật, đáng gì mà ngài phải quan tâm.

Ngừng một lúc, Hà công tiếp:

- Thời buổi loạn lạc này, vua không ra vua, tôi chẳng ra tôi, thánh nhân phải sinh ra để cứu đời, nhưng sinh ở đâu?

Thiếp nhìn lên trời, thủng thẳng:

- Thánh nhân sinh từ trong lòng. Mong thánh nhân là rồi có thánh nhân.

Hà công gặng:

- Trên có trời, dưới có đất. Giữa đất và trời có người. Nhưng đâu phải ai ai cũng có cái thiên mệnh làm kẻ cứu đời. Liệu thánh nhân có sinh ra trong châu Hoan này không?

Thiếp ngẫm nghĩ một lúc rồi trả lời:

- Có, đủ lửa thì rồng sẽ cất cánh bay lên.

- Vùng nào đất nào đủ lửa?

Thiếp cười:

- Nơi nào đủ người hiền thì nơi đó sẽ đủ lửa.

Nhìn ra rặng Giăng Màn nền xanh sừng sững phía sau, những chỏm núi thấp hơn của rặng Thiên Nhận nổi lên như những chiếc quạt bằng lụa mầu hồng tía giống hệt như trong tranh thủy mạc, Thiếp chậm rãi:

- Hùng vĩ đến thế này làm sao lại chẳng có người hiền.

Thiếp đứng lên, ý muốn tiễn khách, xin hoàn tất cả tặng vật. Nằn nì mãi, Thiếp đành nhận chiếc bình đồng mun với hai cân chè búp. Đưa khách ra cửa, Thiếp còn nhớ cặp mắt tròn to của một con bé lay láy nhìn mình, miệng cười chúm chím.

Lần ấy, Mây mới đâu chín mười tuổi. Con bé vẻ hiền lành thuở xưa sao nay lại leo lên Bùi Phong, người bê bết máu? Đợi hết một tuần trà, nắng vừa lên đầu ngọn cây thì Mây tỉnh dậy. Mây cầm tay Đặng-thị để lên ngực mình, rồi cúi đầu, nước mắt chảy ra, không nói năng gì. Một lúc sau, Mây xin lên gặp Thiếp. Nàng quì phục xuống đất, đôi bờ vai nhỏ nhắn run bắn lên như con giun đất bị xéo quần, kêu thảm thiết:

- Nguyễn công ơi! Thế thì trời không cao, đất không sâu, chỉ còn có người, người có cứu lấy Mây này bé bỏng không?

Đặng-thị đỡ Mây dậy, lấy khăn lau nước mắt cho Mây, tay nhẹ nhàng vuốt những sợi tóc rối bời. Cắn môi ghìm cơn nức nở, Mây kể...

*

Dưới triền tây núi Giăng Màn là bản Mê Hạ, thuộc mường Luang. Trước khi họ Hà đến Mê Thượng hai trăm năm trước, chỉ có một bản Mê gồm hơn trăm nóc nhà, chuyên sống bằng chăn nuôi và trồng trọt. Nước nguồn đổ về xuôi, xoáy vào đất, đục vào đá từ đời nào làm thành con sông Mê rộng độ ba mươi sải ngang, chảy từ chân Giăng Màn qua mường Luang cho đến tận mường Rây. Có sông Mê, nước ê hề cho trâu bò, gà, lợn. Nước ê hề cho rẫy Luang quanh năm vàng ngô, xanh lúa. Nhưng chỉ ba năm sau khi đã đuổi được người Táy ở Bản Thượng khỏi chỏm Vềnh, Hà tộc đã sai tráng đinh xếp đá xây đập Cheo Reo chặn nước. Vì thế con sông Mê nay ráo kiệt. Nó cạn trơ lòng, chỉ còn phơi những tảng đá trắng tựa vào nhau đổ dài ra trên hai mươi dặm, giống hệt xác một con trăn chết khô để sót lại trên mặt đất khúc xương sống ngoằn ngoèo trắng hếu.

Người Táy bảo với nhau: "Cái giống người gì mà ác thế, đi cắt *mó*, chặn nguồn làm trâu chết, lợn chết, khoai chết, lúa chết. Thế này thì người Táy cũng sẽ chết dần thôi!" Họ tìm cách phá đập. Hơn mười đời ông Trùm ông Chao, hơn mười lần trai Táy xách mai, xách thuổng, xách dao chằm đến Cheo Reo. Họ bảo nhau:"Phải tìm mó *kíu* nước, nếu không thì không có giống gì sống được." Người trên bản Mê Thượng có súng bộc hỏa, lại canh giữ rất ngặt nghèo. Vì thế, cũng lại hơn mười phen họ phải khênh xác trai Táy về Mê Hạ. Duy có được một lần họ đánh bật đám tráng đinh Mê Thượng ra khỏi Cheo Reo. Họ thấy đập nước chia làm hai lớp, làm bằng những hòn đá tảng chồng lên nhau, hòn nọ dựa vào hòn kia, sức người không sao lay chuyển được. Vài bô lão còn sống kể rằng khi đó họ cho người Táy về mường lấy bộc lôi đến phá. Con trai Táy đào đường mương, dựa thế nấp vào, rồi dùng cung tên đẩy lùi những lần tiến công của con trai Kinh, cố giữ Cheo Reo được gần ba ngày ba đêm. Cuối cùng họ buộc được bộc lôi vào những gềnh đá đầu chĩa lên nhọn hoắt. Trai Kinh lúc đó đã tiến sát đến tuyến mương phòng thủ. Ông *Phìa*, người chỉ huy, quyết định hy sinh đám trai Táy chưa kịp ra khỏi nơi định phá đập, ra lệnh cho nổ bộc lôi. Bộc lôi nổ to đến rách toang màng nhĩ. Đám voi rừng hoảng hốt vừa đâm đầu chạy vừa hống lên những tiếng tru chéo. Da thịt tóc tai trai Táy lẫn với sạn đá bay bốc lên trời, rơi xuống làm rừng núi đỏ lè lè như lưỡi một trăm con ma thò ra liếm cây liếm cỏ.

Nhưng đập Cheo Reo vẫn cứ vô sự, nước chỉ rỉ rả chảy xuống, vô tình để mặc con sông Mê vẫn cứ mãi trơ lòng cạn kiệt như trước. Từ đó, người Táy tản ra xa, xuôi về đồng bằng, bỏ ý phá đập. Chỉ lúc ông trời ra cơn hạn hán họ mới lên đập xin nước vào những tháng giữa hạ, khi nước còn quí hơn cả vàng dát trên vòng cổ con gái Táy. Đời này sang đời nọ, không biết nghe từ đâu mà họ kháo nhau rằng khi nào tìm được mật kíp của bản Mê Thượng thì người Táy mới biết cách phá đập.

Mật kíp như thế nào, chỉ có ông Chao của bản Mê Thượng, nghĩa là những người tộc trưởng họ Hà từ hai trăm năm nay, mới biết tận mắt. Theo lệ, mật kíp được trao tận tay ông Chao. Ông Chao cất giấu mật kíp ở Hang Sau, một nơi không ai được phép vào. Chỉ khi nào bản gặp những khó khăn đến độ cả bản đòi thì ông Chao mới được mở mật kíp tìm lời giải. Theo lời truyền tụng, mật kíp do chính Hoàng Mười, một vị trong Bát Tiên, đã trao tận tay cho ông Chao sáng lập ra bản từ lúc tạo thiên lập địa. Chuyện thế gian đâu đó yên bài cho nên tất cả mọi việc từ cổ chí kim đã được tiên liệu trong quyển sách thánh này.

*

Năm ngoái, ngày Mây tròn mười bảy, Mây rủ mấy đứa con gái đi tắm suối. Suối nằm ngay dưới đập Cheo Reo, nước xuôi xuống chỉ độ ba trăm thước là kiệt cạn. Buổi trưa nồng, gió ùa về từng cơn nóng rát. Mây lõa thể nằm ngửa ra cho nước ào vào tóc, vào mặt, vào yếm. Con Hường giạng chân, váy sắn đến bẹn, đùi thon chắc nhô lên thụt xuống, vừa cười vừa té nước tung tóe bắn thành những hạt óng ánh kim cương nhẩy múa dưới nắng trưa trong suốt. Con Hằng cởi yếm, tay giả như che phần trên cơ thể nhưng vẫn để cặp vú căng nứt nhô ra như sừng trâu, vắt vẻo ngồi trên một hòn đá trắng nhô lên trên nền toàn sỏi hồng, miệng hát

Chiều chiều em dẫn mẹ qua đèo
Em đi bên nó
Tình tình ơi, anh theo bên nào?
Chiều chiều dẫn mẹ đi theo
Tình, tình ơi
Nhớ ai em kiếm cuối đèo dấu chân
Tình, tình ơi
Nhớ ai em những khóc thầm
Hai hàng nước mắt đầm đầm như mưa
Nhớ ai ngơ ngẩn ngẩn ngơ
Nhớ ai, ai nhớ bây giờ nhớ ai...

Một tiếng sáo đinh-bia bỗng nhiên vẳng lên từ đâu đó, xa vắng, mênh mang. Mây nhỏm dậy rỏng tai, ngước cặp mắt nâu thăm thẳm tròn trĩnh trên khuôn mặt trái soan rám hồng, môi hơi trề xuống, miệng mở hé như cười, chiếc răng nanh khênh khểnh lộ ra làm tăng cái vẻ nghịch ngợm của một cô gái vừa tuổi dậy thì.

Tiếng sáo véo von lên cao hun hút như chạm vào giải mây trắng, xô nhẹ bầu trời trong vắt rồi vẳng lại như lời tỉ tê kể lể một chuyến đi không đến đích. Tiếng sáo có lúc lại ríu rít như đàn chim bất chợt gặp lại một mùa Xuân đã tưởng đánh mất, hót lên sự sống hồn nhiên mạnh mẽ tựa măng tre đục đá trồi lên. Tiếng sáo chợt thổn thức tựa tiếng khóc tủi thân của đứa trẻ tứ cố vô thân bỗng dưng bắt gặp cảnh một mái nhà yên ấm. Tiếng sáo bỗng não nùng tiếng than của kẻ bất đắc chí ngại ngần soi gương nhìn mái tóc mình đang trắng xóa những đám lau già mỗi lúc một thưa đi. Tiếng sáo lúc sau đứt quãng, tức tưởi một nỗi buồn không an ủi được, rồi nghẹn ngào uất ức tựa như lời trăn trối của đám tử tù trước khi lên đoạn đầu đài. Tiếng sáo trầm sâu xuống kể lể nguồn cơn với ngọn gió vô tình đã từ hàng tỉ năm nay chuyên trở vào hư vô vô số những niềm bất hạnh. Tiếng sáo cuối cùng cuống quít, loanh quanh như con chồn gập bẫy, rồi hốt hoảng như đám nai tơ chạy tên đâm đầu vào bụi gai rạc.

Mây nằm xuống suối lắng nghe, cơ thể giãn ra tan biến trong không khí, để mặc nước mắt cứ ứa đầy mặt hòa tan vào dòng suối róc rách chảy. Mây ngạc nhiên không hiểu cớ sao mình khóc. Nhưng Mây cứ để mặc nước mắt đầm đìa chảy, mơ hồ cảm nhận như bắt gặp lại một cái gì thật thân thương đã chót đánh mất từ lâu lắm, có thể là trước cả khi Mây ra đời, không nhớ được nhưng vẫn cứ lờ mờ lúc ẩn lúc hiện. Những giọt nước mắt ấy, tuy vẫn mặn xót như muối, nhưng sao lại khiến lòng Mây cứ lơ lửng giống như giải mây trắng đang lênh đênh giữa trời xanh văn vắt.

Sau hôm ấy, trưa nào Mây cũng ra suối thẩn thờ đợi tiếng sáo đã vô tình im bặt. Ba tháng ròng, Mây lẩm nhẩm cầu xin: Ông Xanh trên cao kia ơi, cho Mây tiếng sáo kia nhé! Lần nào Mây ra suối, Trần Trung cũng kín đáo đi theo. Từ dạo Trung bắt gặp Mây trần truồng ưỡn ngực hứng con nước đổ từ ghềnh cuối Cheo Reo xuống vũng Cắt đầu nguồn sông Mê, Trung ngày đêm thẩn thờ, không thấy Mây là ăn ngủ không được. Mây bây giờ như người mất hồn, chẳng nói chẳng rằng, chiều chiều ra ngồi trên tảng đá, mắt lạc vào hun hút một khoảng không đầy bấp bênh. Trung hái một bó hoa rừng, lẳng lặng mang đến để cạnh chân Mây. Trung nhẹ nhàng:''Có chuyện gì thế hả Mây?.'' Mây cười buồn buồn, chỉ lắc đầu. Sáng hôm sau, Trung quay về chỗ tảng đá, thấy bó hoa vẫn ở đấy, chỉ héo đi trông tàn tạ thảm hại. Trung biết đã mất một cái gì thiêng liêng như chính cuộc sống của chính mình. Nước mắt dàn dụa chảy như suối tràn mùa nước lên, Trung bưng mặt ngồi cho đến hết đêm, mong gặp hổ báo cho rồi đời.

Cho đến một buổi tiếng sáo lại réo rắt đưa về Cheo Reo. Mây mừng đến run bắn người, mắt lại ướt lại những giọt nước mắt xưa. Mây lần theo gió đi tìm, nín lặng nép vào bụi rạc, mê mẩn đến độ gai đâm nát tay chảy máu mà không biết. Nhìn xuống chân chỏm Vềnh, Mây thấy thanh niên ấy nâng cây đinh-bia ngang miệng, mắt nửa nhắm nửa mở, hồn như lạc vào chốn không núi rừng, không cây cỏ, không cả đất, cả trời. Quấn chiếc rông màu xanh thẫm, thân trần cuồn cuộn những bắp thịt đồng mun, tóc dài hoe đỏ phần phật bay trong gió nồm, chàng có thật hay chỉ là ảo ảnh một cuộc đi về từ cái cõi lờ mờ trần thế? Chàng ngưng thổi, tay vỗ nhẹ vào chiếc sáo bầu tròn, hát:

Gió thổi bụi na
Khăn đào của ai phơi sàn gió thổi
Gió thổi khăn rơi
Khăn rơi khăn rơi xuống mặt đường
Bạn tình ơi
Người đẹp của ai

Hoa trắng nơi vườn dưa
Hoa đỏ nơi vườn mía…

*

Mây ngày nào cũng ra đợi ở chỏm Vênh cho đến khi Đèo Kha linh tính thấy mình là một con thú đang bị rình săn. Một hôm, Mây nấp sau thân cây sim già, mắt ngóng, lòng thấm dần nỗi thất vọng và niềm đau xót lửng lơ, không thấy bóng dáng Kha đâu nữa. Về chiều, chim bắt đầu nháo nhác bay, ánh tà dương lịm chìm vào cây cỏ. Chợt vai Mây có bàn tay nào nắm lấy, bóp mạnh như gọng kìm sắt, ghì xuống. Mây thất thần quay lại, mái tóc búi xổ tung ra thành thác đổ trào xuống, mắt hoảng hốt căng tròn như nai mắc bẫy. Bàn tay nới lỏng dần ra, Mây nhắm mắt, miệng hé ra, nhếch cười trong cơn mê, cảm thấy đôi môi ướt át áp vào má mình, mặt mình, rồi tai, rồi cổ, lần lần xuống vú, xuống bụng cho đến lúc nàng bật dậy, kéo vội chiếc rông quấn phần dưới cùng của thân thể không biết đã tụt ra từ lúc nào.

Sau này, Mây nũng nịu bảo với Đèo Kha rằng cuộc gặp chiều ấy là giải dây ông Trời buộc, đố ai cởi cho ra. Những lần hẹn hò nhau, Mây và Kha tìm nơi hoang dã, tránh cho xa dân bản, nhưng điều tiếng đã chút xôn xao. Mây thỏ thẻ:"Biết đâu ta về ở với nhau rồi thì Mê Hạ và Mê Thượng sẽ lại là một bản Mê như những ngày xửa ngày xưa." Đèo Kha, mồ côi từ bé, về xin phép ông chú đã nuôi mình thành người. Đèo công ở bản Mê Hạ chần chừ. Cái mối oan nghiệt giữa Mê Thượng và Mê Hạ vẫn sừng sững ở Cheo Reo, chặn nước không cho lòng người thông được với nhau. Ông đoan chắc họ Hà ở Mê Thượng sẽ không bao giờ nhận kết nghĩa thông gia với Mê Hạ. Đèo Kha giục Mây hỏi ý bố mẹ. Mây cũng sợ, nói liều:"Hay là Kha bắt em mang đi." Kha lắc đầu bảo:"Nếu làm thế thì chắc chắn đinh Mê Thượng sẽ tìm đánh Mê Hạ," máu sẽ chảy ra thay cho nước sông Mê đã cạn sạch trong cái lòng sông ráo kiệt. Mây càng sợ, bóp bụng định tâm nói trước với mẹ. Nghe Mây nói xong, Nguyễn-thị chỉ thở dài lắc đầu. Đợi thêm một tháng, Mây cắn răng, mặt nhợt nhạt, ấp úng thưa với cha. Vừa nói được hai câu, Hà công đập ngay chiếc tách trà đang uống xuống đất, quát lớn:

- Nó người Táy, đâu phải người mình!

Thuận tay, ông tát Mây một cái trời giáng, tiếp:

- Mày là con tao thì tao chọn rể.

Hà phủi tay chống nạng đứng dậy. Từ đó, ông cấm Mây xuống suối, ra lệnh cho Trần Trung dẫn tráng đinh đi kiểm soát nghiêm mật đập Cheo Reo. Trần Trung lòng vẫn yêu Mây say đắm, sai người mai phục định giết Đèo Kha một lần, nhưng Kha thoát được. Về phía Mây, miệng ngậm tăm chẳng nói chẳng rằng, nàng không ăn không ngủ gần một tháng, thoi thóp nằm chờ chết. Nguyễn-thị quì xuống chân Hà công, xin:

- Nghiệp con nó thế, cấm thì nó chết mất, sau lại báo oán vào mình, xin ông nghĩ lại.

Hà công vào nhìn con gái, lòng hận như chính mình bị tình phụ, ứa nước mắt đi ra, bảo:

- Làm thế nào thì làm, nhưng ta thách cưới một thớt voi, sáu trâu, sáu bò, vàng hai mươi lạng và hai trăm thước lụa Hà.

Mây được phép đến chỗ hẹn để báo tin. Đèo Kha thử người ra, bảo với Mây "Chẳng phải chỉ bản Mê Hạ, cho cả hết Mường Rây dưới kia gọp lại cũng chưa chắc đã có đủ bằng ấy đâu." Mây ôm lấy Đèo Kha, miệng cắn vào vai đến bật máu. Đèo Kha ứa nước mắt, lẳng lặng gỡ tay Mây rồi lủi thủi xuống dốc về Mê Hạ nói chuyện với chú. Ngay tối hôm ấy, Đèo công cho mời ông Chao, rồi bàn tính thế nào, cả hai người dẫn Đèo Kha lên gặp ông Phìa chủ quản tất cả mọi Mường. Sáu ngày sau, Đèo công xin đưa trước ba trâu, ba bò, và mười lạng vàng, cho Đèo Kha lên làm *"côn hươu"* để thử rể, và hẹn sang năm sau sẽ nộp đủ lễ cưới Mây về Mê Hạ.

Ngày Đèo Kha lên Mê Thượng là ngày Mây hoàn toàn bình phục. Mây ôm chân bố, hôn tay. Hà công lạnh lùng bảo:

- Đủ lễ, cưới ngay, rồi mày cút đi đâu thì đi.

*

Đèo Kha làm đủ việc phục dịch trong nhà, đêm ngủ ở *quản*, dưới chân nhà sàn, gần chuồng gia súc. Những đêm mưa ri rả, mùi phân trâu, phân lợn lẫn vào mùi rơm rạ ẩm ướt bốc lên thối đến phát ọe. Khi đó, Đèo Kha đành mò ra chân sàn, quấn mình trong chiếc chăn đơn, thu lu ngồi mở mắt chờ sáng. Đỉnh Giăng Màn, lúc ẩn lúc hiện, trở thành một người lỡ độ đường đến đánh bạn. Kha hỏi: "Núi ơi! Thế nào là tình yêu?" Một cánh chim đêm xào xạc đến trả lời: "Là sự không bao giờ chọn vẹn!" Kha quát khẽ: "Ta đâu hỏi mi, ta hỏi núi... ."

Nhưng đỉnh núi sừng sững cứ lặng im. "Có phải đó là sự cô đơn đôi lứa?," Kha gặng. Đỉnh núi sừng sững vẫn lặng im. "Hay đó chính là vết cào của định mệnh?" Đỉnh núi vẫn lặng im. Run lên cầm cập, Kha biết vết cào đang ứa máu, kéo chăn trùm lên đầu, nước mắt trào ra, miệng lẩm bẩm: "Mây ơi, sao móng tay Mây dài thế... "

Đến lúc hương nồng nồng thoáng chút mùi hăng hăng ùa vào mũi, Kha mới kéo chăn, ngoái nhìn ra sau. Nhẹ như bước chân hoẵng, Mây đã ra đó tự bao giờ, hai bàn tay lùa vào mớ tóc Kha còn vương chút sương muối giá buốt. Mây đưa ngón tay để lên môi ra dấu. Kha nắm lấy tay Mây, lòng bồi hồi, vết cào bỗng chốc lành lặn bằng phép lạ. Mở rộng chiếc chăn để Mây ngồi vào lòng mình, Kha không nói năng, hồn trầm lắng vào hơi ấm người yêu đang sưởi cả núi rừng Mê Thượng. Mềm nhũn trong vòng tay Kha, Mây chợt thấy mình bé bỏng, nhưng nỗi sợ hãi không biết thế nào cứ tan đi chứ không như lúc Mây luồn khỏi chăn rồi rón rén leo xuống thang, chỉ sợ đánh thức cha mẹ mình nằm ở trong góc sàn. Mây cởi khuy áo Kha, luồn bàn tay vào mơn man lồng ngực căng nức phập phồng kìm trái tim đang bốc lửa. Không gian thu hẹp đến độ chỉ còn có hai người, mơ hồ khói sương bốc lên từ mặt đất ẩm ướt trở thành lớp tường thành vây bủa bảo vệ cho chuyện tư riêng. Mắt Kha lóa lên, mũi chàng chỉ thấy hương nồng thơm mùi con gái dẫu rằng chuồng gia súc vẫn bốc mùi phân, và không biết tự bao giờ tay

chàng xoay Mây ngồi áp mặt vào mặt, vào ngực mình.
Mây ngây ngất bíu vào vai Kha, mặc để cái phần nhớt
nhát của cơ thể mở ra đón nhận Kha, run rẩy, rồi hung
bạo, như con lươn gặp cạn vùng vẫy trườn lách lên tìm
sự sống.

Tiếng động dưới chân sàn kéo một người ra khỏi
giấc ngủ chưa đủ say. Nhổm mình dậy, Nguyễn-thị
ngó quanh, tai lắng nghe tiếng rên rỉ vọng lên. Mắt
nhìn về phía Mây vẫn ngủ, Nguyễn-thị biết là con gái
không còn đó. Ngẫm nghĩ một lát, thị lại nhẹ nhàng
đặt mình xuống, nhưng Hà công vừa quay lưng lại,
miệng lầu bầu, chắc sắp ngồi lên tìm chiếc điếu cầy.
Nguyễn-thị chột dạ. Thình lình, thị ôm bụng Hà công,
kéo vật về phía mình, động tác vừa nhanh, vừa quả
quyết. Hà công ngạc nhiên nhưng chưa kịp hỏi thì
Nguyễn-thị đã đè xấp lên, tay giật giải rút, tay kia nắm
ống quần kéo xuống. Nhếch mép trong bóng tối, Hà
công hai tay nắm lấy xương chậu của vợ, thầm nhủ
"Chắc mụ nó hồi xuân," rồi lẳng lặng nhấc hạ bộ
Nguyễn-thị đặt lên trên người, cười ư ử trong họng.
Mặt sàn quậy lên gặp một cơn địa chấn, gỗ nở kêu
răng rắc, và tiếng cười ư ử lát sau thành tiếng gầm gừ,
rồi tiếng Nguyễn-thị rít lên giữa hai hàm răng nghiến
chặt.

Mây ghé răng cắn riết vào vai Đèo Kha, tai văng
vẳng tiếng sáo đinh bia theo gió đưa về từ một miền xa
lắc nào đó có tiếng gọi giời. Giặng Giăng Màn nhập
nhòa trước mắt cứ nhô lên hụp xuống như lưng một
con ngựa đứt cương đang lồng lên chở hết xương thịt
Đèo Kha nhập vào cái thân thể bần bật nhựa sống của
nàng. Đèo Kha bỗng ưỡn người, miệng hự lên, rồi chân

tay gioãi ra, mắt dại đi. Mây cảm thấy mình vừa hứng trọn ngọn nước sông Mê tràn đến đập vào Cheo Reo, bọt trắng vỡ tung tóe, và tiếng gọi giời làm bầu trời vẫn đục nước bỗng sà xuống ôm ấp che chở nhân gian. Nàng mở mắt nhìn ra. Lay Đèo Kha, Mây khẽ bảo: ''Nhìn kìa.'' Lẫn trong những hạt mưa là bụi kim cương lóng lánh đang hàng hàng lớp lớp rơi xuống bám lên đầu cây ngọn cỏ. Từ đỉnh xuống đến chân núi, Giăng Màn sáng lung linh bảy màu, bỗng chuyển động vòng quanh bản Mê Thượng như mọc cánh. Mở mắt, Đèo Kha ngơ ngác. Mây hỏi: ''Có thấy gì không?'' Chẳng hiểu nhìn thế nào mà Đèo Kha se sẽ gật đầu, rồi lại nhắm mắt lại.

*

Cho đến hết mùa đông, Đèo Kha mới bắt được nhịp sống ''côn hươu'' từng bước hội nhập vào một xã hội còn lạ lẫm. Có chuyện gì Kha cũng chỉ hềnh hệch cười giả lả, nuốt mọi nhục nhã đớn đau vào bụng, lúc nào cũng sẵn sàng làm vừa lòng mọi người trong khắp bản Mê Thượng. Trẻ con dậy Kha trọ trẹ tiếng Kinh, cười ầm lên trêu chọc, mặc Kha cứ ngẩn người nhìn về phía Mây cầu cứu. Chiều chiều, sau bữa cơm, Kha lại mang đinh-bia ra thổi. Tiếng sáo hay đến độ ít lâu sau cả bản đâm nghiện, vắng nó thế nào là cũng có người băn khoăn nháo nhác đi tìm Kha. Một thời gian sau, hầu hết mọi người đều nhận Kha như người trong bản, trừ Hà công và dĩ nhiên là trừ Trần Trung, người đã phải lòng Mây từ lúc nàng mới mười lăm. Trung không chịu nổi tiếng sáo, lên xin Hà công cho phép mình rời bản về xuôi. Hà công nhìn Trung đăm đăm rồi nói:

39

- Muốn có thì phải cướp. Có cướp được, ta cho cướp đấy. Việc gì phải vội đi. Mình mất người mất của chớ có phải kẻ cắp đâu.

Trung nghe hiểu, cám ơn Hà công.

Hai ngày sau, khi Đèo Kha đang thổi sáo, Trung lại gần, mắt nhìn tròng trọc vào mặt, môi mím chặt, gân xanh nổi trên thái dương giật lên bần bật. Bất ngờ, Trung giằng cây đinh bia, quăng xuống đất, miệng gầm gừ:

- Tao cấm mày thổi sáo!

Đèo Kha nhìn lên, lặng lặng nhặt sáo, bỏ đi không nói lại một lời. Từ đó, tiếng sáo bặt bặt đến một tuần trăng. Bọn con Hằng, con Hường đến chơi với Mây, tìm Đèo Kha hỏi duyên cớ. Kha nhìn Mây, đáp:

- Sáo câm mất rồi!

- ???

Mây không nhịn được, bật miệng:

- Cứ thổi đi. Tiếng sáo sẽ động lòng trời.

Con Hằng chêm thêm:

- ... và cảm hóa lòng người.

Bọn trẻ con trong bản hùa vào:

- Anh Kha, thổi đi, tội tình gì chúng em chịu.

Thở dài, Kha nhìn quanh rồi nâng niu cây đinh bia, đặt lên môi, mắt hướng về phía núi rừng xa xăm. Tiếng sáo lại cất lên, nhưng có gì nghe như ngào nghẹn.

Tiếng quát giật giọng khiến mọi người thảng thốt nhìn lại, nhận ra Trần Trung vừa ở đâu xô ra. Không nhìn Mây, Trung rít lên:

- Ai cho mày thổi?

Xông vào, Trung với tay giật nhưng Đèo Kha đã nhanh tay giấu cây đinh bia ra sau lưng, lùi một bước. Khi Trung rút con dao quắm đi rừng ra thì mọi người đều chạy lại chen vào giữa. Trung hậm hực, cảm thấy cả bản đang bỏ rơi mình, quát nghẹn ngào:

- Rồi tôi sẽ giết nó! Để xem...

Mây lẳng lặng đứng nhìn Trung, nhìn Kha, nước mắt chan hòa nhỏ xuống mũi, xuống má. Nàng linh cảm rồi đây bất trắc còn nhiều, và bỗng nhiên nàng chạy đến quì dưới chân Trung, miệng van:

- Cho Mây xin, cho Mây xin!

Không nhìn Mây, Trung quày quả bỏ đi. Tối hôm đó, Nguyễn-thị kể lại câu chuyện cho Hà công nghe, hỏi: "Nay phải làm sao?" Hà công lơ đãng:

- Chuyện trẻ con, không dính đến mình. Mặc chúng...

Một hôm, Đèo Kha một mình đi lấy củi trong rừng ven chởm Vênh. Đang chặt, Kha thấy rờn rợn, vội cúi xuống thì một mũi tên bay đến cắm ngay vào thân cây. Kha luồn ra sau cây, lặng lẽ trườn mình như trăn, tay nắm đốc dao. Trần Trung bắn hụt, chồm lên cầm kích thận trọng bước tới. Vừa đúng tầm, Đèo Kha xông ra đâm một nhát. Dao đi lệch đường, toạc rách áo Trung. Trung vòng người đâm ngược ngọn kích lại, gầm gừ,

rồi quét ngang kích vào chân Kha. Kha ngã xuống
nhưng lại lủi ra sau thân cây, thuận tay chặt một cành
ngang dùng làm gậy. Hai người quần nhau không biết
bao lâu, nhưng mãi đến giờ cơm chiều vẫn không thấy
ai về cả. Hà công cho tráng đinh đi tìm thì thấy Kha bị
đâm một kích vào đùi không đứng dậy được. Gần đó,
Trung nằm sóng xoài, đầu dập nát, máu tươi còn loang
đỏ trên đám cỏ xanh bị đạp nhầu.

Khi chôn Trung xong, Mây đặt một vòng hoa lên
mồ, nước mắt ứa ra, khấn: "Sống khôn, chết thiêng,
hãy về nơi cực lạc, xin đừng vì tình kia mà đeo đuổi."

Tuy vết thương chưa lành hẳn, Đèo Kha lấy cớ giỗ
ông xin về dưới Mê Hạ. Đèo công nghe Kha kể chuyện
xung đột với Trần Trung, thở dài rồi ôm cổ cháu miệng
thầm thì. Kha chăm chú nghe, cứ lắc đầu quầy quậy.
Ông nghiêm sắc mặt, tu một hơi rượu cần, thở ra rồi
gằn giọng:

- Thế thì mày đừng đi nữa!

Đến lần thứ ba, Kha ôm lấy chân Đèo công, rơi nước
mắt thì thào thế nào mà mặt mũi Đèo công rạng rỡ hẳn
lên. Ông vội vã tìm gặp ngay ông Chao bản Mê Hạ, rồi
cho người chạy lên báo cho ông Phìa của Mường Rây.
Hai ngày sau, ông gọi Đèo Kha ra, nhỏ nhẹ bảo:

- Thớt voi có rồi, bây giờ chỉ đợi người đi dưới Kinh
mua lụa về là đủ.

Hôm sau, Đèo Kha lên đường về Mê Thượng.

*

Đêm tân hôn được sắp đặt vào đúng đêm trăng tròn lần thứ bảy. Ngày trước đó, chính Đèo công đích thân mang đủ lễ vật lên Mê Thượng. Thớt voi thách cưới là một con voi trắng đã dậy thuần thục. Đèo công vỗ đầu nó cười bảo:

- Chủ mới đây, quì xuống.

Hà công chống nạng đu lên mình voi, rồi vỗ hai cái vào lưng, con voi đứng dậy rống lên, vòi vươn ra dài đến năm trượng. Hà nghếch mặt cười, oang oang nói:

- Đa tạ, voi này thì thật là xứng!

Lễ tơ hồng được làm ngay ngày hôm đó. Nguyễn-thị ứa nước mắt bảo con gái:

- Thế là mẹ con mình còn được ở với nhau thêm một ngày nữa.

Sáng hôm sau, người bản Mê Hạ ra về. Theo lệ Táy-khao, tối hôm tân hôn, mọi người phải uống thật say, rồi chú rể phải "*đánh cắp*" cô dâu mang về nhà chồng. Mây nghe vậy chỉ cười. Bọn con Hường, con Hằng, rúc rích, tay dí vào mặt Mây bảo: ''Sướng nhé, chôn kim nay đã có chỉ, mà lại chỉ hồng, gớm ới là gớm, nhưng sướng ơi là sướng!'' Trong bản, người ta ngả trâu, vật lợn ra xẻ cho bữa tiệc ban tối. Những lu rượu cần bày lũ lượt trong sân nhà Hà công, bốc mùi ngây ngất nồng khích động tiếng reo tiếng hò của bọn trẻ con nách cắp những bánh pháo hồng háo hức đợi giờ để đốt. Đèo Kha ngượng nghịu khều Mây đi về phía sau quản.

Ngồi riêng với Mây, Kha ghé vào tai nói nhỏ. Mây bỗng đơ người ra, mắt ngước lên hoảng hốt nhìn Kha. Tròng mắt ngấn nước, Mây miệng mím chặt, lắc đầu.

Kha lại nói. Mây vẫn mím miệng. Đèo Kha rút dao cắt vào đầu ngón tay. Mây hốt hoảng. Nhanh như chớp, Kha nắm tay Mây liếc nhẹ đầu dao, ngón tay Mây chảy máu. Đèo Kha áp tay mình vào tay Mây rồi đưa cả hai ngón tay máu me vào miệng mình. Mây khóc. Kha đưa hai ngón tay vào miệng Mây. Máu giây ra khóe miệng Mây, chảy xuống hai vệt dài. Kha lại nói, mặt chan hòa nước mắt.

Trăng lên ngang đầu đã tròn vành vạch. Từ đỉnh Giăng Màn nhìn xuống, dãy Thiên Nhận xa xa bao phủ trong màn sương trắng tựa pha lê, lơ lửng nửa như muốn chìm xuống nửa như muốn bay lên. Chim muông xào xạc bay qua rục rịch bữa ăn đêm. Côn trùng bắt đầu nỉ non, và tráng đinh bản Mê đã có kẻ say khướt. Trong gian nhà họ, Hà công xếp bằng tròn ngồi giữa, bên phải là cây nạng gỗ mun, bên trái là Nguyễn-thị đương ẳm đứa con út tên là Lữ. Ngoài Lữ và Mây là gái đầu lòng, Hà gia đã sinh hạ hai đứa trai giữa. Thằng lớn độ mười tuổi, nhâng nháo tay với cần uống rượu. Hà công lừ mắt, nó nhanh như cắt ngồi lùi ra đằng sau. Thằng bé hơn, chắc độ năm, sáu tuổi, ngồi cạnh mẹ, mắt đảo lên nhìn mọi người, mặt lạnh như tiền trong cái huyên náo của những chiếu rượu có đôi người say đã ngã gập đầu xuống mâm. Trước mặt gia đình họ Hà, phía bên kia chiếu, là Đèo Kha và Mây. Mây lại vào xách ra hai lu, một lu Mây đặt trước mặt Hà công, một lu trước mặt Kha. Hà công nghĩ thầm: ''Thách cưới đến thế tưởng chúng nó sức nào lo được! Mà thôi, số nó vậy'' rồi xua tay, cắm cần vào lu rượu. Kha vái tạ, và nâng cả lu lên, nói: ''Kha này bây giờ là con rể của Mê Thượng, nếu bố vợ tôi cho phép và cả làng ưng lòng thì xin ba tháng sau chúng tôi lại về đây sống với bản... .'' Nói xong, Kha tu rượu ừng ực, và ngã lăn ra chiếu. Trong số tráng đinh, một người cười ầm lên và bảo: ''Say thế này thì đánh cắp thế nào được cô dâu'' và giúp Mây dìu Kha ra chái sau nhà họ. Người ta lại hò nhau bưng thêm rượu và thịt trâu thui. Có dăm ba người đứng dậy lảo đảo múa rồi hát theo điệu chầu văn bài ''Giá ông Hoàng Mười về Hồng Lĩnh.''

*

Khi người tráng đinh vừa ra, Đèo Kha nhỏm ngay dậy. Những lu rượu Kha uống chỉ toàn là nước lã. Kha nắm tay Mây, hôn lấy hôn để vào mặt, rồi kéo Mây mở cửa và lẩn vào bóng những cây rạc cạnh gian nhà họ, chạy về phía đình bản. Khi Mây thấy tấm bảng ''Cấm Nhập,'' nàng khựng người lại, nhưng Đèo Kha kéo nàng vào ngách Hang Sau. Hang tối mù mịt. Đèo Kha đốt cây đuốc đã sắp sẵn mang theo. Dơi trong hang vừa bay ra toán loạn vừa kêu eng éc như lợn con. Kha cắm đuốc vào vách đá rồi hỏi Mây:

- Mây ơi, sách ở chỗ nào?

Bấy giờ Mây ngồi phệt xuống, thừ mặt ra, nước mắt chan hòa:

- Thế này thì em mất bố, mất mẹ, mất cả ba đứa em rồi!

Đèo Kha hốt hoảng:

- Vợ anh ơi, có sách thì ''kíu'' được nước, khơi ''mó'' đỡ được cho dân mường dân bản, làm phúc làm đức cho con cháu mình sau này. Xong việc, vợ chồng mình sẽ mang mười thớt voi, một trăm lạng vàng, một nghìn lạng bạc đến xin với bố mẹ Mây để tha tội. Rồi Mây xem, tội sẽ được tha, Mây sẽ đẻ cho anh mười đứa con trai, mười đứa con gái! Anh lạy mình, mình ơi.. Gấp lên, kẻo trễ, không đợi được nữa đâu!

Mây nhớ lại thuở trước khi ba đứa em ra đời, Mây được chiều vì là con một, Hà công đi đâu cũng cho Mây theo. Một hôm Hà công dặn Mây chơi ở ngoài rồi vào ngách Hang Sau. Mây không nghe, mò theo bố. Khi Hà công thấy Mây, ông đang mở mật kíp ra đọc. Phát giận, ông tóm lấy Mây, dang tay đánh vào đít, vừa gầm gừ vừa cẩn thận nhét quyển sách vào lại một hốc đá nằm khoảng ngang ngực phía bên phải bệ thờ thần Hang.

Mây ngước mắt về phía cái hốc đá, ngần ngừ quay sang nhìn Kha. Mặt Kha căng cứng ra trong niềm hoang mang, mồm tiếp tục giục, mắt nhìn Mây cầu khẩn van lơn. Nàng đứng dậy, đi ba bước, đưa tay thờ thẫn chỉ. Đèo Kha chồm lên, bới cục đá chặn hốc, thò tay vào, rồi rú lên, lôi ra cái hộp ngà. Mây nhìn Đèo Kha mặt mũi méo xệch đi vì đau đớn và sợ hãi. Mặc bàn tay chảy máu như bị dao đâm, Kha tay kia mở hộp, nâng quyển sách lên ngang trán, nói: "Đây, đây... " rồi hộc lên kêu trời "Ới Then ơi... Then!" Lưỡi Kha bỗng cứng lại, người ngây đờ ra, chỉ còn cặp mắt vẫn căng lên nhìn Mây, dãi phòi ra miệng, thều thào: "Mây... Mây... " Hoảng hốt nhìn bàn tay chảy máu của Kha đang sưng vù lên và đổi sang màu đen sậm, Mây vực đầu Kha dậy, cố tìm sự sống trong cặp mắt bắt đầu đang lạc đi, rồi trơ ra như mảnh thủy tinh vô hồn đục sệt của một cái chai vừa vỡ. Sự sống mỏng mảnh đó cứ lạnh dần trong vòng tay Mây cố trì kéo vô vọng. Tiếng vó ngựa dồn dập từ xa mỗi lúc một gần. Bản năng đẩy Mây bật dậy. Nàng vội buông xác Kha xuống, cầm lấy quyển sách kẹp chặt vào lưng váy chẽn, rồi dụi đuốc. Tiếng nạng gỗ chống lên nền đá đình bản nghe thình thịch. Mây lẻn thoắt ra ngách Hang Sau, chúi người vào một bụi cây, vừa đúng lúc Hà công đến.

Nghe tiếng dơi kêu, Hà công đang ngà ngà rượu nhưng còn đủ tỉnh táo, đứng bật dậy, lẳng lặng ra chái sau. Không thấy Mây và Đèo Kha, ông lật đật về sàn, sách theo cây mác rồi chống người đu lên lưng con ngựa vẫn buộc ở lối vào. Linh tính báo điều chẳng lành, Hà công phóng thẳng đến đình bản, chống nạng đi ra Hang Sau. Ông thở hổn hển, bật hồng đánh đuốc lên, rồi kẹp vào tay nạng. Tay kia, Hà công lăm lăm giơ cây mác, bước từng bước vào ngách hang. Ông quát: ''Chúng bay đâu? con Mây đâu?'' Tiếng quát vọng ngược trở lại, ầm ầm đánh vách núi rồi văng ra xa tít tận góc rừng. Hà công vào đến trong hang thì chỉ thấy xác Đèo Kha. Nhìn bàn tay Đèo Kha nhiễm độc đen thùi, ông cười khẩy, lấy vải cuốn tay mình rồi cẩn thận thò vào hộc đá. Tiếng người lao xao nghe đâu đã gần, Hà công mím miệng, dắt mác vào người rồi lôi xác Đèo Kha ra ngoài. Đến cửa ngách, Hà công gầm lên, tay nạng dơ cao quật xuống đầu Đèo Kha, rồi ngã bệt xuống đất. Tiếng xương vỡ rào rạo. Máu bắn lên miệng Hà công nhuộm đỏ những sợi râu chớm bạc. Khi bọn tráng đinh vây quanh, Hà công vừa thở vừa nói: ''Nó định phạm luật Cấm Nhập vào hang, ta đánh chết nó rồi.''

Nguyễn-thị tất tả đến, hỏi dồn:

- Con Mây nó đâu?

Hà thét lên:

- Bay đi bắt cho ta đứa con bất hiếu, bắt sống cũng được mà chết cũng được!

*

Đợi cho mọi người đi hết, Mây chui ra khỏi bụi. Không dám nhìn xác Đèo Kha đầu bị đánh vỡ toác ra, óc trắng lều bều như nổi lân tinh dưới ánh trăng, Mây vái ba vái rồi đi nhanh xuống núi. Nàng thầm tính là bọn tráng đinh sẽ đuổi theo đường về Mê Hạ nên quyết định đi ngược về phía núi Bạch Tượng. Đầu nàng lúc đó tỉnh táo đến độ nỗi căm hờn lịm hẳn xuống. Sống, phải sống đã. Sống để trả hận cho Đèo Kha đã chịu chết hai lần, lần chết sau thân thể không vẹn toàn, đầu óc nát nhè dưới cây nạng mun đầu bịt sắt. Bây giờ về đâu? Về nơi nào an toàn? Làm sao trả được mối hận của Đèo Kha? Mây nhớ lại đã gặp Đặng-thị bảy năm trước, khi cùng bố mẹ đến Nguyệt Ao để khẩn cầu một lời của Nguyễn công, kẻ người đời gọi là Cuồng ẩn. Bà lúc nào cũng dịu dàng từ tốn, hẳn có một sức mạnh tiềm tàng vững chãi tựa bãi bờ để thả neo buông lái. Sức mạnh ấy lại bất ngờ rõ nét hiện ra hệt như lúc Mây linh cảm khi nhìn trời rồi đoán ra mưa ra gió. Dịp cưới Mây, tráng đinh có mang thiệp mời đến Nguyễn Thiếp và về báo là gia đình Nguyễn đã lên trại Bùi Phong. Văng vẳng bên tai, Mây nghe như có tiếng Đèo Kha giục, cứ đi đi, ở phía trước mặt kia kìa. Mây vật vờ nhắm đỉnh Thiên Nhận hướng tới. Sau hai ngày trèo núi, Mây kiệt sức ngất đi lúc nửa đêm. Sáng nay, trước mặt vợ chồng Thiếp, Mây gom hết nghị lực để kể cho hết mọi sự tình.

Thiếp thở dài nhìn Đặng thị, rồi quay sang Mây, mắt dọ hỏi. Mây đập đầu xuống đất:

- Nếu đập Cheo Reo phá được, nước lại đầy sông Mê, thì chắc linh hồn Đèo Kha cũng được mát mẻ.

Thiếp trầm ngâm:

- Tại sao Mê Thượng làm đập chặn nước?

Mây không biết, chỉ vào quyển mật kíp:

- Tất cả mọi chuyện trước sau đều nằm trong này...

Thiếp đưa sách cho Mây, nhỏ nhẹ:

- Cháu mở ra mà xem.

Mây mím môi, mở sách, mắt ánh lên một niềm ngạo mạn khó định tên. Mây lật một trang, rồi hai trang, ba trang... Mây luống cuống lật nhanh, lật nhanh nữa, mặt cứ tái dần đi, trở thành xanh mướt. Quyển sách chỉ toàn là những tờ giấy trắng có vân ngà, từ tờ đầu đến tờ cuối trống trơn không một chữ. Mây ngật người ra khóc, kêu lên:

- Trời cao đất dầy ơi! Tôi mất chồng tôi vì một thếp giấy trắng! Đèo Kha ơi, làm sao *kíu* nước bây giờ?

Mây lại ngất đi. Khi tỉnh dậy, Mây chạy ra ngoài thềm đập đầu vào tảng đá núi mong thoát kiếp nhân sinh. Đặng-thị kéo Mây lại được, nhưng những lời khuyên bảo cứ như nước trôi sông. Động lòng thương đứa con gái vừa toan vất bỏ cái quí nhất là sự sống,

Thiếp chau mày mường tượng ra những cuộc chém giết vì *kíu* nước. Thiếp băn khoăn không hiểu vì lẽ gì quan trọng đến độ đã khiến những kẻ xây đập Cheo Reo chặn nước từ hai trăm năm nay. Có thực chăng cái mạch rồng thiên hạ đồn đãi ở đất Hoan Châu? Và nếu thực, liệu nó có liên hệ gì chăng với cuốn mật kíp mang hình dạng một thếp giấy trắng tinh không có đến một vết chữ? Bao nhiêu câu hỏi ùa đến làm đầu Thiếp nóng bừng lên. Không cưỡng lại được một sự thèm muốn réo sôi thôi thúc trong lòng, Thiếp bật miệng:

- Thêm một hai ngày nữa, may ra ta có thể hiểu được những tờ giấy trắng trong mật kíp.

Suốt hai ngày sau, Thiếp lẳng lặng cầm quyển sách chăm chú nhìn từng trang, ngửi từng trang. Sáng ngày thứ ba, nắm tay Mây, Thiếp thở ra rồi nói:

- Cháu tạo nghiệp cho ta đây. Thôi, tờ cuối cùng của mật kíp có mùi dầu là. Cứ ngâm vào nước, ắt biết.

Mây xé tờ giấy rồi y lời, thấy hiện ra đồ hình nhìn đúng là những cục đá tảng xếp lại, dựa lên nhau, và một dãy chữ li ti *"Thượng nhị hữu tam hạ tả tứ lục."* Thiếp chăm chú nhìn, lẩm nhẩm đếm rồi chỉ vào một nơi, nói chậm rãi:

- Chỗ này là chỗ phá được.

Mây quì xuống chân Thiếp lậy tạ. Khi ngửng lên nhìn, ánh lửa trong mắt Mây nóng đến độ có thể thiêu cháy được cánh rừng trước mặt chỏm Bùi Phong.

*

Ra bờ ao ngồi cạnh vợ, Thiếp vuốt tóc Thúc Khải đang chập chờn ngủ trong lòng Đặng-thị, mắt hướng về phía chập chùng rặng Thiên Nhận. Xa tít tắp, biển nhìn chỉ còn là một giải xanh lơ chạy vòng theo chân trời. Ao đào năm ngoái, nay hoa súng đã nở, và những con chắm thả tháng trước thỉnh thoảng nhô lên đớp muỗi làm vẫn lên những vòng tròn lan quanh ra từ những chỗ nước sủi tăm.

Mới chừng năm nay, cuộc sống của gia đình Thiếp đã thay đổi khá nhiều. Từ ngày thầy mình là Nguyễn Nghiễm được phong Tuyên phủ sứ Nghệ An, Thiếp cố tránh mặt, chỉ lên Tiên Điền hầu vào dịp Tết. Tết vừa rồi, Nghiễm lại nhắc chuyện bổng lộc: ''Đỉnh đương còn dành đó. Cứ một mình một ý không chịu nghe ai sao?'' Khi Thiếp thưa: ''Ấy vì đối với hành thạch, tôi vốn không có bụng mà thôi!'' thì thầy nổi giận lôi đình, lời lẽ đến độ tính cắt tình nghĩa sư môn: ''Anh sinh ra, được học chữ thánh hiền, có công thầy công cha, sao cứ khăng khăng một hai là không có bụng với hai chữ công danh. Nhưng không công không danh cho khỏi lấm tay thì lấy gì mà giúp đời trong cái buổi nước đục này. Anh chắc còn nhớ câu Khuất Nguyên mượn ông chèo đò trên con sông Thương nói:

Thương lang chi thủy thanh hề. Khả dĩ trạc ngã anh.
Thương lang chi thủy trọc hề. Khả dĩ trạc ngã túc.

Nước đục ư, cứ dùng nó để rửa chân, rón rén sợ bẩn mà trốn tránh thì có khác gì như kẻ khiếp đảm cầu an. Anh không nghe thầy lần này là anh phụ thầy. Vậy thì từ nay chẳng có còn gì để mà cứ thầy trò như trước nữa." Thiếp cắn răng: "Xin thầy thu xếp cho tôi được đem đạo nghĩa Trình Chu ra dậy cho đám trẻ vậy."

Lúc ấy, đất Nghệ An có Nguyễn Diên và Lê Duy Mật làm loạn, phất cờ tôn phù vua Lê đã bị nhà Chúa lấn áp hơn hai trăm năm. Nghiễm được cử đến xứ Nghệ chủ yếu để tróc nã loạn quân. Thể lời xin, Nguyễn được thày mình bổ làm Huấn đạo. Trước khi Nguyễn nhậm chức, Hoàng tôn Lê Duy Mật từ nơi đồn binh là Ngọc Lâu đến gặp, ý mong Thiếp bỏ về hợp tác với mình vì lẽ Trung Quân. Thiếp cúi đầu thở dài. Mật không nỡ ép, biết như vậy là dồn Thiếp vào cái thế phải phản thầy, quay qua hỏi chuyện thành bại. Thiếp cũng chỉ lắc đầu, không nói. Mật giọng luyến tiếc: "Trai thời loạn, sao lại xử mà không xuất?" Thiếp lại lắc đầu, chỉ tay vào đống sách Tính lý, Ngũ kinh, Tứ truyện, Chu lễ, Nghi lễ cận tư lục. Mật biết chí Thiếp đã quyết, cười nói đùa: "Sách nào cho kẻ chẳng được an nhàn này là sách phải đọc?" Thiếp nghiêm trang trả lời: "Sách Chu tử toàn tập."

Ném một hòn đất xuống ao, Thiếp lặng lẽ nhìn những gợn nước lan rộng ra từng vòng để rồi tan biến vào cái bằng phẳng của mặt ao lặng lờ dưới nắng. Thiếp lẩm nhẩm như nói cho mình nghe "Nếu lẽ là vô thường thì sự thường tại cũng phải có. Biến là biến bởi có sự bất biến. Đạo khả đạo, phi thường đạo. Gốc ở bất biến mà biến, nhưng biến lại đồng thời bất biến vậy... ."

Câu nói chưa xong, một tiếng nổ long trời lở đất vang lên từ phía rặng Giăng Màn. Thúc Khải khóc thét lên. Từ nhà trong, hai đứa bé chạy ùa ra, miệng mếu máo, mặt mũi tái mét ngơ ngác nhìn hết cha đến mẹ.

Tiếng nổ từng đợt ầm ầm vọng qua vách núi Thiên Nhận chạy dọc suốt nam chí bắc. Chim kêu nháo nhác hàng đàn từ nóc rừng rạc bay lên đen nghịt cả trời. Tiếng hổ gầm, tiếng voi thét, tiếng khỉ vượn chí chóe, hòa vào tiếng lạo xạo như đá vụn rào rào rơi xuống làm không gian nứt ra những vực sâu tưởng chừng vô đáy.

Trời bỗng tối sầm lại, và từ phía biển những tia chớp xanh lè lóe lên xé dọc không gian thành muôn mảnh. Rồi mưa, bắt đầu nhẹ hột, sau cứ dần dần nặng hột cho đến lúc tưởng cứ như là trời đổ chì xuống thế gian. Qua vài khắc, những hạt nước mưa hóa đá. Bầu trời trắng toát mầu sữa pha lê. Những cục đá to bằng đầu ngón tay cái rơi xuống nhìn hệt như những sợi dây thừng trắng căng giữa trời với đất, đẩy nhau ra rồi lại kéo nhau vào như một sự trói buộc không cưỡng lại được. Hôm ấy là ngày hai mươi ba cuối tuần trăng thứ tám.

Phải mất đến ba ngày, Thiếp và Đặng-thị mới lợp lại được mái gianh đã bị trận mưa đá làm hư hại. Sau bữa cơm trưa, Thiếp bị máy mắt liên hồi. Bứt cuống lá cây thị trồng ở góc vườn phía trái gần bờ ao, Thiếp nhìn một chập rồi bảo vợ:

- Quẻ Hỏa Sơn Lữ. Cấn hạ ly thượng. Trên ly là hỏa, dưới cấn là sơn. Núi thì định nhưng lửa chưa biết đến chốn nào, nên gọi là Lữ.

Đặng-thị bồn chồn:

- Thế thì lành hay dữ?

Thiếp ngẫm nghĩ:

- Chưa thể biết được! Nhưng nội nhật nay mai là có khách đến viếng. Mình làm sao có được rượu, được thịt thì hay!

Nói rồi, Nguyễn vào nhà đốt hương mở sách Chu dịch cẩn trọng đặt lên thư án.

*

Khoảng đầu giờ Thân, lúc mặt trời xế về Tây, tiếng xe thồ rầm rập dưới núi. Một lúc sau, Hà công tay chống nạng, tay cầm cương con ngựa ngang lưng có vắt một bọc vải điều, lên trại Bùi Phong. Theo sau là Nguyễn-thị ôm đứa con nhỏ, hai đứa con trai lớn và một tráng đinh cắp đao. Thiếp mở rộng cửa, vái một vái, rồi nói:

- Đa tạ Hà công quá bộ. Tôi đoán trước, đã sắp sẵn rượu thịt đây!

Hà ngạc nhiên, trợn mắt nhìn hai mâm đồng đầy những đĩa thịt gà, thịt lợn đã dọn ra để giữa chiếc chiếu điều trải trên phản gỗ. Không vái lại, Hà sẵng giọng:

- Chắc thầy cũng biết tôi vì sao đến đây rồi!

Trước lối xưng hô thay đổi của Hà, Thiếp chỉ cười:

- Bảo rằng biết, cũng đúng. Bảo rằng không, cũng chẳng sai. Hôm nay, tôi chỉ nói thêm một điều cho trọn vẹn câu trả lời ngài đã hỏi dăm bẩy năm về trước.

Hà công vội vã:

- Điều gì?

Thiếp không trả lời, nghiêng mình chào Nguyễn-thị rồi đưa tay mời vào nhà, giữ thần thái ung dung tự tại. Hà ngồi lên chiếu, chưa kịp nói gì, Thiếp đã vừa dâng ly rượu vừa điềm đạm nói:

- Chủ mời, khách chớ từ. Xin ngài cạn chén.

Câu nói cố ý nhắc Hà tư thế của Thiếp, làm Hà chau mày nhưng vẫn đưa tay ra đỡ lấy chén rượu rồi uống ừng ực. Thiếp rót thêm chén nữa, rồi lại thêm một chén, và ngẫm hiểu rằng dẫu chẳng thuần phục được người đã giết con hổ cái hóa tinh ở núi Giăng Màn năm nọ, cái họa manh động của một tay võ dõng chắc có lẽ đã giảm được ít phần đe dọa.

Uống đến chén rượu thứ năm, nước mắt Hà công ứa ra chảy dài xuống hai má như nước vỡ đê. Ngay sau ngày cưới Mây, đinh làng Mê Hạ xô lên cướp được xác Đèo Kha, rồi bị đinh Mê Thượng đánh bật lùi ra khỏi đập Cheo Reo. Để giữ bản, việc tầm nã Mây phải hoãn lại. Lần này, Mê Hạ đã liên kết được với Mường Rây bên cạnh nên số đinh trực chiến đông gấp ba, khí giới sẵn, gạo lương đầy đủ. Ít lâu sau, chúng kháo rằng đã bắt được mật kíp của Mê Thượng. Tin đưa ra, tráng đinh trên Mê Thượng hoảng lên, cả bản đòi Hà công tra mật kíp tìm cách chống giặc. Hà lúng túng chưa biết làm thế nào thì đêm hôm ấy mơ thấy Trần Trung mặt mũi máu me đến vái lạy:

- Hà công đập vỡ đầu nó, trả cái oán nó đập vỡ đầu tôi. Nay đến lượt tôi báo đền. Ngày mai ra quân cứ đánh bằng hỏa hổ, dầu thì đổ thêm lưu hoàng vào!

Sáng ra, nửa tin nửa ngờ, Hà công nói với bản đinh là mật kíp truyền cho đổ lưu hoàng vào đầu hỏa hổ, và chiều ra quân đánh xong rồi rút trong đúng hai canh. Quả nhiên, hỏa hổ trở thành vô cùng dũng mãnh, bất ngờ làm đinh làng Mê Hạ và quân Mường Rây hoảng sợ, tháo chạy lung tung. Nhưng vì hẹn chỉ đánh hai canh, đinh Mê Thượng lại phải rút về Cheo Reo, không đủ thì giờ thọc sâu vào bản dinh của địch. Hà công tức tối trong bụng nhưng ngậm tăm âm thầm trách mình và nguyền rủa thếp giấy trắng truyền đời. Địch lại hợp quân tiếp tục tấn công, xua voi tiến tới và dùng những chiếc mộc quấn lá đầm nước chát bùn để chống hỏa hổ. Hà công lùi, quyết định táo bạo là tản binh ra để trống Cheo Reo, rồi vòng mặt sau theo hai đường phản công vào lưng địch. Không thấy phản ứng, đinh Mê Hạ vào Cheo Reo, đặt bộc lôi, rồi cho nổ.

Đập vỡ đúng lúc trời tối sầm lại. Nghe tiếng nổ, Hà công hiểu ra, ngửa mặt lên trời gào to rồi khạc ra một búng máu bầm. Vừa khi đó, cơn mưa đá đổ xuống. Hà ngẫm nghĩ một lúc rồi vẫn ra lệnh tập kích vào phía sau địch, đồng thời đích thân dẫn năm mươi tráng đinh gốc gác họ Hà theo dòng nước vừa tìm lại được lòng sông Mê đang ứa lên ào ào chảy xuôi về Mê Hạ. Hệt như những kẻ tử tù vừa phá ngục, nước quay cuồng nhẩy múa, thênh thang vỗ vào bờ đá làm bắn tung bọt trắng xóa hai bên bờ. Đến một ngọn đồi trọc, Hà lấy thước đo ra, vừa đo vừa tính toán, rồi cau mày chỉ vào một vuông đất nằm cạnh cây đề cổ thụ, nói gọn:

- Đào lên, đây là mả tổ chúng mày!

Đêm hôm đó, mang đống hài cốt mới đào trở về đến bản, Hà họp Bản hội, tự tát vào mặt mình đến sưng húp lên như tai voi, rồi xuống chiếu mời bản lập Tộc thứ lên. Ngay sáng hôm sau, Hà mang gia đình và con cháu chính ngành mình xuống núi Giăng Màn, đi về phía Lạp Đính. Được hơn mười dặm đường, cả đoàn đang đi bỗng nhiên khựng lại vì tiếng sáo đinh-bia ở đâu văng vẳng bay tới. Hà nghiến răng:

- Hỡi Đèo Kha, Cheo Reo đã vỡ là mày toại chí rồi... Ra đây đi! Ta cho mày chết thêm lần nữa!

Tiếng sáo ngưng lại. Rừng sâu lại chỉ còn tiếng gió thổi qua những tàu lá rạc đâm nghiêng như mũi dáo, tiếng ve sầu hờn giận gió nồm bỏng lửa. Một tiếng cười lanh lảnh làm kẻ gan dạ nhất cũng chột dạ. Nhìn lên, ngang chạc ba một cành cây, Mây ngồi vắt vẻo, cười ngặt nghẽo rồi hát:

Gió giận cành đào
gió bẻ cành mai
Gió ơi gió
gió chẳng vì ai
Chỉ vì tiếng đinh-bia mà cứ một hai đọa đày

*

Hà công tợp thêm một ngụm rượu rồi tiếp:

- Thế là hai trăm năm đi toi! Hai trăm năm giữ đập Cheo Reo, chặn nước để đất bờ sông Mê khô cạn đi, khô đến độ lửa cuối cùng phải bốc lên. Đủ lửa thì Rồng mọc cánh bay cao, họ Hồ phục nghiệp để rửa cái nhục phải đổi họ, đổi tên!

Hà quay phắt lại nhìn hai đứa trai bảo:

- Chúng mày họ Hồ, cách đây ba trăm năm mươi năm ông tổ chúng mày đã từng dựng nghiệp đế, nhưng than ôi!

Rồi Hà nức nở gào lên:

- Chỉ được đúng bảy năm.

Hà im bặt một lúc, bỗng cười khềnh khệch, quát:

- Bảy năm, ừ thế mà đã đánh đến Đồ Bàn, mở rộng giang sơn này ra tận hai vùng Nam-Ngãi. Ông tổ chúng mày gầy dựng lại cái thời mạt vận của họ Trần, nào là làm tiền giấy, nào lại sửa lại phép đo đạc, nào là phát ruộng cho người cầy. Đấy thế mà đám hủ nho nó gập đầu xuống đất, chỉ thấy kỷ cương ở dăm câu nói suông kiểu quân, sư, phụ. Bọn giun dế chúng nó đứa thì tránh, đứa thì trốn, đứa thì xúi bẩy dân ngu đến chỗ thấy quân Minh vào xâm lăng mà chỉ trơ mắt ra nhìn.

Hà quay sang Thiếp gằn giọng hỏi:

- Nếu thầy sống cách đây ba trăm năm mươi năm, thầy sẽ xử sự thế nào?

Với chiếc xe điếu, Thiếp châm thuốc rít, nước trong điếu reo lên như cười. Nhắp ngụm nước chè, Thiếp suy nghĩ một chặp rồi thủng thẳng:

- Danh phải chính, ngôn tất thuận. Trị dân không dùng thuật. Lập quốc phải lập từ lòng người. Xưa, Hồ tiên đế vừa thoán ngôi là xuống ngay, lập Hồ Hán Thương lên. Đấy là vì biết danh mình chưa chính. Vì danh chưa chính nên mới xua quân vào đánh Chiêm, lập công mở mang giang sơn, rắp tâm vì cái công đó mà định danh cho họ Hồ ở đời sau. Nhưng có chiến tranh thì có kẻ cửa nhà tan nát, có người trận mạc thương vong. Như vậy, làm sao mà lấy được lòng người buổi đó? Lòng người tan tác, ngẫm sau chỉ thấy đánh Chiêm là gây ra xương rơi máu đổ, nhìn trước thì quân Minh ùa vào, cũng sẽ lại máu đổ xương rơi. Đổ vỡ, trước sau toàn là đổ vỡ! Đổ vỡ đó cứu bằng gì? Bằng lòng người. Muốn có lòng người, lại chưa đặng chính danh thì làm sao mà có được.

Hà trề môi ra, khạc đờm xuống đất, trương mắt nhìn Thiếp trừng trừng, rồi gầm lên:

- Kẻ thất phu này bây giờ mang hài cốt tiên di mà không biết đi về đâu đây? Tội này với tổ tiên chỉ có cái chết mới đền bù được!

Vừa dứt lời, Hà vớ lấy cây nạng gỗ mun rồi cứ thẳng tay giáng xuống đất cho đến độ bàn tay cầm nạng toạc máu ra. Một lúc, Hà nguôi đi, ngồi thất thần hổn hển thở. Nguyễn-thị lúc đó quì xuống chân Thiếp thưa:

- Ân công, dẫu tôi là đàn bà, lời ngài dạy tôi cũng hiểu được năm bảy phần. Tôi người họ Nguyễn-Hữu ở Hải Dương, Cầu là đường huynh, phiêu dạt đến đây rồi kết nghĩa phu thê với Hà công. Nay lại thêm một phen phiêu dạt, xin ân công vì ba đứa trẻ long đong mà chỉ cho đường đi lối bước.

Đặng-thị nhìn, lòng thương xót, bất ngờ bật miệng:

- Xin thầy nó nghĩ cho, họ Nguyễn-Hữu là dòng hào kiệt, dẫu gì cũng chỉ vì nghĩa cả, đứng lên tôn phù nhà Vua, lại lấy của phi nghĩa chia cho dân nghèo hai vùng

Ninh, Hải. Vả lại, chuyện sông Mê không phải là mình không can dự.

Nói xong câu cuối, Đặng thị chột dạ không hiểu tại sao mình hớ hênh đến vậy. Đi như đi trong một cơn mộng du, Đặng-thị vào lấy quyển sách gáy da đưa cho Nguyễn-thị. Hà công chồm lên giằng lấy mật kíp, miệng gào:

- À, thì ra thế! Nó có đến Bùi Phong này.

Hà xúc động, mặt tái mét, miệng khò khè thở tựa bị bóp tắc họng, mắt nhắm nghiền, đầu ngật ra sau như chỉ chực ngất đi. Quyển sách gáy da văng bắn xuống đất, nằm trơ trên như một bản án. Thằng bé lớn gọi:

- Cha, cha ơi!

Thằng nhỏ hơn quắc mắt trừng lên nhìn Thiếp. Còn thằng Lữ, vừa thức giấc, cất tiếng khóc oe óe.

Cúi mặt, thở dài rồi đứng dậy bước ra ngoài, Thiếp nhìn về phương Nam. Khi quay vào, Thiếp đi thẳng đến ngồi trước thư án, mở sách, chậm rãi:

- Ngày hôm trước, tôi ngắt lá, lấy được quẻ Hỏa Sơn Lữ. Sau quẻ Phong, là Lữ. Phong là thịnh lớn, mà lớn đã cùng cực ắt đến nỗi mất chốn ở mà phải di. Lữ, nghĩa là đã đến lúc đi làm khách. Cảnh đời có thường có biến. Việc người có cùng có thông. Nhưng đại nghĩa ở giữa tâm, không biến mà chỉ thường. *Soán viết, Lữ, tiểu hanh, nhu đắc trung hồ ngoại, nhi thuận, hồ cương, chi nhi lệ hồ minh, thị dĩ tiểu hanh, Lữ trinh, cát dã.* Ở đất khách, thế lực không ở mình, quá ty thời mắc lấy nhục, làm cao thời mắc lấy họa, cần nhất là giữ một chữ Minh. *Tượng viết, Sơn thượng hữu hỏa, Lữ quân tử, dĩ minh thân, dụng hình, nhi bất lưu ngục.* Núi có lửa soi sáng, quân tử xem tượng ấy bắt chước làm việc hình luật, soi xét bằng minh đoán, phán quyết cẩn thận. *Tượng viết, đắc đồng bộc trinh, chung vô ưu dã.* Ở vào quẻ Lữ, níu chặt hai chữ Trung, Nhu làm bùa hộ thân. Cùng thông đắp đổi, họa phúc cập kè, không ai cứ Lữ mãi, đừng quên hai chữ Trinh, Cát. Muốn cát phải trinh. Muốn vượng thì phải lấy lòng trung thực làm gốc.

Thiếp ngừng một lát, tay chỉ:

- Vả lại, cháu đây tên là Lữ, ứng vào quẻ này từ ngày cháu mới đẻ.

Thiếp quay sang nhìn đứa bé năm, sáu tuổi. Nó vẫn trừng trừng nhìn lại, lửa trong mắt rừng rực tóe ra làm Thiếp quay mặt đi rồi hỏi:

- Cháu này khí tượng khác người, tên là gì?

Nói chưa dứt lời, Thiếp xây xẩm mặt mày. Câu Hà công vừa than "Kẻ thất phu này bây giờ mang hài cốt tiên di mà không biết đi về đâu đây?" bỗng vang lên trong đầu như đến từ một cơn mê sảng. Nhắm mắt, Thiếp lại thấy cái cảnh trên mây trong cơn động kinh ngày nào: một khoảng đất trống xung quanh là đồi núi, một con voi trắng đầu rồng đuổi đàn ngựa, đám dạt về Nam, đám dạt về Bắc. Đầu như mụ đi, Thiếp nhìn Hà công chăm chăm, máy miệng nói:

- Về phương Nam, đến nơi nào đất cao mà bằng, xung quanh là rừng núi. Chỗ ấy phải là chỗ khi về không ai dám tới quấy phá. Khi đi thì nhanh chóng xuống được thành, và ra được biển.

*

Sáng sớm hôm sau, khi mặt trời vừa qua khỏi đầu ngọn Lạp Đính, gia đình họ Hà sửa soạn xuống núi Bùi Phong. Hà công chỉ vào bọc vải điều vắt ngang lưng ngựa, khạc đờm nhổ xuống đất:

- Thi thể con tiện nữ đây.

Nguyễn-thị nước mắt chan hòa, mở bọc vải. Tóc Mây xổ tung ra như một dòng thác đen tuyền cắm đầu đổ xuống lòng đất tìm về nguồn cội. Miệng Mây vẫn hé mở, để lộ cái răng nanh khểnh khểnh, cứ như là đang cười trêu chọc. Trên ngực Mây, về phía trái, một mũi tên còn găm vào như đóng cọc. Mũi tên ấy bắn ra từ cây cung dài hai thước Hà công mang trên mình, xé gió rít lên tiếng nghiến răng oan nghiệp của định mệnh rồi vụt đi bay thẳng vào một trái tim đầy oán hờn. Nguyễn-thị xin cho chôn cất Mây trên chỏm Bùi Phong, nhưng Hà công làu nhàu gạt đi:

- Ta đem vứt xác nó cho quạ rỉa!

Bỗng thình lình, Hà tiện tay bồng thốc Thúc Khải lên. Đặng-thị đi từ ngạc nhiên đến hoảng sợ, hỏi thất thanh:

- Ngươi định làm gì thế này?

Hà công bất chợt vòng chiếc nạng đánh ngang vào một thân cây chè. Cây chè dập gãy làm đôi. Hà công cắn răng:

- Chúng ta còn dây dưa nợ nần. Lạp Sơn xử sĩ đã chỉ đường phá Cheo Reo, hài cốt tổ tiên nhà họ Hồ bây giờ lại phải tìm chỗ đủ lửa cho rồng bay lên. Chỗ ngài chỉ, chúng tôi không biết thực hư thế nào.

Hà im lặng một lúc, rồi nói như nói một mình:

- Họ Hồ bắt đầu từ nay đổi ra họ Nguyễn.

Chỉ đứa trai nhỏ, Hà tiếp:

- ... và tên mi nay là Nguyễn Quang Bình, chữ Quang đây là chữ đệm của Lạp Sơn Nguyễn Quang Thiếp, lấy đó mà đừng quên lời xử sĩ dạy. Còn thằng nhỏ này, ta đem theo làm con tin cho lời xử sĩ, nếu nghiệp đế mà thành thì nó sẽ được phong vương, còn không xác nó ta băm ra thành trăm mảnh.

Đặng-thị xông lại định giằng Thúc Khải, nhưng Nguyễn-thị vội ôm chầm lấy, vừa khóc vừa nói:

- Em lạy bà chị, em sẽ trông nom cho cháu như con em đẻ, bà chị đừng cưỡng vô ích, chỉ lại gây ra thêm tội nghiệt mà thôi!

Thiếp nắm chặt hai tay, đứng trơ ra như tượng, nhìn con trong tay Hà đang khóc dãy lên, thấy mình bất lực đến độ chẳng bằng cái sâu con kiến. Mớ kinh sách trong đầu lúc này thật không bằng một cái dậm chân của kẻ vũ phu trước mặt khiến Thiếp thấy thèm chui hẳn vào lòng đất để chết, chết hẳn đi.

Hà công trừng mắt nhìn Đặng-thị rồi ngó vào mặt Thiếp, mặt vênh lên, gằn giọng:

- Nhưng nghiệp đế đó, đến khi nào thì tái tạo được?

Thiếp thả lỏng dần hai nắm tay, gượng cười, mồm mếu máo, nghẹn lời:

- ... khi thấy rồng bay lên.

Quay lại, Thiếp để tay lên vai vợ, nhỏ nhẹ nói với Nguyễn-thị:

- Bà lấy mang theo ít sách để dạy các cháu và Thúc Khải. Bà nhớ cho là Trung, Nhu, Trinh, Cát. Sách đây có Tứ Thư, Tiểu Học, Đại Học, Trung Dung!

Nguyễn-thị phục xuống lạy tạ. Phất nhẹ tay áo, không nhìn Hà công, Thiếp cúi đầu vào nhà.

Gia đình Hà công xuống núi. Dưới chân Bùi Phong, đám tráng đinh đã sẵn sàng quang gánh trên vai, rồi đoàn xe thồ bắt đầu rục rịch. Đặng-thị bồng Thúc Khải xin đi theo một thôi đường. Đến trưa, khi nắng vừa đậu ngọn cây thì bỗng chốc mây đen từ phương đông mù mịt kéo về. Trời nồm đến độ rờ lên lưng lên cổ tay nhớp nháp mồ hôi như nhúng tay vào dầu vào mỡ. Dừng lại ven con suối dưới chân núi Bạch Tượng, Đặng-thị ôm Thúc Khải trong tay, biết rằng giờ chia tay sắp đến. Nhìn con đang bắt đầu thiêm thiếp đi vì nóng và ẩm, Đặng-thị ứa nước mắt, linh cảm thấy lần ấp ủ Thúc Khải này là lần cuối cùng. Hà công ra lệnh:

- Cái gì nặng, vất hết đi.

Nói xong, Hà giằng mấy quyển sách trong bọc vải của vợ cười khinh bỉ thẳng tay ném vào góc rừng. Những trang sách rách rời ra tung bay thành một đàn bướm trắng sạc xào trong gió rồi rụng xuống nằm phục trên đám cỏ gai khô héo.

Cúi bồng xác Mây ra đứng trên một mỏm đá cheo veo, Hà công hai tay quăng xác Mây xuống suối, miệng cười ẳng ặc như có người bóp vào cổ họng. Dưới suối, mảnh vải điều bọc thây bị hút xuống một cái xoáy nước sủi lên như kẻ sùi bọt mép vì căm giận. Một tiếng đá ở lòng suối ngân lên rền rỉ tưởng như không bao giờ dứt được.Tiếng đá từ một cõi âm u không thủy không chung cứ văng vẳng lời hờn oán cho đến khi mưa đổ ào xuống.

2

Chim trong lồng

Chiếc sào cắm xuống lòng sông dướn cong lên, đẩy về phía sau những dợn sóng loang loáng dưới ánh trăng lóng lánh. Tiếng mái chèo đều đặn khỏa vào nước, tiếng nước bập bềnh đánh nhịp vào mạn thuyền. Dọc bờ, mái tranh lổn nhổn thấp cao, ẩn hiện trong những vòm cây u uẩn. Thuyền cứ thế, trôi đi. Ngọn đèn chai đầu mũi thuyền chao đảo trong gió, lắm lúc tưởng như là sắp tắt. Thỉnh thoảng, những đàn đom đóm không biết từ đâu bay ra, vẳng tung lên trời những chớp sáng lân tinh nhảy múa trong bóng đêm. Đâu đây, tiếng vạc vẳng lại, vô hồn, lạc lõng. Thuyền cứ thế, vẫn trôi đi.

Sông dần dần hẹp lại. Lái thuyền quen việc, chẳng bảo nhau, phối hợp những động tác đã thành máy móc. Cập vào bờ, người đứng đầu thuyền xếp dọc con sào, nhảy xuống nước, tay nắm lấy sợi chão to bằng cổ tay kéo vào, miệng hò lên ''Đến rồi!'' Tiếng người lao xao nổi lên. Tiếng rục rịch khuân vác xuống thuyền. Độ nửa khắc sau, một đoàn khoảng gần hai chục người

67

từ chân đề xoài người đi lên. Họ lặng lẽ theo sau một chiếc võng lắc lư trên đòn khiêng chĩu nặng trên vai hai người phu lực lưỡng. Khi đến cửa ô Quan Chưởng, trống canh ba vừa điểm. Tiếng chó tru lên sủa, rồi tiếng quát hỏi giật giọng của lính tuần canh còn khàn đặc cơn ngái ngủ. Dăm ba ngọn đuốc từ chân thành thắp cháy hắt bóng người lên tường thành cao nghễu nghện, nghiêng đổ, thấp thoáng như ma chơi. Đoàn người dừng lại. Dưới ánh đuốc chập chờn, một người trong bọn râu quai nón, mắt sắc, dáng chắc nịch, bước ra thì thào với đám lính vừa bổ tới vây quanh. Cổng ô mở ra, tiếng bản lề kèn kẹt rít lên.

Mồm lầu bầu chửi tục, một người lính leo lên lưng ngựa, tay vung ra sau quất roi. Phu khênh võng lặng lặng hạ đòn xuống. Ông cụ nằm võng chống tay từ từ ngồi dậy, búi tóc đã bạc sổ ra lưa thưa. Quơ tay lên búi lại tóc, ông vặn mình, mắt hé nhìn ra màn đêm đầy đặc. Tiếng điếu cầy rít sòng sọc, rồi tiếng ho khan hục hặc cắt quãng. Mùi thuốc lào hăng hắc hòa vào mùi dầu đốt đuốc khét lèn lẹt xông ùa vào mũi. Nhìn lên, trời cuối tháng ba li ti những giải sao pha lê lấp lánh. Gió vẫn còn lạnh ngắt, từng cơn bốc hương đất ngai ngái mùi rơm rạ.

Đợi độ một tuần nhang thì tiếng chân ngựa vẳng lại lúc một gần. Ông cụ nằm võng vẫy tay gọi người nhà dặn dò. Võ Toàn Nhật, người có râu quai nón, tiến ra đón thanh niên cưỡi con ngựa chiến đang nhanh nhẹn nhẩy xuống yên. Xưng tên là Hoàng Đăng Khoa, con của Huy Quận công Hoàng Tế Lý hiện giữ chức Chánh dường coi toàn bộ chính sự trong phủ Chúa, người đó khẽ nghiêng mình. Vái chào lại, Nhật nói:

- Thầy tôi cao tuổi, lại đi suốt mười ngày đường nên quá mệt không còn sức tiếp lễ cho phải phép, xin được thứ lỗi cho đêm nay!

Hai người tách ra đi về phía chiếc võng. Dưới ánh đuốc, một người tầm vóc, lông mày xếch, quai hàm bạnh ra và môi trông như hơi mím lại, bước ra chào. Nhật giới thiệu Nguyễn Trọng Thức, người đồng môn. Nghiêng mình chào lại người đó xong, Đăng Khoa lẳng lặng đến vái trước võng rồi phất tay ra lệnh lên đường.

Đoàn người rời cửa ô, lầm lũi đi theo ánh đuốc lập lòe chao đảo trong gió. Men qua hàng phố vẫn còn im phăng phắc, người nọ nối chân người kia rẽ về phía trái. Đi thêm quãng nửa khắc, cả đoàn ngừng lại. Tiếng gọi cổng vang lên, rồi tiếng rút then, tiếng bản lề kẽo kẹt, tiếng người suỵt đàn chó đang oẳng oẳng sủa. Qua một chiếc sân gạch dài, Đăng Khoa tạt về mé phải, tay chỉ dẫy nhà ước chừng đến hơn chục gian, nhìn Thức và Nhật, khẽ nói:

- Đêm đã khuya nên đệ xin về tệ xá. Đây là nơi Phu tử và các vị tạm trú, mai này cha tôi sẽ cho lệnh xếp đặt lại sau. Đợi qua ngày, đệ sẽ lên chào Phu tử.

*

Sắp đặt xong chỗ ăn chỗ nằm cho Phu tử, Trọng Thức bước ra sân ngước mắt nhìn trời. Vào cuối tháng ba, đến canh tư mà trời còn đen kịt. Tiếng vạc ăn đêm thỉnh thoảng lại vọng về não nùng, trống vắng. Lững thững bước quanh ven chiếc ao thả sen, Thức lắng tai nghe những âm thanh mơ hồ huyền hoặc. Dăm con cá ngóc lên đớp muỗi làm đám bọt nước lúc nổi lúc chìm lục bục vỡ. Những tàn sen se mình níu giữ một chút bình yên qua đêm sót lại. Vài ráng mây rám hồng một lúc sau loáng thoáng hiện dần nơi chân trời, rồi lao xao tiếng gà gáy sáng vẳng lên, bắt đầu còn thưa, sau cứ liên tu như giục giã đuổi bắt lẫn nhau.

Vươn vai hít không khí cho đầy ngực, Thức bước vào nhà. Toàn Nhật đang lúi húi đun nước cho tuần trà buổi sáng. Phu tử lưng dựa vào vách, tay vê điếu thuốc lào, mắt trũng xuống sau nhiều đêm ít ngủ. Sáu năm sau khi nhậm chức Huấn Đạo, Nguyễn Thiếp được thăng lên làm Tri Huyện Thanh Chương. Tiếng thế, nhưng Thiếp lui về ở trại Bùi Phong, việc quan trao hết cho bọn nha lại. Khi thầy mình là Nghiễm, Tả Thừa Tướng dưới đời chúa Trịnh Doanh, mất vào buổi lập đông năm 1768, Thiếp từ quan, bỏ hết thời giờ vào chuyện học thuật. Quan Hiệp Trấn xứ Nghệ là Bùi Huy Bích gửi thơ lên thăm, lời lẽ tán tụng:

"Ngẩng trông am núi cách vời.
Núi cao rừng thẳm tột trời mây xanh.
Muốn lên thăm hỏi sự tình.
Lại e một nỗi ông khinh người phàm"

Trả lời Bích, Thiếp nhân đó xin khoan giảm thuế tư điền cho dân Thanh-Nghệ. Từ đó, người đời gọi Thiếp là Phu tử, tiếng đạo hạnh nổi lên khắp nước. Giữa tháng ba năm Cảnh Hưng thứ 41, Phu tử nhận được tờ truyền của chúa Trịnh Sâm mời lên Kinh. Phu tử ngần ngừ, nhưng thế chẳng đặng, phải cùng con trưởng và hai người học trò thân thiết nhất lên đường.

Ánh nắng sớm ửng vàng trên chòm râu Phu tử bạc trắng lung linh qua làn khói thuốc. Phu tử ngả người ra sau, chiêu một ngụm nước, mắt nửa nhắm nửa mở. Một lát sau, nhìn học trò, Phu tử chậm rãi nói:

- Chốn kinh kỳ miệng người như miệng rắn, tai người như tai dơi. Thầy chưa muốn tiếp ai trước khi gập Hy Doãn Ngô thì Nhậm.

Phu tử sai Trọng Thức đi tìm Nhậm. Khăn áo chỉnh tề xong, Trọng Thức chào thầy rồi đi ra cổng. Chỉ lát sau, Thức lại quay vào. Ngạc nhiên, Toàn Nhật hỏi. Thức cười khẩy, tay khoanh một vòng tròn, rồi lẳng lặng bước vào phòng Phu tử. Ở ngoài, Toàn Nhật chỉ nghe thấy một tiếng hừ bực bội rồi một tiếng đập bàn.

*

Thuở Trọng Thức mới mười ba tuổi thì Nguyễn Danh Dương qua đời khi vừa sấp sỉ bốn mươi. Dương chẳng những là đường đệ mà còn là bạn thân của La Sơn Nguyễn Thiếp, sớm biết mệnh mình nên đã gửi gắm con với phu tử. Thức về ở trại Bùi Phong hai năm trước khi Phu tử mang Toàn Nhật về nuôi. Cùng cảnh côi cút nên Thức thương Nhật như em ruột mình.

Hai anh em khác hẳn nhau. Nhật to cao đền dàng, vai ngang, ngực nở, chân đi thoăn thoắt. Trái lại, Thức vừa tầm, dáng thư sinh, lúc nào cũng chậm rãi như dè sẻn sức lực. Mặt gân guốc, mũi hếch, hàm râu quai nón của Nhật dẫu che được đôi môi trề ra như chế diễu nhưng không làm giảm chút nào nét nghịch ngợm trong khóe mắt. Phần Thức, lúc nào cũng trang nghiêm và chừng mực. Gương mặt xương xương khiến đôi mắt Thức lõm sâu dưới cặp lông mày xếch nhìn như có gì lo lắng, dọ hỏi. Vì thế, ai mới gặp cũng cảm thấy có một khoảng cách không vượt qua được. Nhưng thật ra, khi gần gũi, nét cương nghị qua cặp môi môi mím trên chiếc cằm bạnh chẳng qua là cái vỏ che đậy một tâm hồn chất chồng bức xúc.

Hồn nhiên, nên Toàn Nhật dễ nông nổi, phản ứng rất nhanh và mạnh. So với Nhật, Thức có vẻ trầm tĩnh. Nhưng sự trầm tĩnh ấy không khác gì cơn sôi riu riu của loại nham thạch đang đợi lúc bùng lên lửa đam mê của thứ hỏa sơn ẩn ngầm trong mạch đá. Cơn sôi ấy càng lâu, sự bướng bỉnh bốc thành thứ ánh sáng đùng đục đậu vào khóe mắt khiến nét mặt Thức càng mang cái vẻ ngang ngạnh thách thức.

Học được với Phu tử mười năm, Thức xin phép được xuống Yên Vĩnh cách Bùi Phong hai mươi dặm, về sửa sang lại ngôi nhà của tổ phụ, ngày ngày đi cầy theo gương Hứa Hành đời Chiến Quốc. Dịch sách Tiểu học, rồi Tứ Thư, Ngũ Kinh sang tiếng Nôm, Thức dậy học cho đám trẻ, nhất định không nhận quà cáp thù lao, lấy cớ rằng cái học với Thức không dùng để đi thi ra làm quan được. Thức thường bảo học cốt là hiểu lý hiểu nghĩa, viết là để giao dịch, để ghi lại lời hay ý đẹp, nên Nôm hay Hán đều được. Chữ Nôm dựa trên thanh âm gần gũi cách nói, tất dễ hơn nên ai cũng có thể học. Thức lạc quan, cho rằng như thế sẽ đông người biết chữ, rồi thêm lời thêm ý, biết đâu chữ Nôm một ngày kia sẽ chẳng thay hẳn chữ Hán. Ít lâu sau, rất nhiều người đến học với Thức, già có trẻ có, tiếng nổi lên như cồn khiến những ông đồ cả trấn Nghệ xì xào dè bỉu *"nôm na là cha mách qué."*

Thức bảo học trò tập viết bằng cách chép lại những câu ca dao dưới dạng lục bát. Thức lại đưa cho Nguyễn Du xem năm ngoái, dịp Du về Nghệ, lên ở lì trên trại Bùi Phong cả tháng. Du vốn là con Nguyễn Nghiễm và hiện đang ở Thăng Long với anh là Nguyễn Khản. Thuở ấy, Du mới mười bốn mà đã nổi tiếng hay thơ, cứ trầm trồ khen thơ lục bát có phần uyển chuyển phóng túng hơn loại Đường luật Cổ thi thường được ngâm vịnh trong giới người có học.

Lúc đó, Khản như cánh tay của Chúa Trịnh Sâm lên nối ngôi Chúa năm 1767, giữ chức Tả thị lang kiêm Bồi tụng. Trước lời ra tiếng vào của đám nho sĩ xứ Nghệ, Du sui Thức bầy tỏ chí mình. Thức làm ba bài thơ tựa là Tam đoạn tự khải. Tháng sau, có giấy bắt Thức lên hầu quan. Hoàng Tế Lý là người nắm quyền bính dưới trướng Chúa sai Nguyễn Hữu Chỉnh phân xử lời tố cáo Thức có ý định làm loạn. Chỉnh vời Thức vào, cố ý bắt Thức đợi nửa ngày, giọng khinh bạc, thủng thỉnh:

- Việc quan như là trông con mọn, cái nọ xọ cái kia, phiền ông chờ lâu!

Thức trầm tĩnh:

- Quan như phụ mẫu, chúng tôi nào dám kêu ca, miễn cứ công minh mà sử thì dân hèn chúng tôi đội ơn.

Chỉnh vờ nổi nóng, tay vỗ bàn, miệng gằn giọng:

- Mới mở mồm mà đã chê rằng quan trên không công minh à!

- ...

- Bài thứ ba trong Tam đoạn tự khải, anh viết: *"Ngoảnh trông phương Bắc thôi khiếp sợ. Ngước mắt về Nam gió đến tay"* là ý gì? Phương Bắc có Vua, có Chúa. Phía Nam thì giặc Tây Sơn vừa ngược ngạo tự mình xưng đế xưng vương, thế có phải là...

Thức ngắt lời Chỉnh, chỉnh chạc:

- Trình Quan lớn, ngài tiếng tăm văn võ, thừa hiểu là bình thơ luận nghĩa mà chỉ trích ra hai câu trong một bài thì muốn gán thế nào cũng được, kẻ tiện dân này chỉ mong ngài không nghe tiếng dèm pha. Ba bài tự khải nhằm nói tại sao kẻ hèn này lại thiên về chữ Nôm chứ không lệch sang chữ Hán. Vậy thì Bắc ý chỉ Trung Quốc, còn Nam thì cứ kể là từ mũi Nam Quan trở ra.

- Người quân tử không thiên lệch!

Thức biết mình đã chiếm thượng phong, cố dấu ngạo ngễ, cười rồi nhẹ nhàng:

- Không quân tử, thưa Quan lớn, là phạm tội ư? Thế còn bài Quách lệnh công phú để ca ngợi Quách tử Nghi đời Đường bên Trung Quốc đã nổi tiếng khắp Bắc hà, rồi đến bài thơ khẩu khí vịnh Cái Trống đều do chính Quan lớn làm cũng là bằng chữ Nôm, liệu có thiên lệch gì không?

Thức ngưng nói, nhìn Chỉnh rồi nhẩn nha:

- Hơn nữa, chẳng có cái tội trạng nào là cái tội không quân tử. Có tội ấy chắc bàn dân thiên hạ thấp cổ bé miệng không có chỗ mà sống được nữa!

Chỉnh sượng sùng, nhẹ giọng:

- Sao không đi thi rồi làm quan mà giúp đời?

- Quân tử cốt lập chí, sau mới đến công danh. Thời này nhiễu nhương mà chỉ tính đến công danh tư riêng thì chắc cho chính mình cũng chẳng bền, nói gì đến cứu giúp được ai! Kẻ tiện dân này chỉ mong yên thân đi cầy ruộng, rồi bõ bẽ chỉ dẫn cho dăm người cầu học vài chữ thôi.

Chỉnh lạnh lùng cắt ngang, cấm Thức không cho dậy quá mười học trò trong mỗi buổi dậy học, và bắt chỉ được quanh quẩn trong vùng hai huyện Thanh Oai, Thanh Chương. Sau chuyện đối đáp với Chỉnh trong chuyến hầu quan trên trấn, Thức càng được tiếng, bỏ một nửa ngày cầy để dậy thêm hai buổi mỗi bữa, học trò đông đến độ Thức phải từ chối dậy một số người đã lớn tuổi.

Du nói với anh, rồi Khản nhân danh là đồng môn với Nguyễn Thiếp hỏi quan Hiệp Trấn về việc Thức. Lúc ấy Tế Lý nể mặt mới ra lệnh cho cống Chỉnh bãi cái lệnh cấm cản, lại còn sai mang lên tết Thiếp mười quan tiền, sáu đoạn nhiễu, hai cân chè Thái Nguyên và nửa tạ gạo. Nguyễn Thiếp tránh không tiếp, và dặn Đặng-thị từ chối không nhận bất cứ một thứ gì.

*

Khoảng cuối giờ Thìn, một chiếc xe bò lọc cọc ngừng lại trước dãy nhà phía phải giành để tiếp khách trong tư dinh Hoàng Đăng Khoa, con trai cả của Huy quận công Hoàng Tế Lý và công chúa Ngọc Tĩnh. Hoàng công tử có tiếng là khéo léo, không chính thức nhận một chức vụ gì trong phủ Chúa, nhưng thường giúp cha trong công việc giao dịnh nên biết khá nhiều chuyện chính sự cũng như mọi đường ngang lối tắt lắt léo nơi cửa quyền ở chốn kinh kỳ. Khác với đám thượng lưu trẻ tuổi chốn đô hội thường đắm mình trong những chuyện phù phiếm, những oái oăm chốn hậu trường của quyền thế, và nhất là những dịp ăn chơi thâu đêm suốt sáng hầu như mỗi ngày mỗi có, Đăng Khoa ít giao thiệp với người cùng lứa, không huênh hoang, không hợm hĩnh, và thường tự nhún mình, lúc nào cũng giả tảng như không để ý đến ngoại vật.

Khoa sai gia nhân đến nơi thày trò Nguyễn Thiếp tạm cư. Chiếc xe bò chất đầy đủ loại thực phẩm, từ gạo muối cho đến tương, cà, cá, thịt. Sau khi chất rỡ xong, người gia bộc cỡ ngoài sáu mươi kính cẩn:

- Cậu chúng con xin mời đức Phu tử và các công tử hạ cố dùng bữa cơm trưa hôm nay thì thật là bảo giá.

Trọng Thức bật cười trước lối nói chữ nào là hạ cố nào là bảo giá, hóm hỉnh:

- Cứ cho người đến hướng đạo, chúng tôi sẽ xin thượng lộ qua hầu công tử.

Thức rủ Nhật đi dạo quanh tư dinh Hoàng công tử. Vòng từ mé phải họ bước vào một khu vườn nhìn ra hồ Trúc Bạch. Bên cạnh con đường trải sỏi trắng là một cái ao đào rộng độ hai sào vuông. Trên bờ ao, một cái cầu vồng bắc vắt vẻo dẫn đến căn gác vuông vắn mỗi bề độ hai mươi thước ta, tường bằng gỗ sơn xanh nhạt, mái ngói đỏ mầu gạnh cua, cửa vào để hai chữ Khiêm Các, ý chỉ sự khiêm nhường. Chung quanh ao trông đủ loại cây cỏ rất lạ, có loại cây toàn lá mầu đỏ cam rực rỡ, lại có loại không có lá mà chỉ toàn hoa đài trắng muốt đến độ nhìn cứ tưởng như trong suốt. Bước vào các, mùi gỗ quí thơm bay thoang thoảng. Vạch những bức màn lụa mầu ngà có viền kim tuyến và thêu những bông cẩm chướng sặc sỡ, nhìn ra bờ ao bên kia một đàn hàng chục con công đang giang cánh múa, mầu lông óng ánh dưới nắng vàng. Trên mặt ao, dăm ba tảng đá mầu hồng nhô lên trên những tàn sen còn đọng những hạt sương lóng lánh kim cương.

Thức ngồi xuống tràng kỷ, nhìn quanh, miệng bâng quơ:

- Cứ xem cảnh sắc thế này thì mồm nói khiêm nhưng bụng lại chẳng nhường ai một chút nào.

Nhật vòng qua cái sập gụ đen tuyền dầy đến ba tấc và rộng đủ để sáu người ngồi xếp bàn tròn, bước về phía giá gươm rồi táy máy rút một thanh ra khỏi vỏ. Lưỡi gươm lạnh tanh lóe sáng. Toàn Nhật vung lên một đường, nâng thanh gươm lên ướm nặng nhẹ, suỵt soạt trầm trồ.

Một lát sau thì gia nhân đến mời. Thể theo ý Phu tử, ba người qua dãy nhà phía trái nơi Đăng Khoa ở. Thức cung tay chào, rồi chỉ qua trung niên gầy gò:

- Thưa Hoàng tướng công, ông đây là Nguyễn Mạnh Thuyên, trưởng nam của thầy chúng tôi. Thầy tôi vẫn còn mệt không qua bồi tiếp tướng công được, để anh chúng tôi sang hầu tướng công!

Ngưng lại, Thức nhìn thẳng vào mắt Hoàng Đăng Khoa, giọng có chút châm biếm:

- Và nghe lời dậy bảo phải ở đâu, làm gì, gập ai, và được đi những đâu...

Khoa hơi bối rối, nhưng trấn tĩnh ngay, tươi cười trả lời:

- Những việc ông anh vừa nói là đều sẽ do cha tôi sắp xếp, tôi phận con cháu nào có cái quyền gì mà dám xen vào. Nay, ta phải đợi để Phu tử thật khỏe đã, gập cha tôi là mọi việc đâu vào đó, chẳng có gì phải bất tất.

Tuy mồm chối trách nhiệm, Khoa vẫn khéo nhắc đến quyền uy của cha mình. Còn bực trong bụng, Thức định tâm tiếp tục vặn hỏi lại cái chuyện bị lính canh cấm ra khỏi cổng sáng nay, nhưng Thuyên khẽ gạt tay, lên tiếng:

- Ngài dậy như vậy, chúng tôi rất đội ơn. Cha tôi nay già cả, sức khỏe có sút, chỉ cầu xong việc là xin về ngay, chẳng lòng nào dây dưa ở lại kinh kỳ này lâu la làm gì. Chẳng hay khi nào thì Chúa vời cha tôi vào cho gập?

- Việc này tôi cũng lại không biết. Nhưng tôi sẽ bẩm với cha tôi chiều nay để Phu tử khỏi sốt ruột.

Bữa ăn vẫn có phần gượng gạo tẻ nhạt mặc đầu Đăng Khoa cố vui vẻ chào mời. Thuyên ít nói, lời đúng mực, không thừa không thiếu. Thức lạnh lùng. Khoảng đầu giờ Mùi, lão gia bộc thích nói chữ chạy vào thì thào. Khoa đứng dậy, miệng nói:

- Cha tôi đến!

Một người đàn ông giữa khoảng ngũ tuần vén bức chướng mé phải gian nhà khánh nhanh nhẹn bước vào.

Người đó cao hơn bình thường dễ đến nửa cái đầu, miệng rộng, môi mỏng, vai chữ điền, tóc điểm bạc búi ngược, lưỡng quyền gồ cao làm trồi lên cặp lông mày rậm trắng, xếch đến cuối chân mày rồi đứt đoạn bất ngờ xụp xuống. Đợi cho mọi người vòng tay thi lễ xong, người đó mới sẽ nghiêng mình, nói:

- Chắc Phu tử còn mệt, tôi chưa được diện kiến nên xin gửi lời chào, và mong Phu tử chóng khỏe để tiện thu xếp ít công việc nhà Chúa.

Quay sang Khoa như dọ hỏi, người đó đảo một vòng mắt nhìn mọi người, tiếp:

- Phu tử là khách của Chúa, còn các vị đây là khách của cha, con phải chu đáo mọi sự.

Khoa hiểu ý, khẽ nhích lên rồi giới thiệu tên từng người. Thuyên vòng tay vái miệng nói "Kính chào quan Chánh dường." Đến lượt mình, Toàn Nhật cũng bắt chước làm như vậy. Hoàng Tế Lý khẽ nhếch mép rồi bước một bước đến nhìn tận mặt và hỏi gốc gác. Nghe Nhật kể tên ông ngoại họ Võ ở Thạch Hà, Lý vỗ vào vai, cười bảo "thì ra cũng con dòng cháu giống!" Khi Khoa giới thiệu Trọng Thức, Lý thân mật:

- A, hiền điệt là hậu duệ của Nguyễn Danh Dương, bạn đồng khoa với ta.

Đến trước mặt Thức, Lý nắm lấy tay, vừa lắc vừa nói, giọng kẻ cả:

- Khí tượng thế kia, tuổi trẻ thế này sao lại nổi tiếng là ẩn sĩ được nhỉ? Gần ta ít lâu, biết đâu cháu lại chẳng đổi ý. Làm tài trai, phải như chim Bàng chim Phượng, cớ gì lại sẽ sẽ chịu bay như đám chim sẻ đi tìm vài hạt thóc thừa chốn quê mùa?

Trong đầu Trọng Thức chợt lóe lên hình ảnh những con sẻ tìm bắt cào cào châu chấu phá hại mùa màng nháo nhác bay lên khi một đàn quạ sà xuống. Bấm bụng, Thức nghiêng mình vái, giữ một khoảng cách với sự thân mật của Tế Lý, khiêm tốn:

- Xin đa tạ quan Chánh dường, vãn sinh tài hèn đức mọn, lúc nào cũng áy náy chỉ sợ làm hổ tiếng phụ thân, không dám nhận hai chữ ẩn sĩ từ những lời đồn đãi không đáng làm bẩn tai quân tử.

Sau khi nghe Trọng Thức nhắc lại câu đã hỏi Đăng Khoa buổi sáng, Hoàng Tế Lý nghiêm trang nói:

-Khách của nhà Chúa là thượng khách, muốn đi đâu thì đi. Các vị là khách của ta cũng vậy. Trong kinh, từ đầu giờ Tuất đến cuối giờ Dần giới nghiêm. Tuy thế, nếu cần đi, phủ Chúa sẽ cấp cho Phu tử giấy phép, cứ đưa ra tất lính tráng chấp lệnh!

Hắng giọng, Tế Lý chẳng những tảng lờ chuyện cấm ra khỏi cửa mà còn kèm chặt thêm đám khách, tiếp:

- Cũng gửi lời ta xin Phu tử tha lỗi cho bọn lính tráng không biết khu xử buổi sáng nay. Kinh đô hiện chưa hẳn yên nên ta sẽ phái lính phủ Chúa đến bảo đảm an ninh cho Phu tử và gia nhân. Đăng Khoa tạm nhận trách nhiệm tiếp đãi Phu tử cho đến khi ta xếp đặt để Phu tử đến ngụ tại dinh Khương Tả hầu.

*

Suốt một tuần lễ từ ngày đến Thăng Long, Phu tử đợi Chúa vời, nhưng không động tĩnh gì. Sốt ruột, Phu tử nhờ Đăng Khoa chuyển lời mình đến Hoàng Tế Lý là người ra vào Chính-phủ hàng ngày.

Mặc dầu Khoa hết sức chu đáo, Phu tử và gia nhân vẫn mong sớm được dời tư dinh của Khoa, nơi tạm cư từ ngày bước chân đến Thăng Long. Khoa luôn luôn tỏ ra thân mật để khách thoải mái, song trừ Toàn Nhật ra, ai ai cũng cảm thấy mất tự do chốn cửa quyền lúc nào cũng có lính tráng dòm ngó và người ăn kẻ ở thưa gửi. Chỉ riêng có một mình Nhật gần gũi Đăng Khoa hơn mọi người, phần vì hồn nhiên, phần vì thích bàn chuyện võ nghệ. Buổi tối hôm đó, Khoa vào vái thăm Phu tử rồi thưa:

- Cha vãn bối nhắn mời Phu tử giờ Mùi sáng ngày kia vào Nội phủ.

Sáng ngày Phu tử vào Nội phủ, một đội sáu người lính thuộc đội Hậu Dũng, quần áo sắc vàng nhạt, cổ nẹp đỏ, đến với hai người phu khiêng kiệu. Khi Phu tử vẫy tay gọi Thức và Nhật đi theo, một người xưng là thư lại cúi đầu cung kính nói là có lệnh chỉ đưa một mình Phu tử vào Thập Tự cung ở Chính-phủ.

Nhật nháy Thức, ý bảo thế càng hay, chẳng phải khúm núm lễ nghi. Sau khi Phu tử lên đường, Nhật rủ Thức ra phố. Đến cửa dinh, hai người bỗng nghe tiếng gọi giật:

- Có nhớ tôi không? Tôi đến chào thầy và các vị đây!

Nhìn lại thì ra Bằng Vũ, một người bé nhỏ, dáng thư sinh, cũng người huyện La Sơn, xưa có học với phu tử ở Anh Đô. Vũ xưa thi hỏng kỳ đệ tam trường, nay lo việc giấy má sổ sách, làm từ hàn cho đội Trung - Kính, đội lính bảo vệ an ninh cho Tam cung Ngũ phủ. Vũ vui vẻ xin làm người đưa đường cho Thức và Nhật.

Từ dinh Đăng Khoa đi xuống phía Tây Nam chừng hai dặm là hồ Thủy Quân, giữa hồ có xây một cái tháp năm tầng, và tiếng truyền rằng mỗi khi có quốc biến thì con rùa đã sống bốn trăm năm trong hồ nghiến răng kèn kẹt báo cho người hàng phố. Lần sau rốt, vào tháng sáu năm Mậu Tuất cách đây hai năm, lúc Đàng ngoài hạn hán, giá gạo cao vụt lên và người chết nằm đầy đường thì tiếng rùa nghiến răng nghe đến tận miệt Ô Trường Bản. Dân quê hai tỉnh Thái Bình, Thanh Hóa trốn đói mò lên Thăng Long có đến hàng vạn. Họ tự tiện cắm dùi trên công thổ phía Đông Nam, suốt bờ sông từ Vị Hoàng cho đến Hà Đông. Triều đình tìm đủ cách đuổi dân lưu cư nhưng cho đến nay vẫn không được.

Ở kinh kỳ, người đi như mắc cửi. Trên dăm trục chính nối những cửa ô, mặt đường rộng đủ cho ba chiếc xe ngựa qua lại. Từ hồ Thủy Quân đi xuống độ trăm thước là nơi người Kẻ Chợ buôn bán. Ba mươi sáu phố ăm ắp người chen vai thích cánh, mỗi phố là một mặt hàng: nào là tơ lụa, đường phèn, gương, lược, trống, kèn, gỗ... đủ loại. Người ở kinh đô diêm dúa hơn người thôn quê, đàn ông mặc áo the, chân đi dép, đàn bà thì trên áo tứ thân, dưới là váy lĩnh, có kẻ đầu vấn tóc, có người che khăn mỏ quạ. Ở mặt tiền những cửa hàng rộng không quá năm, sáu thước vuông, người bán ríu rít chào khách qua đường. Tiếng mặc cả, tiếng dè bỉu, và thỉnh thoảng lại có cả tiếng cãi cọ chửi bới oang oác bên tai.

Ba người đi hết phố này sang phố khác, hòa mình vào cái dòng sinh lực cuồn cuộn cứ chực tràn ứ ra trên lề đường. Quá giờ ngọ, họ kéo nhau vào một quán ăn khá rộng rãi sang trọng ở phố hàng Mành. Vũ phất tay gọi rồi bảo:

- Nhất đất này đấy, và phải nói để hai vị biết, bún chả thì tuyệt khéo.

Cuối phòng ăn, một đám gần hai mươi người ngồi choán đến năm bàn, bàn nào cũng đầy những cút rượu. Vũ đứng dậy đến rạp mình cung kính chào một nam nhân ngót ngét ba mươi tuổi, mày rậm, mũi hếch, mắt như mắt cú đỏ sè, ngồi nghênh ngang giữa đám thủ hạ. Sau đó, Vũ lại rón rén về chỗ, thì thào vào tai Thức: "Ăn nhanh rồi chuồn, bác ạ!" Trước thái độ của Vũ, Thức và Nhật hơi ngạc nhiên, song chưa tiện hỏi. Cả ba lẳng lặng ăn, nhưng chưa hết bữa thì đám người trong góc ồn ào đứng dậy, gươm đao nghe loảng xoảng. Một người mảnh khảnh, mặt xanh mướt, nói với chủ quán:

- Ghi sổ lại. Lần sau trả. Bây giờ có việc công phải đi gấp.

Ông chủ quán vâng dạ, mặt méo xệch, đầu cứ gật gù cúi xuống. Nam nhân mắt cú đứng dậy, miệng ngậm cây tăm xỉa răng, tay cầm chiếc roi cá đuối, phất vút một cái vào không khí, rồi ra lệnh:

- Đi thôi!

Qua chiếc bàn có bọn Bằng Vũ, người ấy ngừng lại, hất hàm:

- Những ai đấy?

Vũ đứng dậy, cười cười, vái rồi giới thiệu. Nam nhân lại hất hàm, nhìn lên, khinh khỉnh:

- À, khách của Huy quận công à!

Tay vút roi vào khoảng không, người ấy chẳng thèm nhìn ai, khinh khỉnh:

- Có muốn xem đốt đuốc người không?

Nói xong, người ấy bước ra. Thấy lạ, Toàn Nhật tò mò đòi đi xem. Ba người liền ăn vội, trả tiền, rồi ra theo. Bọn người ồn ào bước đến đâu thì đám đông dân chúng giạt ra đến đó. Họ đi vòng về phía Ô Cầu Giấy, đến một khoảng đất trống áp vào rìa sông chung quanh có quây cót. Lính canh chia làm hai lớp vây vòng, ai nấy quấn khăn che mặt lại, gươm giáo sáng lòe. Từ dốc đê, không ai nhìn thấy gì sau cót, nhưng nghe văng vẳng đâu đây có tiếng nỉ non khóc lóc. Nam nhân mắt cú vọ vẫy tay, đám thủ hạ khuân những thùng dầu đã xếp sẵn xung quanh cót tưới lên và ném những cành cây khô vào. Tiếng khóc tiếng kêu lúc càng inh ỏi. Những tiếng thét tuyệt vọng rít lên, rồi một người đục cót chui ra. Tên lính đứng gần lao một ngọn thương. Người ấy tru lên, tay dơ cao, bàn tay trụi không có ngón nào, với như cào vào khoảng không. Nam nhân mắt cú khinh khỉnh châm đuốc rồi thẳng tay ném vào. Lửa bùng lên khắp ngả. Tiếng rú, tiếng kêu, tiếng khóc nhất lượt òa lên nghe đinh tai nhức óc.

Toàn Nhật hiểu ra, người nóng rừng rực như chính mình bốc lửa, lồng lên, xô lại gào:

- Không giết họ thế được! Ngừng lại!

Vũ hốt hoảng nắm Toàn Nhật lại nhưng không kịp. Nam nhân mắt cú miệng mím lại, mũi hếch lên, vung roi quất vào đầu Nhật. Chiếc đầu roi chưa kịp giựt về thì Nhật đưa tay bắt lấy thân roi, rồi vòng tay như cuộn lại, lấy tấn bất thình lình dận xuống. Nam nhân ngã chúi mặt xuống đất, bỏ roi, tay kia rút kiếm, gầm lên:

- A, giỏi thật! Bay bắt lấy nó cho ta!

Đám thủ hạ tay đao tay kích ùa ra vây Nhật vào giữa, hầm hè như muốn nuốt tươi ăn sống. Đúng lúc đó, tiếng Đăng Khoa cất lên:

- Không ai được chạm vào khách của quan Chánh dường!

Đội lính Hậu Dũng áo vàng lúc ấy gươm đã tuốt trần, xông vào làm một vòng tròn quây quanh Toàn Nhật. Khoa tiếp:

- Chạm vào khách là chạm vào chủ. Kẻ nào xúc phạm, theo luật, sẽ bị tội lăng trì!

Quay sang nam nhân mắt cú, Khoa vòng tay vái:

- Xin Đặng tướng công thứ cho! Khoa này chịu mọi trách nhiệm.

Mùi thịt người lúc ấy xông vào mũi khét lẹt. Tiếng kêu tiếng khóc vẫn rú lên từng chập nhưng dần dần thưa đi. Khói những cây đuốc người bốc lên đen bờ sông Nhị, nước xiết quằn quại những dòng lũ màu đỏ như máu. Nam nhân mắt cú, tên là Đặng Mậu Lân, em ruột của Đặng thị Huệ, hầm hè:

- Rồi sẽ biết tay ta! Để xem, để xem...

Hôm sau, dân Thăng Long hớn hở: tiếng đồn là nhờ có Chúa chu cấp lương tiền, trại hủi ngoài Ô Cầu Giấy đã dọn đi về phía Ninh Bình. Mùi thịt phảng phất chẳng qua là mùi thịt mấy con lợn nái ngả ra cho bữa bún chả họ ăn mừng với nhau trước khi di cư. Tuy tiếng đồn thế, những người bị bệnh hủi đang luẩn quẩn ăn mày ở kinh kỳ ngày hôm sau vẫn trốn tiệt.

*

Không biết công việc nhà Chúa thế nào mà sau ngày gặp quan Chánh dường ở Thập Tự cung, Phu tử ngày ngày tư lự ra vào một mình. Ngô thì Nhậm hiện dang trên Sơn Tây, hẹn về gặp Phu tử nhưng chưa cho biết ngày tháng. Ngay cả khi mọi người đã chuyển ra ở tư dinh Khương Tả hầu, Phu tử im lặng cả ngày, vẫn tránh không gặp bất cứ ai, thường trằn trọc, đêm dậy ngồi hí hoáy viết lách, nhưng chỉ độ mươi hôm sau lại đem ra xé hết. Nét lo âu khiến Phu tử già đi, và sự cô đơn trĩu nặng đèo vào tuổi tác khiến lưng Phu tử gù thêm xuống.

Đám lính canh cho Phu tử thay đổi luôn luôn, nay thì là đội Hậu Hùng, mai lại Tiền Dũng, rồi lần lượt nào là Trung Kính, Tả thị nội, Tiền Ninh. Trong đám lính canh luôn luôn có một người thư lại đi kèm. Vì thế, Bằng Vũ lại có dịp lân la gần Phu tử.

Một tuần sau hôm dọn đến dinh Khương Tả Hầu, Đặng Thị Mai là cháu gọi Đặng-thị bằng dì hớt hải đến chào. Thức ngạc nhiên nhìn nét lo âu trong mắt Mai, khẽ đẩy cửa để Mai vào hầu chuyện Phu tử. Tối hôm ấy, Phu tử bảo Toàn Nhật rời khỏi kinh kỳ, tạm lên phố Hiến một thời gian. Nhật gặng hỏi, Phu tử chỉ bảo chính Mai sợ anh ruột mình là Lân sẽ tìm cách hãm hại Nhật. Đặng Khoa biết chuyện nhưng không nói gì, hẹn sẽ lên thăm Nhật và viết thơ gửi gấm cho một người bạn quen trên phố Hiến, và đưa một tờ đặc chỉ cho Toàn Nhật xuất nhập Thăng Long bất cứ lúc nào.

Đặng Mậu Lân xưa nay hung hãn, cậy vào chị là Đặng thị Huệ hiện đang được Chúa sủng ái, chẳng chịu thua kém một điều gì với bất cứ ai. Lân hống hách, cách ăn kiểu mặc bắt chiếc như Vua như Chúa, không chỉ bàn dân mà ngay cả đám quan trong triều hễ gặp là tránh. Thấy đàn bà con gái có nhan sắc là bất kể bố mẹ chồng con, Lân cướp về tư dinh. Thỏa mãn xong tính dục, Lân còn quái ác khi thì rạch mặt, khi thì cắt đầu vú, khi lại tọng cán gươm hay đầu côn làm rách toạc tử cung, hềnh hệch cười: ''Cho người đẹp giữ chút dấu vết kỷ niệm để nhớ ta nhé!'' Điều tiếng gần xa khắp kinh kỳ, bàn dân gọi Lân là hung thần mắt cú, kêu van đủ chốn nhưng chẳng ai làm gì được.

Mất mặt với đám lính tráng và thủ hạ về chuyện Toàn Nhật giật roi, Lân căm giận, giữa đường về châm đuốc ném vào nhà bàn dân thiên hạ. Nhà cháy nhưng chẳng một ai dám dập lửa, phải đợi Lân đi khỏi. Lần này chuyện gây ra lại giây vào khách của Hoàng Tế Lý. Khổ một cái là Lý và Huệ nay liên kết với nhau, nên

Lân không thể qua tay chị để trả thù Toàn Nhật. Nghe Lân kể, Huệ chặn ngay:

- Mày vung tay đánh, người ta chỉ đỡ, thì có gì mà hậm hực! Người ta không kiện cho là may.

Đặng Thị Huệ rất khéo miệng, và nhất là cực kỳ nhạy bén đoán được ý của người đối thoại. Nàng ít khi phải nói không với ai, vì lúc nào không muốn thì nàng đã khôn ngoan chặn miệng trước, cho nên ít ai nói được chuyện gì không hợp ý nàng. Dù ngày đêm ở bên cạnh Trịnh Sâm, nàng rất ít ra mặt với chúa nơi đám đông, luôn luôn tỏ ra mình thờ ơ với quyền bính. Nàng thường nhẹ nhàng trả lời với những kẻ đến mua chuộc rằng: "Những việc quốc sự, xin cứ tâu thẳng với Chúa, hoặc với Quốc cửu là Hoàn quận công. Phận đàn bà, tôi chỉ biết chăm lo công việc Hậu cung cho Chúa mà thôi." Trịnh Sâm nghe thấy vậy nên rất quí mến, có việc gì tế nhị đều tâm sự cho nàng nghe.

Cũng chính thế cho nên việc Hồng lĩnh hầu Nguyễn Khản và Huân quận công Nguyễn Phương Đĩnh cách đây sáu năm tìm cách hãm hại Hoàng Tế Lý đã đến tai nàng. Lúc ấy Lý đã cho vợ mình là công chúa Ngọc Tĩnh cùng hai con về Thăng Long ở làm con tin để tránh sự ngờ vực của Trịnh Sâm về ý định thoán ngôi Chúa người ta phao lên. Biết Huệ được sủng ái, Ngọc Tĩnh kết thân với nàng, hai bên tâm đầu ý hợp, ngày đêm thủ thỉ chuyện ra chuyện vào. Sáu năm ròng, mỗi lần Lý về thăm vợ con đều có mang quà cáp vào phủ Chúa chào Huệ. Khi Huệ sinh thế tử Cán, Lý dâng mừng ba mươi cái ngà voi cùng sáu bộ xương hổ, không kể gấm vóc lụa là xếp từng thếp cao đến đầu người. Chính Huệ đã khuyên công chúa Ngọc Tĩnh bàn với Lý để xin Chúa cho về kinh, rồi cũng chính Huệ thay lời Ngọc Tĩnh kêu cho Chúa chấp thuận. Trịnh Sâm đa nghi, nhưng biết Lý về kinh thì thân cô thế cô, không còn việc gì phải sợ, nên đồng ý. Về Thăng Long được hai tháng, Lý xin dâng tư dinh của mình làm nhà riêng cho thế tử Trịnh Cán. Chúa rất ưng lòng, lại có Thị Huệ vun vào, nên ngày càng quí Lý, cho Lý ra vào Nội phủ như đám hoạn quan, có việc gì cũng hỏi. Đầu năm sau, Lý đẩy được Khản ra làm Hiệp Trấn Sơn Tây, rồi được phong làm Chánh dường, lo lắng toàn bộ chính sự trong phủ Chúa.

Từ ngày Phu tử đến kinh, Trịnh Sâm lại mắc chứng cũ khiến mọi sắp đặt triều chính phải hoãn hết. Nhận được chỉ vời, Lý vội vã vào cung Vọng Hà, nơi Chúa ngự. Qua những hành lang lúc nào cũng rủ chướng để tránh gió, Lý theo bước Thản Trung hầu. Đến Trữ Nguyệt viện, Thản Trung lên tiếng báo. Một lát sau, cánh cửa gỗ lim trạm trổ long ly qui phượng mở ra, và một thị nữ cúi mình chào. Lý hơi ngạc nhiên khi thấy Huệ ngồi trên tràng kỷ, tay chỉ, miệng nói: "Xin miễn lễ! Mời quan Chánh dường ngồi đây."

Đặng thị Huệ chạc trên ba mươi, dáng thanh thanh, da ngăm ngăm sắc hồng quân, mũi dọc dừa, miệng hơi mỏng nhưng đài các, đầu đội ngọc miện. Mặc một bộ xiêm màu xanh biếc, lưng đeo giải vàng có điểm những hạt hồng ngọc to bằng ngón tay cái, nàng ngước cặp mắt đen lay láy hình lá dong nhìn Lý, hỏi:

- Bệnh tình của Chúa ra sao?

- Khải Vương phi, Chúa lại đau bụng từ ba hôm nay, ăn uống không được! Chắc là bệnh cũ nên Sùng công cùng với chư quan thị dược đã đồng ý dùng lại toa thuốc hiệu nghiệm năm trước. Nay bệnh lúc tăng lúc giảm, nhưng mạch Xích đã phục, còn hai mạch Quan, Thốn thì khi yếu khi mạnh, chưa biết thế nào?

- Công việc với La Sơn phu tử đến đâu?

- Chúa chưa tiếp Phu tử nên công việc còn đó, chưa quyết gì cả!

- Ý Phu tử thế nào quan Chánh dường có rõ không?

- Phu tử còn xem xét, và sẽ tự mình khải thẳng với Chúa.

Vương phi ban cho quan Chánh dường một chén nước trà Tĩnh Ngọa. Khi Tế Lý cúi xuống uống thì tai nghe thấy hai lần tiếng chén trà của Vương phi để lên chiếc khay Bạch Ngọc ngân lên nghe như tiếng đánh chuông.

*

Sau khi Lý và Thản Trung lui ra, Huệ vào phía sau cung Vọng Hà. Ngồi lên vương sàng rồi đuổi thị tỳ ra, nàng nhìn Trịnh Sâm đang thiêm thiếp ngủ, với tay xem bát thuốc đã uống cạn. Lấy khăn giấp nước, nàng nhẹ nhàng lau trán Chúa đang nhớp nháp mồ hôi. Sâm tỉnh dậy, hé mắt nhìn Huệ, miệng gượng gạo cười:

- Canh mấy rồi?

- Xin Vương nằm yên, bây giờ là đầu giờ Tuất, Vương còn đau không?

Sâm chậm rãi:

- Bụng vẫn cứ ngâm ngẩm...

Huệ thò hai ngón tay chậm chạp kéo giải rút, rồi lẳng lặng nằm xuống, bỏ cả bàn tay vào quần Chúa, đưa lên bụng xoa bóp nhè nhẹ, miệng suỵt soạt:

- Chẳng có sao đâu, cứ thuốc bổ dương có nhân sâm rồi thêm vào một lạng Bắc Nhung Miên Huyết Ngưng Sứ với quế tán là cứng cáp ngay thôi.

Nàng khúc khích cười, tay lần sâu xuống dưới, nói:

- Xem nào! Đã khỏe cho em chưa?

Vừa cười, nàng vừa hổn hển thở vào mơn trớn tai Chúa. Sâm nhắm mắt, mặt nóng bừng, người như lên đồng, đong đưa theo bàn tay Huệ lúc nhanh lúc chậm. Đột nhiên, Huệ rút tay ra, ngồi dậy. Sâm mở mắt nhìn dọ hỏi. Huệ bật khóc rấm rứt:

- Vương mà mệnh hệ nào thì em ra sao? Cứ nghĩ đến thôi là em chẳng còn thiết một thứ gì nữa.

- Ta có bệnh, nhưng đã chữa được một lần thì sẽ chữa được hai lần, chẳng có gì phải lo!

- Sao lại không phải lo. Thế tử Cán mới lên năm, Vương mà bỏ mẹ con em thì thân cô thế cô, mẹ con em chỉ có chết mà thôi.

- Đừng nói dại, ta đã nói với nàng là ta đã định ý. Nhưng việc công không thể hấp tấp, làm gì thì thế nào trăm mắt thiên hạ cũng dòm vào!

Huệ tỉ tê:

- Em biết dạ Vương, nhưng một tay Vương đã khuấy đất trọc trời, việc phế lập tưởng chỉ là chuyện cỏn con. Vương lắm mưu lắm kế, thiếu gì cách! Với lại, em bảo thật, thế tử Tông cũng đã lập bè lập cánh, biết đâu chẳng đợi thời mà lấn tới. Việc ấy, Vương cứ hỏi Tế Lý khắc rõ... Thôi, chuyện nhà Chúa, Chúa lo - Huệ lại nấc lên - còn thân mẹ con em, em phải lo!

Sâm nghe Huệ nói, hơi chột dạ, nhưng lên giọng, cứng cáp:

- Ta nằm đây nhưng mắt ta thấy hết, tai ta nghe hết.

Nói xong, Sâm kéo Thị Huệ nằm xuống rồi xoay mình lại. Huệ ngồi bật dậy, má đỏ hây hây, lột phăng áo, bật cười khúc khích, lơi lả:

- Em biết Vương khỏe lại ngay mà. Vương thích gì nào? Gấu nhé, hay báo nhé?

- Không, làm báo rồi. Hôm nay ta làm con trăn rừng!

Áp miệng cắn nhẹ vào tai Sâm, Huệ thỏ thẻ: "Hôm ấy tối trời, trăng đi đâu mất chỉ còn dăm ông sao mờ, em vào rừng Cúc Phương một mình. Bỗng như có ai bắt lấy bế bổng em lên chạc ba một cái cây. Thì ra là Vương hóa làm ông trăn, mình to bằng củ chuối mắn, cứ trờn lên trờn xuống, dạng hai chân em rồi kéo chổng kên trời. Em đạp chân lật mình lại, miệng kêu "thôi, cho em xin!" nhưng ông trăn quấn tròn lấy em vật ngã xuống. Ông ấy thò lưỡi ra, ôi cái lưỡi nóng hổi vừa mềm vừa nhơn nhớt cứ theo những đường cong thân thể em lượn uốn nhấm nháp như người nhắm rượu. Cái lưỡi đong đưa đú đởn khiến em ưỡn người cong lên, tay nắm quàng lấy đuôi ông trăn. Vùng mình xiết lấy em cơ hồ đến nghẹt thở, rồi trời ơi, ông trăn chuyển mình vào ngọ ngoạy... Em rướn chân, ghì vào chạc cây, mồm van vỉ, tay cào tay cấu... .'' Huệ hào hển theo nhịp bàn tay rồi rít lên cho đến lúc Sâm kêu hộc lên một tiếng, để cho vài giọt sinh lực ứa ra như dăm hạt nước mưa vừa lọt qua kẽ dột. Lúc ấy, nàng thở hắt ra, rồi lẳng lặng nằm yên nhếch mép cười trong bóng tối.

*

Ngoài Bằng Vũ, sau này đám khách thường tới dinh Khương Tả Hầu thăm Phu tử phần lớn là những bậc thâm nho chuyên dùng việc ngâm vịnh làm cách tiến thân cầu vinh khẩn lộc. Duy có một kẻ may mắn đã sẵn có đủ cả là Côn quận công Trịnh Bồng. Bồng ưa thanh tịch, chán chốn quân quyền, quyết chí tìm đường đạo hạnh, hợp với ý nguyện của Phu tử, nên đôi khi lê la ở chơi cả ngày.

Về phía Bằng Vũ, sau khi Toàn Nhật lên phố Hiến thì chỉ đánh bạn được với Trọng Thức. Tuy hơn tuổi, Vũ vẫn gọi Thức bằng anh, kính trọng về học vấn, nhưng thâm tâm coi Thức chưa đủ kinh lịch rút ra từ cuộc sống. Vũ là dòng dõi trung thần từ đời Lê Thái Tổ, nhưng gia thế sau cứ lụn dần đi, và nay thì hầu như bần hàn giống như mọi người sống ở thôn quê, gia đình lấy chuyện cấy cày làm gốc. Vì thế, tiếng Thức noi gương Hứa Hành về làm ruộng, bỏ cả danh vọng, không thi cử hầu mong quan cách khiến Vũ ngấm ngầm tâm phục. Không nói ra miệng, Vũ làm cho Thức hiểu rằng chí mình không phải là đi cầu chút bổng lộc mà còn mang nhiều hoài bão khác hẳn giấc mơ của những tên thư lại trong đám lính tam phủ. Vũ vun vào với Thức, cao giọng bảo cái ăn cái mặc của cả nước là nhờ ở nông dân, nhưng cái nghèo cái đói lại cũng oái oăm đổ vào đầu họ. Chính sự bất công ấy là gốc của những cuộc nổi loạn như loạn Nguyễn Hữu Cầu hay Hoàng Công Chất ngày xưa. Gần nhất là năm kia, năm Mậu Tuất, Trần Xuân Trạch cũng dấy quân lên hàng vạn ở khắp trấn Sơn Nam, khiến máu rơi thịt đổ ròng rã cả năm. Vũ chép miệng: "Rồi cũng lại máu xương của đám đi cầy. Con thầy chùa thì cứ quét lá đa thôi."

Một hôm, Vũ dẫn một người tên Đàm Xuân Thụ đến giới thiệu với Thức như là bạn tri kỷ của mình. Thụ vốn là người được sự tin cậy của thế tử Trịnh Tông, gốc gác cũng từ Nghệ An. Thụ nhắn lời thế tử mong gặp Thức đãi một bữa ăn tối. Cực chẳng đã, Thức nhận lời. Trong bữa ăn có cả Nguyễn Du, vì Du là em Khản, và Khản lại là thầy dậy học cho Tông. Câu chuyện xoay quanh chính sự. Tông hỏi:

- Theo sấm ký, nhà Chúa chỉ vượng được hai trăm năm mươi năm. Nay đã đến kỳ hạn. Vậy muốn hưng nhà Chúa thì làm sao?

Thức ngẫm nghĩ, rồi đáp:

- Muốn có Chúa, tất phải có Vua. Nhà Vua nhà Chúa hưng thịnh có nhau. Vua hưng là do quần dân an cư lập nghiệp mà hưng. Gốc thịnh của nhà Chúa cũng từ ở đó mà ra.

Tông lại nói:

- Cha tôi nay ốm mai đau, nhưng chuyện lập Đông Cung vẫn còn bỏ đó. Muốn cáng đáng nghiệp Chúa bây giờ là phải đối đầu với một đám quyền thần đang luồn lách đưa Chúa vào việc phế trưởng lập thứ. Bàn dân thiên hạ sẽ nghĩ thế nào?

- Thứ mà còn thơ ấu thì lập thứ là tạo cơ hội cho đám quyền thần thao túng. Cứ xem gương những việc trước thì đó là mầm dẫn đến tai họa. Trong Kinh, đám thần tử cường ngạnh sẽ đâm chém lẫn nhau. Ở ngoài, giặc dã nhân đó lại nổi lên. Theo thiển ý, thế tử cứ yên tâm, ăn ở cho chu toàn chữ hiếu, chữ trung để bàn dân trông cậy vào là sớm muộn gì rồi chẳng bao lâu ngôi chúa lại về trưởng thôi. Đạo trị nước gốc từ chữ Tâm. Tâm thuận thì tắc trị. Lòng thuận, ắt là theo. Chữ Tâm kia mới bằng ba chữ Tài.

Khi tạ từ, Trịnh Tông vẫn cứ băn khoăn, bồn chồn ra mặt. Ra khỏi cổng dinh, Du thoát được những câu chuyện chàng vốn không ưa, vui vẻ vừa đi vừa lẩm bẩm: "Thiện căn ở tại lòng ta; chữ Tâm kia mới bằng ba chữ Tài" rồi cứ cười tủm một mình.

Trong thời gian đó, bệnh Trịnh Sâm vẫn không thuyên giảm, mỗi ngày lại có phần thêm nguy kịch. Tông xin vào thăm cha, nhưng không được phép. Ngay chính Thánh Mẫu là mẹ Sâm mà cũng chỉ có thể hỏi thăm bệnh tình qua quan thị, duy chỉ có Huệ và Lý là gần gũi Sâm lúc ốm đau. Vì thế, tiếng đồn là Sâm đã dâng biểu xin vua Lê lập Cán làm Đông cung thế tử xì xào khắp chốn. Tông càng ngày càng bối rối, bực bội đi ra đi vào, không biết phải làm gì.

Một hôm, Tông vào Hậu Mã cung hỏi Lý về bệnh tình cha mình. Lý lạnh nhạt, trả lời cho có rồi khinh khỉnh quay đi. Tông vừa tức, vừa sợ. Rồi không hiểu vì lý do gì, Đăng Khoa lại đánh người nhà của Tông giữa chợ, còn rủa chúng là bọn làm mất gia phong. Tông tâu xin trị Khoa tội phạm thượng, triều đình không xét mà cũng chẳng bắt Khoa xin lỗi. Tông càng căm, giận mất khôn, ra miệng chửi thẳng hai cha con Lý. Bọn người nhà thân cận của Tông là Dự Vũ, GiaThọ đều lo lắng, bàn là hễ chúa thăng hà thì cứ việc vây bắt ngay Lý và Huệ, rồi gọi quân hai trấn Tây, Bắc về tiếp ứng là đủ diệt cái mầm họa cho Tông ở kinh đô. Nghe xúi giục, Tông nhờ Khuê trung hầu đưa cho Đàm Xuân Thụ một nghìn lạng bạc nhờ sắm sửa khí giới, đồng thời nhắn lên hai trấn Sơn Tây và Kinh Bắc nhờ mua ngựa và chiêu mộ dũng sĩ. Nguyễn Khản, Hiệp trấn Sơn Tây là thầy dậy Tông, còn Nguyễn Khắc Tuân, hiện là Hiệp Trấn Kinh Bắc, vốn giữ chức A Bảo của Tông nên Tông hết lòng tin cậy.

Không hiểu có ai tố cáo, chuyện vỡ lở ra. Quan Chánh dường Hoàng Tế Lý vào báo với Sâm. Sâm giận đòi trị tội Tông ngay, nhưng Lý can:

- Khải Chúa, thế tử tuổi còn non dại, nếu không có hai quan Hiệp trấn ở Tây, Bắc đằng sau thì chắc chẳng dám chiêu binh mộ sĩ. Xin cứ lặng lẽ điều hai người đó về Kinh trước, rồi sau hãy xử tội, nếu không có thể xảy ra những biến họa khác không chừng.

Sâm nghe lời, gọi Tông vào giả trách mắng về chuyện học hành, đồng thời xuống mật chỉ vời Nguyễn Khắc Tuân và Nguyễn Khản về Kinh. Lúc ấy, Ngô Thì

Nhậm, tự Hy Doãn, đương là Đốc đồng Kinh Bắc cũng theo về. Tuân và Khản bị bắt ngay khi vào đến Thăng Long. Nhậm tìm đến dinh Khương Tả Hầu vào chuyện trò với Phu tử. Phu tử ghé vào tai Nhậm nói gì không ai biết, nhưng nghe xong, Nhậm tái mặt lại, than: "Không được, không được rồi!" Sau đó, Nhậm vái Phu tử rồi về quê ngay, lưu lại một tờ khải Chúa xin vắng mặt để lo việc tang ma cho cha mình là Ngô Thì Sĩ. Nhậm vừa ra khỏi, một viên hành tẩu cấp tốc mang lệnh cho đội Hậu Dũng đang đóng ở dinh Khương Tả Hầu. Người thư lại của đội vào thì thào với Phu tử, trong khi đó lính đội Hậu Dũng đã trói gô Trọng Thức lại. Một lát sau, sáu người trong Nội Mật viện đến áp tải Trọng Thức về Thị Kỵ cung trong Nội phủ.

*

Tay bị bẻ quặt ra phía sau, đầu chúi xuống như đeo đá dưới bàn tay hộ pháp của tên cai ngục, Thức gập mình lách qua cánh cửa hẹp vừa đủ một người lọt. Phòng giam lờ mờ một thứ ánh sáng đục sệt, mùi mồ hôi ngai ngái như mỡ chiên cá ngột ngạt bốc lên, vừa tanh vừa lợ. Tên cai ngục tay nắm cổ Thức đẩy về phía trước, cứ bước một bước lại văng tục một câu. Qua hai dãy người ngồi kẻ nằm, chân bị cùm vào những chiếc gông dài khoảng tám thước chạy dọc phòng giam, tên cai ngục ấn Thức xuống, xẵng giọng:

- Duỗi hai chân ra, ngồi co lên.

Tiếng xích kêu loảng xoảng, tiếng gỗ đập chát chúa vào nhau, rồi một giọng khàn khàn ngay bên cạnh quát nhỏ:

97

- Nhẹ tay chứ, thằng chó! Đau chân ông mày đây...

Tên cai ngục lầm lì không đáp lại, quay đầu đi thẳng.

Thức nhắm mắt định thần một lúc, rồi hé nhìn ra. Phòng giam rộng độ hai mươi thước vuông, nền bằng đất nện, vách bằng gạch cao gấp đôi đầu người, sát nóc là kẽ hở có đóng then gỗ để cho không khí và một chút lợt lạt ánh sáng hắt vào. Trong phòng dễ có ba bốn chục người bị cùm theo hàng dọc, cứ mỗi cái gông là cùm đúng ba người. Ở góc phòng giam, một tiếng ồ ồ cất lên:

- Bác gì mới vào đây đấy? Vào cùng hội này cho vui! Ở đây giờ Ngọ được ra ngoài ăn cơm, đúng ba khắc lại vào. Đến cuối giờ Dần là cơm chiều. Bác phải nhịn tiểu, đến giờ ăn ra sân tha hồ. Nói chuyện được nhưng nhỏ tiếng thôi. Đầu giờ Thìn là cấm nói, cả làng đi ngủ!

Tiếng ho húng hắng cắt ngang, rồi tiếng ồ ồ lại tiếp:

- Hàng quán đây cũng có, tiền có trao, cháo mới múc, trừ loại khách quen. Nước chè một chinh, thuốc lào thì sáu, rượu chén hạt mít tính mười... Cứ mỗi sáng, một bọn được thả cùm để lo việc phục dịch, ai đến phiên người ấy làm, tiền nộp lại cho bọn cai ngục. Chớ dại ăn quịt nó đánh cho què tay, què chân... Bác có gì muốn hỏi không?

Trọng Thức chưa kịp trả lời, người cùm bên cạnh, kẻ vừa chửi tên cai ngục, giật giọng gọi to:

- Cho tớ cút rượu đãi ông bạn hàng xóm mới vào chiếu.

Trọng Thức quay sang cám ơn rồi từ chối. Người đàn ông chắc trên dưới sáu mươi, người xương xẩu, cao lớn quá khổ, râu tóc lởm chởm bạc thếch, ngồi thẳng dậy, mắt chòng chọc nhìn Thức:

- Thế thì bác chẳng ra cái giống nam nhi chúng tôi rồi.

Với tay lấy cút rượu vừa mang lại, ông hả mồm tu ừng ực một hơi, tay kia nắm lấy người xách rượu. Uống xong, ông ta chìa cái cút rượu ra trả, lần túi giả như tìm tiền, há mồm cười hềnh hệch, nói lớn:

- Chú lại ghi cho ta, bổng vua ta chưa kịp lấy, hà hà...

Ngồi dựa người vào vách, ông ta nhịp tay hát toáng lên:

Này con chim cánh đen,
mỏ vàng mày nhọn,
cựa vàng mày sắc.
Cái lồng nhốt mày bằng nan mục nát,
cứ phá cho tan, rồi bay ra, bay xa...

Tiếng hát nhỏ dần, im bặt và tiếng ngáy phì phò nổi lên như người kéo bễ. Người bị cùm phía phải Thức khẽ vỗ vào tay chàng, ra hiệu lặng im, rồi cũng nhắm mắt lại không nói năng gì cả. Thức thiếp dần trong cái oi bức tưởng ngộp thở. Mồ hôi cứ rỉ rỉ nhớp nháp khiến chập sau Thức tỉnh dậy, lột áo ra gấp làm gối tựa đầu. Người bên phải thì thào:

- Cởi nốt cả quần dài ra, tí còn oi hơn nữa. Bác chuyển từ dưới lên à?

Chưa kịp trả lời thì người đó tiếp:

- Ở dưới thì chưa cùm chân...

Người đàn ông nãy vừa uống cút rượu bị cùm phía trái bỗng lại ồm ồm lên tiếng:

- Còn trên thì cùm cả tay, đến chỗ này chỉ cùm chân là dưới cái ở trên, nhưng trên cái ở dưới, hà hà...!

Thức gật đầu. Người đó lại xoay sang Thức:

- Bác tội gì?

Thức cười mũi:

- Tôi chưa biết!

- Không biết tội mình là một cái tội. Nhiều khi là tội lớn hơn mọi tội đấy!

- Thế còn cụ?

Người đàn ông vỗ đùi cười ha hả, rồi trỏ vào người bị cùm phía tay phải:

- Tội hả? Thì bác cứ hỏi quan đây là Lãnh cơ trấn Sơn Nam ắt biết! Tội của ông ấy là tội của tôi đấy! Còn ông ấy, cũng ngây ngô như bác, giả không biết tội, nên tội lại càng tầy đình.

Lãnh cơ Sơn Nam ngắt lời:

- Tôi là Nguyễn Quốc Chấn, vừa theo Tuân sinh hầu về đến cửa Tây thì bị Cấm binh bắt ngay, thật chẳng biết gì, tin tức với bên ngoài không có, lại chưa ai hỏi đến. Ông bên kia là Dương Quang, cùng làng với tôi ở Hải Hậu, nay sinh sống trên Sơn Nam! Còn bác?

Thức tự giới thiệu, kể chuyện mình theo thầy về kinh được trên ba tháng nay, và đã có gặp Trịnh Tông trong một bữa cơm tối. Dương Quang ngồi im, nghe xong chép miệng:

- Thế ra bác là ông đồ cứng cổ làm ruộng ở La Sơn đấy! Nhưng chắc chẳng phải vì việc ấy mà bị bắt đâu. Gặp thế tử Tông, bác bàn chuyện gì?

- Thật mà thưa, chẳng có chi đáng kể! Thế tử hỏi gì, tôi biết thì cứ thẳng mà nói, thế thôi!

- Nói thế nào?

Thức thuật hết đầu đuôi, rồi nhắc lại:

- Vậy Thế tử cứ yên tâm, ăn ở cho chu toàn chữ trung chữ hiếu để bàn dân trông cậy vào. Đạo trị nước gốc từ chữ Tâm. Tâm thuận tắc trị.

Nghe đến đấy, Dương Quang nhanh tay quơ sang chẹn lấy mồm Thức, tru lên:

- Vẫn cái giọng ấy, nghe nói thối như cứt... Thôi, cái này nói thì chẳng ai nghe. Bác nói thế, cũng chẳng ai thèm bắt bác, bác thầy đồ dở hơi kia ơi! Đúng, đúng là thối... Còn nói chuyện với nhau, bác đừng giở giọng nhân nghĩa sách vở kiểu đó ra với tôi nữa, tôi nghe tôi nổi cơn lên thì... thì tôi bóp cổ cho chết sặc.

*

Dương Quang năm mười lăm tuổi bỏ nhà đi theo Nguyễn Hữu Cầu, người dân miệt biển từ Hải Dương đến Yên Quảng gọi là quận He. Cầu tự xưng là Tổng Quốc Bảo Dân Tướng, kéo theo cả vạn người dấy binh chống lại đời Chúa trước là Trịnh Doanh. Ba mươi năm trước, Cầu bị nội phản, chạy về Nghệ An thì bị tướng Trịnh là Phạm Đình Trọng đuổi bắt được. Dương Quang thoát vây, chạy về với Hoàng Công Chất, lúc ấy chỉ huy nghĩa binh vùng Hưng Hóa. Chất cầm cự với quân Trịnh trên dưới gần được ba giáp, chết già, để con là Toản lên thay. Toản tính nhỏ mọn, vừa nắm quyền là tìm cách loại Quang khỏi hàng ngũ. Quang phải chạy sang Quảng Đông, từ đó lưu lạc qua Hương Cảng, Tân gia Ba, Phù Tang, đến Xiêm La, rồi Vạn Tượng. Đến tuổi tri thiên mệnh, Quang mò về làng. Đâu chỉ tháng sau là quan nha đã rình mò, sau đó Nguyễn Quốc Chấn, lúc ấy đã là Lãnh cơ ở Sơn Nam gọi Quang bằng dượng, phải về can thiệp mang Quang lên chỗ mình trấn nhiệm. Mấy năm về đây, Quang suốt ngày đánh bễ, luyện thép làm nòng súng. Ai hỏi để làm gì thì Quang chỉ vào lò lửa đỏ rừng rực, hề hề cười bảo: "Đấy, tương lai đấy." Người ta lại đồn là khi đi làm loạn, Quang đào dấu được đâu một kho tàng to bằng kho của nhà Chúa. Khi có kẻ tò mò thóc mách, hỏi gần hỏi xa, Quang lại chỉ vào bễ, giọng nửa bí mật, nửa khôi hài: "Thì đấy, nó là vàng là tiền đấy!"

Hai hôm sau khi nói chuyện với Trọng Thức, Quang ngày nào cũng ngủ vùi, khi tỉnh thì chỉ ư ử hát, chẳng buồn để ý đến ngoại cảnh. Sáng ngày thứ ba, Quang chợt khều tay Thức hỏi:

- Chú em có giận gì anh không? Hôm nọ anh nói nặng, chắc chú em không quen nhỉ?

Thức ngạc nhiên nghe cách xưng hô thay đổi, lẳng lặng lắc đầu. Quang ghé vào tai Thức thì thào:

- Nói rằng "Tâm thuận tắc trị" là rỗng tuếch rỗng toác. Làm chó gì có chuyện ấy. Tâm là tâm ai, tâm bao nhiêu mạng chúng sinh để mà thuận rồi trị. Mà trị là trị thế nào? Trị dính gì vào tâm con người? Người bị trị mà không thấy trị, tức là tâm không vì trị mà động. Không động mới thật là thuận. Như thế ắt "tắc trị" à? Vậy có khác gì phóng nhiệm, để mặc tự nhiên, "vô vi nhi trị." Nhưng muốn nhi trị thì phải trị từ lúc vô thủy vô chung. Bây giờ, đầu chúng sinh chập chùng chồng chất những xấu xa từ bao thế hệ nay. Liệu còn cách gì đưa con người về cái hồn nhiên con trẻ tự gốc nó là thiện nữa? Thôi đi chú em ơi, đó là chuyện tầm phào, tâm thuận vô phương mà có được. Còn tắc trị ư? Cứ cho roi cho vọt, sui thằng bần đánh thằng hàn một chặp, rồi chặp sau lại bảy thằng hàn đánh thằng bần, là xong, ha ha ha...

Thức chăm chú nghe Dương Quang, rồi từ tốn:

- Tâm thuận rút lại là người người đều thấy vua ra vua, quan ra quan, cha ra cha, con ra con. Quân, Thần, Phụ, Tử đâu ở đó, cư xử cứ đúng tam cương ngũ thường, lấy đó làm hòn đá tảng dựng nền để xây lại đời Nghiêu, đời Thuấn.

- Được. Cứ cho là vậy. Nếu vua không ra vua, quan không ra quan thì sao? Ai đặt ra vua ra quan?

- Vua mang thiên mệnh, đến từ lòng trời. Vua đặt ra quan. Vua không ra vua thì dùng lời ngay mà khuyên, quan không ra quan thì lấy lẽ phải mà thuyết.

- Lòng trời? A ha! Thế khi Thái sư Trần Thủ Độ bẫy xập chết hết ba trăm đứa tôn thất nhà Lý rồi ép Chiêu

Hoàng nhường ngôi cho Trần Cảnh là lòng trời ư? Ai đo được lòng trời? Chúng có gì mà gọi là lòng trời? Ăn cắp con gà con vịt, bị bắt trói gô lại, đánh năm mươi trượng là trị tội ăn cắp vặt. Ăn cướp con trâu con bò, đánh hai trăm trượng, tịch biên nhà cửa là trị tội cướp cạn. Làm giặc chiếm dinh, chiếm quận, lấy sưu lấy thuế thì xử tử, là trị tội phản tặc. Còn lấy đứt đi cả một triều đình, lại giết cả ba họ nhà vua để tiện miệng xưng vương xưng đế, thì các vị khoa bảng chữ tốt văn hay lại hoa mỹ gọi là thiên mệnh, cứ thuận lòng trời mà làm, ha ha... Rồi xua quân đi dùng sức mạnh mà cướp cả nước Chàm, đuổi dân người ta chạy vào rừng xanh núi đỏ, thì mình vỗ tay reo là mở mang bờ cõi, cái thế anh hùng. Chỉ có Vua mới làm được việc ăn cướp như thế, lại thế thiên hành đạo, nên chính cái việc cướp bóc đó cũng là bởi lòng Trời!

Dương Quang nhổ nước bọt, giọng khinh bạc, tiếp:

- Cứ qui tất cả vào thiên mệnh cho gọn... Mà đả gọi là thiên mệnh thì tránh thế quái nào được, phải không chú em? Còn cái lũ quan quyền. Chúng lập thân từ khoa bảng từ chương, tập tành miệng lưỡi ngay hồi tấm bé, chuyên đánh đĩ, tán tỉnh, nói theo, nói hót. Ít đứa dám tự mình suy xét, luận ra lẽ trái lẽ phải bằng cái đầu của chính chúng nó. Cứ vứt cái gì ra cho chúng nó ăn, tất chúng nó vỗ tay tán tụng rồi xì xào là ân với đức. Thời loạn lạc, vừa vứt cho ăn vừa hứa hẹn là sẽ còn thêm, có đứa cũng liều mạng vào nơi hiểm nguy để ra cái điều công lao hãn mã. Ăn bằng mồm thôi chưa đủ, lắm đứa còn nhấp nhổm lưu danh để tiếng cho đời. A! bọn này tinh tế hơn, không bạ gì nuốt nấy, hậm hực cao rao đạo lý, chơi kiểu mồm miệng đỡ chân tay!

Dương Quang ngưng nói, tay vân vê vài sợi râu bạc thếch, thở dài:

- Về phần đám dân đen thấp cổ bé miệng, nào là sưu là thuế, nào là sai là dịch, bắt đinh bắt lính. Với dân, đám có quyền có bính cứ mềm nắn rắn buông, bởi lẽ không buông thì cùng quá hóa giặc. Lúc ấy được làm vua. Còn thua ư? Là mãi mãi giặc. Từ năm mươi năm nay, lúc nào cũng giặc, giặc lớn có, giặc nhỏ đầy rẫy kể không xuể. Năm Mậu Thìn, ta mang tiền quân cụ Quận He đổ vào bến Bồ Đề ven Thăng Long. Thủ lĩnh Lân cầm chân được binh nhà Trịnh trên Sơn Tây và Kinh Bắc, chặn đường cứu viện của bọn Phạm Đình Trọng và Hoàng Phùng Cơ. Quân ta vây chặt phủ Chúa, đợi quân bộ cụ Quận từ miệt Sơn Nam kéo vào là đánh. Cụ Quận hai ngày sau mới tới được, mặt mũi rám thuốc đạn, mừng mừng tủi tủi hỏi ta về binh tình. Ta ước chỉ một ngày là dẹp xong đám quân phủ Vua phủ Chúa mà thôi. Ta hỏi lại: "Đánh xong, chủ tướng làm gì?" Cụ Quận ngẩn người ra ngẫm nghĩ rồi nói: "Ta không định làm Vua... Ta không biết làm Vua bây giờ để làm gì?" Ta nói với cụ: "Chiếm được nhưng giữ thì không dễ, mà giữ lại không muốn làm Vua thì vô lý lắm." Cụ Quận suy đi tính lại rồi bảo: "Ta cũng không định làm Chúa, làm Chúa người ta chửi cho" rồi cụ quyết định rút quân. Về đến căn cứ, ta hỏi: "Chẳng lẽ cứ làm giặc mãi à?" thì cụ gắt nhặng lên: "Thời này mày không làm giặc thì làm gì?" Ta bạo miệng nói: "Chủ tướng làm Vua thì Dương Quang này chỉ xin đi điều người đắp đê sông Nhị cứu lụt. Mỗi năm mỗi lụt dân đói dân khổ lắm!" Mắt cụ Quận sáng lên, rồi bỗng tối sầm lại: "Tiên sư nhà mày, sao không nói lúc ở Thăng Long? Giờ muộn mất rồi còn gì!"

Dương Quang lại im tiếng, tay đánh nhịp vào vòng xiềng buộc đầu gông, nhắm mắt đắm người vào cái quá khứ vừa được đánh thức dậy. Chập sau, ông lại se sẽ hát, rồi thiếp ngủ đi lúc nào chẳng ai biết.

*

Sau những buổi trò chuyện với Dương Quang, Trọng Thức ngày càng rõ ra là kiến thức của mình chỉ rặt những thể loại trừu tượng, những mẫu mực lý tưởng đã định sẵn. Trước những câu Quang luôn miệng hỏi là tại sao? làm thế nào? và để cho ai? thì Thức lúng túng nói quanh, rút cục đành nhận cái thiếu xót hiển nhiên đó. Với những kẻ ra làm quan vỗ ngực đóng vai cha mẹ của bàn dân, thứ thiếu xót này tựa như vực thẳm, mênh mang đến chóng mặt. Quái lạ, sao lại không một ai đề cập đến nó từ bao nhiêu thế hệ nhà Nho ở cái xứ sở này nhỉ?

Ban đầu, Thức chỉ cho rằng Quang lịch lãm, từng trải, nên Quang hẳn có loại kiến thức thực dụng. Về sau, Thức biết mình lầm. Từ ngạc nhiên nay đến ngạc nhiên khác, Thức lờ mờ đón nhận từ Quang một cách suy nghĩ dựa trên những phê phán rất độc lập. Khác hẳn với cái biết của Nho gia lâu nay chỉ cứ rập khuôn, nó sống động, táo tợn, đôi khi mới mẻ đến bất ngờ. Suy nghĩ đó đang thai nghén để định hình nên lại càng vô cùng hấp dẫn, quyến rũ, xô đẩy tri thức vào những vùng đất cấm của thời đương đại.

- Quân, Sư, Phụ - Quang cao giọng - chẳng qua là một cách áp bức tinh vi đến độ những kẻ bị áp bức sẵn sàng chết để bảo vệ chính sự áp bức đó. Đừng hỏi vua là ai vội. Trước tiên, Vua là gì? Là cái chính chúng ta - lũ bàn dân - đặt lên ngai, trao quyền, tung hô là Vua. Đó chỉ thuần là định danh. Còn thực thể nào? Định danh Vua xong, ta co lại định phận cho mình: ta là phận dân ngu, cúi mặt xuống đất đen, đợi ơn mưa móc từ cái ta vừa định danh. Rồi ta cong lưng quị gối xin rằng Vua là minh quân! Làm sao có được minh quân? Bàn dân bấy giờ chắp tay cầu Trời khấn Phật: có ư, có là bởi may, nếu không, ấy lại do thiên mệnh đã định cả. Khổ một nỗi, minh quân đời nào cũng hiếm. Sao vậy? Bởi ta chưa biết cách, bàn dân chưa biết cách tạo ra minh quân! Này chú em, chú phải tìm ra cái cách gì mà khi bàn dân đã nhận là Quân thì Quân ắt phải Minh... Phải chăng quân thần chẳng qua là một qui ước của toàn bàn dân thiên hạ về quyền hành giới hạn cho một người, hay thậm chí một số người, để làm cái công việc mà mỗi cá nhân người dân không thể, hay không muốn, trực tiếp làm. Tóm lại, đó chỉ là một công ước về sự ủy nhiệm. Tối thiểu, cái công ước đó phải đảm bảo người được ủy quyền không biến dạng thành ra kẻ thống trị, và người trao quyền - là bàn dân - không phân hóa vong thân thành kẻ bị trị. Cứ thế, quân ắt phải minh chính là do qui chế của cái công ước bàn dân cùng định. Không đủ minh thì chính cái qui chế vừa nói sẽ định cách thế quân!

Ngưng nói, Quang trầm ngâm một lát, rồi tiếp tục thì thào như tâm sự:

- Chú em ạ! Quân mà muốn cho Minh thì phải tuyệt đối tránh tập trung quyền sinh quyền sát vào tay một số người, nhất là khi họ có khả năng bám giữ quyền lực một cách vô hạn định. Thời gian và quyền lực trộn lại là độc tố tiêu mòn mọi đạo đức. Thậm chí, nó có thể giết sạch tính người, và từ đó xóa sổ luôn cả xã hội: những con người bị áp bức cứ dần dần đánh rơi mất nhân tính hòng tồn tại, một thứ tồn tại thuần theo bản năng của mọi loài động vật... Chú em nhớ lấy lời ta nhé!

*

Một buổi sáng, cai ngục vào gọi Thức ra cho gặp người nhà vào thăm. Thức đoán là Phu tử, hỏi nhưng tên cai ngục chỉ giục:

- Nhanh lên, ra ắt gặp...

Đưa Thức đến một gian ở chái sau trong ngục, hai tên đầu trâu mặt ngựa lực lưỡng đã đợi sẵn hất hàm ra lệnh bắt Thức cởi hết quần áo. Trần truồng như nhộng, Thức bất ngờ bị một cú đấm vào giữa mặt. Thức cắn răng, nỗi nhục nhã đau không kém gì những cái đá, cái đạp, cùng những tiếng chửi tục. Một tên răng vổ chửi "Cha tiên sư mày!" rồi quay vòng thúc cán gậy vào trán Thức. Xây sẩm, Thức thấy một nghìn con đom đóm trong mắt bay ra, ngã phục xuống thềm đất ẩm ướt. Máu trên trán Thức tóe ra, phun có vòi, lai láng chảy xuống mũi, xuống mồm. Đầu lơ mơ, Thức nghe văng vẳng "Nhẹ tay chứ. Nó chết là mày phải tội đấy."

Gần trưa, chúng nó dìu Thức ra phía sân trước. Người đến thăm Thức là Đặng thị Mai. Mặt mũi sưng vù, thâm tím, trán toác ra, máu còn nhỏ giọt qua nắm thuốc lào rịt vào chỗ đánh, Thức vẫn gượng cười gật đầu chào Mai. Xanh như tàu lá, Mai nén cơn sợ hãi nhìn Thức. Xin một thau nước, Mai nhúng khăn ướt, lẳng lặng lau máu trên mặt Thức, lòng vừa thương xót, vừa căm giận, nước mắt ứa ra.

Thức ghìm cơn đau hỏi thăm tin Phu tử. Mai gửi lời Phu tử nhắn Thức rằng không phạm tội thì tuyệt đối không bao giờ nhận tội gì cả, sống chết có số, chẳng có chi mà phải sợ. Lần này, nghe đến hai chữ số mệnh, Thức miệng rách toạc mà vẫn ngoác ra không nhịn được cười, mồm cười như mếu, khiến Mai không hiểu gì, đã sợ lại càng sợ. Chia tay, Mai nắm lấy tay Thức dúi vào một bọc vải, mắt nhìn như thể gửi gắm một điều gì chẳng thể nói ra miệng.

Thức bị lôi về phòng giam, lại ngồi cùm, gượng cười với Quốc Chấn và Dương Quang. Quang chửi tục, xé một mảnh áo, gọi lớn ''Mang cho ít thuốc lào đây.'' Rịt thuốc lại, rồi băng bó cho Thức, Quang vừa làm vừa hỏi đầu đuôi. Thức nhịn đau, kể lại lời nhắn của Phu tử. Quang trầm ngâm một lúc rồi bảo:

- Chúng nó đánh chú em là để làm áp lực trên Nguyễn Thiếp! Áp lực gì chú em có đoán ra không?

Thức trả lời:

- Chắc việc phế Tông lập Cán!

Dương Quang lắc đầu:

- Không cần thế! Bắt Tông rồi, lại bắt luôn được cả Nguyễn Khắc Tuân và Nguyễn Khản, thì việc phế Tông coi như đã xong.

Thức xòe tay mở bọc vải Mai đưa. Trong bọc vải là một chục quan tiền, và một tờ giấy, soi ra sáng có ghi hai chữ Trung Nhu. Thức hỉ hả vỗ vai Quang:

- Em có tiền cho hai bác uống rượu đây!

Dương Quang vẫn lầm lì bất động. Một lát sau, Quang bỗng phá lên cười sằng sặc:

- Ta hiểu rồi! Quang hạ giọng - không sao đâu, chú em ạ! Nguyễn Thiếp thừa sức suy ra được. Chúng nó mang chú em ra xử là thế dương đông kích tây, nhắm vào Nguyễn Thiếp buộc làm một điều gì đó. Chú nhớ cứ một mực cứ kêu mình vô tội nhé, hà hà...

Ôm lấy vai Thức rồi chồm người về phía Chấn, Quang nói to:

- Có tiền chỉ để có rượu, có thuốc. Chú uống với anh chai này đánh đổ với ông xanh xem sao nhé. Bố rượu đâu, mang cả chai đến đây! Nợ ta trả hết một thể. Chú em cũng làm một chén với anh. Ha ha, nợ nào ta cũng sẽ trả... ha ha ha...

Một chập sau, những người tù bị giam chung lại nghe tiếng Dương Quang ồm ồm hát: *Này con chim cánh đen... mỏ vàng mày nhọn... cái lồng nhốt mày bằng nan mục nát... cứ phá cho tan, rồi bay ra, bay xa...*

*

Khoảng một tháng sau ngày tống giam bọn phản loạn, Chúa giao cho Nghĩa Phái hầu Lê Quí Đôn hiện là Đồng tham tụng tra xét Tông, Khải, Khắc Tuân và bè đảng của Tông, trong đó có một số thư lại thuộc lính tam phủ như bọn Trần Nguyên Nhưng, Mai Doãn Khê, Nhưng Thọ... Đến lượt luận tội Thức, quan Đồng tham tụng nghe tiếng nên tiếc tài, giả vờ quở:

- Ngươi mới đặt chân tới Kinh Kỳ, ở chốn thôn dã nên dễ bị người lung lạc, cứ biết sao nói vậy, thật thà kể ra hết thì giảm tội.

Thức thuật lại mọi chi tiết trong bữa tiệc Tông mời buổi tối cách đây hai tháng. Quan định tâm tha nhưng viện Nội Mật đòi Thức đối chất với Đàm Xuân Thụ. Thụ kể:

- Trọng Thức còn xướng lên: ''Chữ Binh kia mới bằng ba chữ Quyền'' và bảo riêng với tôi rằng cái xương sống của quyền lực nằm dọc theo lưng lưỡi kiếm.

Thức lắc đầu cười nhạt không nhận. Người của Nội Mật lại khai rằng năm xưa có tin Thức định làm loạn. Chính Nguyễn Khản đã can thiệp với Hiệp Trấn Nghệ An là Hoàng Tế Lý để bỏ cái lệnh cấm Thức không được ra khỏi hai huyện Thanh Chương và Thanh Oai. Ngày nay, bám được vào Tông với Khản, Thức chẳng qua lại ngựa quen đường cũ nên nài quan Đồng tham tụng định tội mưu phản. Nhìn thẳng vào mặt Đàm Xuân Thụ, Thức hỏi:

- Ông xưng là gia nhân thế tử Tông đến mời tôi, lúc ấy ông đã làm trong Nội Mật viện chưa?

Không đợi Thụ trả lời, quay sang Lê Quí Đôn, Thức tiếp:

- Trình quan, viện Nội Mật buộc ai thì người đó không cũng thành có tội, tha thì có tội lại thành không.

Kẻ tiện dân là cá nằm trên thớt, quan xử thế nào cũng chỉ là chuyện để phiếm mà thôi.

Quan Đồng tham tụng ngại ngùng rồi tạm hoãn việc định tội lại.

Ngay buổi chiều sau ngày luận tội Trọng Thức, Phu tử đòi gặp quan Chánh dường Hoàng Tế Lý. Khác mọi lần trước, Lý bắt Phu tử đợi đến lúc mặt trời xế bóng mới mời vào điện Hậu Mã, nơi Lý đến nghỉ ngơi sau khi chầu Chúa. Lạnh lùng, Lý đưa tay mời ngồi, không nói năng gì. Phu tử nhìn vào mắt Lý một chặp, rồi chậm rãi đi thẳng vào câu chuyện giằng co với công việc nhà Chúa từ ngày đến đất Thăng Long:

- Trăm họ, kể cả họ Nguyễn ở La Sơn đã hơn hai trăm năm nay ăn lộc của Vua của Chúa. Xưa, đức Trạng Trình đã dặn ''muốn ăn oản thì phải thờ Phật.'' Cách đây hai năm, Chúa đã sai Vũ Trần Thiệu sang cống hiến nhà Thanh, mật biểu rằng con cháu nhà Lê không còn có ai xứng đáng để nối dõi nghiệp Đế. Quan Chánh dường thừa biết là Thiệu đến Động Đình hồ thì nuốt biểu vào bụng rồi uống thuốc độc mà chết, tránh cho nhà Chúa cái chuyện đại nghịch. Nguyễn Thiếp tôi dẫu ngu muội cũng không thể nào không lấy đó làm tấm gương cho mình, nên dù cả họ phải chết để giữ toàn tiếng cho Chúa cũng đành chịu chứ có xá chi một mạng Trọng Thức! Như vậy, bắt tôi đồng lòng soán ngôi nhà Lê thì nhất quyết là tôi không!

Phu tử ngừng nói, nâng tách trà uống từ tốn, rồi tiếp:

- Phần Trọng Thức, tôi vừa là thầy, lại vừa là bác nên nó bị Nội Mật viện khải tội thì tôi chỉ còn biết dậm chân kêu trời, xấu hổ không dám nhìn Chúa, xin ông tâu Chúa cho Thiếp này về lại nơi thôn dã.

Phu tử đứng dậy, vòng tay chào, cười nhạt:

- Nếu chính là ngài bắt tội họ Nguyễn ở La Sơn thì chừa ra Toàn Nhật. Không biết đích thực bố nó có phải họ Hoàng không, nhưng mẹ nó là người họ Võ. Võ thị đã trầm mình trong dòng Lam Giang khi thằng bé mới đẻ, tôi đem nó về nuôi khi lên mười là nuôi hộ cho bố nó đấy!

Lý mặt sầm lại, gượng gạo mời Phu tử ngồi, song gằn giọng:

- Việc soán thì thôi. Còn việc phế Tông lập Cán?

Phu tử ngẫm nghĩ, rồi lắc đầu chán nản thở dài:

- Việc đó cứ coi là việc riêng nhà Chúa, Thiếp này là kẻ tiện dân nên muốn hay không cũng chỉ cắn răng cúi đầu ngậm miệng.

Mươi ngày sau, Trịnh Sâm vời đủ mặt đông đảo quan thị trong triều, khóc như thói quen của những người có cái quyền định đoạt sinh mạng kẻ khác lúc sắp sửa giết ai. Lấy khăn chấm nước mắt, Sâm phán: ''Tông và bè đảng đều phạm tội đại nghịch, theo sách Xuân Thu thì lẽ ra là phải xử chém. Song nghĩ tình máu mủ, nay không bắt chết nhưng đánh xuống làm con ''út'' giam vào Nội phủ. Hồng-lĩnh hầu, Tuân-sinh hầu và Khê-trung hầu đều là công thần đã theo ta từ thuở mới chấp chính nên cho phép được tự xử chứ không mang chém. Kỳ dư, bè đảng của Tông cứ theo định tội mà làm, không được giảm xá."

Lê Chính giữ một chức quan nhỏ trong Lượng phủ ra quì tâu: "Có những kẻ đã dồn Thế Tử vào đường cùng cho mới nên nông nỗi." Trịnh Sâm gạt tay không cho Chính nói tiếp. Khi tan chầu, Lý đợi Chính ở cửa phủ, nhìn vào mắt, khen "Cậu rõ là người khôn ngoan," tiếng cậu là tiếng chỉ quan thị dưới đời Lê-Trịnh. Ngay hôm sau, Chính mang cả gia đình trốn nhưng bị người trong Nội Mật viện bắt lại. Lê Chính tự tử nhưng được cứu không chết, năm sau mới ra khỏi ngục trong buổi loạn Kiêu Binh.

Khản làm một bài văn Nôm lén chuyển được vào cho Chúa, kể lể tình xưa nghĩa cũ với Chúa. Trịnh Sâm đọc xong, nhớ lại cái thuở Khản hết lòng phò mình, ngần ngừ rồi cuối cùng giảm án cho Khản, không bắt chết mà chỉ giam vào dinh Quận Châu. Hoàng Tế Lý rất bực bội, nhớ lại chuyện Khản và Đĩnh định hại mình cách đây dăm năm. Lý biết lỡ dịp này thì khó diệt được Khản nên vào nói nhờ Thị Huệ can thiệp. Sâm khăng khăng ý mình. Thị Huệ giựt viên ngọc quí Sâm lấy được khi vào chinh chiến Đàng Trong vẫn đính trên áo ngự quăng xuống đất, miệng gào khóc kể lể. Sâm cuống quít, làm hề chọc cười Huệ, nhưng Huệ lại càng khóc to hơn nữa. Cuối buổi tối hôm đó, để cho Huệ vui lên, Sâm đành hứa gả con gái là công chúa Ngọc Lan cho Đặng Mậu Lân, tên hung thần mắt cú.

Ít lâu sau, Tuân sinh hầu và Khê trung hầu đều uống thuốc độc tự tử. Về phần Trọng Thức, có một người lạ mặt nhận là kẻ phục dịch cho Tông ra phản cung Đàm Xuân Thụ. Viện Nội Mật cũng thôi không o ép nên Thức xem như trắng án.

*

Ngày Thức được thả ra là ngày mười sáu tháng chín. Hôm ấy cũng là ngày đao phủ đem chém dư đảng của Tông, đếm ra đúng chín mươi bảy nhân mạng. Pháp trường được đặt trên mặt đê Yên Phụ, cách chùa Trấn Quốc chừng non một dặm. Buổi sáng, quạ không biết từ đâu về đậu đen đặc bờ tả ngạn sông Nhị, quang quác kêu đến rách toang màng nhĩ. Trời xuống gần đất và mây xám sà xuống đậu trên những vòm cây rũ rượi dưới trận mưa phùn đã kéo ròng rã ba ngày. Chính Ngọ, bàn dân ai nấy giật mình nghe thấy một tiếng nổ như sấm động, sau người hàng phố thì thào với nhau rằng núi Hùng tự nhiên sụp xuống gần hai mươi thước.

Thức lẩn vào đám đông, mắt ngóng lên đài chém, vết thương trên trán nay đã thành một vết sẹo chạy đâm xuống chân mày, cứ co giật mỗi lần chàng lo lắng hay phải tập trung suy nghĩ. Lạy trời, Thức thầm nhủ, lạy trời là thoát. Lòng chập chờ hy vọng, Thức nhướng người nhìn, mong không có bóng dáng Dương Quang trong đám tử tù.

Hai ngày sau trận đòn hôm Mai vào thăm, Thức bị chuyển phòng. Khi chia tay, Dương Quang chỉ kịp nhìn Thức bùi ngùi: "Chú em thoát được thì vào Đàng Trong, rồi đi xa để học cái tốt người ta mang về mà giúp đời. Nhớ nhé, một là tránh cho bằng được cái học rỗng tuếch, thứ là chớ có sa vào bất cứ khuôn mẫu ép buộc nào, kể cả Quân-Thần, Sư-Môn, Phụ-Tử, Phu-Thê nếu nó là ép buộc. Đời ta, ta chỉ trọng độc có một cái là tình bạn mà thôi!" Từ đó, Thức bặt tin Dương Quang, nhưng mỗi khi nhớ đến, Thức lại bồn chồn lẫn đau xót.

Đám tội phạm bị trói giật cánh khuỷu, xếp hàng bước theo chân nhau, lặng lẽ đi như đám ma chơi sau khi ăn cháo thí lễ cúng cô hồn. Trong đám đông đã có dăm ba tiếng chửi tục và tiếng nức nở kêu oan. Chợt tiếng hát ở đâu đây oang oang lên như lệnh vỡ:

Này con chim cánh đen,
mỏ vàng mày nhọn,
cựa vàng mày sắc.
Cái lồng nhốt mày bằng nan mục nát,
cứ phá cho tan,
rồi bay ra, bay xa...

Nhạc bát âm từ đâu chợt vẳng lên, gần lại, và chỉ trong giây lát ai cũng nghe rõ tiếng sênh tiền. Bụi cát bay mù mù, rồi cờ quạt phần phật rợp kín cả trời, lính tráng rầm rập nện chân trên đê như đi dận đất chống lụt. Một người đàn bà cùng ba đứa con còn nhỏ chạy ào vào ôm lấy chồng lấy cha. Tiếng quát tháo, tiếng đấm đá thình thịch, tiếng chửi, tiếng khóc. Đàn quạ bay lên lượn qua lượn lại kêu phụ họa với hồi trống cái đã thì thùng dọa nạt. Chập sau, tiếng những người đao phủ rống lên với nhau bài hát trước khi chém đầu như đi hát đúm:

Tiếng loa vừa dậy.
Hồi chiêng đã mau.
Sống chẳng thù nhau.
Chết không oán nhau

Tiếng hát được nhịp theo bằng tiếng rơi bình bịch như tiếng những quả mít cuối mùa lìa cành rụng xuống trong cơn gió dữ.

Khi điệu Nguyễn Quốc Chấn, thủ hạ của Tuân sinh hầu Nguyễn Khắc Tuân, ra chém thì trời tối sầm xuống. Chấn gào lên ''Trời không có mắt, triều không có quan, để ta chết oan. Hãy để bút giấy vào tay áo ta cho ta xuống kiện với Diêm Vương'' rồi nhất định không chịu quì. Đao phủ hươi đao, đầu Chấn rơi xuống đất nhưng người vẫn trơ trơ không ngã, phải khiêng ra như người ta khiêng một thân cây cứng nhắc.

Đó là vụ án Canh Tý được ghi lại trong Biên Niên Lịch Sử Cổ Trung Đại như sau:

1780-(Canh Tý)

Tháng 9 âm lịch. Cung phi Đặng Thị Huệ được Trịnh Sâm sủng ái muốn giữ ngôi Chúa cho con là Trịnh Cán. Con trưởng của Sâm là Trịnh Khải mưu cùng Đàm Xuân Thụ, Nguyễn Lệ trấn thủ Sơn Tây, Nguyễn Khắc Tuân trấn thủ Kinh Bắc, khởi binh giành ngôi Chúa. Việc vỡ lở, Sâm bắt giam Khải và một số người đồng mưu.

Dĩ nhiên ai cũng hiểu Khải còn có tên là Tông, và Lệ là Khản. Không ai nhắc đến vai trò của Huy quận công Hoàng Tế Lý. Không ai lưu ý rằng Thụ được phong Hầu sau vụ án. Và nhất là chẳng có một người nào, cả thời xưa lẫn thời nay, quan tâm đến đám chín mươi bảy người tội phạm.

Ngày hành hình trong vụ án năm Canh Tý, nước sông Nhị lại thêm một dịp đỏ hơn trước và đàn quạ hôm sau không biết bay về đâu. Cho đến hết đời Tây Sơn, cư dân sống ven sông Nhị thỉnh thoảng lại nghe văng vẳng tiếng hát về những cánh chim. Không biết Dương Quang, họ đồn rằng đó là oan hồn Nguyễn Hữu Cầu hiện về hát khúc "Chim trong lồng" do chính ông trước tác khi đợi ra pháp trường hơn hai mươi năm về trước.

Tối hôm chém đầu chín mươi bảy người tội phạm, mặt trăng sợ không dám ló hết ra. Trăng mười sáu mang hình lưỡi liềm cứ lơ lửng giữa trời đe dọa. Hơn hai trăm năm sau, mặt trăng ấy vẫn chưa tròn.

3

Nhát gươm ân sủng

Từ lưng đồi nhìn xuống, hai nhánh đê trông hệt như người ngã xoạc cẳng, lưng dựa vào sông Nhị đỏ ngầu nước quánh phù sa, đầu gục vào nhánh phụ cuồn cuộn bọt trắng trôi về miệt Thái Bình. Ngay chân đê, quán nước lặng lẽ nép vào triền đất mầu đỏ nâu, nhỏ bé, nhẫn nhục. Lão Thuyết ngồi gật gù, tay mân mê dăm sợi râu bạc thếch, lờ đờ nhìn ra bến thủng thẳng: "Chắc không còn chuyến nào." Nắng trên sông nhạt dần. Toàn Nhật nâng ly nước chè xanh uống một hơi, mặt có chút đăm chiêu, hàm râu đen nháy quanh hàm phập phồng theo nhịp thở. Nhướng mắt lên nhìn về phía bờ đê Phi Liệt, Nhật thở ra: "Đợi thêm một lúc xem sao."

Lão Thuyết lại gật gù:

- Ừ thì đợi! Tôi sống trên bến này ngày nào là đợi ngày ấy đấy. Càng đợi lâu, càng sống dai. Các cậu trẻ hay sốt ruột chứ tôi à, tôi sống là đợi... hà hà. Hai chục năm trước, thuyền bè đến luôn, bến lúc nào cũng tấp nập. Nay thì khác, khác nhiều!

- ...

- Thuyền khách ít vãng lai là vì có lệnh Chúa cấm. Với lại, thuế bến tăng hai mươi lần nên thuyền Hà Lan cập Hội An. Đến Phố Hiến này chỉ còn thuyền Phù Tang, thuyền Pha Lăng Sa thôi. Nhưng cứ ngày ít dần đi, thậm chí một năm chỉ còn trên dưới hai chục chuyến...

- Sao vậy cụ?

- Ấy, khó lắm. Được lòng Đàng Trong thì mất lòng Đàng Ngoài. Chẳng ai vừa bụng được cả Nam lẫn Bắc. Rồi trăm thứ tốn kém. Hàng ta về muộn, bốc rỡ chậm, không chất lên thuyền khách ngay. Cứ rề rà, là thuế bến tăng, chỉ khách thương phải xì tiền ra chứ quan nha có lỗ lã gì đâu. Như cậu, hình như chuyến này cậu ra đợi thuyền về là lần thứ năm hay lần thứ sáu thì phải!

Toàn Nhật uể oải gật đầu. Bốn tháng trước, chàng rời Kinh đến đây với bức thư gửi gấm từ dinh quan Chánh dường Hoàng Tế Lý. Tìm gặp ông Sìn, một người Hoa đến cư ngụ Phố Hiến trên ba mươi năm, chàng ngần ngừ đưa bức thư. Ông Sìn khịt khịt mũi, vỗ vỗ tay chàng, kêu: "Hảo a! hảo a!" Hai hôm sau, ông ta đưa chàng đến Nhật Bản Thương Hội gặp Koji Mishima.

Koji Mishima khoảng tứ tuần, cao lớn, nghiêm nghị. Với mớ tóc búi ngược ra sau như kéo xếch mắt lên, mặt ông căng ra, ngược hẳn lại cung cách khoan thai chậm rãi. Giọng ông ê a, kéo dài ra khàn đặc, nửa như hát, nửa như than. Ông bằng lòng. Từ hôm đó, Toàn Nhật dọn về ở một căn phòng phía sau Thương Quán, sát hàng dậu nơi Mishima cư ngụ.

Việc chàng được giao phó là chép lại tất cả sổ sách thương vụ sáu năm nay, kể từ khi Mishima sang phụ trách điều hành Thương Hội. Toàn Nhật làm công việc được giao phó trong ba tuần rồi đưa lên trình Mishima. Ông ta lật ra, lơ đễnh nhìn tập giấy, lẳng lặng gật đầu. Cả tuần lễ sau, ông ta không hỏi han gì, mỗi lần gặp chỉ khẽ nghiêng mình chào Toàn Nhật. Đợi thêm một tuần, Toàn Nhật lên chào Mishima xin nghỉ, phần vì cuồng chân cuồng tay, phần vì nóng ruột nghe tin Trọng Thức bị bắt bỏ ngục trên Kinh. Mishima khẽ gõ ngón tay xuống mặt bàn hỏi:

- Ông không thích công việc?

- Việc ông giao đã làm xong, tôi ăn không ngồi rồi hai tuần nay rồi.

- Thì đã sao? Tôi trả lương cho ông được mà.

- Cám ơn ông. Tôi không dám nhận.

Mishima ề à như thách thức:

- Có việc khác đấy, nhưng khó hơn, đòi hỏi hơn, ông có khả năng không?

Toàn Nhật ngước mắt lên nhìn dọ hỏi. Mishima lẳng lặng lôi ra một tập giấy đưa Toàn Nhật:

- Làm việc này thì ông phải ký giấy nhận điều kiện với tôi.

Toàn Nhật cúi xuống đọc. Máu rần rật đưa lên làm mặt chàng đỏ dần. Nhìn thẳng vào mặt Mishima, Toàn Nhật gặng nói, chậm rãi:

- Hao hụt hai lạng vàng, chém một tay. Sáu lạng, chém hai tay. Còn trên mười lạng, chém đầu.

Mishima gật đầu.

- Đã nhận làm, không bao giờ có quyền tự được nghỉ. Nghĩa là suốt cả một đời?

Mishima lại gật đầu.

Toàn Nhật ngẫm nghĩ, cười nhạt, hỏi:

- Ông cho người chúng tôi là đám ăn cắp, lại sẵn sàng cam làm nô lệ?

Mishima chỉ khẽ lắc đầu, vẫn không nói năng gì cả. Nhật gặng:

- Ông đã chém ai chưa?

- Tôi đã chém bốn lần, hai lần là chém tay, còn hai lần kia phải chém đầu.

Toàn Nhật gằn giọng:

- Hừ! Một mạng người giá là mười lạng vàng. Ông tính toán thế nào mà ra cái số ấy?

Mishima chậm rãi:

- Thật ra chỉ ăn cắp một chỉ vàng cũng đã đáng chém đầu. Tôi không hề nghĩ đến cách đánh giá một mạng người như người ta đánh giá một mặt hàng bày ở chợ. Tại sao mười lạng? Có lẽ vì tôi già rồi, bớt đi cứng rắn chăng? Hay có lẽ vì tôi không thể không ứng xử cho phù hợp với cái xã hội tôi đang sống trong đó? Phần tôi, nếu tôi lấy của ai đó một chỉ vàng mà không được sự ưng thuận hay không có gì để đền đáp, chính tôi sẽ tự chém tôi, chẳng cần ai khác!

Toàn Nhật lấy bút, chấm mực, thảo nhanh: "Hao hụt một chỉ vàng là chấp nhận chém đầu, nhưng có thể nghỉ việc bất cứ lúc nào." Đưa tờ giấy do tay mình thủ bút, Toàn Nhật đứng lên, hỏi: "Có người ăn cắp vì nghèo đói, có chém không?"

Mishima gật gù, ề à:

- Những ai nhận làm với điều kiện tôi đặt đều có thù lao hệt như tôi. Với lợi tức đó, họ không phải là những người nghèo đói! Còn như điều kiện ông vừa đề nghị, để tôi nghĩ lại xem. Xin ông cứ ở lại thêm vài ngày, đi chơi đây đó, tôi sẽ trả lời...

*

Như lệ thường, Toàn Nhật dậy sớm, mỗi sáng bỏ ra ba khắc múa gươm. Sau đó, chàng thả bộ đi vào Phố Hiến, đôi khi ghé lại chào hỏi ông Sìn, chủ một tiệm thuốc bắc. Phố Hiến không phồn hoa như trên Kinh, nhưng đã mang dáng dấp thị thành. Ngoài cư dân địa phương, số người ngoại quốc có thời đã chiếm đến một phần ba. Người Tàu quây quần vùng phố Khách. Người Nhật xây Nihon-machi phía đông. Còn lại, đa số người phương Tây tụ họp quanh Nhà Thờ. Hiện nay, người Hà Lan gần như không còn một ai. Số ở lại gồm dăm giáo sĩ dòng Tên, phần lớn là người Bồ đào Nha và người Pha lang Sa. Ngoài ra, có khoảng trên dưới năm chục thương nhân, thường là đi lại buôn bán cho công ty Hà Lan Đông-Ấn. Họ quanh quẩn trong miệt Hưng Yên, và phải đặc biệt lắm mới được phép trẩy Kinh. Bám rễ xung quanh đám thương dân này là một số người bản địa làm công việc thông dịch và trung gian buôn bán. Về phần người Nhật, số thuyền buôn được chính quyền Nhật Bakufu cấp cho châu ấn ngày càng ít vì chủ trương bế quan tỏa cảng của họ. Giao dịch với Chúa đàng ngoài là đoàn thuyền thuộc Suminokori Ryoi, chủ nhân của Koji Mishima.

Lang thang đến khi mặt trời lên gần đỉnh ngọn tre, Toàn Nhật ghé vào hiệu thuốc ông Sìn. "Hảo, hảo a," ông ta vồ vập, miệng cười lộ ra hàm răng vàng xin khói thuốc. Nghe Nhật kể về điều kiện công việc, ông ta lại xì xào "hảo, hảo a" và thì thầm "Cái chuyện chém đầu có thật, nên ông Koji không được phép rời Phố Hiến về Nhật Bản từ bốn năm nay." Ông kết luận: "Cái người gì mà ghê ghê quá" và khuyên bảo "Cậu chớ làm nữa, nó chém thật đấy!." Toàn Nhật chỉ cười rồi cáo lui.

Ghé vào hàng quán ăn xong một bụng cơm, Toàn Nhật lại lững thững men chân đê đi ngược lên miệt Thái Bình. Trời tháng tám oi, cỏ cây cũng lấm tấm rịn mồ hôi. Tiếng ve khi rỉ rả, khi chói chan, hòa tấu một khúc trường ca vô thủy vô chung, mơ hồ chuyên chở âm vận những mộng mị chập chờn. Nhật nằm xuống thảm cỏ cạnh miếu Ba Cô, mắt nửa nhắm nửa mở, thèm một cơn gió, mơ mơ màng màng. Đầu Nhật nặng trùng xuống. Bỗng đâu đó văng vẳng tiếng người đàn bà. Nhật ngước mắt nhìn. Trên thềm, trong một góc trắng đục, như có ai ngồi, lưng quay về phía sông, tay cầm quạt nhẹ nhàng phẩy gió.

- Con ngủ đi, mẹ quạt cho mát!

- Mẹ, mẹ đấy à?

- Ừ, mẹ đây, mẹ về với con một lát. Đã bao nhiêu năm rồi!

- Sao mẹ bỏ con đi?

- Nào mẹ có muốn thế!

- Mẹ đừng đi nữa, mẹ ơi, mẹ...

Nhật hét lên, trợn mắt, nhìn theo cái bóng trắng mờ dần rồi mất hút trong ánh nắng vàng cánh ong. Ngẩn ngơ, Nhật lại nằm xuống, và nhớ người mẹ nuôi trên trại Bùi Phong. Năm Nhật được mười sáu, Đặng thị nói: "Con về nhà này đã khôn lớn rồi, không đẻ con nhưng mợ thương con như con đẻ." Đặng thị ngần ngừ, rồi nhỏ nhẹ "... còn về gốc gác con, để mợ kể."

*

Làm Huấn Đạo được bốn năm ở Anh Đô, Nguyễn Thiếp tưởng đã yên phận, nào ngờ Xuân quận công Nguyễn Nghiễm lại vừa được sắc phong Tả Thừa Tướng dưới đời chúa Trịnh Doanh. Là thầy dậy Thiếp, chính Xuân quận công ép buộc học trò mình nhậm quan, sau đó lại rắp tâm đẩy Nguyễn dấn sâu vào bước hoạn lộ. Hai tháng sau đó, Thiếp nhận được tuyên chỉ bổ nhiệm mình làm Tri Huyện Thanh Chương. Tiếng thế, nhưng Thiếp thu xếp để lui về trại Bùi Phong, ở cái thế nửa xử nửa xuất.

Sáu năm sau, tức là vào năm 1768, Nguyễn Nghiễm mất. Vào Tiên Điền chịu tang thầy, Thiếp âm thầm quyết định từ quan để lui hẳn về cuộc sống ẩn dật. Trên đường từ Tiên Điền về Nguyệt Ao, khi đi qua Phú Thạch, Thiếp và Đặng- thị ngừng chân ghé vào một cái quán ven đường uống bát nước. Lúc ấy, gió nồm đã bắt đầu ùa vào hai miền Thanh Nghệ. Nắng gắt đến nhuộm trắng những thửa mạ cằn khô trơ đất muối. Trong quán chỉ có một thằng bé chạc chín mười tuổi, mắt đen lay láy, đang cặm cụi xoài người tô tô vẽ vẽ. Rót xong hai bát nước chè xanh, nó lại lặng lặng quay về góc cái trống nằm sau chiếc bàn có bầy một lọ kẹo lạc, một cái ấm chè, một nắm lạc rang và dăm củ khoai luộc.

Bàn thêm về chuyện xin từ quan,Thiếp nhếch mép nói như một lời than *"Trống đánh canh ba, gà gáy canh năm, chó má tru mõm sủa.*" Nghe thằng bé bật lên cười, Thiếp quay sang nhìn. Nhẹ nhàng, Thiếp hỏi:

- Sao cháu lại cười? Câu đối đấy, đối được không?

Thằng bé đỏ mặt bẽn lẽn. Thiếp khuyến khích:

- Cháu cứ đối đi, nếu hay ta sẽ thưởng!

Bỗng có tiếng chuông thỉnh lên và tiếng mõ lách cách không xa. Thằng bé cau mày ngẫm nghĩ, cười rồi lí nhí:

- *Mõ gõ mười phương, chuông vang tám hướng, người ngợm ngoác miệng cười.*

Ngạc nhiên, Thiếp thích thú nhìn kỹ thằng bé, hỏi:

- Cháu học hành với ai?

Thằng bé trả lời là nó học với ông ngoại. Bạo dạn hơn, nó nói:

- Ông ngoại bảo trò chơi chữ nghĩa thật chẳng có gì khó. Đấy, vế trên có trống thì vế dưới đối phải là mõ, trên chó má thì dưới phải người ngọm, rồi trên tru mõm sủa thì dưới là ngoác miệng cười!

- Thế thì cái gì mới khó?

- Ông cháu bảo đạo mới khó, lý mới khó, ngoài ra thì chỉ toàn phù phiếm cả mà thôi.

Thiếp đưa tay lên vân vê chòm râu đang ngả bạc:

- Thế cháu hiểu vế trên thế nào mà đối vế dưới như vậy?

- Vế trên ư...

Thằng bé ngần ngừ, mắt nhìn xuống đất, rồi tiếp:

- Cháu không rõ. Còn vế dưới thì là vì mỗi tháng cứ đúng ngày rằm cháu lên chùa giúp sư cụ, cháu thấy các bà đi lễ xong ai cũng tươi lên, cười cười nói nói... Thế thưa ông vế trên nghĩa là gì?

Thiếp chạnh nghĩ đến thế sự, ngậm ngùi:

- Đấy là cái cảnh Vua chẳng ra Vua, Tôi chẳng ra Tôi, trống đánh suôi kèn thổi ngược. Quân bất vi quân, thần bất vi thần nên lũ tiểu nhân được dịp thao túng mà chẳng ai làm được gì!

Nói đến đấy thì một cụ già chống gậy bước vào, vẻ ngạc nhiên, chào khách:

- Xin kính chào quan.

Chủ khách thăm hỏi nhau, Thiếp mới biết ông đây họ Võ ở Thạch Hà, xưa vốn có dậy học song không hiểu lẽ gì bỗng dưng bỏ làng đi, bây giờ sinh sống qua ngày bằng quán nước ven đường và thỉnh thoảng viết phúng viết điếu cho dân làng lân cận.

Thiếp khen thằng bé và hỏi tên. Nó lấy họ Võ là họ ngoại.

Khi về Đặng-thị ứa nước mắt nhớ đến Thúc Khải, đứa con lưu lạc đã trôi giạt với gia đình họ Hà vào Đàng Trong gần chục năm nay. Mấy tháng sau, khi nghe tin ông thằng bé bị bạo bệnh rồi qua đời, Đặng-thị bàn với Thiếp mang nó về nuôi. Đến quán cũ thì thằng bé đã theo một bà cô về làng. Đặng-thị lại lặn lội đi tìm. Lúc nói chuyện với bà cô, Đặng-thị mới nghe rằng mẹ thằng bé xưa chửa hoang. Cô ta lậy bố xin giữ cái bào thai vô tội. Ông bố xấu hổ đóng cửa không dậy học nữa, cắn răng nghe những lời đàm tiếu mỉa mai. Sinh đẻ xong xuôi, cô ta viết lại một lời tuyệt mệnh, xin bố tha lỗi, và xin đặt tên con là Toàn Nhật thể theo lời ước hẹn với người đàn ông nay đã cao bay xa chạy. Bốn ngày sau, người ta vớt được xác cô giạt vào bờ sông Lam. Kể đến đấy, bà cô thằng bé ghé vào tai Đặng-thị thì thầm. Thì ra nghe đồn bố nó họ Hoàng, có thể là Hoàng Đăng Bảo thi văn đỗ Hương cống năm Ất Dậu, rồi thi võ đỗ Tạo sĩ năm Bính Tí. Mà nghe đâu lại cũng có thể là chính Quận Việp, chú của Đăng Bảo, lúc ấy là quan Hiệp Trấn xứ Nghệ.

Quận Việp thời ấy vô cùng lừng lẫy. Hai vùng Thanh-Nghệ liên tiếp được mùa mấy năm liền nên bàn dân thiên hạ không còn ca thán. Việp sai Bảo đi đánh dẹp giặc giã khắp nơi, lần nào cũng đắc thắng. Bảo lại khôn ngoan dùng người rất đúng chỗ, chiêu hiền tập sĩ khắp nơi, thu phục được cả Nguyễn Hữu Chỉnh, đỗ hương cống khi mới mười sáu tuổi, giao cho Chỉnh toàn bộ thủy quân, coi đội Tiền Cơ ở Nghệ An. Giặc biển từ đấy hết hẳn hoành hành, và Chỉnh nổi tiếng là con cắt nước hai trấn Thanh-Nghệ. Đăng Bảo, có nghĩa là lên ngôi, sinh năm Hợi. Trong kinh, người ta kháo nhau rằng "một con lợn đuổi đàn dê," ý ám chỉ Đăng Bảo sẽ truất Trịnh Doanh và con là thế tử Sâm vì hai cha con Chúa đều tuổi Mùi. Để tránh tiếng xì xào, Bảo tự đổi tên thành Tế Lý. Nghe lời tâu của chính thế tử, chúa Trịnh Doanh gả cho Đăng Bảo đứa con gái thứ mười một, tức là công chúa Ngọc Tĩnh, để thưởng công chú cháu quận Việp đã đánh đuổi được giặc Lê duy Mật bật khỏi Nghệ An và phải lùi về tận Trấn Ninh. Tiếng là thưởng công, thực ra Sâm nhờ em gái mình dò xét Bảo.

Lúc nghe Đặng thị muốn xin Toàn Nhật về nuôi, bà cô nước mắt ngắn nước mắt dài kêu "Đứa cháu này, bà huyện ơi, tội nghiệp, tôi thương nó lắm!" Tình thương đó nhạt dần, và khi Đặng thị giúi thêm hai quan tiền nữa thì hình như đã lắng vợi hẳn xuống.

*

Toàn Nhật rời miếu Ba Cô vào lúc trăng vừa lên. Cơn nóng hầm hập ban trưa dịu xuống, không khí nhẹ hẳn đi mặc dầu gió vẫn lặng. Về đến bên hàng dậu, Nhật giật mình nghe những tiếng hét vang lên từng chập. Vườn chuối bên kia có tiếng bước chân thình thịch. Nhìn vào, Koji bất động dưới ánh trăng, mắt nhắm nghiền. Chợt ba lần quang vung lên trong một chớp mắt, kèm theo là tiếng hét vừa chắc vừa gọn từ

129

trong bụng phát ra. Cứ như thế, những tiếng hét vang lên, xé cái tịch mịch ghê rợn dưới ánh trăng xanh nhợt. Bỗng Koji cất tiếng:

- Mời ông vào đây. Tôi cũng đã xem ông sáng sáng múa kiếm!

Toàn Nhật lẳng lặng vào vườn, nhìn Koji tươi cười, khom người chào mình. Khác hẳn với cung cách chỉ khẽ nghiêng đầu lúc trước, cách chào của Koji nay không còn kiểu bề trên kênh kiệu. Koji trầm giọng, ê a:

- Ông xem, tôi chỉ biết có ba đường kiếm. Phạt chéo bên trái, rồi bên phải và một đường bổ dọc...

Toàn Nhật thích thú:

- Vâng, nhưng nhanh lắm. Lại chắc, nếu đánh trước thì kẻ địch khó mà chống đỡ nổi.

Koji mỉm cười:

- Không có chuyện đánh trước, đánh sau... Cũng không có cái gì gọi là kẻ địch.

- ...

- Vâng, chỉ có ta và kiếm. Lúc rút ra khỏi vỏ thì thành một. Và đối tượng cũng là ta, chứ không ai khác nên làm gì có địch!

Trước vẻ ngẩn ngơ của Toàn Nhật, Koji thân mật vỗ vai, kéo ra sau một cây chuối cao bằng đầu người, nói:

- Ông đứng đây, rồi bất ngờ làm một cử động thôi!

Koji quay về chỗ trước cây chuối, lại đứng bất động, mắt nghiêm nghị nhìn nhìn vào khoảng không trước mặt, kiếm vẫn ở trong vỏ giắt sau lưng. Một phút, rồi hai phút... Toàn Nhật không chịu nổi nữa, vừa nhích chân thì mắt hoa lên ba lần quang như ánh chớp, đầu như tê liệt trước tiếng hét chát chúa. Ngửng lên nhìn, Koji đã trở về trạng thái cũ, và kiếm tra lại vào chiếc bao dắt sau lưng. Toàn Nhật thở phào sửng sốt. Koji lại bảo:

- Ông lấy tay đẩy vào thân cây chuối mà xem.

Cây chuối mới nhìn vẫn vậy, bất động, tàu lá chỉ hơi rung rung. Đẩy vào, bốn mảnh thân cây đổ xuống đất, tiếng rơi bình bịch. Cây chuối đã mất đầu, rồi mất nửa mình, và thân bị chẻ hai. Toàn Nhật lùi một bước, hoảng sợ, đầu gối nhũn ra, ngỡ ngàng chẳng biết là hư hay thực. Koji cất tiếng:

- Phép đánh kiếm của Phù Tang không múa như phép đánh kiếm của lục địa. Múa là để làm hoa mắt kẻ địch, dùng mẹo đánh vào chỗ sơ hở. Còn chúng tôi, chúng tôi đánh là thể hiện sự toàn mỹ và đồng nhất giữa lý trí với hành động của người cầm kiếm. Đích chính là ở Ta, còn kẻ địch chỉ là đối tượng để thể hiện cái Ta nên kẻ địch là phương tiện, có hay không, không quan trọng. Kiếm pháp các ông nhằm triệt tiêu đối tượng. Đối tượng là đích, vì thế dùng mưu mẹo lừa cho đối tượng lầm lẫn để thủ thắng. Một đằng, kiếm và người là Một. Một đằng, người là chủ, kiếm là phương tiện và đặt kẻ địch thành đối tượng. Vâng, khác biệt là như thế đấy...

Toàn Nhật nhìn chòng chọc vào Koji, ngạc nhiên hỏi:

- Khác biệt thế thì tác động thế nào?

Koji cười hồn nhiên:

- Thắng và thua, sống và chết, không còn gì khác nhau nữa. Chỉ còn độc một cái là cái Ta được thể hiện toàn mãn toàn mỹ ở đúng cái giới hạn sẵn có của nó, thế thôi!

Vỗ vai Toàn Nhật, Koji đổi giọng:

- Nếu ông muốn, ta còn bàn nhiều về kiếm. Còn công việc, cái điều kiện ông đặt cho tôi, tôi đã nghĩ kỹ.

Ngưng lại rồi chặc lưỡi, Koji tiếp:

- Mà này, ông có thấy ở đâu cái chuyện người làm đặt điều kiện cho chủ không nhỉ? Chắc là không đâu! Tôi nhận điều kiện của ông, nói thế, nghĩa là không còn ai là chủ và ai là người làm công. Kể từ nay, chúng ta là bằng hữu.

Toàn Nhật lùi lại, bàng hoàng trước thay đổi đột ngột không ngờ trước, mồm lẩm nhẩm:

- Không dám, không dám!

- Bằng hữu ạ, Koji này đã làm gì để không xứng đáng với tình bạn của anh?

- ...

- Và một ngày nào đó, tôi sẽ cầu xin bạn một ân sủng. Đổi lại, tôi sẽ truyền hết sở học về cung kiếm của tôi cho bạn.

- Ân sủng?

- Vâng, ân sủng. Tôi nói ngay: ân sủng này là cho tôi, và không hề đụng chạm đến một ai khác, bất cứ ở phương diện gì!

Theo lời mời của Koji, Toàn Nhật dọn sang tư dinh, cư ngụ ở trái nhà phía tay phải, căn nhà chính giữa là nơi Koji ở, bên trái có xây một trà thất vuông vắn, mái như mái tháp. Từ trà thất nhìn ra sau là một cái hồ rộng ba thước ta, thả sen và nuôi những con cá đỏ chót to bằng cá trê. Chiều chiều, Koji ra đứng dựa trên chiếc cầu nhỏ vắt ngang hồ, cho cá ăn, miệng ê à hát:

Furuike ya (trong ao xưa)
Kawazu tobikomu (con nhái nhẩy vào)
mizu no oto (tiếng nước khua)

Công việc giao phó cho Toàn Nhật tương đối nhàn nhã. Nhật tiếp nhận trầm hương đến từ Thanh, Nghệ, lụa từ Hà Đông, gấm từ Kinh Bắc, sừng hươu nai và xương hổ từ Sơn Tây, Cao Bằng. Koji Mishima kiểm tra chất lượng xong, cho phép bốc lên thuyền để chở về Okinawa, một hòn đảo cực Nam đất Phù Tang. Đổi lại là súng đạn và đao kiếm. Nhật lại kiểm kê hàng Phù Tang, lên danh sách, chuyển giá thỏa thuận ra vàng hoặc bạc, và trách nhiệm chuyển hàng về Thăng Long cho quan Chánh dường Hoàng Tế Lý.

Tối tối, hai người ra luyện kiếm. Nơi Koji dạy Toàn Nhật nằm sau trà thất. Họ ngồi đối mặt vào nhau, mắt nhắm hờ, ở tư thế thiền tọa. Cây đào Phù Tang rực lên cháy hồng một khoảnh không gian ven hồ nước lóng lánh sáng. Gió khuya gây gây lạnh. Trời đất tấu khúc đêm về, âm thầm những niềm hạnh phúc mỏng mảnh thoáng qua như những ngọn gió đầu sông. Thỉnh thoảng, cá quẫy nước lục bục điểm vào tiếng ếch ương thảng thốt kêu dưới những tàn lá sen ven hồ. Mùa này, sen đã úa cả, không sao tìm đâu ra chút hương thoang thoảng lẫn vào mùi bùn tanh. Ở cuối gió, không khí lùa mùi thơm ngan ngát từ hàng cây dạ lan mọc cạnh tường nhà thoảng lại.

Koji cất tiếng, tay chỉ vào đầu:

- Nhanh không phải ở tay nhanh! Nhanh là ở đây. Cái nhanh đó từ phản xạ. Một phản xạ không điều kiện. Đến độ đó, thực ra, phản xạ của cái đầu là cái lắng đọng từ nội tâm đến độ bất động.

Mắt xa vời, trống không, giọng không thấp không cao, Koji ề à từng chữ:

- Sống kiếm là đường đi vào cái đích. Là đạo. Không rút kiếm ra nếu không cần. Đã rút, nhập vào cái đích, thành Một. Đầu, tay, kiếm và cái đích thành một thể bất phân nằm trên sợi tơ ranh giới căng ngang nối liền sống - chết.

Koji đứng lên, chân vừa rùn bước là tay lóe ra một lằn quang ở trên chụp xuống, nhanh như ánh chớp dọc. Nhìn lại, Koji đã trở lại thế đứng bình thường, kiếm không biết lúc nào lại tra lại trong bao giắt chéo về phía trái theo chiều sống lưng. Nắm bàn tay Toàn Nhật đặt vào đốc kiếm, sửa lại thế đứng, Koji bảo:

- Tất cả là hơi thở. Rút, hơi ngưng. Chém, thở ra, khí thừa trụ xuống bụng dưới. Bây giờ anh tập đi. Rút và chém một trăm lần.

Nét mặt Nhật nghiêm lại, mắt ánh lên. Cứ như thế, Nhật rút và chém. Một lúc sau, Koji ra dấu cho Nhật ngưng kiếm, nhìn Nhật rồi nhỏ nhẹ:

- Anh vừa chết đủ một trăm lần đấy. Không đủ nhanh và chắc. Hơi thở từ rút đến chém bị đứt đoạn. Anh biết tại sao không?

Nhật lắc đầu.

- Khi anh rút kiếm, mắt anh có ánh lên thứ ánh sáng lóe đỏ màu căm hờn! Chính sự căm hờn làm cái đầu không liền lạc với cái tay. Anh phải từ từ rũ bỏ sự căm hờn đó thì anh mới đạt được. Ba mươi năm nay, ngày nào tôi cũng rút và chém đúng trăm lần. Cả đời, tôi độc có ba đường gươm, chỉ thuần thành sau khi dứt bỏ được mọi vọng niệm!

Nhật đưa giải áo lên lau mồ hôi trán. Ta căm hờn ư? Căm hờn cái gì? Ai? Không biết. Nhưng có cái gì đó thúc giục, ấm ức. Nó như lặn trong lòng, vô lý vô lẽ, ùa ra để trừng phạt, phá phách không đối tượng, không chủ đích.

Koji đến bên, nắm vai đẩy Nhật về phía ven hồ:

- Sự căm hờn giảm ở đường gươm thứ ba. Đường gươm đó nhanh hơn... Này bạn, có gì bạn cứ nói, sao lại để trong lòng?

- ...

- Có lẽ chính bạn, bạn cũng chẳng biết nỗi căm hờn đó từ đâu đến, ở đâu ra! Nó là Karma, nghiệp chướng. Cũng có lẽ, may ra thì kiếm đạo sẽ giải cái nghiệp ấy. Đường gươm thứ ba của bạn nhanh hơn có nghĩa là nghiệp của bạn nhẹ đi!

Cất tiếng cười ha hả, Koji lại ê a hát, giọng khàn đặc nghe đặc quánh một đêm sáng trăng.

- Hẳn mùa xuân năm nay cũng đến sớm hơn.

Koji vui miệng kêu lên, mặc nét đăm chiêu vờn trên đôi mắt Toàn Nhật trũng sâu bóng tối.

*

''Quan Chánh dường Hoàng Tế Lý đến Phố Hiến hẳn không phải là chuyện thường,'' ông Sìn vừa nói vừa tiếp tục gẩy bàn tính nghe lách cách:

- Cậu biết không, trước nay chỉ có công tử Đăng Khoa xuống xét việc quan thôi, chắc lần này có chuyện quan trọng đấy.

Toàn Nhật nghe lơ đễnh, nhìn ra sông, hỏi:

- Chuyện gì? Ông có đoán ra không?

- Không, nhưng Quan Chánh muốn gặp cậu ngay. Đúng giờ Tị ngày mai, cậu đến dinh quan huyện như ước hẹn, qua đây đi cùng với tôi cho vui.

Toàn Nhật ra khỏi hiệu thuốc, ngược phố Khách rồi tách về phía tây, lững thững đi về phía khu Nhà Thờ tìm Trọng Thức.

Sau khi được thả, Thức còn nấn ná ở Thăng Long ít lâu. Nguyễn Thiếp giục mãi, Thức mới rời đi Phố Hiến độ hơn tháng nay. Nhật đã nghe đủ chuyện Kinh Kỳ, từ cái âm mưu nhà Chúa phế Tông lập Cán, cho đến chuyện Tế Lý o ép phu tử đồng lòng việc soán ngôi vua bằng thủ đoạn lừa bỏ Thức vào ngục. Nghe Nhật báo rằng Tế Lý mai sẽ xuống Phố Hiến, Thức cười nhạt:

- Thế lực hắn vậy đã đủ chắc rồi mới bỏ Kinh mà đi được! Nhưng có chuyện gì hắn phải đến đây?

- ...

- Dẫu sao thì Nhật cũng cứ phải gặp hắn. Và chớ quên là thấy rắn mà không đập được đầu thì tránh cho xa.

Nhật gượng cười, lơ đễnh:

- Công việc anh làm đến đâu rồi?

Thức đứng dậy lôi từ học tủ một thếp có đâu đến cả trăm tờ giấy được xếp gọn ghẽ. Nhật cầm lên chăm chú lật ra từng tờ: một phần quyển từ điển Việt - Pha Lang Sa- La-tinh đã được bổ sung và tra cứu lại bằng công sức của giáo sĩ Charles-Antoine Sieyès, người hiện ngụ cư ở Phố Hiến mà Thức được cụ Sìn giới thiệu. Thức hân hoan nói với Nhật như reo:

- Dùng mẫu tự La-tinh để phân âm tiếng ta không khó khăn gì! Duy có một số chữ chưa chỉnh. Như Đức Chúa Trời, họ viết thế nào mà đọc ra là Đức Chúa Blời!

Thức mơ màng, nói tiếp:

- Nhưng đó là tiểu tiết. Nếu dùng mẫu tự này, chỉ cần dạy ba tháng là một đứa bé lên sáu có thể đọc thông thạo dễ dàng. Như vậy, cái đống kinh sách phải học để đi thi thành ông tú, ông cử thì chỉ hai đến ba năm là ai cũng làu làu... Ha ha, bút sắt sẽ thay bút lông để đuổi cho sạch giặc dốt!

Vừa lúc ấy, một người cao lớn bước vào, miệng lơ lớ nói: "Chào các ông." Charles-Antoine Sieyès trạc trung niên, râu quai nón, lưng hơi khòm nhưng dáng nhanh nhẹ. Nghe Toàn Nhật hỏi thăm, ông ta cười: "Giê-su-ma lậy Chúa tôi, bình an, bình an!" và thân mật nắm tay Thức, ngọng nghịu:

- Ông có lý, chuyển âm La-tinh sang tiếng Nôm phải chính xác, không nên lẫn lộn x với s, d với z. Chẳng hạn như xa với sa... nghĩa khác hẳn. Nhưng thôi, trưa mai tôi không làm việc với ông được vì phải lên Huyện chầu quan lớn từ Kinh xuống!

Nét lo lắng, Charles-Antoine thì thào:

- Không biết có chuyện gì? Cầu xin Đức Mẹ ban phép lành cho giáo hữu!

Charles-Antoine không rơi vào trường hợp một giáo sĩ bình thường. Ông ta vốn là anh em song sanh của Emmanuel Sieyès, một nhân vật khá lạ lùng của đám trí thức ở Paris, thường lui tới nhà dòng Jacobin phố St-Honoré. Mặc dầu xuất thân là quí tộc, Emmanuel học trong Dòng Tên, trở thành phó linh mục ở Chartre, nhưng lại thân cận với những người Hội Thánh cho là bất hảo, mỗi tối thứ tư là hội họp, rồi cùng nhau in những tờ báo truyền tay. Cảnh sát Pha Lang Sa được lệnh truy nã Emmanuel, nhưng lại bắt nhầm Charles-Antoine vì hình dáng hai người giống hệt nhau. Lúc đó Charles-Antoine vừa được thụ phong linh mục. Vị giám mục nhà thờ Đức Bà can thiệp, với điều kiện Charles-Antoine xung vào Hội Truyền Giáo Paris để đi giảng đạo cho đám con chiên chưa được khai hóa ở tít tắp Viễn Đông. Ngài lạnh lùng kết luận: "Có gì đâu mà oan, thầy chính là Emmanuel, mặc áo nhà dòng và mang tên Charles-Antoine. Đây, cảnh sát đưa trả nhà thờ sách vở của thầy. Có đủ loại sách Giáo Hội đã ra lệnh cấm. Sách của Rousseau, sách của Voltaire, sách của Montesquieu. Và cả những tờ giấy truyền đơn của đám vô thần bất hảo ở phố St-Honoré.''

Bứt rứt nhìn Thức, Charles-Antoine tỏ vẻ lo ngại. Kinh nghiệm cho ông biết là gập quan càng to thì tai họa càng lớn. Dạo hai năm trở lại, giáo hữu bị đẩy vào thế cùng, có lúc đã định trang bị giáo mác để tự vệ. Biết rằng như thế là rơi vào cái bẫy để cho Triều đình đàn áp bằng võ lực, ông đã phải viện một trong mười điều nghiêm cấm của Thiên Chúa, tuyệt đối không cho giáo hữu tự vũ trang, nếu trái lời có thể bị rút phép thông công.

Toàn Nhật cảm thấy ngài ngại, chắp tay cáo từ, nói với lại với Thức:

- Koji nhắn mời anh đến dùng trà ngày tròn trăng, nhớ nhé!

*

Hôm sau, Nhật lên dinh quan Huyện. Vừa vào cửa, Nhật thoáng thấy bóng lão Thuyết chủ chiếc quán ven sông lẩn nhanh ra sau, nhủ thầm là người làm cho Viện Nội Mật quả thật len lỏi khắp nơi.

Hoàng Tế Lý vẫy vào. Nhật chắp tay thi lễ, rồi đứng dưới trướng đợi như dăm ba người mặt quen có, mặt lạ có. Lý đứng dậy, tươi cười nắm tay Nhật, kéo riêng ra cửa sổ ở cuối phòng, miệng bảo:

- Thật là chóng, thế mà đã mấy tháng cháu rời Kinh rồi.

Tế Lý báo Nhật biết tin phu tử sẽ ăn Tết ở Thăng Long, sau mới về Nghệ An, nhưng tuyệt nhiên không đả động gì đến Trọng Thức. Cuối cùng, Tế Lý dặn Nhật về nhắn Mishima cứ đợi ở nhà, khi hết việc trên huyện, đích thân Lý sẽ tới thăm ngày mai.

Ôm vai Nhật đưa ra cửa, Lý bảo:

- Ngày nào đó về Kinh, ta sẽ đích thân dạy cho vài đường kiếm họ Hoàng.

Nhìn xoáy vào mắt Nhật, Lý rành rọt:

- Kiếm gia truyền không bao giờ ai lại dạy cho người dưng. Cháu phải biết, không như kiếm cách của Phù Tang đâu!

Nhật ớn lạnh xương sống, ngay việc tập kiếm với Mishima cũng đã đến tai Lý. Mọi việc lớn nhỏ ở Phố Hiến không phải là qua được cặp mắt và tầm tay của Viện Nội Mật.

Khi chia tay, Toàn Nhật cúi đầu vái Lý dưới thềm. Đột nhiên, mặt chàng rừng rực nóng. Hít không khí vào đầy lồng ngực, Nhật chậm rãi thở ra, nhưng mắt chợt thấp thoáng bóng người đàn bà ở miếu Ba Cô, lưng quay về sông Nhị, tay phe phẩy gió.

Nhật về thẳng nhà để báo tin. Koji đặt chén nước uống xuống bàn, tay mân mê chiếc quạt. Đẩy chiếc mành cửa chạy dọc, vuông sân trải sỏi trắng hiện ra, trống trải, mông lung, lờ mờ những nếp gợn đều đặn đồng tâm như gợn nước. Ở góc sân, phía mặt trời mọc, hòn đá tảng màu xanh ngắt trơ vơ.

Koji trầm ngâm, quay sang Toàn Nhật hỏi:

- Quan Chánh dường không dặn giờ nào?

- Không.

- Bằng hữu, Koji nhăn mặt, chúng ta phải tiếp ngài cho đúng phép tắc và nghi lễ Nhật Bản.

Dặn dò Nhật ra lệnh cho gia nhân đốt đèn lồng lên, Koji lại bắt tất cả mọi người phải mặc trang phục đại lễ. Ngoài ra, Koji bắt tìm ngay bốn mươi chín con bồ câu trắng để khi quan đến, thả cho bồ câu chân buộc nhiễu bảy sắc bay lên.

Koji vỗ vai Nhật, mỉm cười, hỏi thẳng:

- Sáu năm qua, ai làm với tôi đều bí mật báo công việc về Kinh. Riêng bằng hữu là không phải làm chuyện đó, sao lại vậy?

Thấy Nhật ngơ ngác, Koji xuề xòa tiếp:

- Nhưng nào có quan trọng gì! Quan Chánh dường đến tận đây thì có lẽ chúng ta sắp phải chia tay. Có hợp, ắt có tan. Bạn hãy nhìn mây trời...

Toàn Nhật sửng sốt. Sao? Tại sao? Gió mỗi lúc một nhanh lên. Trên trời mây vỡ thành những con chim ùa ra vỗ cánh trôi đi tan tác. Chàng quay lại, tay nắm lấy Koji, hốt hoảng:

- Tôi không hiểu?

Koji đứng lên, cười nghiêm nghị, rồi thoắt ra cửa, mồm gọi đám gia nhân sửa soạn công việc tiếp đón khách nhà quan.

Tối hôm ấy, Koji bận xét lại sổ sách, sột soạt đến khuya. Toàn Nhật tập kiếm một mình, chỉ thỉnh thoảng nghe tiếng hát khàn đặc, ê a vẳng lại.

Xế chiều ngày hôm sau, khi mặt trời mới chếch về tây, tiếng chân ngựa rầm rập. Koji hét cho gia nhân mở rộng hai cánh cổng chính. Những con bồ câu trắng chân buộc giải nhiễu bảy sắc đập cánh bay lên. Tế Lý oai vệ bước vào, đi ngay sau là Nguyễn Hữu Chỉnh. Chỉnh được điều từ Duyên Hải về Phố Hiến, mang chiến thuyền đến đón Lý đưa về Kinh bằng đường thủy. Koji khom người đưa Lý lên ngồi, rồi quay về quì bên cạnh Toàn Nhật, xử sự theo phong tục Nhật Bản của kẻ bề dưới đối với người trên. Tế Lý yên vị, tay rút ra một cuộn giấy, lẳng lặng đọc tuyên chỉ do chính chúa Trịnh Sâm truyền: *"Năm Cảnh Hưng thứ bốn mươi một. Hạ chỉ giáng phong kiều nhân Koji Mishima, người đất Phù Tang, là Đông Ngoại Hầu, hàm nhất phẩm, và truyền cho về chầu tại chính phủ vào mồng hai tết Nguyên Đán năm Tân Sửu."*

Koji ngạc nhiên, nhưng vẫn trầm tĩnh, gập đầu xuống đất miệng cảm tạ, quai hàm cắn chặt làm nổi những sợi gân xanh trên thái dương. Tế Lý đứng dậy, xuống nâng Koji lên, miệng tươi cười:

- Ngài là quan nhất phẩm của triều đình, tước hầu cũng như tôi, xin ngài cư xử như đồng liêu.

Quay sang Nhật, Lý cũng đưa một tờ sắc chỉ, tiếp:

- Mở ra, cứ mở ra đọc đi.

Nhật chăm chú: *"Nay truyền cho Võ Toàn Nhật nhậm chức Chưởng cơ đội Trung Kính, chớ chậm trễ trái lệnh."*

Hữu Chỉnh đứng bên hà hà cười, xen vào: ''Mừng Võ tướng quân, thế là lúc nào cũng được gần gũi quan Chánh, và tha hồ học hỏi để thăng tiến trên đường công danh nhé.''

Đưa tiễn đám quân quan đến tận bờ sông, Koji cùng Toàn Nhật thả bộ về. Nét mặt Koji lúc càng đăm chiêu, lẳng lặng đi như không có Nhật bên cạnh. Trên đê nhìn xuống sông, những cánh buồm trắng chớm ráng đỏ nắng tà trên ba chiến thuyền đã căng phừng phực gió, lướt phăng phăng về xuôi.

Nhật ngửng mặt lên nhìn trời. Ai đó thả chiếc diều to bằng chiếc nia có gắn những ống sáo trúc. Tiếng sáo văng vẳng bay theo sức gió trầm bổng. Chợt Nhật nhớ đến Chương Tề Vật trong Nội Thiên của Trang Tử. Chàng lẩm bẩm: ''Hiện nay ta mất ta, mi biết thế chăng? Mi nghe biết sáo người mà chưa nghe biết sáo đất? Mi nghe biết sáo đất mà chưa nghe biết sáo trời chăng?''

Chàng ngạc nhiên nghe Koji đọc tiếp, giọng ê a:

''...Kìa gió thổi nên muôn tiếng không giống nhau. Nhưng mà khiến cho nó tự thôi đi, hoặc nó tự gào lên, ấy là ai?''

*

Trọng Thức khom lưng chui theo Toàn Nhật qua cánh cửa vừa lọt một người vào trà thất. Ngồi đợi bên trong, Koji vái chào hai người:

- Đa tạ bằng hữu, đêm nay trăng vừa tròn, thú vị vô cùng.

Trà thất rộng độ hai mươi thước vuông, cao vừa đủ chiều cao một người đứng, trang trí sơ sài, vách là giấy bồi trên những khung gỗ. Theo lệ, không có ai được mang đao kiếm vào trà thất, khom người chui vào là để dập cho tắt cái kiêu, gây lại đức khiêm, và uống trà trong thế hòa, cái thế tĩnh lặng của bản thể. Koji nhẹ nhàng kéo khung cửa số. Ở chỗ ngồi, tầm mắt của cả ba người là chiếc cầu vắt qua hồ, và bờ bên kia là cây đào Phù Tang sớm nở hoa. Loại đào này Koji mang sang từ vườn nhà mình, hoa sống thường được xuýt xoát ba tháng, từ tiết lập đông cho đến khi qua Tết. Koji nhìn Thức, nhẹ giọng:

- Bằng hữu là anh của Toàn Nhật nên là khách quí của tôi. Từ ngày cư ngụ Phố Hiến, bằng hữu là người thứ nhì tôi có cái hân hạnh mời vào trà thất. Hai năm trước đây, tôi có tiếp một vị, tên là Tiệp Dư, tự xưng mình là cuồng sĩ ở Hoan châu, không biết giờ này ông ta trôi giạt đến nơi đâu?

Vừa nói, Koji vừa thoăn thoắt xoay tròn một cái chổi tre trong chiếc bát gỗ to bằng bát canh. Bên cạnh, chiếc nồi đồng reo lên như hát, hơi nước phun lên từng lớp. Chiếc nồi rất đặc biệt, chính giữa là một trục rỗng chứa những hòn than đốt đỏ, nước trong nồi xung quanh trục sôi rất đều. Trịnh trọng đổ nước vào những lá trà xanh trong bát đã đâm nát, Koji cẩn thận sang ra những chiếc chén to bằng chén tống, rồi sụp người vái khách mời uống.

Ngoài trời, trăng tròn vằng vặc. Thỉnh thoảng, tiếng chim ăn đêm vẳng lại. Koji đưa tay ra nâng chiếc đàn Koto treo trên vách, nghiêm trang:

- Tôi xin hát hầu hai bạn

Tay nhẹ nhàng gẩy lên những tiếng khoan nhặt thưa thớt, miệng Koji ê a:

Kareeda ni (Trên cành khô)
Karasu no tomaritaru ya (chim qua đậu)
aki no kure (chiều tàn mùa thu)

Tiếng hát đứt quãng nghe não ruột. Koji ngưng hát:

- Đây là thơ thể haiku. Cứ năm âm, bảy âm rồi năm âm là dứt.

Toàn Nhật vui miệng:

- Thơ tứ tuyệt, mỗi câu bốn chữ, cộng lại là mười sáu âm. Anh Thức dịch hộ đi xem.

Thức ngẫm nghĩ rồi đọc:

Cành khô quạ đậu
chiều tàn âm u
hơi may lành lạnh
đâu đây mùa thu

Nhìn ra cây đào Phù Tang ở bên kia hồ, Thức nhẩn nha tiếp:

- Tôi thêm vào câu thứ ba, thưa nó không ở bài Haiku gốc. Buộc phải thế cho đủ mười sáu âm trong nhạc thơ tứ tuyệt, nhưng dịch như thế là chưa phải. Theo tôi, phải làm sao có đủ mười bảy âm và giữ được thể nhạc mới đúng là dịch thơ.

Koji ầm ừ, bỗng như xa vắng hẳn, im lặng một lúc rồi khàn khàn lên tiếng:

- Thầy từ hai đời của tôi là Kamono Mabuchi, người đã sáng tác ra thể Waka gồm ba mươi mốt âm ngữ. Cho rằng cái học đến từ Trung Quốc làm cho dân Nhật không còn chân thực và thuần phác, ngài thể hiện qua những vần cổ thi trong thiên Manyoshu, cổ vũ Quốc học phái Kokugaki. Sau, học trò ngài, là Motoni Norigana tiếp tục con đường đó, nghiên cứu cổ sự ký Kojiki, cho rằng phải trở về gốc là Đại hòa tâm Yamatogo koro, đưa nước Nhật về thời Kodai (Cổ đại) inishie (thuở xưa), bỏ hết phép tắc Tống nho đã khiến dân Nhật vì quá "khôn ngoan" mà thành ra những kẻ tội nghiệp đáng thương! Thưa hai vị, Norigana chính là thầy, Sansei, của tôi.

Koji ngưng nói, xoay chén trà trong tay, rồi bỗng cười nhẹ:

- Lý tưởng là thuở ngày xưa đằng sau, mà tương lai thì mênh mang trước mặt. Người Hòa Lan đến Nhật Bản với súng ống, giúp Shogun Ieyasu Kokugawa thống nhất sau một thế kỷ nội chiến. Rồi sau là người Bồ, người Tây ban Nha. Thế giới không còn thu lại một mảnh quần đảo. Thuyền buôn tới, thuyền buôn đi, cứ mỗi lần lại thấy khác, người khác, hàng khác. Vì thế, tôi hỏi, nếu quay về quá khứ mà sống thì làm sao có thuyền Nhật Bản cũng ra khơi hội nhập vào giao thương thế giới? Sansei Norigana mắng tôi: "Nếu cái Gốc ở mình không biết rõ, lại nhắm cái biết ngoại vật thì chỉ nhiễu loạn!" Nhưng thực ra, ngoại nhân đã đến nước Nhật rồi, và dẫu có bế quan tỏa cảng thì cũng chẳng được lâu, cho nên tôi xin lên đường, rồi tháng tháng thư về cho Sansei, kể những chuyện tai nghe mắt thấy. Là vũ sĩ, tôi nay lệ thuộc vào giai cấp thương gia, nhưng ôm trong lòng mối nợ Sansei. Bỏ thầy đi, tôi chỉ mong tìm ra một cái nhìn rồi một ngày nào đó trở về quì dưới chân người dâng lên một cách nhìn mới. Tôi đã giấu giữ được một trong ba mươi hai bản mộc Kaikodu Heidan của Lục Vô, con người ''không vợ, không con, không cha mẹ, không bản mộc, không tiền và cũng không muốn chết,'' đang bị giam chung thân. Đọc xong, Sansei quẳng trả sách, bảo tác giả nó đã mất tính giai cấp vũ sĩ vì không phải là không muốn, mà là không dám chết.

Hai năm sau, tôi dâng lên tập Seiku Monogatori (chuyện các nước phương Tây) do Honda Toshiaki lược thảo, chủ trương khuếch trương kinh tế và phát triển mậu dịch. Sansei tôi quát: ''Thôi, đi đi. Trở thành thương nhân là cái gốc giai cấp của mi. Nước Nhật không cần hạng người này!'' Từ đấy tôi lên đường vượt biển qua Ấn Độ, rồi Mã Lai, và mấy năm nay đến ngụ Phố Hiến. Nay muốn đi cũng chẳng đặng…

Koji thở dài, ôm lấy cây Koto, bật giây, lại hát. Giọng hát ngân nga não nùng, thỉnh thoảng chen vào tiếng cá quẫy trong hồ, và tiếng dế mèn kêu đêm. Thức nâng chén trà, nghĩ ngợi mông lung. Những vấn đề Koji đặt ra cho Nhật Bản cũng là những vấn đề đặt ra cho xứ sở này. Nhưng họ, họ có những kẻ như Lục Vô Shihei, như Toshiaki. Còn ta, hừ, ta chỉ độc toàn những người nhắc lại Tam Cương, Ngũ Thường, và rủ nhau ngâm vịnh. Thức lại xót xa nhớ Dương Quang, người bạn tù, cũng đã từng lên đường lưu lạc như Koji. Chậm rãi, Thức kể lại chuyện Quang, lòng xót xa. Câu chuyện khiến ai nấy lặng người, mắt nhìn xa xăm. Toàn Nhật phá vỡ bầu im lặng:

- Đêm nay sương xuống, lại có trăng. Các vị chắc còn nhớ Lý Bạch, "Cử đầu vọng minh nguyệt. Đê đầu tư cố hương." Đó là nỗi lòng của Koji. Xin anh Thức ngâm cho chúng tôi nghe?

Trong đầu Thức, những câu thơ tuyệt diệu vẳng lên. Nhưng cổ họng thắt lại, Thức bùi ngùi:

- Nghe chuyện Koji kể, tôi vừa lập thệ rằng từ nay sẽ không ngâm vịnh gì nữa. Bây giờ bao nhiêu điều khác cần hơn. Đã gấp rồi!

Koji để ý trên khóe mắt Thức thoáng đọng chút gì long lanh như ngấn nước có lửa.

*

Khoảng tháng chạp, những vườn mai chạy dọc theo đê sông Nhị đã chớm vàng. Quán lão Thuyết tấp nập hơn. Khách thương ra vào, hàng hóa bốc dỡ cứ như theo độ Xuân về, ào ạt chiếm cứ những khoảng đất có căng những mái tranh làm tạm để tránh mưa chặn nắng. Theo lệnh Tĩnh-đô Vương Trịnh Sâm, đám giáo hữu Ki-Tô phải rời qua Đa Phạn, một miệt biển ở trấn Thanh trước Tết, lý do đưa ra là dân tả đạo không được làm nghề nông mà phải chuyển sang nghề khác. Thật mà nói, Sâm nhượng bộ đám cường hào muốn chiếm đất của giáo hữu, đã ba lần bảy lượt làm áp lực lên bọn quan phiên. Dân Phố Hiến xôn xao bàn bạc, kẻ phải đi tìm mối bán ruộng bán đất, người ở lại kì kèo dìm giá, và cư dân vùng Thái Bình mon men xuống tìm cách lấn đất định cư. Bọn thư lại Huyện có dịp làm tiền, mặt mũi trông rõ ra kênh kiệu trước cái nhớn nhác của đám con chiên Chúa Blời. Giáo sĩ Sieyès từ

Phố Hiến vào Đa Phận, đi đi về về mấy lượt, đầu óc căng thẳng nhưng vẫn giữ được nụ cười sau hàm râu quai nón lớm chớm bạc. Công việc bổ xung từ điển Việt -Pha Lang Sa- La tinh ngưng lại mặc dầu Trọng Thức đã bước đầu hoàn chỉnh phương cách phiên âm chữ nôm bằng mẫu tự An-pha-bê. Phần Toàn Nhật, chàng phải thanh toán tất cả sổ sách của Nhật Bản thương vụ. Koji đã quyết định ngưng công việc ở Đàng Ngoài cuối tháng này, ngày nào cũng đăm chiêu viết lách, bỏ hết mọi sự ngoài việc tập kiếm với Toàn Nhật mỗi tối.

Trưa hôm ông Táo về chầu trời, mưa bụi lất phất bay. Vài ngày nay, gia nhân đã lần lượt về hết, nhà chỉ còn một ông lão bộc lo việc cơm nước. Suốt đêm trước, Koji lục xục viết lách. Sáng ra, Koji đốt trầm, ngồi im lặng nhìn về phía sông, mặt mũi tươi tỉnh. Tiếng đàn Koto lại vẳng lên, đứt khúc, hòa theo giọng hát ê a theo tiết âm thơ Haiku, lúc nào cũng như nghẹn ngào oán thán. Đúng ngọ, Koji mời Toàn Nhật ngồi uống Sakê. Koji rót rượu rồi trầm giọng hai tay đưa lên, nhìn Nhật đăm đăm một lúc, nhẹ nhàng:

- Bằng hữu! Tay kiếm bạn bây giờ khá rồi. Ánh căm hờn chỉ còn thấp thoáng đường gươm đầu, nó đang dần dần tan đi...

Đẩy thanh gươm về phía Nhật, Koji tiếp:

- Thanh gươm này đã sáu đời là gươm dòng họ vũ sĩ Mishima. Đến Phố Hiến, từ nay nó thuộc về bạn.

Đưa tay ra chặn không cho Nhật nên lời, Koji tiếp, giọng nghiêm nghị:

- Xin chớ chối từ, gươm này thuộc đẳng cấp vũ sĩ, chỉ có thể trao lại cho vũ sĩ. Và dưới mắt Koji này, bằng hữu là vũ sĩ dòng Mishima kể từ khi bằng hữu học đường gươm đầu, đối lại là một ân sủng như tôi đã thưa. Nhưng thôi, khoan nói đến chuyện ân sủng vội...

Nhìn ra vườn đá sỏi hoang vu lờ mờ gợn những vòng không của dấu vết tạo thiên lập địa, Koji im ắng một lúc, rồi lại ê a:

- Chắc bạn không biết tại sao tôi được Tĩnh-đô Vương phong hầu?

- ...

Tay mở chồng giấy xếp gọn ghẽ trong một cái khay sơn mài vuông vắn, Koji đưa một tờ cho Nhật, hàng chữ đầu đề "Luyện kim yếu pháp," giải thích:

- Vương phong hầu cho tôi là mong đoạt yếu pháp này. Sáu năm trước, tôi có giao hai mươi khẩu súng thần công lên Kinh. Bắn thử, đường đạn lệch lạc không chính xác như những khẩu trước. Tĩnh-đô Vương quở, và cho mang súng trả lại. Nhật Bản thương hội phái thợ rèn, mang yếu pháp qua đốt lò làm bễ, sửa nòng súng. Sửa được, nhưng Vương biết, đòi lấy yếu pháp. Tôi bảo thợ rèn đi trốn, khai với Vương là không có, bảo rằng yếu pháp đã được đem về Phù Tang. Dĩ nhiên là Vương không tin, cấm tôi không được rời Phố Hiến, cho người theo giám sát. A ha, nếu Đàng Ngoài này mà rèn được súng thì Đàng Trong không chống nổi, đấy chuyện phong hầu cho tôi nó là thế! Tôi không nhận thì không được. Tôi nhận mà không làm nòng súng, tất phải chết như kẻ bề tôi không hoàn thành trách nhiệm.

Nhưng nếu tôi tham sống mà làm súng thì biết bao nhiêu mạng người Đàng Trong sẽ tiêu vong... Ôi chao, cái nghiệp này chỉ nghe qua tôi đã rùng mình rồi, bằng hữu ạ!

Koji đưa tay gạt một sợi tóc xòa trên trán:

- Đàng Trong đánh, Đàng Ngoài đỡ. Rồi Đàng Ngoài đâm, Đàng Trong chém - Koji cười nhạt - cứ thế đã cả trăm năm rồi. Đâm chém thế, làm sao thành được một quốc gia. Không! Cái nghiệp dĩ này sẽ biến dân tộc các bạn thành một dân tộc chia rẽ từ trong tâm thức. Cùng gốc gác, cùng phong tục ngôn ngữ, nhưng chém giết nhau mãi thì cứ thù hận, cứ nghi kỵ, tạo ra cái nghiệp còn nặng hơn là phải đối phó với ngoại nhân. Nó như căn bệnh vô hình vô sắc, đục ruỗng ra từ bên trong, nguy hiểm gấp trăm lần mụn nhọt mọc bên ngoài thân thể.

Koji châm lò, tay cầm từng tờ giấy xé ra từ cuốn *"Luyện kim yếu pháp,"* thủng thẳng bỏ vào lửa, trầm ngâm nhìn tàn giấy sém đỏ cong queo.

Koji nói tiếp:

- Trí tri ư! Tốt. Nhưng nếu ý không thành thì tâm không chính. Lúc ấy cái biết nó quay lại tàn hại con người mà động cơ là dục vọng tầm thường. Bằng hữu, đốt xong *"Luyện kim yếu pháp"* là tôi sẽ bước chân vào một con đường. Nhưng thật ra, con đường đó tôi đã chọn nó trước rồi, từ ngày tôi đề cập với bạn về cái ân sủng bạn sẽ phát ban cho tôi! Con đường đó là đạo: tôi sẽ hành xử theo phép thiết phúc Seppuku để sống trọn vẹn với Sansei tôi là Norinaga. Sau đó, cúi xin bằng hữu gửi đoản kiếm vũ sĩ của tôi về cho thầy tôi, với hàng chữ tôi đã viết sẵn trên mảnh vải này dùng để bọc kiếm! Tôi viết rất giản dị: "Đệ tử Mishima thiển nghĩ Đại Hòa tâm là quá khứ, còn tương lai của Nhật Bản ở phía trước, nên làm phép thiết phúc, xin Sansei nghĩ lại."

Trường kiếm này bằng hữu giữ lấy. Tôi tin bạn sẽ dùng nó như một vũ sĩ chính đạo. Chiều nay, vào cuối giờ Thân, khi mặt trời lặn, kiếm này chặt đầu Mishima, ở chặng cuối cùng của phép Seppuku. Bạn Toàn Nhật, bạn sẽ ban phát cho tôi cái ân sủng tối thượng, giữ danh dự vũ sĩ cho tôi. Vâng, cái ân sủng đó tôi đã xin bạn từ lâu, và đổi lại cho công bằng là ba đường gươm của dòng họ!

Toàn Nhật sững sờ, mồm há to, ấp úng kêu:

- Trời! hỡi Trời...

Chân tay Nhật cứng ngắc như bị vọp bẻ, nước mắt ứa ra chan hòa trên mặt. Chàng quì xuống trước mặt Koji, mặt úp xuống đất, tức tưởi:

- Koji, Koji! Bạn tôi. Ép tôi đến thế ư?

Đỡ Toàn Nhật lên, vỗ về, Koji nghiêm trang:

- Không ai ép được ai! Đó là một danh dự. Tôi biết là chém đầu không nằm trong cung cách xứ bạn. Nhưng nếu bạn không có can đảm cho tôi cái ân sủng đó, thì tôi chết đi nhục nhã, thành một con quỉ không đầu, theo bạn đến ba nghìn năm sau để đòi lại ba đường gươm. Ha, ha, bằng hữu! Mà chết ư? Nếu không biết sống thì biết được thế nào là chết. Ta biết chết, bởi vì ta đã biết sống. Bằng hữu, đừng cho rằng sống chết là hai thể. Một, vâng, ''tử sinh đồng nhất thể,'' đã vậy còn sợ gì, còn tham gì?

Toàn Nhật mím môi, nhắc lại như nói với mình, sống chết chính là một, sống chết chính là một. Còn sợ gì? Còn tham gì? ''Tử sinh đồng nhất thể - Hà úy hựu hà kinh.''

Mặt trời xế bóng, thời gian bỗng dọa nạt, giới hạn giữa có và không thình lình căng ra chao đảo như những sợi tơ nhện giăng giữa hai đầu không một ai nhìn được nhưng vẫn cảm thấy. Nhìn ra sân sỏi, nắng quái ở đâu vừa đến. Phía bờ sông Nhị, cầu vồng sau cơn mưa cong lên làm một nửa vòng tròn, đầu bám vào chỗ không có.

Koji phanh áo kimono, kéo cho trễ xuống đến bụng được nịt chặt bằng những cuộn vải trắng cuốn quanh. Rút cây đoản kiếm dài ba tấc để trước mặt, nét mặt bình thản đến lạnh lùng, Koji nhắm mắt nhập vào khoảng hư vô bao trùm cõi tạm thế gian. Tiếng sáo, lại tiếng sáo diều trên đê. Sáo người? Sáo đất? Hay sáo trời? Koji nhếch mép cười, tươi tắn nhìn Toàn Nhật:

- Lấy thế đi!

Hai tay cầm lấy chuôi đoản kiếm, rồi quay ngược lại, Koji miệng cười âu yếm nhìn trời, nhìn đất, và bất ngờ đâm mạnh vào bụng dưới phía trái. Đau đớn làm gập người xuống, nhưng Koji lại từ từ ngồi thẳng dậy, miệng khàn đặc ê a: *''Những con kiến nhỏ nhoi''* rồi đứt quãng, thở hồng hộc, *''chạy hàng dọc theo cành đào gẫy.''* Koji gắng hát tiếp: *''ai bỗng ngừng tay thôi.''*

Thời gian chùng xuống, giãn ra, biến thành chất lỏng trộn vào chỗ vô hình vô tướng. Toàn Nhật hươi kiếm ngang đầu, sẵn sàng đường gươm thứ nhất. Koji quát lên, hai tay hết sức kéo cây đoản kiếm lên trên, lưỡi chếch về bên phải. Máu phun ra có vòi, tràn như nước vỡ bờ, nhuộm đỏ giải nịt vải trắng. Koji gục xuống, nhưng vẫn tiếp tục hát: *"những con... kiến... nho nhỏ,"* rồi lại gượng người ngồi thẳng dậy, cổ cong ra phía trước, hét:

- Trảm!

Một nhát gươm lóe lên.

Đó là lần đầu tiên đường gươm thứ nhất Toàn Nhật phát ra mà mà mắt không có một chút căm hờn nào. Trái lại, nó đầy ánh cảm thương. Đó cũng là lần đầu tiên Toàn Nhật chém đầu một người. Oái ăm làm sao, người đó lại là một người Nhật đội ơn và yêu quí.

Đứng như tượng đất, vô hồn, bất động cho đến lúc trời tối hẳn, Nhật mới định thần lại, òa lên khóc. Tiếng khóc ban đầu ấm ức trong cổ, sau to dần rồi vỡ tung ra thành tiếng gào, tiếng rú, tiếng sấm, tiếng sét. Vườn bên, trong đêm đen thăm thẳm, bỗng có tiếng mưa lộp độp trên những tàu lá chuối.

4

Cõi nổi ba đào

Bõ già khệ nệ khiêng một cành đào theo Mai đi dọc chợ Đồng Xuân, rồi tạt ngang hàng Bè. Từ đấy, đến dinh Khương Tả hầu chỉ còn chừng trăm thước, đường quang người, đỡ phải chen lấn. Hàng phố ai cũng tất tả chiều ba mươi, ngược xuôi, nhớn nhác, nghiêm trọng như thể để dành nụ cười cho đêm giao thừa. Trẻ con không đợi được, rủ nhau đốt pháo chuột, tiếng nổ lạch bạch đây đó làm phố xá chớm thơm mùi khói. Vào cổng, Mai vừa reo vừa tíu tít gọi. Đặng-thị chạy ra, cười hở hàm răng đen tuyền có vết bã trầu, ôm chầm lấy cô cháu họ. Nghe tiếng lao xao, Toàn Nhật từ trái nhà sau bước vào nghiêng mình vái chào. Mai ngước lên nhìn. Ơ, lạ chưa, chỉ độ nửa năm xa cách mà Toàn Nhật già dặn hẳn đi, miệng tuy cười nhưng vẫn lộ ra một chút ưu tư, một chút cẩn trọng.

Hơn tháng trước, La Sơn phu tử Nguyễn Thiếp để con trai trưởng là Mạnh Thuyên về Bùi Phong báo tin cho Đặng-thị là Trọng Thức nay trắng tội. Thức lại về nấn ná dinh Khương Tả Hầu, lần lữa đến mãi tháng

155

mười mới lên tìm Toàn Nhật trên Phố Hiến. Sau vụ án năm Canh Tý, không khí Kinh Kỳ dịu hắn ngột ngạt. Số người vãng lai thăm Phu tử ngày một đông. Có kẻ đến ngâm vịnh, biện bàn kinh sách. Có kẻ đến xin một quẻ dịch, hỏi dăm ba câu chuyện hậu vận. Có người đem chuyện chính sự ra khảo. Họ đều là đám thượng lưu ở đất Kinh Kỳ, con vua cháu chúa, và nếu không khoa bảng thì cũng là loại quan quyền văn võ trong Chính phủ. Phu tử tiếp mọi người, thường thì ừ à cho qua chuyện. Riêng với một người Phu tử có lưu tình, là Côn quận công Trịnh Bồng. Vào cuối tháng một, đột nhiên Bồng xuống tóc đi tu, trả lại dinh thự, nghe đâu đã đi lên thọ giới ở một ngôi chùa ở miệt Hải Dương.

Mai xin vào chào Phu tử rồi xuống bếp với Đặng-thị. Gia đình Mai gốc từ Thanh Hóa đã phiêu dạt vào Phù Đổng từ hai đời trước. Nàng vốn họ hàng xa với Đặng thị, là em út của Đặng Thị Huệ. Ngược hẳn lại với người chị luôn đem cân sắc đẹp và sự khôn ngoan bằng vàng ròng, Mai chỉ mê sách vở, thơ văn. Học chữ với phụ thân, sau nàng lại được Thụy Liên, cháu ruột của Hồng Hà nữ sĩ Đoàn thị Điểm, trau dồi thêm cho nên Mai nắm bắt được cách cảm nhận văn chương khá tinh tế. Khách thơ ở Thăng Long mỗi khi gặp nàng thường ít dám ngông nghênh, một phần vì nhan sắc nàng, một phần vì tài nàng.

Mắt lại thỉnh thoảng nhìn lên nhà trên, Mai mau mắn giúp bà dì sửa soạn đồ cúng. Đến chiều, nàng mới rảnh tay, đứng trên tam cấp, uống ngụm nước vối vừa pha. Nàng hỏi chuyện Toàn Nhật trên Phố Hiến, rồi giọng vẩn vơ: "Anh Thức có về Kinh cùng Nhật không nhỉ?" Nhật lắc đầu. Mai cảm thấy hững hụt, vội quay mặt nhìn ra xa. Một lát sau, đèn thắp lên, ánh vàng hắt lên vách vôi trắng những bóng người vờn xung quanh nhau như đèn kéo quân. Lúc ấy, mặt trời chếch xuống dãy nhà phía Tây, ánh lên một ráng đỏ đang chuyển dần sang mầu xám lịm. Đường vắng hẳn người đi, thỉnh thoảng mới thấy dăm ba dáng dấp hối hả như có ai đuổi.

Cơm tối dọn ra, mọi người ăn qua loa, xong lại ai làm việc nấy. Dưới bếp, nồi bánh chưng đặt từ đầu giờ Thân sùng sục sôi, phải dập bớt củi, mở nắp nồi. Toàn Nhật rửa lại từng viên cuội trắng, tròn trĩnh, trông giống hệt như những viên kẹo bột. Nồi mạch nha đã bắc khỏi bếp. Khi đã nguội hẳn, Đặng-thị bỏ từng viên cuội vào nồi, khéo léo gắp ra để trên một chiếc mâm đồng có phủ lá chuối. Mâm kẹo để tiếp khách uống trà trong ba ngày Tết được xếp lên theo kiểu hòn núi non bộ, cheo veo tưởng như sắp đổ, nhưng thật ra mật dính chắc vào nhau, khó suy xuyển.

Mai vẫn ngóng về phía cổng, dáng băn khoăn lộ ra ngoài. Trong góc bếp, nàng lắng tai nghe từng tiếng động, thấp thỏm đợi một tiếng chân, thót người lại mỗi khi nghe tiếng chó sủa. Lấy tay dụi mắt cay xè vì khói bếp, Mai nhắm hai hàng mi lại, hình dung cho rõ khuôn mặt một người chắc là sắp về. Gần giao thừa rồi còn gì. Pháo lại đì đùng như thúc giục. Phu tử hết đứng lại ngồi, sốt ruột: ''... chỉ chờ có nó nữa là đủ mặt Tết này!.'' Nói xong, Phu tử quàng chiếc khăn quấn cổ, bước ra vườn, đi về phía cổng.

Đêm ba mươi tối như mực. Đặng-thị đã sắp xong mâm cúng. Mai nhớ lại buổi đến thăm Thức trong ngục. A, cái con người kỳ lạ, mồm sưng vù mà vẫn toác ra cười khi nghe nói đến hai chữ số mệnh. Kéo thời gian ngược lại bằng cái trí nhớ mỏng mảnh căng như tơ vương vào một thuở thật khó quên, thuở người ta thường gọi là cái thuở ban đầu, Mai lạc vào một chốn bồng bềnh hư thực. Bỗng một tiếng pháo đùng ở đâu nổ choáng tai làm nàng choàng dậy. Thế là tết này Thức dẫu hứa nhưng vẫn chưa về. Lòng Mai chùng xuống, nước mắt ứa ra. Đặng-thị gắng tươi cười: "Năm mới rồi!" Sau đó, không biết cơ man nào là tiếng pháo nổ rần rần khắp nơi. Xa xa, pháo thăng thiên bay lên trời, vỡ thành những chùm hoa lóng lánh ụp xuống nhân gian, đánh mốc thời gian chòng chành trên một sợi giây không ai biết đầu, không ai biết đuôi, và có lẽ chẳng gì buộc lại được.

*

Khi dâng tư dinh của mình cho thế tử Trịnh Cán, Hoàng Tế Lý chỉ nói với một mình Đặng Thị Huệ về con đường hầm chạy từ dinh ra cửa Bắc. Lách qua phía vườn Bích Câu, đường hầm ngược lên phía Tây, nắp hầm ngụy trang bằng một ngôi mộ trông tầm thường trong nghĩa địa nằm cạnh bến Tây Long. Huệ thường ở sát bên Cán để trông nom, vì năm lên ba là Cán bắt đầu oặt oẹo liên miên, thuốc men hàng ngày, lắm khi tưởng đã nguy. Có kẻ vu là Dương Ngọc Hoan, mẹ của Trịnh Tông, đã yểm bùa nơi mộ phần nhà Chúa hòng triệt thứ tôn trưởng, nên Cán mới bệnh hoạn đến độ vậy. Huệ vào khóc với Trịnh Sâm, đập đầu xuống thềm, xin chúa tra xét phần mộ. Việc đó là việc cấm kỵ vì đụng đến vong linh của tổ tiên nên Sâm gạt đi. Từ ngày Tông định làm phản và bị truất xuống làm "con út," Huệ lại xin Chúa nghĩ lại, Sâm vẫn không chịu. Để bù trừ, Sâm đành bằng lòng định ngày làm lễ thành hôn cho đứa con gái yêu là Ngọc Lan với Đặng Mậu Lân, em Huệ, kẻ dân Kinh Kỳ thì thầm to nhỏ gọi là "hung thần mắt cú."

Huệ bàn với Tế Lý, vẫn khăng khăng là Cán bị bùa yểm, bảo Lý tìm ra cách xem có gì lạ ở phần chân của ngôi mả Trịnh Doanh, cha của Trịnh Sâm. Lý không tin, cực chẳng đã, lấy cớ sang sửa phần mộ nhân ngày Tết, đích thân đến đào trộm mả và hứa sẽ kể rõ ngọn ngành cho Huệ.

Tối hôm đã hẹn trước, Lý vào nghĩa trang cạnh bến Tây Long, theo đường hầm bí mật lẻn vào dinh Trịnh Cán. Con đường này Lý đã nhiều lần qua lại và bố trí sẵn cả chỗ ăn chỗ nằm, phòng làm nơi ẩn khi có biến. Qua cái ngách cửa, bất ngờ một bàn tay chặn Lý lại. Lý cau mặt, nhưng mặc cho bàn tay đó luồn xuống đai quần giật mạnh. Mùi hương nhài sực vào mũi Lý. Tiếng Huệ nói: "Há mồm!" rồi tay thò ra cậy miệng Lý. Lý nuốt một ngụm thuốc, vị ngọt, nhưng hơi cay xông lên, mặt nóng dần. Lý túm lấy bàn tay đang lần xuống đùi mình kéo mạnh, rồi ôm xốc người Huệ lên. Mái tóc Huệ đen biếc xõa tung ra rồi xổ xuống tựa một đàn rắn lục. Huệ trườn mình lên hai chân kẹp vào mông Lý, hai tay nắm tóc, lưỡi lè ra cắn vành tai Lý, miệng rên rỉ, thúc giục. Thuốc ngấm. Lý gào lên. Huệ lắc người như con thoi, bàn tay tì cứng lấy hai vai Lý, móng sắc bấm vào làm máu Lý ứa ra, rỉ xuống. Lý xoay người áp Huệ vào bức vách, hai tay nắm cứng lấy bắp đùi Huệ nhấc lên, rồi thúc hạ bộ vào, táo tợn, lì lợm. Cứ thế. Hai sinh vật ấy hào hển quấn lấy nhau, cắn rứt nhau, kêu van nhau rồi cuối cùng buông nhau ra, đẩy nhau nằm vật xuống, mồ hôi nhể nhại.

Lúc trống canh hai điểm, Huệ tỉnh dậy, lay Lý: "Này, việc thế nào?" Lý đáp:

- Đào chân mả, quan sát kỹ nhưng không thấy gì! Duy có một điều...

- ...

- Lúc lấp lại mả, tôi bỗng thấy một con rết vàng dài bằng cái đũa. Nó nhẩy lên quần, rồi leo vào áo, tôi phủi không được. Nó lên đến cổ, rồi thoắt một cái, không biết biến đi đâu mất...

- Chắc là nó rơi xuống đất, lủi vào cỏ...

- ...

- Nếu màu vàng thì chắc là điểm lành, màu vàng là màu đế vương. Con ông chứ còn ai! Cán làm vua thì đúng là ứng vào tên tục ông là Hoàng Đăng Bảo. Có đổi ra Tế Lý lúc ấy cũng chẳng được! Hừm!

Huệ tư thông với Lý từ khi Lý còn ở trấn Nghệ. Rồi mỗi lần Lý về Kinh, họ lén lút gặp nhau, Trịnh Sâm không mảy may ngờ vực. Gần gũi Sâm trên ba năm, Huệ vẫn chẳng thai nghén gì. Ngẫm lại, hơn chục năm qua Sâm đã ăn nằm với cả tá bà phi, nhưng kể từ ngày đẻ công chúa Ngọc Lan, chẳng một ai thụ thai. Huệ tính toán, giả giận Sâm cả tháng dịp Lý về, tắt kinh mới lại làm lành, rồi báo Sâm tin vui. Khi Cán đẻ ra, Sâm vẫn nghĩ là đẻ non, lại càng yêu càng quí.

Lý cười nhẹ, xoay người lại nhìn Huệ, nói:

- Phế Tông, Cán chỉ thành Chúa thôi. Vua thế nào được!

Huệ cười khanh khách:

- Quan cách nhà các ông lắm chuyện lắm, còn quá đàn bà! Trịnh Sâm muốn soán, sợ dị nghị, gặp Nguyễn Thiếp bàn ra là thôi. Còn ông vua ''hề'' Hiển Tông kia thì lẩm cẩm rồi. Duy có một điều là tôi còn ngại: Hắn chết, rồi Thái tử Lê Duy Cẩn mà kế vì ngôi vua thì không thuận lợi cho Cán... Thằng Cẩn gần gũi con Hoan mẹ thằng Tông, không thể tin nó được.

Xưa nay Vua Hiển Tông thấy mình không làm gì nổi Sâm đành nhịn nhục, suốt ngày viết kịch diễn tuồng. Giả như không ngó ngàng đến thế sự, Vua nói ra miệng: ''Việc thiên hạ nhà Chúa lo mà nhà Vua hưởng, có chi phải phàn nàn! Tôi sướng, Chúa khổ, vậy mà tôi không biết ơn thì đáng chê đáng cười thật.'' Mỗi lần kẻ ăn người ở hậm hực, Vua gạt phăng đi không nghe. Ngay việc chọn Cẩn làm Thái tử, và việc giam nhốt tự tôn là Duy Kỳ từ thuở tấm bé đến nay đã mười lăm năm, Vua để mặc Sâm muốn làm gì thì làm, chẳng dám hé lời.

Huệ xoay người lại, nhìn vào mắt Lý, nhếch miệng:

- Thằng Cẩn lên làm Vua, chắc không lâu được. Nó đủ đờ, bất nhất. Cứ để nó kế vị, đợi ít lâu cho đến lúc Cán thành niên, rồi bắt nó thoái vị. Lúc ấy Chúa thành Vua là lẽ đương nhiên. Tách thằng Cẩn ra khỏi đám mẹ con thằng Tông, tôi đã có cách

- ...

- Tôi đem gả con Mai, em tôi cho nó. Vợ thằng Cẩn vừa xấu vừa đồn, chẳng làm vợ cả được!

Lý nghe Huệ tính toán giản đơn, nhưng táo tợn, luồn lách, mặc nhiên không thèm để ý đến đám quan lại trong triều. Hỏi, Huệ thản nhiên:

- Chúng nó là bọn vừa tham vừa hèn, lại vừa ngu. Thả cho chúng tí quyền, tí danh là đủ. Chúng không đáng ta cho một đồng kẽm. Còn ông, ông ở đấy thì chúng làm gì được? Con ông làm vua, ông cũng phải lo một tí chứ! Đấy là cái số ông, không làm Vua thì làm bố Vua - Huệ cười, tay lại vắt sang đùi Lý, lơi lả - không muốn à?

Lý tự nhiên thấy ngứa ở cổ, khục khặc ho. Ngồi lên, Lý thấy mắt tối lại, khạc ra. Đó có phải là một con rết vàng? Nó nhanh như cắt, thoắt một cái là biến mất. Lý hỏi Huệ có thấy con rết không? Huệ kéo Lý đè lên trên người mình, dạng chân, mồm bảo:

- Chỉ tin nhảm, sao đỗ đến ông cống mà còn dị đoan vậy hả?

*

Không về kịp cúng tất niên như đã hẹn, mãi đến mồng ba Tết Thức mới về đến Kinh. Việc di giáo hữu từ Phố Hiến về Đa Phận y theo lệnh của Chúa Tĩnh đô Vương trở nên phức tạp. Giúp giáo sĩ Charles-Antoine Sieyès giao dịch với quan lại sở tại và đám chức sắc người lương tại địa phương, Thức thấy trước mắt một điều: mâu thuẫn lương-giáo trầm trọng đến độ đang biến thành những nứt rạn khó hàn gắn được. Mang đất của người lương chia cho người giáo, lại không đền bù gì tương ứng, đám quan lại đã đẩy người lương vào thế bạo động. Người lương hợp thành từng đoàn, mang giáo mác gậy gộc vây chặt đám giáo hữu khiến họ tiến không được mà thoái cũng không xong. Charles-Antoine mặt mũi tái ngắt, đưa sắc chỉ của Tĩnh Vương ra, ngón tay chỉ vào khoảng đất được vạch trên địa đồ nơi giáo hữu được phép định cư cho quan Cơ xem. Viên võ quan này mang một đội lính bàng quang nhìn diễn biến, thản nhiên nhổ bã trầu rồi bảo Thức là không biết gì và chẳng có lệnh trên nào đưa xuống. Cứ thế, giằng co cả tuần, đàn bà trẻ con chịu cảnh màn trời chiếu đất, nhao nhao kêu khóc. Gộp vàng lại đút lót, quan Cơ mới mở đường, lùa giáo hữu vào một khu đất lầy nước mặn. Giáo hữu cắn răng, kêu lên quan Huyện, rồi cũng chuẩn bị dao gậy. Thức vào hầu quan, lo lắng: ".. từ Phố Hiến lên đây, ít ra là khoảng trên một ngàn đinh. Còn giáo hữu ở Đàng Ngoài hiện có đến trên hai mươi vạn, cứ thế này là sẽ nội chiến trên toàn lãnh thổ." Quan cười khềnh khệch: "Thầy rỗi hơi, lo chuyện đâu đâu. Ai chết mặc ai, cái thân thày, thày lo. Chuyện thiên hạ xá gì! Thôi, về Kinh đi, ở lại khéo chết chẹt đấy!" Viễn tượng một cuộc nội chiến giữa những kẻ khốn cùng tranh nhau chút đất đai khô cằn để có cái mà ăn khiến Thức rùng mình. Chàng ở lại Đa Phận cho đến khi tạm ổn định được đời sống của giáo hữu rồi mới lên đường.

Dăm bữa rồi, cứ sáng ra là người đó dựa mình vào thân cây hoa sữa, nón mê kéo sụp xuống mũi, ngồi đọc sách. Gia nhân mở cổng dinh Khương Tả hầu ra hỏi, người đó chỉ lắc đầu. Có kẻ hầm hè đòi đánh, người đó ngước lên, mắt sắc như dao, chòm râu quanh mép đã ngả mầu muối tiêu, hất hàm: "Ngoài cổng dinh đất là của thiên hạ, vào hỏi chủ ngươi xem có phải không?," rồi lại điềm nhiên cúi xuống đọc sách. Gia nhân vào kể lại, Trọng Thức bước ra sân nhìn.

Đẩy cánh cổng, Thức thủng thỉnh bước về phía cây hoa sữa. Người ngồi gốc cây giở nón, ghé mắt nhìn, rồi lại cúi xuống nói trống không: "Tôi xin được yết kiến La Sơn Phu tử." Thức từ tốn báo là thầy mình đã về Bùi Phong từ tuần trước. Người ấy lại ồ một tiếng, thở dài, rồi lại giở nón ngước mắt hỏi: "Dám hỏi, huynh đài tên họ là Võ Toàn Nhật?," giọng trọ trẹ miền Hoan Châu. Thức lắc đầu, tự giới thiệu. Người ấy xưng tên là Trần Danh Kỷ, hiệu là Tiệp Dư, vốn có giao tình với Koji Mishima, người trên Phố Hiến đại diện cho Nhật Bản thương cục.

Trưa hôm ấy, khi Toàn Nhật về thì Thức đang ngồi trò chuyện với Kỷ. Kỷ đứng dậy, vòng tay chào. Toàn Nhật mới nhận chức Chưởng Cơ của đội Trung Kính, có trách nhiệm lo an ninh và bảo vệ toàn bộ dinh thự trong phủ Chúa và dinh các đại thần trong Chính-phủ. Kỷ tỏ vẻ ngạc nghiên:

- Huynh đài có cơ duyên đấy, có phải ai cũng có cái trách nhiệm ấy đâu. Quan Chánh dường tin người là phải có cơ sở. Thế còn Phu tử, ngài thuận lòng cho học trò nhận quan nhưng chính mình thì lại lánh xa hoạn lộ, cũng là điều lạ!

Toàn Nhật mỉm cười:

- Thầy tôi không o ép gì ai cả, chỉ nói "thuận thiên hành đạo."

- Việc Phu tử nhất quyết không tán thành việc soán ngôi nhà Lê đã đồn đãi đến Đàng Trong, ai cũng tâm phục.

Tay chỉ Thức, Kỷ cười:

- Chỉ thiếu một chút là cái đầu huynh đài đây suýt rơi trong vụ án năm Canh Tý!

Kỷ thân mật kể chuyện Đàng Trong cho Thức và Nhật, và nhất là tình bạn với Mishima suốt mấy năm qua. Cơm nước xong, Kỷ xin phép ra về. Khi Nhật tiễn ra cổng, Kỷ quay lại, bất ngờ hỏi:

- Quyển sách ấy của Mishima, huynh đã trình lên quan Chánh dường chưa?

Nhật ngẩn người, chưa nghĩ ra, hỏi lại: "Sách nào?" thì Kỷ đã chỉ vào những cành mai còn vàng hoa, nói lấp chuyện:

- Không, chẳng có gì quan trọng! Toàn huynh xem, mai còn vàng thế này thì chắc năm nay mùa xuân dài hơn thường lệ, và hẳn không phải lo hạn hán.

Nhìn bóng Kỷ khuất sau lối ngõ hai bên trồng trúc bạch, câu hỏi sách nào văng vẳng. Toàn Nhật thầm nghĩ, chẳng hiểu có phải là cuốn "Luyện kim yếu pháp" không? Nếu thế, Kỷ là ai? Một người gốc châu Hoan, đỗ hương cống năm Canh Dần, xử mà không xuất hơn chục năm nay, rày đó mai đây, kết bạn với cả những ngoại kiều như Mishima? Nhưng cũng có thể là một quyển sách khác, chẳng hạn như cuốn "Chuyện các nước phương Tây" (Seiiku Monogatari) mà Mishima vẫn để gối đầu giường. Toàn Nhật ngẫm nghĩ rồi lắc đầu, bật cười, tự nói cho mình nghe, cái bệnh ngờ vực ở đất Kinh Kỳ này lây thế mà nhanh thực.

*

Đặng Thị Huệ vồn vã nắm tay em kéo ngồi xuống chiếc sập gụ lên màu đen tuyền bóng lên như thoa mỡ. Nàng đưa tay vuốt lại vài sợi tóc vấn vội còn xòa trên thái dương Mai, miệng tươi tắn:

- Chị có một tin vui báo em. Này Mai ạ, Thái tử Cẩn nhờ người dạm hỏi em về Đông cung làm Đệ Nhất thứ phi. Việc cưới phải làm gấp, vì nay Đức Vua chừng yếu lắm, chẳng biết lúc nào. Chị tính là sau lễ tơ hồng cho Mậu Lân, chị mới có thể lo đến phần em!

Mai bàng hoàng, tai ù lên, nghe Huệ nói như vẳng đến từ một cơn mơ. Cùng cha nhưng là con bà lẽ, thuở tấm bé Mai phải gọi mẹ mình là "chị" cho đến khi mẹ mất. Ngày xưa, khi mẹ "cả" lấy vợ cho cha, mẹ hằn học: "tuổi tao hết vui hết thú, lấy người về hầu ông ấy, đỡ nhọc đỡ vướng." Bà lẽ, lúc ấy mới mười sáu, là một cô bé còn ngây thơ. Sau lễ tơ hồng, cô bé mặt xanh lớt, nhịn ăn cả tuần lễ, cứ nghe tiếng chân ban đêm là dúm người lại. Hai năm sau, Mai ra đời. Mẹ "cả" ngắm Mai, rồi khinh khỉnh nói: "Đúng là cha già con cọc!."

Năm Mai lên tám, "chị" bỏ Mai đi, thở hắt ra, miệng rên: "Tội nghiệp con mẹ một mình!" rồi nấc lên, đầu ngoẹo xuống, tay vẫn nắm cứng lấy Mai, phải hai người mới gỡ ra được. Mẹ "cả" bảo Huệ, lúc ấy tuổi xấp xỉ tuổi "chị" đẻ ra Mai, giọng sa sả: "Từ nay mày lo cho con ranh này!"

Vài tháng sau, mẹ "cả" đau yếu, cả ngày nằm một chỗ, nhưng vẫn tỉnh táo. Mẹ bảo: "Con Huệ, tao đã lo cho mày vào hầu hạ Chúa trước khi tao chầu trời, chậm thì lại kẹt cái tang mẹ. Sau này, mày lo cất nhắc thằng Lân, nó chữ nghĩa không có, chỉ suốt ngày lêu lổng." Mấy ngày sau, mẹ gọi Huệ và Lân vào phòng, đuổi cha ra, rồi dặn từng tiếng: "Tao sắp đi về với ông bà. Vốn liếng nhà chẳng được là bao. Cha chúng bay là thứ vô công, chỉ lăng nhăng hết ngâm lại vịnh. Nhìn ngang, cũng chẳng bằng ai, nhìn lên thì thấy ai cũng hơn, nên chỉ biết gục mặt nhìn xuống, miệng nói nhân, nói nghĩa, không màng công danh tự lừa dối mình. Hai chúng mày chẳng nhờ vả gì được cha đâu... Nhớ đây, mẹ dặn: đời chúng mày, phải làm thế nào để chẳng phải quì gối trông lên một ai. Muốn thế, phải có tiền. Muốn có tiền, phải có quyền. Muốn có quyền thì đừng lấy chuyện nhân nghĩa tầm phào làm mốc. Cái mốc khiến được thiên hạ là lợi, là tiền.Tiền à, là Tiên là Phật, là ngọc là ngà, là cái đà của danh vọng, là cái lọng của nịnh thần, là cán cân của công lý!." Mẹ "cả" ngưng nói, rồi thều thào: "sáng mai, con Huệ vào phủ Chúa, nhớ lời mẹ."

Mẹ "cả" đi ngay tối hôm đó, nhưng chỉ báo tang ba ngày sau, đợi Huệ vào phủ Chúa xung thị nữ trước đã. Huệ làm vẻ không hay biết gì. Ngày đi chôn mẹ "cả" chỉ có cha, Lân và Mai. Từ đấy, gia cảnh túng quẫn, đồng ra đồng vào là nhờ tay Huệ. Cha tuổi cao, chỉ quanh quẩn với Mai, dạy Mai ngâm vịnh, và phàn nàn Lân là loài nghịch tử, họ Đặng đến đây coi như tuyệt tự. Còn Lân thì kéo bè kéo đảng rủ nhau lấy tiền xâu ở chợ hàng Da, hung bạo đến độ nổi tiếng một vùng. Ít lâu sau, Huệ không những chinh phục Trịnh Sâm mà còn cả đám quan thị phục dịch trong phủ. Đến lúc ai muốn gì, cứ nói với Huệ là Sâm cho toại ý.

Nhìn Mai, thình lình Huệ lên tiếng:

- Em nghĩ thế nào?

Mai ngước nhìn Huệ, cắn môi ngập ngừng:

- Chị để em nghĩ, việc một đời...

Huệ ngắt lời:

- Bà Thái phi đau yếu, bệnh tật, lại đứng tuổi rồi. Sau, là em. Đức Vua chắc sống cũng chẳng còn lâu. Như vậy, chị độ là em sẽ thành hoàng hậu nhà Lê, làm vang danh cho họ Đặng, chắc cha cũng mỉm cười nơi chín suối!

Ngẫm nghĩ một lát, Huệ nói tiếp, giọng đanh lại:

- Không phải ai cũng được như chị em mình. Chị cũng biết là em có tình ý với một anh thầy đồ xứ Nghệ. Thái tử Cẩn già nua, nên em cũng đừng phí độ xuân xanh của mình. Quan Chánh dường có ý xếp việc cho thầy đồ nhà em được gần gũi em trong Đông cung phủ. Việc ấy không có gì khó cả...

Huệ nheo mắt nháy, cười giả lả:

- Bây giờ em về xếp đặt, rồi đầu tháng lên đây ở với chị, giúp chị trông nom thế tử Cán vẫn cứ oặt oẹo, chưa thuyên giảm được chút nào.

Huệ giữ Mai ở lại ăn cơm chiều, bảo Mai vào chơi với Cán. Đi qua những hành lang lờ mờ thấp thoáng ánh bạch lạp, Mai bước vào một căn phòng tứ bề rủ chướng gấm, mùi thuốc xông vào mũi. Cán reo: "Dì Mai, mẹ dặn thế nào dì cũng đến, Cán đã sắp sẵn đồ chơi đây rồi!" Cán đứng lên, chân không vững xiêu đi suýt ngã, mặt xanh xao, bụng ỏng, tay bưng một hộp gỗ đựng dế có đục lỗ. Mai ra cửa sổ định kéo mành, nhưng thị nữ giơ tay lên chặn lại, nói rằng tuyệt đối cấm vì sợ gió máy. Mai ngồi xuống tràng kỷ, miệng đắng lại, khô tưởng như bỏng. Chập chờn tranh tối tranh sáng, văng vẳng trong đầu Mai tiếng ru "Cá cắn câu biết đâu mà gỡ... Chim vào lồng biết thuở nào ra." Mai đưa tay lên quệt mắt, lòng quặn lên một niềm hãi sợ đang ầm ập kéo đến hệt như một cơn giông bất ngờ.

*

Ra khỏi Cấm cung, Mai ngơ ngẩn như người mất hồn, chân bước về phía hồ Thủy Quân, lòng trống trải để gió lộng tứ bề. Buổi tàn thu, những cây bàng cong queo rắc lá vàng xuống vệ đường vòng quanh hồ trải thảm dưới chân. Giữa hồ, tháp gươm nổi lên để đánh bạn với nỗi đìu hiu của đàn sâm cầm tha về để hoang trên cỏ dại.

Ngồi xuống gốc cây đại thụ đâm chồi ra mặt hồ, Mai lắng lặng nghe hồn mình se sắt theo hơi lạnh đang lẫn qua chiếc áo bông bằng nhiễu màu gụ đỏ. "Như vậy, chị độ là em sẽ thành Hoàng hậu nhà Lê!," tiếng Huệ lại vang lên trong đầu Mai. Không, chị Huệ, em chỉ là một thứ đồ vật mang ra gả bán. Khi thành Hoàng

169

hậu thì em chắc chắn em không còn là em. "Quan Chách dường có ý xếp việc cho thầy đồ nhà em được gần gũi em trong Đông cung phủ." À, hay nhỉ. Vẹn toàn ghê, chưa gì đã rắp tâm trốn chúa, lộn chồng. Nhử nhau bằng vàng và tội lỗi, chị Huệ ơi, chị định nặn em theo khuôn chị, để "làm vang danh họ Đặng, cha cũng mỉm cười nơi chín suối." Không, chị làm sao hiểu được cha. Cha chắc sẽ ngậm hờn thì đúng hơn, chị ạ.

Mai chợt buồn oẹ khi nhớ lại cảnh Huệ nheo mắt nháy, vục vội đầu nôn thốc nôn tháo xuống hồ. Nhìn bóng những cành đại thụ gẫy ra, rồi nhòa nhạt như rồi chắc không bao giờ sẽ hiện lại nguyên hình nguyên ảnh, nàng hoảng sợ. Đứng vội lên, Mai đi như chạy về dinh Khương tả hầu.

Khi Thức ra mở cổng, Mai òa khóc, nước mắt như mưa. Đưa Mai ra cạnh bờ ao, Thức chấm nước mắt cho Mai, tay ôm lấy bờ vai gầy guộc run rẩy nép vào lòng mình. Thức xót sa nhớ lại những giọt nước mắt ngày Mai khóc khi đi thăm mình trong cảnh tù ngục năm ngoái. Nghe Mai kể xong, Thức thở dài, mắt nhìn lên bầu trời đang ngả sang màu mực nhạt. Mai im lặng, chờ đợi. Thời gian giãn ra tưởng dài đến vô chừng trong khi Thức vẫn mím miệng, hàm bạnh ra, cái sẹo đâm xuống chân mày co giựt từng hồi. Không nhịn được, Mai ấp úng:

- Phải làm gì bây giờ?

Tránh cái nhìn trách móc của Mai, Thức hỏi lại, ngây ngô:

- Em định làm gì cơ?

Vừa bực, vừa buồn cười, Mai sẵng:

- Hay anh muốn có cái việc gì ấy ở Đông cung phủ!

- Không, nói bậy - Thức quay lại trừng mắt - Em phải từ chối. Rồi anh xin thầy đến hỏi em về...

Bấy giờ, Thức bỗng nhỏ đi như một đứa trẻ trong mắt Mai. Nàng bình tĩnh:

- Họ nắm quyền, nắm thế, chẳng để mình yên để hỏi để cưới như thế đâu. Hai ta không có cách gì khác là trốn đi!

Thức như người trên mây, bật miệng:

- Nhưng trốn đi đâu?

Bật cười để ghìm cơn giận, Mai cố nhỏ nhẹ đáp:

- Bầu trời này còn rộng chán cho mình nương náu...

Nhìn Thức cứ nghệt ra, Mai bỗng tủi thân, hệt như kẻ vừa ngửa tay xin mà không được cho. Hự lên một tiếng, nàng lại cắn răng, nhưng nước mắt đã giàn giụa. Hai tay nắm lại, nàng đấm thùm thụp vào ngực Thức, miệng ấm ức kêu:

- Giời ơi là giời!

Thức ngạc nhiên, rồi nhẹ nhàng nắm lấy hai tay Mai, áp vào mặt mình cũng đã nhòe nhoẹt nước mắt. Mai nhũn người, thở hổn hển. Bấy giờ, Thức lắng lặng xiết chặt lấy Mai, hiểu rằng từ nay sóng gió kéo vào đời cả hai người.

Mai ở lại dinh Khương tả hầu ăn cơm tối. Khi nàng định ra về, Thức nắm lấy tay, kéo lại hỏi, giọng run rẩy:

- Em còn về đâu nữa?

Nhìn mớ tóc búi vội còn lòa xòa trên trán Thức, Mai thấy nàng mềm lòng đi, yếu ớt khẽ gỡ tay ra. Nghĩ thế nào, nàng quay phắt lại nhìn Thức, quyết liệt:

- Em nay chỉ còn một chốn về mà thôi!

Đêm hôm đó, Mai đắp chiếc chăn đơn mỏng mảnh, lên giường nằm. Ngồi xuống cạnh Mai, Thức rón rén với tay vặn bấc chiếc đèn dầu cho bớt sáng. Chàng kéo chiếc chăn khiến Mai nhắm mắt, mặt quay vào vách, hai tay đưa lên che ngực, chân vắt chéo co lại. Thức cúi xuống áp môi vào bụng Mai, ngụp lặn vào màu sữa trắng tinh mơ và ngát mùi dạ lan của da thịt trinh nữ. Cứ thế, Thức thăm dò từng tấc vuông trên cái thân thể đang nhũn ra, vụng về, quanh co, hệt một kẻ dẫn đường mà không biết đường đi lối bước. Bên khung cửa, ánh trăng chênh chếch hắt lên vách bóng lá lung linh, chập chờn, nhảy múa. Thức lần xuống hôn lên từng ngón chân Mai, rồi áp mặt vào giữa hai đùi nàng đã không còn khép lại như trước. Mùi nồng hắc thoảng lên, kích thích Thức đến tột cùng. Hai tay nâng đầu Thức kéo lên, Mai áp miệng vào tai Thức, nói thì thầm: ''Em là của anh, chỉ một anh thôi... .''

Mai nghiến răng chịu đau, hai bàn tay luồn sâu vào tóc Thức ghì chặt lấy, biết là mình chẳng muốn níu kéo gì một thời con gái. Thời nào rồi cũng phải qua đi. Để còn sang một thời khác, thời đàn bà!

*

Toàn Nhật được phân hẳn cho dinh Khương Tả hầu làm nơi cư trú, ngại ngùng không muốn, nhưng quan Chánh dường ép phải nhận. Bằng Vũ nay làm dưới quyền Toàn Nhật, đi lại luôn luôn, nhưng cả Thức lẫn Nhật đều ngờ Vũ là người của Nội Mật viện, có ý giữ gìn. Vũ kéo đám thư lại của lính Tam phủ đến dinh, chèo kéo, làm thân. Trong bọn, Trần Nguyên Nhưng là kẻ suýt bị chém trong vụ năm Canh Tý, may có Đăng Khoa, con trưởng quan Chánh dường, đứng ra đảm bảo cho nên mới được tha. Rút cục, Nhưng chỉ bị đánh xuống hai trật, phái ra xung quân cho đội Tiền Hùng có trách nhiệm an ninh ở vùng ngoài ven đô chứ không còn ở Cấm cung như trước nữa.

Nhật tuyển một đám lính trẻ, mỗi sáng bắt tập võ. Thời gian Nhật ở với Koji, ngoài ba đường gươm bí truyền, Nhật học thêm được phép Nhu Thuật và cách đánh ám khí, đặc biệt là ném tiêu và ném đồng chinh. Phép ném chinh, Nhật đã tập đến độ siêu tuyệt. Một tay, Nhật có thể vẩy ra ba đồng chinh được mài cạnh sắc như dao, kẻ địch đứng trong gần mười thước khó mà tránh né được. Về cách đánh kiếm, Nhật cũng cải biến cho phù hợp với loại kiếm ta, ngắn và nhẹ hơn loại kiếm Nhật. Vẫn đeo ngang hông nhưng xoay ngược lưỡi lại, cách rút kiếm của Nhật biến thành một nhát chém từ dưới lên trên, chiếm ngay thế thượng phong. Đồng thời, Nhật cũng nghĩ ra những bài liên hoàn cho ba tay kiếm đứng hình tam giác, tiến lui đồng bộ, linh hoạt chế ngự được ít ra là ba lần số đối thủ. Quan Chánh dường, xưa vốn đỗ Tạo sĩ, không phải là một kẻ võ nghệ tầm thường, gật gù lẩm nhẩm: "Có nòi cả!." Một hôm Tế lý đích thân ban cho Nhật cây kiếm chuôi có khắc ba chữ "Hoàng-gia kiếm." Đăng Khoa không giấu được nét bực bội nhưng miệng chỉ cười nhạt. Lý biết ý, ghé vào tai Khoa nói nhỏ. Mặt Đăng Khoa tái lại.

Từ hai tuần nay, Thức rầu rĩ, lắm buổi ngồi đăm chiêu, không nói một lời. Mai bàn với Thức, rồi cả hai nói lại với Toàn Nhật. Nhật bóp trán đồng tình, bảo:

- Tính thế cũng được, nhưng Nhật phải nhờ tay Trần Nguyên Nhưng là kẻ trong đội Tiền Hùng phụ trách ven đô phía sông Nhị.

Trước kia, mỗi lần Tiệp Dư Trần Danh Kỷ ghé thăm Thức, hai người thường thảo luận một số cách nhìn xã hội của người Tây dương. Thời gian Thức đã học với Sieyès đủ cho phép Thức dịch ra vài đoạn trong cuốn "Công ước xã hội" do Rousseau viết bằng tiếng Pha Lang Sa. Kỷ không đồng tình với nhiều điểm, trừ khâu nói về quyền tư hữu, theo Rousseau, là nguồn gốc của mọi bất bình đẳng trong xã hội. Thấy Thức dạo này im lìm, không hăng hái chuyện trò như trước, Kỷ hỏi gặng nhưng Thức chỉ thở dài. Mấy hôm sau, Kỷ đến từ giã, quay về Hoan châu. Bấy giờ Kỷ nói với Thức:

- Huynh đài vào Đàng Trong, đã có Kỷ này. Thế sự Đàng Ngoài như nước trên lửa, vung nồi lại đậy chặt, sớm muộn cũng bung. Với người anh hùng tái thế ở trong kia, thế nào cũng sẽ đất bằng sóng dậy!

Thức hỏi:

- Có phải là Biện Nhạc ở Qui Nhơn không?

Kỷ lắc đầu. Thức nhìn Kỷ, chậm rãi:

- Vậy là Nguyễn Phúc Thuần hay Nguyễn Phúc Dương?

Kỷ lại lắc đầu, bảo Thức với giọng chân tình:

- Huynh muốn cứu đời, ắt đây không phải là chốn thuận lợi. Kỷ này vào dò xét, biết thực lực của đám quyền thần ở Kinh chỉ đáng mớ lửa, không ai nhóm rồi cũng cháy, chẳng cần ra tay.

Thức ngỏ ý muốn ra đi, nhưng bảo chắc còn phải đợi ít lâu. Kỷ hẹn Thức ngày rằm tháng sau ở bến Thanh Trì, và dặn chớ thổ lộ cho ai biết.

Mấy ngày sau, Kinh Kỳ nhộn nhịp hẳn lên vào dịp lễ cưới công chúa Ngọc Lan. Đám quan lại tứ phương về Kinh dự lễ, quà cáp hàng đấu, ngựa xe tấp nập, đám lính Tam phủ phải ra sức lo bảo vệ, lúc nào cũng căng thẳng. Quan Chưởng Cơ Trung Kính là kẻ bận hơn ai hết, mỗi đêm chỉ chợp mắt được vài giờ, tất tả đốc lính hết công này đến việc nọ. Buổi tối tuần trăng thứ ba, Nhật vừa về đến nhà thì một đội quân thuộc viện Nội Mật ập tới. Viên đội trưởng kính cẩn:

- Trình quan, có giấy của Nội Mật viện đòi Nguyễn Trọng Thức cư ngụ tại đây.

Nhật bình tĩnh chìa tay, mở tờ giấy, chăm chú đọc. Giữ sắc diện thản nhiên, Nhật bảo:

- Quan đội, Trọng Thức đã đi từ sáng hôm qua rồi.

- Bẩm quan, người ấy đi đâu?

- Ta không rõ...

- Bẩm quan, theo lệnh, xin ngài cho phép khám nhà.

Nhật cất tiếng cười ha hả, rồi sờ vào đốc kiếm, miệng khinh mạn:

- Viện Nội Mật coi người như rác hay sao mà chỉ có tờ giấy này là đủ xông vào đâu thì xông, chẳng còn phép tắc gì cả. Các người khám nhà ta vì không tin lời ta, có phải không?

Viên đội trưởng cúi đầu lí nhí. Toàn Nhật nóng ruột muốn biết tin Mai và Thức. Không còn cách khác, Nhật lạnh lùng:

- Quí vị đưa ta lên viện, tội tình gì ta chịu. Còn muốn khám nhà ta thì không được!

Nói xong, Toàn Nhật ra cửa nhảy phóc lên con chiến mã màu trắng, vẫy tay gọi thủ hạ. Tiếng vó ngựa trên đường đến viện Nội Mật đập thình thịnh trên nền đất vào lúc trăng ló lên qua rặng cây hoa sữa. Trong Nội viện, Đăng Khoa cười nửa miệng, bỡn cợt:

- Cá một cặp mà chỉ chộp được con cái, đã trả về cung Đặng Tuyên phi. Còn con đực, không trú ngụ dinh quan Chưởng Cơ Trung Kính thì ở đâu?

Toàn Nhật nghe Khoa nói, mặt nóng bừng lên nhưng dằn xuống, hỏi:

- Thế ra họ không được phép rời Kinh?

Khoa vẫy tay. Trần Nguyên Nhưng bị điệu ra, mặt mũi bị đánh sưng vù, ủ rũ nhìn Toàn Nhật. Nhật nghiêm trang hỏi:

- Trần huynh, ngài có chiếu chỉ gì cấm Đặng Thị Mai và Nguyễn Trọng Thức rời Kinh đô không?

Nguyên Nhưng rầu rĩ đáp:

- Không!

Nhật quay sang Khoa, gằn giọng:

-Đăng Khoa đại ca! Thế là bắt người trái phép, lại còn dám xâm phạm đến thân thể võ quan của Chính-phủ, tội ấy anh bào chữa thế nào? Trần Nguyên Nhưng làm sao biết ai cấm ai, ai cản ai? Luật Vua phép Nước ra sao mà tước vị như anh lại hành xử tùy tiện đến vậy?

Nhật tiến về phía Nhưng, rồi nhanh như cắt xoay người gạt hai tên lính canh ngã chổng bốn vó lên trời, tay vòng ngang lưng Nhưng kéo về phía mình, từ từ lui ra cửa. Đăng Khoa mặt tái lại, hét lính. Đám thủ hạ đi hộ vệ Nhật hợp thành thế kiếm trận tam giác, vòng quanh Nhật và Nhưng, chậm rãi lùi dần ra cửa dinh Viện Nội Mật.

- Gọi cung thủ và xạ thủ! Không để đứa nào ra khỏi cổng này!

Đăng Khoa quát như điên như dại, tay tuốt kiếm xông lên.

*

Trịnh Sâm gượng ngồi lên sàng, tay dựa vào chiếc gối thêu chỉ ngũ sắc, đằng hắng lên tiếng cám ơn đám quan khách dưới trướng. Chúa nắm bàn tay bé nhỏ của Ngọc Lan đang run rẩy, nhìn đứa con gái mình nưng như trứng, hứng như hoa, nói nho nhỏ: "Đừng khóc, con."

Phía bên kia, Đặng tuyên phi chủ hôn. Mậu Lân ăn mặc chỉnh tề, áo gấm màu gụ có thêu hoa mẫu đơn to như cái bát, lưng thắt đai bằng vàng có giát những thỏi ngọc hình chữ nhật, thỉnh thoảng lại đụng vào nhau leng keng. Khuất đằng sau là Đặng Thị Mai, đứng cúi đầu. Đại diện cho Đức Vua, Đông cung thái tử Cẩn bước ra chúc mừng hai họ, nói lại những câu sáo tụng loại như trăm năm hạnh phúc, đầu bạc răng long. Quan Chánh dường Hoàng Tế Lý cung kính đứng hầu bên Chúa, thỉnh thoảng lại cúi xuống nhắc tên những viên quan biên trấn từ xa xôi về mừng lễ thành hôn cho công chúa. Nhìn con mình quì cạnh Mậu Lân cúi xuống lạy bàn thờ gia tiên, Sâm mủi lòng, ứa nước mắt, gọi Sử Trung hầu đến thì thào. Chúa giao cho Sử Trung theo phò công chúa, và cắt một đám hai mươi người thị nữ theo sang dinh cơ của Mậu Lân.

Thái tử Cẩn lân la đến gần Tuyên phi, mắt đáo quanh tìm Mai, bụng muốn xem mặt. Đặng Thị Huệ lễ phép: "Em nó mệt nên đã xin về nghỉ, để hôm nào Thái tử qua chơi em nó sẽ đích thân ra dâng rượu cho ngài."

Miệng cười, Huệ nhí nhảnh:

- Mà duyên càng đợi, thì lửa càng nồng. Thái tử chờ cho dăm bữa nửa tháng nữa...

Hai hôm sau, Huệ thình lình vào mở cửa phòng Mai, mắt sắc như dao liếc, hỏi:

- Mày đi đâu mà định qua sông ngày thằng Lân lấy vợ? Định trốn theo trai hả?

- ...

Huệ thẳng tay giáng một cái tát nổ đom đóm, không thèm nhìn Mai ngã chúi xuống giường, rít lên:

- Thân lừa ưa nặng. Tao dựng vợ gả chồng cho chúng bay toàn là con vua cháu Chúa, không muốn làm Hậu làm Phi, lại một lại hai đi đánh đĩ với một thằng thày đồ kiết xác gàn gàn dở dở, người chẳng ra người, ngợm không ra ngợm!

- ...

- Từ nay, mày ở lại Cấm cung, không đi đâu nữa. Tuần sau, ta sẽ mời Thái tử Cẩn qua đây, liệu mà vui vẻ lên, đừng vác cái mặt đưa đám ra nghênh tiếp người ta. Mày cứng cổ thì tao cho người tìm băm thằng Thức ra, chỉ mang cái đầu nó về cho mày đỡ nhớ với thương!

Mai bật khóc, rên rỉ:

- Tôi lạy chị, chuyện lấy ai nữa thì không được đâu. Tôi đang có mang.

Huệ nghe Mai nói, quay ngoắt lại, trừng mắt:

- Có thai thì phá. Mất trinh còn dễ hơn. Chút vỏ hột lựu máu mào gà vào là trông như mới. Nghe tao đây: mày muốn thằng Thức sống thì phải vâng lời tao. Nếu không, mày là oan gia của nó. Tao sai giết cả nhà nó chứ chẳng phải chỉ lấy cái mạng của một nó mà thôi!

Nói xong, Huệ đi ra, gọi thị nữ dặn dò. Chiều hôm đó, quan Chánh dường vào dinh. Nhìn nét mặt Huệ, Tế Lý biết nàng đang cơn thịnh nộ, lửa bốc lên khóe mắt như đốt sống người đối thoại. Huệ gằn giọng:

- Quan Chánh dường! Ngài đứng đầu Chính-phủ, việc gì cũng qua tay, xưa nay chẳng sơ suất một điều gì. Những sự gì xảy ra cho em tôi, tôi chưa thông rõ, mong ngài cho biết thêm để tôi tường tận.

Tế Lý kể việc người Nội Mật viện theo dõi Mai từ hơn tháng nay, nên chặn ngay khi nàng cải trang thành nam nhi, đến bến Tây Long hỏi nhà thuyền ngược lên Thanh Trì. Phần Trọng Thức, chắc có lẽ đi đường bộ. Người Nội Mật viện lập tức giăng lưới khắp khu Hà Đông, nhưng đến nay vẫn chưa bắt được. Đồng thời, trấn quan hai vùng Thanh-Nghệ đều được báo, và chắc chắn là tóm được nếu Thức lần mò về quê.

Huệ lặng lặng nghe, cắt ngang:

- Thức có bố mẹ anh em gì không?

- Khải Vương phi, không! Thức mồ côi cha từ nhỏ, mẹ cũng đã qua đời gần chục năm nay.

Huệ nghiến răng, trừng trừng nhìn Tế Lý, miệng mím lại, nói:

- Ngài làm sao thì làm, thế nào trong một tháng cũng phải lấy đầu thằng Thức mang về đây. Ai chém nó, tôi xuất một trăm lạng vàng ra thưởng!

Vừa lúc đó, Mậu Lân ở đâu sồng sộc chạy vào kêu:

- Thế này thì tức chết được! Lấy vợ về mà chả đụng được đến cái gót chân nó. Thằng hoạn Sử Trung lúc nào cũng lè kè bên cạnh, nào là Chúa dặn thế này, nào là Chúa dặn thế nọ. Thế thì chị bảo tôi mang con ranh đó về nhà để làm gì hả?

Nhận ra Tế Lý, Mậu Lân bớt hùng hổ, ngậm miệng lại nhưng mặt mày vẫn cau có. Huệ không nói gì, chỉ khẽ đứng dậy. Tế Lý hiểu ý, nghiêng mình cáo từ. Đưa Lý ra cửa, Huệ quay trở vào, nhìn vào mặt Lân, thét:

- Mày ngồi xuống!

Có ai ngờ được kẻ bàn dân gọi là ''hung thần mắt cú'' líu ríu khuỵu chân xuống. Huệ cười nhạt:

- Mày ngủ với cả trăm con đàn bà, còn thèm nhạt gì. Mang con ranh con đó về nhà là tao mở mày mở mặt ra cho mày thành vương, thành tướng. Cái thứ đốn mạt như mày thật ngu hơn con chó!

Đến trước mặt Lân, Huệ bất ngờ tát vào mặt, miệng tiếp tục hét:

- ... ngu hơn con chó.

Lân không dám đỡ, ngồi im chịu cái tát. Huệ cứ thế, tát liền tay cho đến khi mỏi ê ẩm.

''Hung thần mắt cú'' ôm mặt khóc thút thít, chẳng khác gì một đứa trẻ lên mười.

*

Thật là may, Hoàng Tế Lý kịp thời đến vừa lúc Đăng Khoa tuốt kiếm xông ra. Lý vội hét: ''Ngưng tay!'' rồi hoành thân nhảy từ yên ngựa xuống chặn giữa đám lính phủ Trung Kính và đội cung thủ của Nội Mật viện. Toàn Nhật cúi đầu chào:

- Thật chỉ có kẻ này đắc tội với bề trên, lính cơ Trung Kính chỉ biết nghe lệnh, xin ngài cứ xử phạt một mình tôi.

Nhật nói xong, tự mình cởi kiếm, hai tay dâng lên Tế Lý. Lý xoay người về phía Đăng Khoa, hỏi sẵng:

- Thế còn ngươi! Không biết tự xử à? Hay bắt ta ra tay?

Quì xuống đất, Khoa không nói năng, bắt chước làm như Toàn Nhật, mắt quét về phía Lý một cái nhìn nửa như ngạo nghễ, nửa như chịu đựng.

Lý phất tay, ra lệnh cho Toàn Nhật và Đăng Khoa vào Chính-phủ đối chất vào giờ Tị sáng hôm sau.

Người lo lắng nhất không phải là Hoàng Đăng Khoa. Việc giám sát Đặng Thị Mai và Trọng Thức là do Lý ra lệnh cho viện Nội Mật chứ không do Khoa quyết định. Khoa trong bụng vẫn hận việc Tế Lý trao cho Nhật thanh kiếm Hoàng gia. Nhân thời cơ, Khoa chỉ muốn vỗ mặt Nhật cho hả bằng cách phái quân đến khám nhà Nhật, mặc dầu thừa biết là Thức không có ở đấy. Phần Nhật, Nhật lo cho Mai và nhất là lo cho Thức. Trong sự tính toán xếp đặt ở đất Kinh Kỳ này, Thức là cái gai phải nhổ đi để gả Mai cho Thái tử Cẩn. Nhật hỏi Trần Nguyên Nhưng mới biết Nhưng đã đưa được Thức qua bên kia sông Nhị, thoát khỏi sự kiềm tỏa của cấm binh. Khách quan về dự đám cưới công chúa dập dìu, Nhật hy vọng là Thức lẩn đi được dễ dàng.

Trước mặt Tế Lý, Nhật giữ thái độ cung phục nhưng vẫn ung dung tự tại. Nhật thưa:

- Bẩm thượng quan, ngài đã biết Thức và tôi là đồng môn, lại như anh em. Anh đến nhà, không lẽ em lại đuổi đi? Còn như Thức làm gì, quan hệ với ai, tôi làm thế nào mà trách nhiệm cho được. Chức phận quan xếp đặt cho tôi là chỉ lo bảo vệ an ninh cho ngũ cung tam phủ, không phải giám sát bất cứ ai.

Lý giơ tay chặn Nhật, rồi quay sang Khoa, hỏi như buộc tội:

- Còn ngươi? Ngươi gọi cung thủ định giết quan của triều đình à! May mà ta kịp đến, nếu không, ngươi có biết là tội ấy phải xử hình phạt nào không?

Không để Khoa nói, Lý dằn giọng:

- Tội này phải xử tử, dẫu ta là cha ngươi! Mạng đền mạng!

Ngừng một lát, Lý nói tiếp:

- Ta nai lưng gánh vác mọi việc trong Chính phủ, nhìn quanh số người tin cậy được chẳng có bao nhiêu. Với Toàn Nhật, ta coi như là ruột thịt nên mới giao cho trọng trách.

Nhìn Nhật và Khoa, Lý dịu giọng:

- Lòng ta mong hai người coi nhau như thủ túc, cho nên nếu một trong hai không làm được thế thì cho ta biết ngay, để ta còn tính.

Quay nhìn Đăng Khoa, Lý trầm giọng:

- Việc Nội Mật là quan yếu, con lấy đó làm trọng, chớ để mờ quáng bằng những chuyện không đâu. Tiện đây, ta hỏi cả hai con, việc Trần Danh Kỷ đến đâu?

Nhật thót bụng tự hỏi có phải Kỷ cũng là người của Nội Mật viện? Khoa nhìn lên, từ tốn:

- Thưa cha, Kỷ lẻn vào Kinh với bốn người. Hiện tóm được ba, nhưng tên nào tên nấy đều cắn móng tay lúc bị bắt, chết vì độc dược. Kỷ rời Kinh hai tuần rồi, có tin hắn luẩn quẩn ở vùng Sơn Nam Hạ...

- Hắn là người của Biện Nhạc? Hay là người của bọn Nguyễn Ánh và Đỗ Thanh Nhân?

Khoa ngẫm nghĩ:

- Người của Ánh và Nhân thì chắc không phải! Hiện Ánh đang bị quân Tây Sơn dồn vào thế phải trốn chui trốn nhủi ở Gia Định, đâu lòng dạ nào phái người đến đây dò xét ta. Còn Biện Nhạc, từ ngày tự xưng là Thái Đức hoàng đế, hắn chừng thỏa mãn, chỉ ra vào ở Qui Nhơn, mặc hoàng bào tay cầm ấn, tập làm vua, cũng lập tam cung ngũ viện, nghe đâu lại sắp ''xuống chỉ'' cho thi đệ nhất khoa tiến sĩ. Kỷ chưa hẳn là người của hắn.

- Vì sao?

- Vì cái Kỷ dò tìm là để lấy cả thiên hạ.

- ???

- Kỷ tìm sách ''Luyện kim yếu pháp'' của Koji Mishima. Có lẽ vì biết Võ tướng quân đã một thời ăn cận ở kề Mishima nên Kỷ mới lần lữa đến chứ chẳng phải là vì muốn làm quen La Sơn Phu tử hay Trọng Thức...

Hoàng Tế Lý khẽ ra hiệu cho Khoa ngừng nói, lấy tay gõ lộp bộp trên kỷ, mặt trầm trọng:

- Toàn Nhật, có biết gì về quyển sách đó không? Có nó thì đúc được nòng súng, và đúng đấy, sẽ lấy được cả thiên hạ!

Trong đầu Nhật, hình ảnh Koji lại hiện ra với những trang sách xé rời cháy xém trong lửa đỏ, và giọng nói khàn đặc ê a: ''A ha, nếu Đàng Ngoài này mà rèn được súng thì Đàng Trong không chống nổi, đấy cái chuyện phong hầu cho tôi nó là thế!''

Nhật ngửng nhìn Tế Lý, chậm rãi lắc đầu.

Lý lại nhìn Khoa dọ hỏi. Khoa thưa:

- Con đã cho người lật từ hòn gạch, xem từng cái kèo, xét từng cái cột, nhưng không tìm thấy gì. Hiện nhà Mishima ta niêm phong canh gác cẩn mật.

- Đốt, đốt nhà nó đi. Sách không vào tay ta thì không được vào tay bất cứ một ai. Còn Kỷ, phải tìm bắt nó cho bằng được. Ta ngờ hắn là người của Quận Tạo Phạm Ngô Cầu, hiện đang trấn thủ Phú Xuân, chứ chẳng là ai khác! Ở Thăng Long, chắc là yên, không có gì quản ngại. Vậy chuyến này, Đăng Khoa lấy người đi vào châu Hoan, bí mật đến Phú Xuân xem động tĩnh và tổ chức lại mạng lưới của Nội Mật.

Nắng bên ngoài chếch qua mái hiên chiếu in lên tường những bóng cây rung rinh trong gió. Lý đứng lên, trầm ngâm, lẩm bẩm nói một mình. Nhìn Toàn Nhật và Đăng Khoa, lòng Lý bỗng hân hoan, miệng mỉm cười. Khi chia tay, Đăng Khoa nghiêng người nhìn Nhật nói:

- Võ tướng quân, chuyện cũ bỏ qua cho!

Nhật chưa kịp trả lời thì Lý đã cắt ngang, vui vẻ:

- Chúng bay phải gọi nhau là anh em, ta đã bảo phải coi nhau như thủ túc kia mà!

*

Không biết từ đâu chim từng đàn bay về khoảng giờ Dậu. Tiếng chim quang quác ríu lên thảng thốt như bị săn đuổi làm náo loạn dân hàng phố sống ven hồ Thủy Quân. Họ kéo nhau ra ngơ ngác đứng xem. Từng đàn chim nháo nhác bay dọc, rồi bay ngang, lắm khi tưởng như sắp xô vào nhau, nhưng lại túa ra, bốc lên cao, sà xuống thấp. Đầu giờ Tuất, chim đậu đen nghịt tháp Rùa.

Sáng hôm sau, cánh chim bay che rợp mặt trời, tới giờ ngọ mà trông cứ tưởng chừng như là trời đã tối. Rợn nhất, vẫn là tiếng chim kêu. Tiếng chim có lúc chíu chít như kim chích vào não bộ, có lúc lại o o tựa như cơn sốt của nước sông Nhị lên vỗ mặt đê. Bỗng nghe ầm ầm như tiếng súng thần công. Bàn dân bảo nhau rằng nhà Chúa bắn súng để đuổi chim. Chim lại nháo nhác, bốc lên tít cao, nhưng vẫn bay quanh, hàng đàn, hàng đàn, rít lên đinh tai nhức óc.

Cứ như thế, hai ngày liền. Sáng ngày thứ ba, chim sống bay hết đi đâu không còn một bóng. Còn chim chết đầy đường, chẳng biết cơ man nào mà kể. Người ta đi xúc xác chim rơi hàng xe bò mang đi đổ. Các cụ xì xào kể với nhau rằng điềm gở này đã xẩy ra cách đây hơn ba trăm năm, cũng vào độ tháng chín năm Nhân Dần, ngày Thái sư Trần Thủ Độ chôn sống ba trăm người tôn thất nhà Lý.

Trong hai trấn Thanh-Nghệ, lại hạn hán. Nạn đói đẩy cả vạn người thất thểu đi về xuôi, bồng bế nhau, mắt trắng dã vô hồn trên những khuôn mặt vêu vao sạm đen vì nắng gió. Họ lê bước, im lặng đi, không còn đủ sức kêu xin, chỉ nhìn rồi chìa tay ra, khóe mắt lóe lên một chút hy vọng như ánh đèn dầu đang lụn dần.

Hoàng Tế Lý nhân danh Chúa ra lệnh lấy gạo trong kho ra phát chẩn. Hết gạo kho, Lý phái thừa sai đến những điền ấp ở hai hạt Thái Bình và Nam Định thu gạo. Đám điền chủ nhất định không chịu. Bọn quan quân địa phương được đút lót ngầm cũng lơ đi khiến Lý bắt buộc phải mua gạo. Giá quá rẻ, đám điền chủ từ chối không bán. Lý phái hai nghìn quân từ đồn Hạ Hồi đến nơi, nhưng không vào được bởi đám điền chủ đã trang bị giáo mác cho tráng đinh và đắp lũy phòng thủ. Khi ấy, người chết rải rác khắp chốn, xác nằm trên đê, dưới bụi, chương ình lên, mùi thối xốc vào mũi trong cả một vùng rộng đến hai huyện. Nạn dịch hạch lan ra, ban đầu chỉ ở Ninh Bình, nhưng chỉ độ tháng sau đã thấy người chết vì dịch ở vùng ven đô. Dân đất thượng Kinh cũng bắt đầu nhốn nháo.

Khi điềm chim bay về kêu liền ba ngày, họ kháo nhau rằng nước đang đổi Chúa, quyền hành thế nào cũng vào tay Hoàng Tế Lý. Họ đồn rằng Lý đã tư thông với Tuyên phi Đặng Thị Huệ. Chẳng bao lâu nữa, khi Thế tử Trịnh Cán oặt oẹo chết đi, Tế Lý sẽ liền tay cướp ngôi, ứng vào câu sấm "Nhất thỉ trục quần dương," nghĩa là "Một con lợn đuổi đàn dê." Họ xì xào nhắc là Lý tuổi Hợi, còn Tiên Chúa Trịnh Doanh và Tĩnh đô Vương Trịnh Sâm đều là tuổi Mùi. Về phần

Cán, họ nói ra miệng với nhau là con riêng của Huệ và Lý, đặt ra câu vè:

Ve vẻ vè ve
con rồng làm Vua
con rơi làm Chúa.

Lý giận lắm, ra oai bắt xẻo lưỡi ở chợ năm bảy người làm thiên hạ ai nấy sợ, không còn dám nói năng gì nơi công cộng.

Cũng thời gian đó, Lý đã triệu được Lê Duy Trác, hiệu là Hải Thượng Lãn ông từ Hương Sơn về trị bệnh cho Cán. Bọn quan thị-y và thị-dược ganh ghét với Lãn ông, chê bai dèm pha khiến Huệ nghi ngờ. Ban đầu, bệnh Cán có giảm, đã ăn uống được sau khi uống sáu thang thuốc do Lãn ông bốc. Thấy vậy, đám thị-dược sợ bị thất sủng, tự tiện gia giảm toa thuốc. Cán lại đau ốm trở lại, mạch Thốn mạch Xích yếu hẳn đi. Huệ không tin Lãn ông nữa, dắt vào nơi giam Đặng Thị Mai, đay nghiến: "Phá cái thai trong bụng nó đi. Thuốc ông không cứu được người thì chắc giết được người!" Sau, Tế Lý biết việc, cùng Lãn ông đến bắt mạch lại cho Cán, tự mình giám sát việc thuốc thang. Lãn ông xem mạch rồi lắc đầu xin về. Lý mang hết đám thị-dược ra chém, nằn nì xin Lãn ông cứu Cán. Lãn ông đưa cho Lý một toa thuốc, nói:

- Nếu Thế tử qua mùa đông thì còn cứu được. Nay cứ tạm dùng thuốc này cầm cự.

Thở dài, Lãn ông ngửng mặt lên trời như cầu xin:

- Sống chết là do Hoàng Thiên, Trác này mà làm gì được!

Lý tiễn Lãn ông, đưa tặng hai mươi lạng vàng. Lãn ông sụp xuống tạ ơn nhưng không nhận, miệng nói:

- Bẩm Thượng quan, Trác xin một việc.

- ???

- Xin đừng phá cái thai trong bụng một người đàn bà đang bị giam trong cung Đặng Tuyên-phi.

*

Nhật ăn cơm xong, mắt nhắm mắt mở định bụng ngủ trưa, chợt nghe tiếng chân ngựa, rồi giọng người hớt hải kêu:

- Võ tướng quân! Có lệnh quan gọi!

Nhật nhìn ra, thấy lão Hài bương bả bước lên thềm, chòm râu bạc thếch dựng ngược lên qua hơi thở phì phò như kéo bễ. Lão là lính từ thời Chúa Trịnh Doanh, đánh đông dẹp bắc, rồi phò Chúa Trịnh Sâm vào chiếm lấy Phú Xuân cách đây gần một giáp. Người lính già chất phác, suốt đời mở miệng chỉ biết một điều hai điều là ''Nhờ ân Chúa... .'' Không vợ không con, bổng lộc riêng tư lão Hài chia một phần cho bọn lính trẻ uống rượu, đứa nào cũng gọi lão là Bố-già. Chẳng phải chỉ có quân, mà ngay cả quan cũng quen miệng gọi lão như vậy, nên tên cúng cơm là Hài chìm vào quên lãng, có lẽ là chỉ độc có lão là nhớ được. Nhật ngồi lên, hỏi:

- Chuyện gì đấy Bố-già?

- Đi, đi ngay... Tôi suýt chết vì tay Phò mã Đặng Mậu Lân đấy. Sử Trung hầu bị chém bay đầu rồi!

Trên đường đến Chính-phủ, Bố-già kể lại. Đêm qua Lân say rượu nằng nặc đòi vào phòng công chúa Ngọc Lan, thị nữ bị hắn đánh đuổi, réo gọi nhau chạy. Sử Trung được Trịnh Sâm phó thác kề cạnh công chúa chạy ra can:

- Phò mã, Chúa dặn là công chúa vẫn chưa lên đậu, theo thói tục như vậy là chẳng thể chăn gối được. Xin ngài bớt giận.

Lân quát:

- Chúa, lúc nào mở miệng ra cũng Chúa. Ta ngủ với vợ ta mà nhà Chúa cũng ngăn, cũng cấm, thì là làm sao? Mà nhà Chúa là cái đếch gì? Con ranh vô dụng kia - Lân chỉ tay vào Ngọc Lan - để lâu không sờ vào thì nó mốc ra, quí báu gì!

Sử Trung quì xuống, dập đầu:

- Xin Phò mã chớ nói nặng. Nhà Chúa hai trăm năm nay tiếp mệnh Trời cai quản thiên hạ, không phải là thường, ngài nên giữ mồm giữ miệng!

Lân nóng mắt thẳng chân đá một cái, Sử Trung văng vào tường, mếu máo đứng lên. Ngọc Lan nằm trên sàng, xiêm y bị xé rách toạc, lõa lồ nằm co vào, sợ đến độ chỉ ú ớ rên rỉ gọi "Ới, cha ơi!," nước mắt nước mũi ròng ròng. Lân quay lại hét:

- Câm miệng!

Quay sang Sử-Trung, Lân rít lên:

- Còn mày, đi khỏi đây ngay...

Sử Trung lắc đầu thì Lân rút phăng kiếm ra, chẳng nói chẳng rằng cầm kiếm lia ngang một nhát. Máu Trung phụt ra từng vũng, tung tóe bắn vào mành, vào chăn, vào gối. Lân sững sờ, tỉnh rượu, cuống lên quát thủ hạ đóng cổng dinh, canh gác không cho xuất nhập. Một người thị nữ của Ngọc Lan chui qua ống cống về phủ Chúa báo.

Nghe tin, Trịnh Sâm điếng hồn, vời ngay Hoàng Tế Lý đến. Lý bình tĩnh, miệng ôn tồn:

- Công chúa còn ở đấy, Phò mã Lân nổi dại nổi điên lên thì ném chuột sợ vỡ bình.

Nói xong, Lý sai Bố-già đến dinh đòi Lân vào phủ Chúa. Lân sai người ra kiếu ốm nói thác rằng đang đau bụng. Bố-già nhất định không về, gọi to:

- Đặng Phò mã, việc gì mà phải sợ!

Nghe đến chữ sợ là đúng ruột đúng gan mình, Lân nổi cuồng lên, vác đại đao sồng sộc chạy ra, tay quơ chém loạn xạ, miệng hét:

- Việc đéo gì mà tao sợ đứa nào.

Bố-già đành chạy về báo quan Chánh đường. Lý bảo để đến mai xem động tĩnh, rồi sẽ tính. Trong bụng, Lý thừa hiểu là Lân sẽ nhụt dần, nhưng biết là Chúa vì bị ép nên mới đành gả con gái cho Lân, nên nhân thời cơ Lý nhất định không nương tay mặc đầu biết Lân là em ruột Tuyên-phi Đặng Thị Huệ. Buổi sáng Lý vào chầu Chúa. Chúa bồn chồn phán: ''Nó thế thì cứ giết quách đi. Chém sứ của Chúa theo phép là tội tử hình. Vậy nó chống cự, cứ việc, khỏi phải xét xử gì nữa.''

Lý liền vời Nhật đến. Sau khi gặp Lý, Toàn Nhật và Bố-già cùng một toán lính đội Trung Kính thẳng đường đến dinh Mậu Lân. Cổng dinh đóng kín, trên nóc nhà thấp thoáng có bóng xạ thủ. Nhật dàn lính ra, rồi tay xách kiếm, một mình vào trước cổng, quát:

- Lệnh của Chính phủ, mở cổng!

Không thấy động tĩnh gì, Nhật lẳng lặng lùi ra, lấy đà phóng chân đạp. Đến lần thứ hai thì chiếc cổng đổ xuống. Nhật vẫy lính, từ từ tiến vào. Đặng Mậu Lân tóc xõa, tay cầm đao chạy ra, tru tréo, lồng lộn:

- A, quân nào dám phá nhà tao...

Toàn Nhật đứng sừng sững nhìn Lân chăm chú. Lân sựng người lại, ú ớ:

- Mày giật roi tao ngày xưa phải không?

Nhật làm sao quên được cái cảnh Lân cùng đám thủ hạ quây người mắc bệnh hủi lại rồi nổi lửa thiêu sống. Dằn máu nóng đang bốc lên mặt, Nhật định thần, từng bước đi về phía Lân, không nói năng gì cả, mắt xoáy vào mắt Lân cái nhìn lạnh đến làm nước đóng băng. Lân hoảng sợ, chân cứ lùi dần, đến vách thì quị xuống. Tay trái, Nhật nắm lấy cổ Lân bóp lại, xách lên, rồi nâng bổng ép người Lân vào vách, gằn:

- Ngươi nói bậy một câu là ta vả vào cái miệng...

Liều lên, Lân chửi:

- Tổ cha mi!

Một tiếng bốp vang lên chói tai. Mồm Lân đỏ lòe loẹt máu, nhổ ra một búng răng, mặt như hề bôi son trong những vở tuồng cổ.

*

Giải Lân về Chính-phủ xong, Bố-già và Toàn Nhật lững thững đi sang bến Hàm Như, nơi đóng quân của đội Tiền Hùng do Trần Nguyên Nhưng chỉ huy. Chiều hôm ấy, Nhưng mở tiệc mời bạn bè nhân ngày thượng thọ ngũ tuần. Trà dư tửu hậu, những lời đồn đãi hàng dân lại thành ra câu chuyện lính Tam phủ đem ra bàn bạc. Bố-già xưa nay vốn lừng khừng, sau dăm chén rượu, cũng mạnh miệng:

- Một họ nhà tôi đã ba đời nay xung quân tôn vua Lê, phò Chúa Trịnh. Riêng tôi, nay đây mai đó kể từ ngày biết cầm cái dao, cái kiếm, thờ hai đời Chúa, có đâu một dạ hai lòng. Ai chứ tôi, tôi sẵn sàng chết cho nhà Chúa, không để đứa nào tiếm ngôi được!

Đám thực khách cười rộ lên đồng tình. Bằng Vũ, nay là thư lại đội Tiệp Bảo, đổ dầu vào lửa:

- Tệ nhất là cái đám quan lại khoa bảng xưng là kẻ sĩ, miệng nói chữ Trung nhưng bụng thì chỉ biết chữ Lợi, đâm thọc, mưu này kế nọ, chỉ đợi Chúa băng hà là chia nhau lạm quyền. Cứ vây lại, chặn gạo bỏ đói thì

Nhất sĩ nhì nông
Hết gạo chạy rông,
Nhất nông nhì sĩ

Mọi người trong tiệc thích chí reo:

- Nhất nông nhì sĩ. Đúng đấy. Bọn sâu chữ có làm được gì! Xốc vác việc nhà Chúa là chúng ta cả.

Chén vào lời ra, chẳng ai kiêng nể gì tên quan Chánh dường và Tuyên-phi. Có kẻ lại phao rằng Đông cung Cán đã chết rồi, nhưng tiếng giữ kín, để Lý tiếm ngôi Chúa trước rồi mới báo. Nhưng Thế tử Tông thì sao? Cán chết thì ngôi Chúa lại trao về Trịnh Tông chứ? Liền có người nói rằng Tông đã bị Lý phát vãng về Sơn Tây, giao cho Quận Thạc Hoàng Phùng Cơ giam giữ. A, cái lão Quận Thạc cũng chẳng phải tay vừa. Biết đâu lão chẳng thừa cơ mang Tông về Kinh, lấy tiếng phù nhà Chúa mà đuổi Hoàng Tế Lý? Những tình tiết bí hiểm, âm mưu lắt léo, tráo trở, ly kỳ kể ra hệt những sự kiện không thể chối cãi được. Nghe chán chê, Nhật một mình lững thững tản bộ về phía bờ sông, ngồi nhìn nước chảy. Dòng nước đục ngầu như nước tù cứ loanh quanh như quẩn, xô vào đâu cũng là bờ là bụi, rác rười lềnh đềnh.

Một lát sau, Nguyên Nhưng và Bằng Vũ cũng theo ra. Ngập ngừng, Nhưng hỏi:

- Dân kháo, lính kháo như thế, chắc Nội Mật viện nắm hết, sao không thấy động tĩnh gì?

- Động tĩnh gì được trước lời đồn như gió bay? Nhật hỏi lại, rồi tiếp - Vả lại, từ ngày công tử Hoàng Đăng Khoa vào Phú Xuân, công việc của Nội Mật chắc cũng có phần lỏng lẻo...

Bằng Vũ ngần ngừ rồi hỏi Toàn Nhật:

- Vạn nhất có gì xẩy ra, huynh liệu đứng ngoài xem hay muốn nhập cuộc?

- Nhập để làm gì?

Bằng Vũ như đinh đóng cột, chậm rãi:

- Để mở đầu cho cái thời *"Nhất nông nhì sĩ."*

Chưa kịp đáp, Toàn Nhật nghe tiếng gọi Bằng Vũ. Một trung niên tay cầm quạt nhanh nhẹn bước tới, miệng tươi cười: "Quí huynh cho Bùi Bật Trực này nhập cuộc với nhé!."

*

Bùi Bật Trực cũng người huyện La Sơn, xưa có học với Tiến sĩ Nguyễn Huy Oánh ở miệt Trường Lưu, làm Viên ngoại lang rồi mất quan, nhưng được Viêm Quận công cưu mang. Viêm Quận công là Quốc Cửu, đối với Chúa Trịnh Sâm là hàng bác, phú quí vinh hoa nhất nhì thiên hạ.

Trước kia, Trực lân la đến chơi với Trọng Thức và Toàn Nhật ở dinh Khương Tả hầu, viện tình đồng hương và cùng là con nhà danh giáo. Trực thích biện thuyết, than thân là viên ngọc quí ở chốn bụi đen, rất trọng Hàn Phi nên thỉnh thoảng lại mang lời Hàn Phi ra, bóng gió nói lên cái chí của mình. Hôm mừng thượng thọ của Trần Nguyên Nhưng ở bến Hàm Như, Bật Trực cũng có mặt, ngồi thì thào với đám cấm binh, vẻ khẩn trọng, lo lắng.

Một tối, Trực mời Toàn Nhật và đám Bằng Vũ, Nguyên Nhưng đến dự tiệc nhân dịp ăn đầy tháng đứa con trai út. Đám khách quan gần hai chục người, trong đó có Gia Thọ làm thư lại cho Thế tử Trịnh Tông hiện còn bị giam lỏng trong Nội phủ. Chè chén đến độ ngà ngà, Gia Thọ mớm lời xoay chuyện, lại đề cập đến việc tiếm ngôi Chúa, chủ tâm dò xem ý tứ. Thấy không ai chống, Thọ lửng lơ:

- Thế tử Tông nóng ruột, thấy xã tắc bấp bênh, nhưng thân cô thế cô, tính mạng lại đang nằm trong tay bọn nghịch thần, chẳng biết xoay sở thế nào!

Một người râu xồm đứng lên ồm ồm nói:

- Nếu Chúa băng hà, Thế tử có chính nghĩa mà đứng ra thì mới nên chuyện, chứ cứ co lại sợ chết, hỏi ai làm gì được? Cấm binh Tam phủ là người từ đất "tắm gội" của bản triều, có ai nỡ để nghiệp nhà Vua nhà Chúa rơi vào tay bọn hoang dâm vô đạo!

Thế là nhao nhao lên mỗi người một ý, bàn tán xôn xao. Bằng Vũ đứng dậy, hai tay vỗ vào nhau khiến mọi người im lặng, rồi chậm rãi:

- Trong Kinh, quyền lực nào cũng phải dựa vào Cấm binh, kể cả Lý và Huệ. Vậy mà bọn ta là Cấm binh chứ còn ai vào đấy! Thế thì có gì là sợ... Trong bảy đội, chỉ còn hai đội ưu binh là chưa rõ ý, chứ ai cũng chỉ phò nhà Chúa, đâu có hai lòng. Đội Thị Kỵ thì nhỏ, thuận hay chống không là việc quyết định cho thành bại.

Quay về nhìn Toàn Nhật, Bằng Vũ hắng giọng:

- Riêng còn đội Trung Kính, anh em con nhà lính phân vân, chẳng biết Chưởng Cơ nghĩ sao?

Cả bọn im lặng, mắt chăm chăm nhìn. Nhật mỉm cười, bỗng nhấc cả vò rượu lên tu ừng ực, tu xong nói:

- Các vị là bằng hữu, cứ theo nhân nghĩa mà làm thì Nhật này không chống!

Gia Thọ xen vào:

- Không chống nhưng không theo?

Nhật trừng mắt, hỏi lại:

- Theo ai? Theo gì? Theo để làm gì?

Bằng Vũ thấy không khí có vẻ găng lên, vội đứng dậy, nghiêm trang:

- Thưa các vị bằng hữu, Vũ này ở lính đã hai mươi năm, kể ra không gọi là ngắn được. Lính chúng ta xuất thân từ dân dã, gốc gác nhà nông, dẫu có tí chút học hành thì cũng không quên người làng xóm mình cày sâu cuốc bẫm, mang hột gạo hạt thóc về nuôi cả nước. Thời bình, cái ăn là từ mồ hôi nước mắt của ta. Thời chiến, thì cũng lại xương máu của ta mang ra để bảo hộ giống nòi, yên bề xã tắc. Thế mà từ ngày Vũ này biết nhìn biết nghĩ thì chỉ thấy dân dã chúng ta chịu sưu cao thuế nặng, còng lưng cam chịu sự o ép của đám cường hào đã lươn lẹo thông đồng với đám quan lại ở Phủ, ở Huyện, thật là cay cực không sao tả xiết. Vừa đây, dân hai trấn Thanh-Nghệ lại chết đói đầy đường, thây nằm rải từ sông Lam đến núi Tản, càng nghĩ càng đau lòng xót ruột!

Cảm động, Vũ nghẹn ngào nói tiếp:

- Thưa các vị, dịp này Cấm binh ta giữ nghiệp Chúa không để bị soán đoạt cũng là dịp ta tâu trình để xin bỏ hết sưu dịch, giảm tô giảm thuế trong ba năm, để dân đen được thở ra... Vậy theo ai, ta theo nhân dân. Theo gì, ta theo đạo nghĩa, đền bù kiêm ái những người khốn cùng. Theo để làm gì? Để bắt đầu một xã hội công bằng cho kẻ tay làm thì hàm có quyền nhai, không để ai đi bóc đi lột mình! Vâng, một xã hội công chính, căn bản là nông. Còn tầng lớp Sĩ, Phú, Địa, Hào? Phải đánh tận gốc, trốc tận rễ...

Thời gian bỗng như chùng xuống. Lời Bằng vũ bay bổng mang sức mạnh một giấc mơ từ lâu đời. Cả đám thực khách cứ thế vỗ tay hò:

- *Đánh tận gốc, trốc tận rễ.*

Nguyên Nhưng đứng đậy, vòng tay rồi nói:

- Các vị bằng hữu, về cứ nói cho mọi người tỏ cái đồng tâm, đồng chí của chúng ta, và hẹn ngày rằm lên chùa trên núi Khán Sơn cùng nhau cắt máu ăn thề.

Toàn Nhật là người ra về cuối cùng. Đến cửa Bật Trực nắm tay:

- Chắc Võ huynh cũng bắt buộc phải nhập cuộc rồi.

Nhật cười khẩy, hỏi lại:

- Còn huynh?

Trực thâm trầm nhìn lên, rồi thủng thỉnh:

- Nhập thôi!

Nhật nheo mắt hóm hỉnh:

- Đừng quên mình là Sĩ đấy. Đào tận gốc...

Bật cười, Trực nói như đùa:

- ... rồi cũng có lúc họ cần người biết đọc biết viết chứ, phải không?

Tiếng khò khè từ sập ngự xung quanh có treo những bức trướng thủy tinh mỗi lúc một gấp gáp. Đặng Thị Huệ vạch trướng bước ra, tay vẫy một người nữ tì đứng gần, nói nhỏ vào tai. Lát sau, hai quan thị-dược vội vã bưng vào một bát thuốc sóng sánh màu đen biếc. Ánh sáng từ những ngọn bạch lạp để khắp phòng lung linh, chập chờn rọi vào những nét mặt căng thẳng, môi mím chặt, mắt nhìn xuống, im lặng. Tiếng khò khè bỗng to lên, tưởng sắp tắc nghẹn, rồi lại nhỏ xuống, rên rỉ, lê thê kéo dài ra. Huệ xốc nách Sâm, đỡ đầu lên. Mặt Trịnh Sâm lúc này không còn thịt, chỉ vêu vao trơ xương, hố mắt trũng xuống sâu như cái chén hạt huyền, miệng há ra hớp không khí, nhe hàng răng lêu nghêu khấp khểnh đen sịt. Một thứ mùi thối khó tả xông vào mũi. Nó thum thủm, lại lẫn vào hơi chua như khi trẻ con ợ sữa, rồi nồng nặc mùi vôi đổ trên một đống rác lâu ngày chưa tiêu. Sâm hé mắt ra, thều thào:

- Mời Thánh Mẫu vào!

Khoảng ba khắc sau, mẹ già của Sâm vội vã đến, đứng bên cạnh sập, sụt sịt khóc. Sâm được đỡ người ngồi lên, mình dựa vào gối, nhìn mẹ:

- Con biết mình không còn ở lâu để phụng dưỡng mẹ, sắp về với cha nơi chín suối. Xin mẹ cứ yên hưởng tuổi già, việc phụng dưỡng do Tuyên-phi và Tự - vương thay cho con!

Thánh mẫu gạt nước mắt, ngần ngừ mãi, xưng ''Chị'' theo lệ nói với Chúa:

- "Chị" thương con xót cháu, mà chẳng làm gì được với mệnh Trời. Trước khi con về với tổ tông, "Chị" xin thưa một điều: Tự-vương còn bé, lại yếu đuối trong khi Tông, bị giáng xuống làm đứa con "út," dẫu sao thì cũng chưa làm gì bại hoại, bất quá chỉ dại dột để bị lừa vào cái thế dấy loạn!

Thánh Mẫu nhìn Huệ, mím miệng tiếp:

- Nay, vì xã tắc và vì cơ nghiệp nhà Chúa, "Chị" xin cho Tông tạm ngôi Chúa đợi khi Tự-vương lớn khôn, lại xuống nhận phận con "út" như nay!

Sâm xua tay, lả người ra. Huệ sụp xuống chân Thánh Mẫu, khóc rống lên:

- Chúa đi thì tôi cũng xin chết, chẳng muốn sống nhục trong nỗi ngờ vực oan khiên. Phụng dưỡng Thánh Mẫu đã có Tự-vương và các Đại-thần, có hay không có tôi cũng chẳng sao!

Sâm cố sức hổn hển:

- Mẹ lo cho xã tắc thì con không biết lo sao. Lúc này chưa nhắm mắt được cũng vì thế. Thằng Tông định làm phản cả cha lẫn em, đưa ngôi Chúa cho nó thì sự nghiệp họ Trịnh tiêu tan. Biết con, nào ai hơn cha. Thôi, xin mẹ về đi...

Thánh Mẫu lui ra, bắt gặp cái nhìn tóe lửa của Huệ, bụng thót lại, không kìm được vãi ra ướt quần.

Sâm lại cho vời quan Chánh dường Hoàng Tế Lý, miễn lạy, chỉ tay cho ngồi cạnh sập. Lý tâu:

- Khải Chúa, còn những chuyện phải làm ngay. Một là xin Đức Vua sắc phong cho Thế tử Cán làm Chúa, hai là thảo ra ''cố mệnh'' chỉ định một số Đại-thần phụ chính cho Ấu Chúa.

Sâm giơ tay, chặn Lý:

- Tờ ''cố mệnh'' lo thảo ngay. Đòi cho ta Quận Khanh và Quận Hoàn vào.

Quận Khanh là Trịnh Kiền, em Trịnh Doanh, là vai chú của Sâm. Còn Hoàn đỗ tiến sĩ khoa Quí Hợi, trước làm Hữu- tri giảng, dạy Sâm học, rồi lên đến chức Tham Tụng ở tiên triều, nay đã cáo lão. Sâm nói:

- Chắp tay lạy chú, lạy thày. Con bệnh nặng, nay sắp lìa đời, muốn Thế tử Cán lên nối ngôi Chúa, xin chú và thày đồng tâm hiệp lực giúp cho.

Nói dứt lời, Sâm lả đi, Huệ phải đỡ lấy giúp Sâm đặt mình nằm xuống. Hoàng Tế Lý quì xuống dâng trình tờ ''cố mệnh'' nhưng Sâm chỉ xua tay lia lịa, miệng phùi bọt, lại thở khò khè. Khanh Quận công cầm bút phê vào những chỗ còn để trắng tên của bảy Đại-thần phụ chính. Ngoài Hoàn và Lý còn thêm năm người. Đó là Tứ xuyên hầu Phan Lê Phiên, Châu Quận công, Đàm Quận công, Diễm Quận công và Thùy Trung hầu Tạ Danh Thùy, toàn là hàng quan thị gần gũi với Thế tử. Khi Quận Khanh hai tay dâng trình lên bản ''cố mệnh'' thì Sâm mắt đã nhắm nghiền, miệng há ra hớp như cá hớp bọt.

Một quãng đời bốn mươi bốn năm quay về trong một chớp mắt. Sâm thấy một cậu bé trông giống mình. Nó lấy nhựa mít dính lên đầu sào ngồi rình chuồn chuồn, miệng ê a nho nhỏ: ''Chuồn chuồn có cánh thời bay!'' Rồi Sâm lại thấy Thái tử Lê Duy Vĩ. Nhìn vào

mắt Vĩ, Sâm bảo: "Có Chúa này thì không có Vua ấy."
Vĩ cười nhạt. A, cười hả? Sâm sai vào cung Vua bắt Vĩ.
Trốn đi đâu! Bỏ nó vào ngục. Chưa bõ. Chém. Vợ con
nó ư? Bắt, bắt ngay. Giam lại. Sâm mặc hoàng bào thắt
đai đỏ dẫn đầu ba quân vào Phú Xuân. Mọi Tây Sơn
đuổi Nguyễn Phúc Dương vào Gia Định, mặt bắc đâm
ra bỏ trống. Xua quân vào lấy hết Hoan Châu. Cứ để
chúng lục đục đánh nhau mặt nam. Phong hầu cho
Biện Nhạc. A, cái phường gá bạc, quân vũ phu. Láo
nhỉ? Nó dám xưng Đế. Ha, ha, thằng vua Mọi... Mặc
nó, ta đánh giữ Phú Xuân, đẩy về phương nam ắt nó
phải vào diệt bọn Nguyễn Ánh. Chúng nó kiệt sức thì
ta vào thôn tính cả hai. Lê mạt rồi. Cứ xem Hiển Tông
bôi mặt diễn tuồng trong Hoàng cung để mà cười. Hai
trăm năm nghiệp Vương, đã đến lúc nối tiếp bằng
nghiệp Đế cho họ Trịnh. A, Huệ ơi, Huệ yêu dấu... Ừ,
hôm nay ta làm ông hổ, được không? Ta vồ nàng, lấy
chân móng sắc cào vào cái chỗ đó nhé? Này, sao mày
lại về đây Duy Vĩ? Mày vẫn theo tao ám hả? Tao cắt
lưỡi mày, tao cắt lưỡi mày! Vĩ mặt xanh lè chẳng còn tí
máu, cười nhạt:

- Đã đến lúc này mà còn hung hăng sao, ta bảo cho
mi biết, họ Trịnh chỉ đương được nghiệp Chúa mà
chẳng quá hai trăm năm. May thêm được hai ba năm
nữa là cùng.

- Nói láo, tao đã thảo tờ "cố mệnh," Tự-Vương được
phù chính. Hoàng Tế Lý mưu cơ như thế, trời lại đưa
Lý cho ta dùng, ắt rồi sẽ dấy nghiệp Đế cho mày xem.

- Thằng Cán chắc đâu là con mi. Mi có nghe lời
thiên hạ đồn đãi không? Nó là con thằng Lý đấy!.

''Nhất thỉ trục quần dương '', mi nhẹ dạ quá nên quên đi mất. Một con lợn rừng lại thêm vào một con rắn lục như Đặng Thị Huệ, thì cái mạng con dê của mi đến ngày tuyệt. Mi có biết thuốc mi uống hàng ngày có độc dược không? Chính Hoàng Tế Lý bày ra đấy! Nói ra, cho mi chết mà không nhắm mắt được, ha ha ha...

Lúc đó là giờ Mùi ngày mười ba tháng chín năm Nhâm Dần. Chiếc đỉnh đồng đặt giữa phủ Chúa tự nhiên rung rinh phát ra những tiếng ken két như người nghiến răng. Bỗng đâu cả trăm tiếng cú rúc ban ngày rờn rợn vang lên. Chiếc đỉnh đồng tự nhiên đổ lăn kềnh, rơi xuống vườn uyển, cắm sâu vào lòng đất.

Sâm oặt đầu, miệng thổ ra một cục máu bầm, mắt trợn trắng dã trong hai hốc đen đầy lệ. Nơi chiếc đỉnh đồng rơi xuống, đất sụt sâu, nước ngầm tóe lên tuôn phùn phụt, lâu thành một cái ao. Còn cặp mắt Sâm, đúng là ai vuốt cũng không nhắm, tê cứng đi như làm bằng một loại kim màu sắt rỉ.

*

Nhật bực bội vung tay ném hòn đá xuống ven hồ. Những gợn nước tỏa rộng ra thành những vòng tròn, lan ra rồi tan dần vào mặt hồ chỉ lát sau là lại phẳng lặng, lung linh bóng cây cổ thụ rễ gân guốc trồi lên mặt đất, lòng vòng chạy tỏa ra rồi đâm vào ven bực tam cấp lên chùa.

Từ ngày Thức trốn, rồi Mai bị bắt và cầm tỏa trong dinh Thế tử Cán, Nhật không đi lại chơi bời với ai, kín đáo dò xét đợi dịp cứu Mai khỏi chốn tù hãm. Việc cắt đặt đội Trung Kính để bảo vệ tam cung ngũ phủ đã vào nếp, Nhật mặc thường phục, bỏ thì giờ đi vào ngóc ngách của đất Kinh Kỳ. Khi đầu óc căng thẳng đến độ Nhật chỉ muốn đập phá cho hả, chàng lại mò đến chùa Trấn Quốc, một mình ngồi cạnh gốc cây sống hẳn đã nghìn năm nay, đợi nghe tiếng thỉnh chuông, để cho lòng theo tiếng ngân, bay xa, nhẹ nhõm.

Những cơn chán nản và bực bội ùa đến Nhật như cơn triều sông Nhị mùa nước lớn dấn vào bờ đê sỏi sụt lở lói. Nhật lôi cây kiếm Hoàng gia ra, nhìn chằm chập vào sống kiếm có đổ chì, nghĩ ngợi mông lung. Bây giờ, Nhật chẳng còn nghi ngờ gì về gốc gác của mình. Nhưng cái gốc gác đó khiến đường gươm thứ nhất trong ba đường chiêu kiếm học được của Mishima mỗi ngày một chậm. Nhật lại nghe văng vẳng lời dặn "Có dứt bỏ được vọng niệm, căm hờn thì đầu mới liền lạc được với tay, và đường kiếm nhanh bằng vận tốc của suy tưởng, nghĩ đến đâu là kiếm phát ra đến đó." Rồi hình ảnh người đàn bà quay lưng lại, tay quạt cho Nhật buổi trưa nắng ở miếu Ba Cô cứ chập chờn hiện về, chẳng phải chỉ trong giấc mơ, đôi khi như luẩn quẩn giữa ban ngày ban mặt.

Nhật nhắm mắt, mơ màng nhớ về thuở ở trại Bùi Phong. A, cái thời trong trắng. Cái thời tưởng đã bay khỏi tầm tay níu kéo của mỗi con người, nhưng rồi lại vẫn lảng vảng đâu đây, thoáng trong hương hoa bưởi, vẳng về từ tiếng ếch ven ao. Nhật thầm nhủ: "Thôi, về thôi... Cũng là biển cả với nương dâu, chốn Kinh Kỳ này như thế là đủ!"

Bỗng có tiếng hát lanh lảnh rợn người. Hát rằng:

Ta về, ta hát, ta chơi

Co chân xoạc cẳng đo trời ngắn cao...

Nhật ngạc nhiên, lần theo tiếng hát đi về phía sân chùa. Một người đàn bà trạc tứ tuần, áo cánh vàng, chít khăn đen mỏ quạ, chân đi vòng, tay múa miệng hát, nước mắt nhỏ ròng ròng. Thỉnh thoảng bà ta ngưng bước, ngửa mặt lên trời gào: ''Mẹ, Mẹ ơi!,'' rồi lại tiếp tục:

Kinh Kỳ sóng nổi ba đào
Nước dâng tám cấp lửa cao chín tầng

Bà ta bỗng đứng khựng người lại, thét lên:

- Mẹ ơi! Thánh thần nay cũng hư nữa, nói chi đến con người!

Hai tay chắp, bà lại bất động đứng dưới bệ thần Bạch Hổ, lưng quay về phía Nhật. Không ngoảnh lại, bà ta đột nhiên gọi:

- Này anh ơi! anh vào đây...

Ở góc sân, một đứa bé gái trạc lên mười ngồi thụp xuống đất, bên cạnh một sư ông râu tóc bạc phơ. Họ nhìn Nhật, không nói. Nhật bước vào sân. Người đàn bà lại cười khúc khích:

- Anh lên bệ đây, cho em lạy chào! Cứ lên, không ai ăn thịt đâu mà sợ...

Nhật rón rén ngồi xuống cạnh bệ thờ. Bà ta lại vòng chân bước, miệng hát:

Trăm năm trong cõi người ta
Bên tài bên mệnh khéo là ghét nhau
Trời đày kẻ trước người sau

205

Biển kia cùng với ruộng dâu, cũng là...

Nhật giật mình. Hai câu đầu là hai câu thơ của Nguyễn Du, cậu bé đã lên sống trên trại Bùi Phong cách đây hơn ba năm. Nhưng những câu này họa chăng chỉ có Thức biết, làm thế nào mà nó lại từ cửa miệng của người đàn bà kia vừa cất tiếng hát? Còn hai câu sau? Lạ quá! Người đàn bà như đọc được tư tưởng của Nhật vài phút trước, khi chàng muốn bỏ chốn Kinh Kỳ, vừa nói vừa cười:

- Này anh ơi, chưa về ngay được đâu! Mà về thì rồi nhớ giúp ông Hoàng Mười, ba bốn năm nữa anh lại ra đây.

Dứt lời, bà ta xoay vòng, tay xòe ra múa may uốn éo, hát theo điệu Hồ Quảng:

Duyên chưa đành, nghiệp chưa dứt, ới ai ơi...
Cái cõi sân si nó rộng, nó nổi ba đào!

Nhật hoảng sợ, không biết ai là ông Hoàng Mười và chẳng hiểu làm sao người đàn bà kia có thể nói toạc ra một phần tâm thức của chàng. Bước về phía sư ông, chàng vòng tay chào, tai lại nghe:

- Đấy, nhà em đấy. Còn con cháu kia là con chúng em...

Nhật ngẩn người ra. Sư ông chỉ cười hiền lành:

- Mẹ nó điên, ông đừng chấp.

Mùi khói hương sực vào mũi ngây ngất. Chẳng hiểu vì lẽ gì, tự nhiên Nhật thấy nhẹ hẳn mình. Phải chăng phần số đã là tiền định, thì có xá gì, thành mây mưa nắng gió hay hổ báo chim chóc cũng là!

Cũng là... cả biển xanh với nương dâu. Cũng là... kẻ trước với người sau...

Nhật lững thững ra cổng chùa. Con bé con, mặt mũi lem luốc, cặp mắt nâu tròn lóng lánh, đứng dậy đi theo. Nhật lại nghe giọng lanh lảnh:

- Con ơi, chớ bỏ theo trai...

Nhật bước nhanh giữa gió chiều trống trải. Từ xa vẫn cứ văng vẳng tiếng hát:

Ới ai ơi...
Cái cõi sân si, nó rộng, nó nổi ba đào.

5

Kiêu binh

Xế chiều hôm Tĩnh-đô vương Trịnh Sâm lìa đời, Vua Lê Hiển Tông hạ sắc phong Trịnh Cán làm chúa, hiệu là Diễn-đô Vương. Đặng Thị Huệ và bảy vị quan Đại-thần phụ chính cũng nhận được những lời phủ dụ từ Hoàng cung. Cán mặc sắc phục tước Vương, ra sập ngồi cho hai hàng quan văn võ lạy chào. Sau, Diễm Quận công bế Cán vào Huỳnh cung ra mắt Thánh Mẫu.

Quan tài Sâm vẫn quàn đó, đợi phong Vương cho Cán rồi mới khâm liệm cho Sâm. Trong triều, chỉ một mình Tế Lý biết là Cấm binh họp nhau ở Khán Sơn, nhưng không có thì giờ đối phó. Lý chặc lưỡi khinh bỉ, trao cho Quận Châu chức Binh phiên trì sự và dặn phải cẩn thận.

Trên núi Khán Sơn, có lẽ có đến cả trăm người đến hội. Oai Lý còn lớn, nên ban đầu ai cũng dè dặt. Đến khi bàn việc, không một ai lên tiếng. Bằng Vũ nhảy lên đứng trên một mỏm đá, giọng kiên quyết:

- Gần như toàn thể Cấm binh Tam phủ ở trong quyền chỉ huy của chư vị có mặt ở đây. Lâm sự, ta chặt cầu cản đường cứu viện đường bộ từ Kinh Bắc và Sơn Tây. Mặt thủy, Đinh Tích Nhưỡng có đến được cũng không đổ bộ nổi. Vả lại, họ có đến được Kinh cũng phải dăm bữa một tuần. Nếu ta xử sự cho gọn, bắt giết Huệ và Lý, rồi xin ngay Đức Vua ban sắc phong Vương cho Thế tử Trịnh Tông, thì chỉ nội nhật là xong. Lúc đó, ai không nghe hiệu lệnh của Vua và Chúa là làm phản, bọn cứu viện nào dám đến nữa.

Ngưng lại, Bằng Vũ nhìn khắp lượt, nghiêm trang tiếp:

- Chỉ sợ anh em ở đây không đồng một lòng. Bây giờ trước Hoàng Thiên soi xét, ai tôn phù nghĩa tôi Chúa, quyết dẹp bọn tặc thần chuyên quyền, xin đứng sang bên phải. Ai chống, bên trái. Còn ở giữa thì xin cứ bình chân như vại, đừng có can thiệp.

Cả đám cấm binh ồn ào lên, rồi di động. Hai phần ba bước về bên phải. Còn lại đứng giữa trừ một người. Nguyên Nhưng há hốc mồm nhìn, thảng thốt kêu: "Sao vậy? sao lại vậy?" Trăm cặp mắt đổ dồn vào phía bên trái, và đã có người nắm đốc kiếm, miệng hầm hè. Người đó quần áo nho sinh, tóc búi, tay cầm quạt phẩy nhè nhẹ, ủng đỉnh bước lên đứng trên gò đất, nói rành mạch:

- Chưa được đâu! Làm như cách Bằng Vũ nói là vội quá, dục tốc bất đạt. Hành sự chín chắn phải nghĩ đến khả năng bất thành, còn giữ đường mà lùi...

Giữ đường lùi đúng là đánh vào tâm lý đám Cấm binh thật ra vẫn còn sợ sệt. Họ nhôn nhao hỏi. Người cầm quạt nghiêm nghị:

- Bùi Bật Trực xin có một lời. Phàm làm việc, giữ được chính danh mà không mang hại là thượng sách. Ai cũng biết là Thánh Mẫu không đồng lòng việc phế Tông lập Cán. Hay nhất là bàn với Quốc Cửu Viêm Quận công, để ngài vào trình với Thánh Mẫu, và phát hiệu lệnh rồi mới bắt Lý và Huệ. Nếu thuận như vậy, Trực này xin làm con én đưa đường!

Đám Cấm binh vỗ tay hoan hô, cho là diệu kế. Bằng Vũ gật gù rồi nói:

- Ngày khởi sự như vậy chưa biết. Tam quân lúc nào cũng phải sẵn sàng, khi nghe tôi vào phủ đường đánh ba hồi trống sau giờ cúng cơm buổi sáng là cứ việc tiến đến vây Chính phủ và Vương phủ.

Đám Cấm binh lại vỗ tay hoan hô, cho Vũ là đảm lược hơn người, cử Vũ cùng Trực đi gặp Quốc cửu.

Sáng hôm sau, trên đường đến dinh Quốc cửu, Vũ bảo Trực:

- Có ý Quốc cửu và Thánh Mẫu hay không, đã cưỡi cọp rồi, xuống thế nào được!

Trực trả lời:

- Có càng hay. Không thì lại càng phải làm. Thành thì khối các vị Đại-thần nhảy ra xin ăn theo, lo gì.

Quốc cửu là loại người vừa ngu vừa nhát, cứ ậm ừ, khuyên nên đến thẳng Huỳnh cung. Vũ và Trực đến, phao rằng Quốc cửu đã thuận và nay xin ý Thánh

Mẫu. Bà ngần ngừ, biết là việc trọng đại, muốn trì hoãn và vời Hoàn Quận công vào tham khảo. Lúc đó, không biết kẻ nào đã thảo ra một tờ hịch, tựa là "Tam Quân Phù Chính," kể tội tiếm quyền, dâm loạn của Lý và Huệ, đòi truất Cán lập Tông. Hịch dán trên năm cửa ô, rồi chép ra truyền tay nhau đọc trộm, bàn dân xôn xao, có kẻ sợ Kinh sắp gặp đại biến, lục tục rủ nhau bồng bế về quê. Giá gạo cao vụt lên, và trộm cắp tha hồ hoành hành, bất kể luật pháp.

Hoàng Tế Lý gọi Toàn Nhật vào Chính phủ, từ tốn hỏi Nhật về binh tình trong đội Trung Kính vốn có nhiệm vụ bảo vệ Tam cung Ngũ phủ. Lý đăm chiêu:

- Tin được bao nhiêu đầu lính?

- Năm sáu trăm, Nhật trả lời.

Nhìn ra sảnh đường, Lý làm vẻ thản nhiên:

- Địch được bao nhiêu?

Nhật thận trọng:

- Ba nghìn, ba nghìn rưởi.

- Giữ được bao lâu? Lý cười nhẹ, nhướng mắt lên.

Ngần ngừ một lát, Nhật đáp, giọng quả quyết:

- Ba nghìn thì cả tuần, ba nghìn rưởi, bốn đến năm ngày.

Lý trầm ngâm nghĩ ngợi rồi xuất một nghìn lượng bạc ra cho Nhật để thưởng cho lính đội Trung Kính. Mặt khác, Lý đích thân phái người của viện Nội Mật lên Sơn Tây vời quân Hoàng Phùng Cơ, sang Hải

Dương vời quân Đinh Tích Nhưỡng và xuống Thanh Hóa vời đội chiến thuyền của Nguyễn Hữu Chỉnh.

*

Từ dạo anh mình là Nguyễn Khản được tha tội chết, chỉ bị Chúa Trịnh Sâm giam lỏng tại tư dinh Châu Quận công, Nguyễn Du đã lánh lên Tuyên Quang, tá túc nhà một viên võ quan cấp thấp. Năm sau, Du về trấn Sơn Nam, rồi thi đỗ Tam trường khóa Giáp Thìn. Vì đường xá xa xôi, Du ít tin tức, không hề biết là Đặng Thị Mai bị giam hãm, và Trọng Thức phải bỏ trốn, trôi giạt chẳng biết đến nơi đâu. Mấy tháng gần đây, tiếng đồn đãi về khả năng binh biến ở Kinh lan xa, bàn dân ở các phiên trấn ngóng cổ chờ diễn biến. Du quyết định lần về Thăng Long, một mặt vì tò mò, một mặt vì muốn tìm giữ những tập bản thảo do chính mình trước tác đã để lại dinh Kim Âu của Nguyễn Khản.

Hai hôm sau ngày về Kinh, Du đến dinh Khương Tả hầu nhưng Nhật vắng mặt. Đành ngồi đợi, Du nhìn đám Cấm binh mặt mũi nghiêm trọng, biết là tiếng đồn đãi có xác cứ. Bố-già, người lính lâu năm nhất, cũng mò tới tìm Nhật. Ông ta nhìn Du đăm đăm, buồn rầu:

- Đời lính tôi suốt mấy mươi năm rồi, đến nay đâu lẽ nào phải cầm gươm cầm kiếm đánh đấm với chính anh em lính chúng tôi... Đánh giặc, lúc nào tôi cũng sẵn sàng, nhưng ai nỡ lòng nào đâm chém vào ruột vào thịt mình.

Nhìn cánh bướm vàng chập chờn trên hàng dâm bụt màu đỏ tươi, Du bâng quơ an ủi cho có lệ người lính già nhăn nhó đang khổ tâm lo lắng. Nhật về, thấy

213

Du, vội ôm chầm lấy, quên Bố-già đứng lóng ngóng bên cạnh. Uống xong chén nước hàn huyên, nhìn Nhật, Du nhắc lại lời Bố-già. Lúc ấy, Bố-già chắp tay, giọng trang trọng:

- Quan Chưởng cơ, chỉ có ngài mới cứu được việc anh em lính chúng tôi phải đâm chém lẫn nhau. Bọn Bằng Vũ, Nguyên Nhưng hăng lắm, không cản được, lại có Bật Trực thúc vào. Lính Tiền Hùng đã từng tốp vào Kinh, bỏ hết phòng thủ tuyến sông, tiếng là về cứu Ấu Chúa. Ngoài ra, cơ đội Nhượng Trung, Hậu Dũng và Tiền Ninh cũng phối hợp trấn đóng những chỗ hiểm yếu, hăm hở đợi tiếng trống hiệu... Riêng đội Trung Kính và Thị Nội tả quân do Chưởng cơ chỉ huy là không động tĩnh gì, vẫn tiếp tục phận sự bảo vệ Tam cung Ngũ phủ. Nay, anh em ăn thề trên núi Khán Sơn phái tôi đến xin ý của Chưởng cơ, và cầu trời cho khỏi đổ máu, là phúc cho lính!

Nói đến đấy, Bố-già sụp xuống quì lạy Nhật, khóc ròng ròng. Nhật vội đỡ Bố-già lên, mủi thương, nhẹ nhàng:

- Xin lão đứng dậy. Nhật này cũng chẳng ưa gì mùi máu.

Nghiêm nghị nhìn mớ tóc lởm chởm bạc mọc như nổi loạn trên đầu người lính già đã suốt một đời chinh chiến, Nhật trầm giọng:

- Cuộc nội chiến này không tránh được nữa rồi. Ngay như quan Chánh dường có lập thế tử Tông lên ngôi Chúa, ta cũng đồ rằng chưa đủ để tránh việc binh đao!

Thở dài, Nhật quay sang Du, hỏi:

- Có phải đường huynh là Nguyễn Khản đã về dinh Kim Âu rồi chăng?

Du lắc đầu. Bố-già chen vào:

- Không, Khản vẫn ở nhà Châu quận công, nhưng cả hai đều biết rõ tình thế. Bây giờ, chỉ chờ ý quan Chưởng cơ rồi anh em lính chúng tôi mới dám động tĩnh.

Nhíu mày lại, Nhật nhăn mặt nhìn ra góc vườn, nét đăm chiêu khiến chàng như già đi hàng chục tuổi. Bố-già tần ngần, nước mắt lại ứa ra, giàn giụa chảy theo vết nhăn đã thành rãnh trên khuôn mặt phong trần sạm màu nắng gió. Du ngần ngừ, nói trong cuống họng:

- Cứ đổ một giọt máu là phí đi một giọt, dẫu là của bất cứ ai.

Nhật vùng đứng dậy, vỗ nhẹ lên vai Du. Ôm vai Bố-già tiễn ra cổng, Nhật nhìn lão, nói:

- Ta không phụ ai, nhưng cũng chẳng để ai phụ mình. Lão về bảo họ như vậy.

*

Trong thời gian đó, Thánh Mẫu đã gặp Hoàn Quận công. Hoàn đồng lòng, xin Thánh Mẫu hạ chỉ dụ Hoàng Tế Lý, hứa sẽ thuyết phục đám Đại thần phụ chính. Chỉ của Thánh Mẫu như sau:

"Ấu Chúa ốm đau, trong nước bàn dân lo sợ nghi ngờ. Tướng quân nếu lấy xã tắc làm trọng, thì nên tạm

215

cho Thế tử Tông nhiếp chính để yên lòng người. Chờ đến khi nào Ấu Chúa trưởng thành, Tông sẽ trả lại chính quyền, lui về làm tôi!"

Tế Lý lĩnh chỉ, đọc xong, lắc đầu cười nhạt. Khạc vào cái ống nhổ bằng đồng để dưới chân, Lý lẩm bẩm "Rõ là dơ. Nghi ngờ gì thì lại chẳng dám nói." Ngồi ngay ngắn trước thư án, Lý tự lấy bút nghiên ra thảo:

"Lý tôi quì lạy dưới cửa thánh Mẫu. Thánh Mẫu đã lo đến việc lớn của xã tắc, tôi đâu dám không vâng lời? Chỉ hiềm là việc đó không phải ý của Tiên Vương. Lý tôi khi được Tiên Vương gửi gấm, ngài đã dặn dò cặn kẽ, lại có tờ 'cố mệnh' làm bằng. Nay quan tài còn quàn ở đây mà thay đổi mệnh ngài, lòng tôi nghĩ sao cho đang? Vậy xin việc đó hãy để sau rồi sẽ liệu tính. Vả chăng, trong thiên hạ sau này nếu lo âu sẽ hết lo, nếu ngờ vực sẽ hết ngờ, dám xin Thánh Mẫu cứ yên tâm!"

Đưa thư hồi âm Thánh Mẫu xong, Tế Lý gọi hai hàng quan văn võ vào triều ngay buổi chiều hôm đó tại Nội phủ. Đám quân Thị Nội được chia ra canh gác, mặc quần áo trận, cứ sáu thước có một người lính, gươm giáo sáng lòe. Đội Nội cuông chấn mặt Bắc, Nội dực mặt nam, còn phía đông và tây do đội Nội nhưng và Nội kiệu phòng thủ. Ở vòng ngoài, những dinh thự lớn như dinh Kim Âu, dinh Trung Nhuệ đều được canh gác cẩn mật bởi những cơ đội chủ lực Trung Kính. Đám Thị-ky quân được giao giữ cung Vọng Hà, cung Tây Long và cung Trung Hoa, có thể dùng như lực lượng trù bị sẵn sàng cứu viện những mặt quan yếu.

Cuối giờ Thân, các quan đã đủ mặt, ngồi hai hàng ghế. Trên trướng cao, chiếc ngai Chúa để trống, nhưng bên cạnh có sắp một chiếc ghế cho Đặng Tuyên phi. Ở hàng đầu, Tế Lý liếc mắt nhìn kiểm điểm, thấy thiếu Hoàn Quận công. Quốc cửu Viêm Quận công cáo ốm, không đến. Lý trình bày sự thế, cắt đặt công việc cho Châu Quận công là Binh phiên Trì sự, đưa ra bằng chứng có người tố Viêm Quận công định làm loạn và yêu cầu chư quan đình nghị để trị tội. Lý chau mày, trầm giọng:

- Chỉ mai kia là có biến, hàng quan võ các ông cũng nên một phen hãn mã, thử xem nghề cung kiếm còn phong độ hay không! Phía quan văn, các ông bảo người nhà sửa soạn đao kiếm để tự phòng vệ, chớ có khinh trọng.

Hai hàng quan xì xào, hư thực, bấm bụng nói cứng nhưng lo ngay ngáy, ai nấy nhấp nhổm chỉ muốn về nhà. Trời sập tối, có kẻ khuyên Lý mang nghĩa sĩ vào phủ hộ vệ cho mình, có kẻ lại bàn là Lý nên ẵm Ấu Chúa trốn khỏi Kinh rồi gọi quân ở ngoài vào bắt bọn phản loạn. Lý chỉ im nghe, rồi chắp tay cảm tạ các quan, giọng khẳng khái:

- Xưa nay, hư thực trong chuyện binh biến thế nào ai mà lường được. Dẫu sao, cứ để thong thả, không việc gì phải mất bình tĩnh.

Lý cười, ung dung, tiếp:

- Ví bằng việc gấp quá, không trị nổi bọn làm giặc, thì tôi đã vâng mệnh Tiên Vương, sống thác cũng cam, có chi mà phải hốt hoảng?

Đêm hôm ấy, Tế Lý vẫn mang vài người hầu như thường lệ vào ngủ ở Phủ đường nhưng cho người đi gọi Toàn Nhật. Chờ đến canh hai không thấy, Lý bắt đầu lo, cả đêm không chợp mắt.

*

Tiễn Bố-già xong, Nhật thấy đầu choáng váng, vào nhà trong đặt mình xuống giường. Mấy hôm nay, trời ẩm đục, âm u, mây trĩu xuống như bị ai trì kéo. Chợp mắt được một lúc, Nhật nghe tiếng người gọi tên mình. Nhật choàng dậy. Cạnh cửa sổ, bóng người đàn bà ở miếu Ba Cô trên Phố Hiến thấp thoáng. Lưng quay lại, giải áo trắng bung phần phật mặc dầu không có gió, tóc xõa ra đằng sau uốn lượn chập chờ, người đàn bà như chực bị bốc lên không trung. ''Con ngoan, mẹ về với con nhưng chẳng được lâu, lại sắp phải đi đây!'' Nhật đứng dậy, mắt căng ra, gọi: ''Mẹ đừng đi nữa, ở lại để con báo hiếu mẹ... Tội nghiệp thân mẹ!'' Tiếng khóc thút thít, bắt đầu còn nhỏ, sau lớn dần rồi choáng ngợp thành những tiếng nấc, lẫn vào dăm câu nói tức tưởi: ''Báo hiếu, con ơi... mẹ chờ…'' Cánh cửa sổ phềnh ra, đen ngòm, hút lấy giải áo trắng vẫn phần phật bay, mờ dần rồi tan biến như khói. Nhật gào lên: ''Mẹ, mẹ ơi... ''

Khi Du vào lay, Nhật tỉnh lại, thấy mặt mình lã chã nước mắt, người nhễ nhại mồ hôi. Du nhẹ nhàng ngồi xuống cạnh, lo ngại:

- Chắc huynh ốm mất rồi.

Nhật nhắm mắt định thần một lúc rồi đứng dậy ra sân sau. Chàng rút gươm chém ba đường, cứ thế chém, vừa chém vừa hét. Không biết vì lẽ gì, đường gươm thứ nhất lại chậm hơn trước. Nhật ngừng, nói với Du:

''Du xem mắt ta có ánh căm hờn không?'' rồi lại tiếp tục chém.

Tối đến, Du về dinh Kim Âu. Toàn Nhật lên ngựa đi thẳng ra phía sông Nhị. Quả thật những điếm canh nay bỏ trống, lính Tiền Hùng đã kéo nhau vào Kinh. Ngồi ven sông, Nhật nghe tiếng nước rì rào như tâm sự những nỗi niềm từ vạn đại. Chàng nhắm mắt, liên tưởng đến khoảng thời gian vừa qua. Khi quan Chánh dường trao cho chàng thanh kiếm ''Hoàng gia,'' Nhật biết là gốc gác mình quả có rễ rợ sâu xa với họ Hoàng. Cha chàng là ai? Là Quận Việp Hoàng ngũ Phúc? Hay chính là Hoàng Tế Lý? Nếu là Quận Việp thì thôi, đã chết rồi, vậy chẳng qua là chàng mồ côi cha từ nhỏ! Nhưng nếu là Tế Lý? Thế có nghĩa là kẻ phụ bạc mẹ chàng, khiến mẹ phải trầm mình chết để rửa nhục, sờ sờ còn đấy, quyền cao chức trọng, thế lật thiên hạ như trở bàn tay. Và bóng mẹ chàng ở miếu Ba Cô còn luẩn quẩn quanh đây, phải chăng là để nhắc nhở chàng mối hận câu chuyện ngày xưa mà nước sông Lam vẫn chưa rửa sạch?

Nhật bần thần, tay mân mê đốc kiếm, lòng phân vân. Hình ảnh Bố-già và những giọt nước mắt một người không muốn máu lính vấy lẫn tay lính lại hiện ra. Ngày mai sự thể diễn biến ra sao? Chàng thừa biết là lính đội Trung Kính sẽ nghe lệnh, chắc chắn sẽ chống trả khi bị tấn công. Từ ba hôm nay, họ khẩn trương chuẩn bị, sẵn sàng đối phó với mọi tình huống. Nếu việc binh đao không tránh được, số nạn nhân hẳn là không dưới vài ngàn. Nhưng làm thế nào đây? Lúc can qua, Hoàng Tế Lý sẽ trực tiếp chỉ huy cả ba cơ đội Thị Nội, Thị Kỵ và Trung Kính. Con người Lý chiến trận đã quen, chắc gì bọn Bằng Vũ, Nguyên Nhưng thủ thắng được. Hơn nữa, quân biên ngoại hiện cũng đã rục rịch về Kinh mang danh nghĩa phù Chúa. Xương máu hàng vạn người sẽ đổ ra! Nhưng để làm gì? Cho ai? Nhật chép miệng, thở dài. Chắc chắn là không phải cho những người phải liều mạng mình vào chuyện xương rơi máu đổ!

Nhật nhìn dòng sông, miệng thầm gọi: ''Nước, nước ơi! cho ta xin một lời khuyên…'' Mắt rưng rưng, chàng ngửng lên trời tìm một ánh sao đêm. Không, không có một vì sao nào hiện ra chỉ lối.

Nhật nhắm mắt, cố lôi trong óc mớ chữ nghĩa đã học xem có gì giúp được cho chàng lấy được cái quyết định cam go này. Không, vẫn không. Không có thứ chữ nghĩa nào đặt lên bàn cân, một bên là máu xương hàng trăm hàng ngàn người, một bên là cha chàng, cho dẫu rằng cha chàng có phụ rẫy, bức tử mẹ chàng.

Phải chăng có thầy chàng, thầy sẽ nói gì? Phải chăng có Trọng Thức, Thức sẽ khuyên gì?

Nhìn sang bên kia sông, Nhật bỗng thèm bơi qua, rũ hết đi mọi vướng bận mặc cho cán cân nghiêng thế nào thì nghiêng, đổ thế nào thì đổ. Đầu nóng lên đến bốc khói, Nhật rút từ sau lưng cây kiếm võ sĩ do Mishima tặng, rồi vừa hét vừa chém, tiếng xé gió nghe đến buốt xương lạnh thịt. Chàng chém cho đến độ tay mỏi nhừ, óc rỗng tuếch, mồ hôi đổ ra ướt hết hai lần áo. Ngồi xuống vệ cỏ, Nhật nhắm mắt lại. Quái lạ, sao chàng thấy dòng sông dưới kia bỗng thành một dòng sông máu đỏ lừ lừ, cứ lững lờ trôi đi.

"Đổ một giọt máu là phí một giọt," tiếng Du văng vẳng từ đâu đưa lại. Có phải thế chăng? Câu trả lời bấy bật người Nhật dậy.

Phóng ngựa vào trung quân của cơ đội Trung Kính ra quân lệnh xong, Nhật đến dinh Kim Âu nơi Du trú ngụ chứ không về nhà. Khoảng canh hai, những tốp quân cứ mười người một từ ba cửa ô Quan Thánh, Trường Bản và ô Cầu Giấy lắng lặng chia nhau tản ra ven đô. Họ đi ngược lên bến Tây Long, giữ bến Hàm Như, bến Thúy Ái cho đến bến Thanh Trì.

*

Sáng ra, kinh kỳ im ắng đến ngơ ngác. Hàng dân sợ, không họp chợ, nhà nào nhà nấy đóng chặt cửa ngõ. Người kẻ chợ thấp thỏm chờ đợi một biến cố đến từ sự quái ác của vần xoay. Trời lại mưa tầm tã, nhìn ra một màu trắng xóa như sắm sửa tang ma cho những thân phận bị xô đẩy vào vòng rủi may đao kiếm.

Sau giờ cúng cơm, ba hồi trống chín tiếng trong Phủ Chúa chợt thúc lên rộn rã. Đột nhiên, tiếng reo hò vang dội từ bốn phía nổi lên. Sáu người lính trong đội Thị Nội vây Bằng Vũ lại, trói giật cánh khuỷu, đẩy vào sân Chính phủ. Ở bên ngoài, một đám lính Tam phủ kéo ra, gươm giáo loảng xoảng, vừa đi vừa hò hét, tiếng chân dậm trên đất thình thịch. Quận Châu ra lệnh đóng chặt cửa Chính phủ và Nội phủ, hớt hải gọi lính Thị ký ra tiếp sức với đội Thị Nội, rồi báo Hoàng Tế Lý:

- Lạ thật! Không còn bóng lính nào của cơ đội Trung Kính cả!

Bụng hoảng sợ, nhưng lại lấy vẻ ung dung, Lý cười bảo:

- Đừng lo, việc quân ta đã xếp đặt đâu đấy rồi..

Quận Châu đi ra lắc đầu, mặt tái ngắt. Điệu Bằng Vũ bắt quì trước thềm, Lý cao giọng hỏi:

- Mày đánh trống làm hiệu dấy loạn, vậy làm loạn để đạt mục đích gì?

Bằng Vũ vùng mình đứng dậy, miệng hiên ngang nói:

- Ta không làm loạn. Kẻ làm loạn là bọn lập ra Ấu Chúa để tiếm quyền rồi phá nát cơ nghiệp nhà Chúa!

Lý bình tĩnh:

- Bay có bao nhiêu lính mà làm loạn nổi?

Bằng Vũ ngửng mặt dằn giọng:

- Hỏi cung ta à? Đã vào đây, ta nào sợ gì cái chết! Nhưng để ta bảo cho mi biết, bọn ta là lính đất "tắm gội" của nhà Chúa, đã đồng tâm với nhau từ hai trấn Thanh-Nghệ cho đến tận Tuyên Quang, Hà Bắc.

Lý quát:

- Giỏi đấy! Chư Đại thần phụ chính, ta phải chém đầu thằng tặc này, bêu lên làm lệnh cho ba quân để giữ phép nước!

Lúc ấy, Tạ Danh Thùy đứng ra can, trong bụng là tìm cách cứu lấy thân mình nếu vạn nhất không thắng được bọn lính Tam phủ, nhưng ngoài mồm lại nói:

- Giết một đứa như tên đánh trống này thì lấy đâu là đầu mối để bắt bọn đầu đảng?

Lý chỉ cười nhạt, ra đứng ngoài lan can nhướng mắt xem xét tình hình. Vẫy tay gọi gia nhân, Lý thì thào vào tai, rồi thảo tờ khải: ''Lý tôi kính tâu: đám ba quân nổi loạn làm cho Kinh khuyết náo động. Tôi xin vâng lĩnh mệnh Chúa đem quân giết chúng, nếu được, ấy là nhờ oai lĩnh nhà Chúa, nhược bằng không, tôi đành liều chết để xuống dưới âm cung ra mắt Tiên Vương.''

Trao tờ khải cho đám phụ chính, Lý ung dung nói: ''Cứ yên tâm, đâu sẽ vào đấy!'' rồi lên ngựa trẩy về tư dinh của Trịnh Cán với sáu người võ sĩ hộ vệ.

Bấy giờ, Đặng Tuyên phi và Diễm Quận công đã chực sẵn chờ Lý. Huệ cười khẩy, nói mát:

Quan Chánh dường tính toán thế nào để tam quân mở hội mừng Tân Chúa vui vẻ đến như vậy!

Lờ như không nghe thấy, Lý lẳng lặng đi trước, Diễm ẵm Cán, Huệ và dăm ba tì nữ đi sau, đến trước cửa dẫn vào đường hầm bí mật được ngụy trang sau một cái tủ chè bằng gỗ mun rộng bằng nửa bức tường. Lý mở tủ, tay vặn ba cái khoen bằng đồng, sai võ sĩ đẩy tủ sang một bên. Cửa hầm rộng vừa một người đi lờ mờ hắt ánh sáng lên. Đường hầm đó sẽ dẫn vào nghĩa địa cạnh bến Tây Long. Lý tính rằng Ấu Chúa và Đặng Tuyên phi có thể lấy thuyền con sang tả ngạn sông Nhị, từ đó tắp lên Kinh Bắc rồi liên lạc với Quận Thạc là Hoàng Phùng Cơ đang chuyển quân về Kinh cứu giá.

Đợi cho bọn người tùy tùng Ấu Chúa lục tục vào hầm, Lý đóng cửa, đi ra gọi đám võ sĩ cận vệ đã nai nịt gọn ghẽ. Ghé vào tai tên Chưởng đội, Lý dặn dò, nét mặt vẫn bình tĩnh nhưng giọng nói đã có chút căng thẳng. Vẫy tay, hai tên phu lực lưỡng vai khiêng một hòm vàng cong người từng bước đi theo Lý vào căn phòng có cánh cửa bí mật. Đang làm động tác mở cửa hầm, Lý chợt giật nẩy người, lùi ngược lại, quát: "Ai?"

Từ cửa hầm, một người khoan thai bước ra, lưng gài kiếm dài, tay cầm kiếm ngắn, vai đeo khiên. Tế Lý sững sờ rồi thét lên:

- A! Toàn Nhật, là ra ngươi...

Nhật nghiêng người thi lễ, miệng cười buồn buồn:

- Kính chào thượng quan, đội Trung Kính đã chờ Ấu Chúa ở ven sông để xa giá.

Nhật nghiến răng, rành mạch:

- Nhưng thượng quan là rường cột, đâu bỏ đi như thế được!

Lý tái mặt, tay nắm vào đốc kiếm. Nghĩ thế nào, Lý lại bỏ ra, giọng như van vỉ:

- Nhật con, con cầm thanh kiếm Hoàng gia do tổ phụ truyền lại là để giết cha sao?

Nhật nhìn lên trần, gằn từng tiếng, lạnh lùng:

- Tôi họ Võ, đẻ ra chưa đầy tháng thì mẹ tôi trầm mình trong dòng sông Lam. Sống với ông ngoại đến năm mười hai, ông tôi mất. Từ đó, tôi về làm nghĩa tử của La Sơn Phu tử họ Nguyễn, làm gì có máu mủ với họ Hoàng?

Toàn Nhật vung tay ném về phía Tế Lý, miệng tiếp:

- Quan Chánh dường nhận lầm người, đây xin trả lại ngài thanh kiếm!

Tế Lý bắt lấy, rút ra khỏi bao, nhìn chằm chặp vào sống kiếm, rồi bật cười não nùng, miệng rên: ''Ối oan gia, hỡi oan gia!''

Sáu người võ sĩ đứng hai hàng quanh Lý ngẩn ra như phỗng, không biết cư xử thế nào, đưa mắt nhìn nhau. Chợt Lý quát:

- Thôi thì đành... Giết nó cho ta!

Ba người võ sĩ lừ lừ tiến lên, tay đao sáng quắc, rồi bất ngờ xông vào. Lóe lên ba lằn sáng và một tiếng hét. Toàn Nhật thoắt đã trở về vị trí cũ, thanh kiếm cũng lại bỏ vào bao giắt sau lưng. Một thây người đã mất đầu đổ xuống như thân cây mục, máu phun phì phì. Còn lại hai võ sĩ. Họ thất thần, rồi gập xuống, theo vết chém xẻ đứt bảo giáp từ trên xuống dưới và từ trái sang phải.

Lý kinh hoảng rú lên, rồi quát: ''Bắn, bắn nó!'' Ba người võ sĩ còn sống vừa đưa tay ra sau lấy súng thì Nhật xoay người hất ngược cánh áo. Trên mu bàn tay cả ba võ sĩ, ba đồng chinh cạnh mài sắc ghim vào, máu ứa ra nhỏ giọt xuống sàn đá hoa. Họ thất sắc, đứng như bị thôi miên, ngẩn người ra nhìn.

Nhật lại nhẹ nhàng:

- Ba vị không hại Nhật này, thì không lo Nhật hại ba vị, xin đi đi.

Khi họ lùi ra, Tế Lý cũng liền chân theo, vừa bước vừa lầm bầm những gì không ai nghe rõ.

*

Cắm đầu chạy luồn qua những luống hoa thược dược trong vườn uyển, Lý và ba người võ sĩ trở lại Chính phủ. Bọn quan Đại thần phụ chính ngơ ngác chờ Lý, nhao nhao lên kêu. Quận Châu báo vào là loạn binh đang đục tường để vào phủ. Lý ngầm tính trong bụng là sẽ trì hoãn bằng cách nhận đòi hỏi đưa Tông lên ngôi Chúa, nhưng bó buộc phải chờ sắc phong của Vua Lê cho thuận danh nghĩa. Hét quản tượng đưa voi ra, Lý nhảy lên, sai thúc chiêng. Bấy giờ, Quận Châu đã mở toang cổng phủ, đám binh Tam phủ kéo nhau vào đầy sân, không có trật tự nào, vừa chen vai thích cánh, vừa la hét vừa chửi tục. Lý tuốt gươm đứng trên lưng voi, từ từ đi ra, quát:

- Bớ tam quân, các người là lính đã mấy đời ơn Vua ơn Chúa, có chi không toại chí thì cứ đề bạt qua chư quan, việc gì mà phải mất phép nước mang tiếng là loạn tặc!

Vốn sợ oai Tế Lý, lại chẳng biết đầu suôi đuôi ngược thế nào, đám binh Tam phủ kéo nhau ngồi bệt xuống đất. Nhân thế, Lý đánh thêm một đòn tâm lý, lập lờ tiếp:

- Nay, ta bảo cho biết, lính tráng là để đi dẹp giặc chứ không phải đi làm giặc. Cơ đội Trung Kính đã vây quanh từ ven đô trở vào, nhưng ta không nỡ nồi da xáo thịt, nên không cho hành động sợ làm máu đổ vô ích... Vậy chư quân ai về đội ngũ nấy, làm tờ khải lên triều đình, việc gì ta cũng sẽ cất nhắc cho!

Đám lính hoang mang, nhìn nhau, rồi đùn Bố-già ra. Vị lão binh này đi đến trước chân voi, quì xuống, nói lớn:

- Bẩm Chánh dường thượng quan, kẻ hèn này là Hải đã suốt đời làm lính, một lòng ân nhà Chúa, và chỉ mong giữ yên xã tắc chứ đâu muốn dấy loạn thành ra bọn tặc phản... Trình quan, cứ như chỉ dụ của Thánh Mẫu là tạm lập Thế tử Tông vào ngôi Chúa, đợi cho Ấu Chúa trưởng thành rồi trả lại quyền bính, thì bọn lính tráng chúng tôi cắn cỏ ngậm vành đội ơn bề trên, và xin tha ngay tội náo động cung khuyết, ai về cơ nấy lập tức. Bằng không thì…

Nói chưa dứt lời, bỗng con voi rống lên, lấy vòi cuốn lấy Bố-già tung bổng lên trời rồi quật xuống. Thì ra có kẻ lấy kích đâm vào bụng voi, nó nổi khùng, phản ứng nhanh khiến quản tượng không kịp kìm lại. Ba quân nhốn nháo đứng cả dậy, ào ào ném thương, ném kích vào mình voi, miệng la hét vang trời át tiếng gào của Lý. Quản tượng bị câu liêm ném lên giật xuống đất và bị ba quân dẫm chết tại chỗ. Con voi lùi ra sau, luống cuống, xoay vòng vòng. Lý kêu: "Bằng lòng, ta bằng lòng!" nhưng nào có ai nghe nữa. Năm sáu cái câu liêm ném lên cùng một lúc giật Lý ngã từ mình voi xuống đất. Chỉ hai phút sau, Lý đã là một cái xác không hồn, đầu bị đập nát, óc phòi ra trắng hếu.

Có một kẻ lấy đại đao nhà cổ Hoàng Tế Lý chém hai nhát. Cổ không đứt, hắn nhay qua nhay lại lưỡi đao, mồm văng tục. Thấy thế, một kẻ gạt hắn ra, ngồi xổm thọc kiếm vào khớp xương cắt như đồ tể đang sẻ xương lóc thịt trâu bò. Lúc chiếc đầu lìa ra khỏi xác, lại một kẻ khác lấy đầu ngọn giáo cắm vào, rồi đưa lên cao, miệng hò như khi hát đúm.

Đám lính rầm rập bước theo ngọn giáo cắm đầu Hoàng Tế Lý, vừa đi vừa hò hét như hổ beo trong cát bụi mờ mịt. Riêng có hai kẻ, mặt mũi gân guốc, mắt mầu đỏ đục, chạy ào lại lôi cái xác không đầu vào một góc. Họ cởi giáp, lấy dao thọc vào, miệng hềnh hệch cười, tay móc ra một buồng gan nóng hổi. Một kẻ liếm môi tiếc rẻ nói: "Chà, phải chi có cút rượu!"

*

Trưa hôm lính Tam Phủ kết thúc được thời lạm quyền của Hoàng Tế Lý và Đặng Thị Huệ, trời bỗng đột nhiên bừng nắng sau một cơn u ám kéo dài cả tháng. Hàng dân kháo nhau rằng đấy là điềm thái bình. Không hẹn, họ kéo nhau ra chật phố, cứ thấy bóng lính là thi nhau hò reo. Người thổi cơm, kẻ nắm xôi, mang ra giúi vào tay lính. Họ đặt bàn thờ, cắm hương, hăm hở đợi xem Tân Chúa. Không khí giải phóng khỏi những tù túng bốc những giấc mơ đổi đời lên chín tầng mây trắng.

Bằng Vũ vào Vương phủ tìm Trịnh Tông, quì xuống:

- Xin Thế tử ra mắt hàng dân. Trăm họ đang chờ đợi, không phụ lòng họ được.

Lính Tam phủ chia nhau đội Trịnh Tông trên một cái mâm đồng, vừa đi vừa reo hò, cười nói vang vang, hô to nào là *"Cách Mạng,"* nào là *"Nông chế,"* nào là *"Đất trả người cày."* Bàn dân dẫu không hiểu gì cũng vui miệng hô theo. Kinh đô nhộn nhịp hẳn lên, chăng đèn kết hoa và đốt pháo như ngày Tết.

Ngay đêm hôm đó, dân hàng phố mở hội, phường nào cũng chăng đèn, trống cái trống con đánh lên rộn rã. Lính Tam phủ được vồ vập săn đón và nhìn với con mắt đầy ân nghĩa. Mới chỉ ngày trước, lính lạnh lùng, cứ theo lệnh trên như máy mà thi hành, dẫu oán than chi thì cũng mặc. Dân sợ họ, lảng tránh, khép nép, đi ngang thường cúi đầu không dám nhìn. Bây giờ, trái ngược hẳn lại. Người dân mong đợi thay đổi nhìn những người lính vần xoay thế cục một cách hoàn toàn khác hẳn. Vừa được giải tỏa tất cả những uẩn ức thầm lặng trong mười sáu năm trời dưới quyền bính của Chúa Trịnh Sâm, họ ùa ra tỏ niềm hân hoan. A, thì ra lính cũng là bàn dân đấy chứ! Dân và lính, khác gì nhau? Trên khắp đường phố, họ cười cười nói nói, chuyện nổ như pháo, ôm vai sát cánh nhau như đi trẩy hội.

Bỏ đằng sau tiếng chiêng tiếng trống, Nhật vào sân Vương phủ. Lính đã lấy xác Lý mang đi bêu đầu ở trước Tây Long cung. Còn lại cái bó chiếu nằm chơ vơ trên thềm Chính phủ bó xác lão Hài, kẻ lính gọi là Bố-già, người ta quên mất trong những giây phút hồ hởi. Đêm đầu tháng chạp đen kìn kịt. Lính bỏ hết những vọng canh xung quanh dinh thự, đang say sưa túm tụm với nhau. Nhật lẳng lặng ôm xác lão Hài bỏ ngang lên lưng ngựa, rồi chậm rãi dắt đi trên con đường ra đê

Yên Phụ. Đến nghĩa địa gần hạt Nghi Xuân, Nhật lại ôm bó chiếu, đi một quãng tìm chỗ. Nhật rút thuổng ra đào. Mở bó chiếu ra, mặt lão Hài nhợt nhạt, miệng còn đọng một vệt máu đen. Dưới ánh nến, Nhật lau mặt cho lão, nhớ lại ngày lão đến gặp Nhật, lòng ôm mối lo rằng lính Tam phủ phải đánh giết lẫn nhau. Nhật nhặt nhạnh được dăm cây hương cháy dở trên những ngôi mộ xung quanh. Lấp xong đất, Nhật đốt những nén hương thừa đó, chua xót nhớ mình đã đưa được đội Trung Kính ra ven đô để tránh đi mọi đụng độ giữa lính với lính. Chàng chắp tay cúi đầu, khấn nhỏ: "Tránh được đổ máu rồi, Bố-già ạ!." Hình ảnh con voi cuốn lấy lão tung lên không rồi quật xuống lại lởn vởn hiện ra. Tiếng voi lại văng vẳng rống lên đâu đây, rồi tiếng chiêng trống, tiếng Hoàng Tế Lý bị át trong tiếng reo hò quát tháo ào lên như nước vỡ bờ.

Đấy mệnh người nó thế, nho nhoi, chết đến thật tình cờ, chết vô lý vô nghĩa.

Giá mà không có ngọn kích nào đó phóng vào bụng voi, thì nào lão Hài có vong mạng. Và như thế biết đâu, biết đâu Tế Lý chẳng đã thuyết phục được đám lính Tam phủ cơ nào về đội ấy. Rồi quân Nhưỡng, quân Thạc kéo về. Chắc gì lính Tam phủ bảo vệ được ngôi Chúa cho Trịnh Tông? Máu đổ. Lại máu đổ! Cho Tông hay Cán, Cán hay Lý, Lý hay Bằng Vũ, Bật Trực thì có khác gì? Những kẻ phải đổ máu ra có lẽ thực tình không hiểu vì sao. Như bị trì kéo vào cái cộng nghiệp oan trái, họ không hiểu nhưng vẫn làm. Làm điên cuồng. Làm hối hả. Cứ hệt như khi lên đồng, lú lẫn quay cuồng trong điệu kèn tiếng trống dẫn vào một cõi u mê.

Nhật bỗng ngậm ngùi, rưng rưng nước mắt, nghe loáng thoáng ''Để giết cha sao?'' Chàng ngẩn ngơ, không hiểu rõ động cơ nào đã khiến chàng chặn đường đào tẩu của Tế Lý, buộc cha chàng phải gánh trách nhiệm trực diện đối đầu với đám kiêu binh. Phải chăng trong tiềm thức đó là cách chàng bắt cha trả giá cho sự trốn tránh trách nhiệm đối với cái bào thai bị bỏ rơi ngay trong bụng người đàn bà đã trầm mình vào dòng sông Lam lạnh cóng để rửa nhục? Toàn Nhật cắn răng, tai lại văng vẳng tiếng thét của Tế Lý ''Giết nó cho ta.''

Nhưng sao vẫn có điều gì gần như một niềm ân hận, lênh đênh tựa thủy triều, dâng lên, rồi ùa đến dìm dắm lòng chàng vào một nỗi cô đơn khủng khiếp.

Nhật ôm nấm mộ mới đắp ngủ thiếp cho đến lúc gà gáy sáng.

*

Ngày hôm sau, Tông nhận được sắc phong Chúa và vời ngay Nguyễn Khản, thầy dạy học mình đang bị giam ở nhà Quận Châu, về làm Tể Tướng. Dương Khuông, em của Dương Ngọc Hoan và là cậu của Tông, nhậm chức Quyền Phủ Sư. Đám thủ lãnh lính Tam phủ không mấy ưng lòng, trách Khản xưa là Trấn Thủ Nghệ An đã hà khắc với nhân dân đất ''tắm gội.'' Họ nói ra miệng: ''Hắn mà thành Tể Tướng thì dân cả nước sẽ bị cướp bóc đến manh quần cũng sẽ chẳng còn!'' Tông sợ, vội đình ngay việc bổ nhiệm Khản, lúng túng không biết tin vào ai, xin ý của Quốc cửu Viêm Quận công.

Viêm rỉ tai, Tông hiểu ra liền xuống chỉ phong cho Bằng Vũ làm Suy Trung Dực, Vận công thần, tước Hầu. Bọn Trần Nguyên Nhưng, Gia Thọ, Bùi Bật Trực làm Tuyên-lực công thần và theo thứ tự đều lãnh trọng chức. Đám người nhóm họp ở Khán Sơn được ghi tên vào sổ Trung Nghĩa, cấp những đạo sắc bỏ trống chỗ để tên người để họ bán cho kẻ khác lấy tiền. Ngoài ra, toàn bộ lính Tam phủ tham gia ở trong hay ngoài Kinh đều được thăng chức một cấp và ban tiền thưởng khắp lượt.

Về phần Toàn Nhật, Tông vời đến Vương phủ để thưởng công nhưng Nhật không nhận gì, xin được trở về trại Bùi Phong. Tông nhất định không nghe, một mực đòi giữ Nhật, hỏi:

- Theo ý tướng quân, liệu Phu tử có chịu giúp Tông này không?

Nhắc lại bữa ăn buổi tối trước vụ án năm Canh Tý đã là cái cớ để Hoàng Tế Lý bắt Thức và o ép Phu tử trong việc phế Tông lập Cán, Tông làm ra vẻ ngậm ngùi, tiếp:

- Nếu Trọng Thức chịu về Kinh để cùng với Tông này hợp sức cùng nhau xây lại đời Nghiêu đời Thuấn thì hay biết mấy. Tướng quân nghĩ thế nào?

Nhật cười thầm, nhưng chỉ cúi đầu cảm tạ, và cho biết là chẳng ai biết Thức đã trôi giạt về đâu từ ngày trốn khỏi Kinh dăm tháng trước. Tông đưa tay lên trời, điệu bộ như người đóng kịch, thở dài:

- Ô hô, nhân tài như sao buổi sớm! Cầu trời cho Tông này được những bậc chính nhân phù trợ!

Toàn Nhật khải Chúa về việc Đặng thị Mai bị Huệ bắt và chỉ xin được phép mang nàng ra khỏi chốn tù ngục. Tông biết rõ chuyện Huệ ép Mai lấy Thái tử Lê duy Cẩn cũng như ý đồ Mai định trốn theo Thức, nói dăm câu phủ dụ nhạt nhẽo và ban cho ít tiền thưởng để lấy lòng. Ra khỏi Vương phủ, Toàn Nhật vào thẳng dinh Trịnh Cán tìm Mai. Gia nhân trong dinh lấy khóa mở cái xiềng cửa một căn phòng nằm tuốt phía sau. Mai nằm trên một chiếc trõng tre, mình đắp chiếc chăn đơn. Nàng không hề hay biết gì về những sự cố xảy ra bên ngoài. Thấy Nhật vào, Mai ứa nước mắt.

Những ngày tù ngục vừa qua là đoạn đời cực nhọc nhất của Mai. Sợ bị đánh thuốc để phá cái thai trong bụng, Mai không dám ăn gì, chỉ uống nước cầm chừng gần ba tháng. Sau, có một con mèo đen không biết thế nào mà lọt được vào phòng. Thức ăn bưng vào, Mai để mèo thử trước, một ngày sau không thấy gì bất thường mới dám ăn. Ăn cầm chừng. Lúc nào cũng phấp phỏng. Nhưng vẫn phải ăn để nuôi cái bào thai mỗi lúc một lớn, cựa quậy, chân đạp, tay quào. Mai vuốt ve cái bụng mình, miệng nựng: ''Con ơi, cố đi, rồi có lúc thái lai... ,'' nhắm mắt mơ tới ngày phá cũi xổ lồng. Trong những giấc mơ ấy, người đứng phía bên kia chờ Mai là Thức. Chàng mỉm cười, hai tay giơ lên, nói lớn: ''Trời có mắt, trời có mắt!''

Người Mai gầy tọp đến một nửa, mắt sâu hoắm, ngực lép kẹp. Sợ Mai chết, thị nữ đến báo Đặng thị Huệ. Huệ vào, tay để lên trán Mai, nói giọng như khóc: ''Chị đâu có muốn em thế này, sao không chịu làm hoàng hậu mà lại làm con ma không chồng? Đã bắt được thằng Thức rồi, hiện bỏ ngục. Nếu em nhất định không chịu lấy Thái tử Cẩn, chắc Tế Lý giết nó thôi. Còn cái thai này, cứ ưng lòng đi, đẻ ra chị sẽ nhận làm con nuôi. Như vậy, thế là cứu cả con lẫn thằng Thức, cho em thêm ít lâu để em suy nghĩ..."

Mai nghe Thức bị bắt, người điếng đi, lưỡi cứng ra, sợ quá cứ vâng vâng dạ dạ. Khi Huệ đi rồi, Mai ngẫm nghĩ: bất cứ giá nào cũng phải cứu Thức. Vả lại, cái thai mới năm tháng, vậy là còn bốn tháng có thể trì hoãn được. Nàng xin gặp Huệ, gập đầu thưa: "Từ nay em nghe lời chị. Chỉ xin rằng được gặp Thức một lần, trao đứa con lại cho bố nó, rồi chị đặt đâu em ngồi đó!" Từ dạo đó, mặc dầu vẫn bị quản thúc, nàng được phép ra khỏi phòng, lẩn quẩn ở Hậu cung nhưng lúc nào cũng có hai thị nữ kèm cặp.

Một trong hai thị nữ tên là Soan, vốn là vợ một cai cơ trong đội Thị ky. Soan thấy cái dây chuyền có đính một viên bích ngọc của Mai cứ trầm trồ, mê mẩn ngắm. Mai thấy thế, nhờ Soan hỏi thăm tin Trọng Thức, nếu có gì đích xác thì bồi tặng sợi dây chuyền. Nửa tháng sau, Soan bảo: "Có bắt được đâu!" Trong lúc ấy, viện Nội Mật tỏa người ra khắp nơi truy nã Thức ngặt nghèo. Mai mừng quá, vào phòng, nằm khóc rồi lại vuốt bụng mình, nói thầm: "Con ơi, cha con vẫn tự do." Đêm hôm ấy Mai mơ thấy một con chim phượng trắng toát tít cao trên mây, cánh chơi vơi bay lên đáp xuống, rồi sà vào nằm ủ lấy thân thể mình.

Ý tìm đường thoát thân nhen nhúm như lửa bén vào cây khô trong lòng Mai. Nàng hứa với Soan là tặng hết tài sản nếu Soan giúp nàng. Tháng sau, Soan xin về quê giỗ bố, rồi lén lút quay lại, dẫn Mai ra phía đông vườn Uyển, định trốn ra Cầu Giấy, sau đó lẻn sang bến Thúy Ái tìm thuyền xuôi về Nam Định. Không may, lính tráng trong đội Hậu Dũng bắt lại cả hai, mang nộp Tế Lý.

Huệ giận quá, bắt vợ chồng Soan đem chém ngay, không hỏi tội trạng gì thêm. Nàng gọi Mai ra, nhìn chằm chặp:

- Mày đối với tao tệ đến thế à?

Mai chưa dám nói gì thì Huệ bất ngờ quào vào mặt. Móng tay dài như vuốt chim rạch vào má Mai hai vết chạy từ cuối thái dương đến cằm, máu ứa ra nhỏ giọt. Huệ rít lên:

- Đồ khốn nạn. Mặt mày sẹo thế này, cho mày nhớ đời. Nhan sắc à? Để làm gì? Cái nhan sắc ấy mà không ra tiền ra quyền thì có hơn gì xấu xí!

Từ đó Mai lại bị bỏ vào phòng, cửa lúc nào cũng xiềng lại. Mai nghiêng người cho Nhật nhìn thấy vết sẹo trên má mình, giọng run rẩy:

- Nhật có biết anh Thức ở đâu không?

Nhật lắc đầu, kể cho Mai chuyện cấm binh đã lật Lý và Huệ, nhìn vết sẹo rồi hỏi, giọng sắc đanh:

- Chị có định quào lại Huệ thì Nhật xin đưa chị đi ngay!

Mai cười buồn, lắc đầu:

- Thôi, chẳng để làm gì! Thôi đi, Nhật ạ!

Nhật xếp đặt đưa Mai về quê nội ở Phù Đổng, hẹn sẽ tìm Thức và báo tin. Mai lúc đó gày gò, bụng chửa vượt mặt, tay xanh xao nắm lấy Nhật, nước mắt giàn giụa. Linh tính thấy một điều gì, nàng bật miệng:

- Chắc còn lâu, lâu lắm mới lại thấy nhau.

*

Thế quyền nào với bàn dân cũng đều có một thời gian trăng mật. Hệt như vợ chồng mới cưới, hai đẳng khám phá lẫn nhau, thử thách giằng co nhau. Đến cái mực biết nhau rồi thì thôi, tình nghĩa lại nhạt phèo, quay lưng vào nhau mà ngủ. Co chân lại giả ngủ say, ngáy cho đều là bàn dân. Còn thế quyền, lúc nào cũng chập chờn, chỉ lo không biết lúc nào ngã xuống chân giường. Vì vậy, thế quyền nằm xoạc cẳng ra, tay níu lấy thành giường, và cất dao kéo dưới gối.

Những giấc ngủ như thế bắt đầu ngay khi bọn chỉ huy lính Tam phủ sai đi tìm đám thủ hạ của Lý và Huệ đã lừa bắt những kẻ theo Trịnh Tông trong vụ án Canh Tý mang chém hoặc bỏ ngục. Nếu thời trước người ta còn mang ra định án rồi khu xử theo tội trạng thì ngày nay, lính Tam phủ mau mắn hơn, khỏi bỏ cái công mang ra tra xét cho mệt. Đối với bọn ác ôn, họ mang ra đường kể tội, rồi để cả giỏ đá sẵn đấy, bàn dân ai thích cứ lấy mà ném cho đến chết. Đám tội nhẹ hơn, họ để bàn dân đánh đập. Nếu có chút tiền đưa ra, họ thôi. Nếu không có, thì lại đánh đập nữa. Đánh cho đến khi lòi tiền ra. Không tiền, kẻ bị đánh trở thành ác ôn. Và lại để bàn dân vui vẻ chơi trò ném đá, họ rêu rao: "Chúng là kẻ thù của nhân dân, phải trừng trị xứng đáng." Triều đình không dám ho he. Nhà Chúa cũng vì nể, nếu có trách thì chỉ dám nói bóng nói gió. Lính Tam phủ đi ngoài chợ, quan lớn quan nhỏ, công hầu khanh tướng gặp họ thường phải né tránh để khỏi bị họ làm nhục trước mắt bàn dân.

Dân Kinh Kỳ gọi lính Tam phủ là Kiêu binh.

Bọn Bằng Vũ, Bật Trực, Nguyên Nhưng và Gia Thọ là những công thần trong thời đại mới. Họ hồ hởi lao mình vào việc triều chính, khiêm nhường tự xưng là đầy tớ nhân dân, đưa ra phương án dẹp Tây Sơn và Chúa Nguyễn ở Đàng Trong hầu thu đất nước về một mối. Bàn dân nhận được lệnh bắt lính lo lắm, nhưng chẳng biết làm gì hơn là tiếu lâm với nhau, nói lái hai chữ *chinh chiến* ra thành *chuyên chế*.

Quên khuấy mất việc hứa miễn sưu miễn thuế ba năm cho bàn dân, những kẻ nay cầm quyền bính trong bụng chỉ lo đối phó với bọn sĩ phu cả trong triều lẫn ngoài tam cung ngũ phủ. Đám quan mới nghĩ cách phân biệt họ với đám quan cũ bằng cách cắt bỏ hai cánh chuồn và đính trên mũ của mình hình một ngôi sao mầu đen. Bàn dân lại có dịp đùa đó là những vì sao sáng giữa ban ngày.

Theo kế của Bùi Bật Trực, lính gốc Thanh-Nghệ đóng ở mọi trấn đều được đặt vào những vị trí quan yếu, giữ thế liên hoàn với lực lượng trấn thủ Thăng Long. Trực hội họp với Bằng Vũ, Nguyên Nhưng và Gia Thọ, hàng ngày theo dõi việc triều đình, thấy gì không vừa lòng là họ hoạnh họe và can thiệp ngay. Bằng Vũ tiếm chức chỉ huy đạo quân Thị Nội, áp đảo cả Chúa lẫn đại thần và tự mình tổ chức lại Nội Mật viện mà không thèm hỏi ý triều đình. Về phần Gia Thọ, hắn cậy thế kiêu binh, xen vào việc xét xử cả việc hình lẫn việc hộ, cứ tư riêng với ai là kẻ đó thắng kiện, thay trắng đổi đen tùy ý.

Bật Trực đã thảo sẵn ra hai phương án, gọi là *Nông chế* và *Chiến sách*. Đại để, những phương án này chỉ sao chép lại cổ thư của Thương Ưởng và Hàn Phi, cho rằng cái gốc của xã hội là sức mạnh. Sức mạnh đó chỉ có thể có nếu nông nghiệp phát triển để cho dân giàu; và dân giàu thì mới tạo khả năng xây dựng một lực lượng võ bị hùng hậu. Trực thích nói chữ, đắc chí lặp đi lặp lại lời Hàn Phi: *"Lực đa tắc nhân triều, lực quả tắc triều ư nhân; cố minh quân vụ lực,"* có nghĩa là sức mình mạnh thì người triều phục mình, sức mình yếu thì mình triều phục người, nên bực minh quân cần lo về sức mạnh.

Để cai trị, Trực bắt chước Thương Ưởng, đề cao hình pháp, đặt ra năm nhà thành một ngũ, mười thì thành một thập, phải coi chừng lẫn nhau, thấy phạm luật mà không tố cáo thị bị tội chém. Nhưng thế nào là phạm luật? Ngoài trộm cắp giết người cướp của, Trực cho rằng bất cứ gì, kể cả điều tiếng, biện bác đi ngược lại Nông chế, làm hại đến quyền lợi và sự nghiệp của con nhà nông là phạm luật. Với một chủ trương chung chung như vậy, Gia Thọ độc quyền diễn dịch khiến cho phép nước trở thành hoàn toàn tùy tiện. Những việc cụ thể ai muốn hiểu thế nào cũng biện minh được. Tệ hơn, muốn bắt tội ai cũng có cách giải thích cho *hợp tình hợp lý*. Vì vậy, hình pháp trở thành quốc nạn, và bọn nắm quyền nắm thế tha hồ thao túng để trục lợi, chiếm nhà chiếm đất làm sở hữu riêng tư.

Phép nước tùy tiện gây ra bệnh *lưỡi rụt*, một căn bệnh hay lây đến nay vẫn chưa có thuốc chữa. Trong dân gian, không khí nghi kỵ lẫn nhau trở thành một thứ văn hóa mới khiến không ai dám nói gì chân thật với ai, thậm chí kể cả với anh em, bố mẹ, con cái. Chỉ ít lâu sau, căn bệnh đó lại biến chứng thành ra tật *léo lưỡi*. Bàn dân mở mồm thường là nói nước đôi nước ba, chẳng còn ai hiểu được ai. Sau cái tật này, dân Kinh Kỳ mắc thói vừa thì thào vừa nhìn quanh và nhất là nhìn ra sau lưng khi mở miệng. Thói này được Hải Thượng Lãn Ông gọi là hội chứng *lạnh gáy*, chữa khó nhưng có thể thuyên giảm bằng cách uống rượu. Xã hội thành một sân khấu khổng lồ, toàn dân rủ nhau diễn kịch, lặp lại những khẩu hiệu kiểu "Sĩ, Phú, Địa, Hào. Đào tận gốc, trốc tận rễ" hệt những con vẹt tự động. Hai quốc sách là *Nông chế* và *Chiến sách* trở thành hai pho kinh thiêng liêng đến độ có những người mang thờ trên bàn thờ tổ như một cách giữ mạng và tiến thân dưới chế độ Kiêu Binh.

Bằng Vũ nhại Lý Tư thời Tần, ra lệnh gom hết sách của Bách Gia Chư Tử, chỉ để dân gian giữ sách về nghề trồng trọt, chăn nuôi, sách thuốc và sách tử vi, bói toán. Thời kiêu binh, lên đồng trở thành phổ biến. Chỉ có người ngồi đồng dựa vào thần thánh là có thể muốn nói gì cũng được. Tuy thế, phần lớn vẫn sợ, và có nói thì họ chỉ ca thán về những chuyện oan ức và đói khổ. Thần thánh cũng ngại không dám bình phẩm hai quốc sách. Dĩ nhiên, khi đồng xuất để trở lại làm người phàm, không ai còn nhớ gì nữa.

*

Dân Kinh Kỳ đã hết hy vọng. Như mọi sinh vật, họ đã bắt đầu thích ứng với cái xã hội mới và tùng phục một nền văn hóa mới. Đúng lúc đó thì xẩy ra một sự cố nhỏ nhưng cũng đủ khiến cho con người vuột mất cái quán tính cam chịu số phận. Ở chợ Hôm, đứa con trai đầu lòng một bà bán hoa đã lên sáu mà chưa biết nói. Nó khá bụ bẫm, trắng trẻo, thường cứ giương mắt đen lay láy lên chào mời khách, miệng cười, tay chỉ vào những bông cẩm chướng kẹp trong những tầu lá chuối xanh biếc mầu phí thủy. Sáng hôm rằm, một tên kiêu binh ghé vào chợ, túm lấy vài bó hoa, bỏ đi không thèm nói một lời. Nó há miệng ú ớ, rồi bật thành tiếng:

- Đồ ăn cướp!

Tên kiêu binh quay phắt lại, hùng hổ:

- A, ranh con. Thế thì tao lấy cả gánh chứ chẳng phải vài bó.

Thằng bé bỗng đảo người đứng dậy, vươn mình cao lên, rồi cất tiếng hát, giọng lanh lảnh:

Ới ai ơi, nông chế là nên chống
Chiến sách là ách cổ dân.

Người hàng chợ xôn xao, có kẻ kêu lên là Đức Thánh đã về. Tên kiêu binh ném mấy bó hoa xuống đất, ba chân bốn cẳng chạy về báo viện Nội Mật. Hàng dân ở đâu bu tới, bày ra hương án, trong khi thằng bé đứng lên trên một chiếc sập, mồm thao thao bất tuyệt những bài cổ thi.

Khi Bằng Vũ đích thân tới nơi, thằng bé đang đọc:

- Vị cải thử độ *(Vẫn chưa đổi hướng ư)*

Xa ký phúc nhi mã diên hề *(Xe kia đã đổ, ngựa kia đã ngã)*

Kiển độc hoài thử dị lộ *(Sao cứ bám con đường quái dị ấy)*

Lặc kỳ ký nhi cánh giá hề *(Hãy thắng ngựa ký và đổi yên)*

Tạo phủ vị ngã tháo chi *(Rồi nhờ Tạo phủ cầm cương)*

Mặt xanh nhợt, Bằng Vũ mang máng nhớ bài thơ, quát:

- Mi là thánh hay quỉ? Bài Tư mỹ nhân của Khuất Nguyên làm sao đổi được đời này! Thánh hay quỉ cũng phải bước xuống ngay!

Thằng bé lại vươn cho cao thêm một trượng, cười ha hả:

Nông chế là nên chống
Chiến sách là ách cổ dân

Gầm lên như phát điên, Vũ hét:

- Giết nó, giết ngay cho ta!

Đám kiêu binh nhìn thủ lãnh, ngần ngừ, vẻ sợ sệt không che dấu ai được. Móc tay ném xuống đất thỏi vàng ròng, Vũ cười nhạt:

- Thưởng cho.

Một tên đen đủi, lùn tịt, mồm chề ra những chiếc răng vẩu bám vôi trầu đỏ loét, xông vội ra lao chiếc kích vào ngực thằng bé.

Hàng dân ôm mặt rú lên.

241

Lạ thay, chiếc kích cắm phập vào chiếc cột gỗ chống chợ, và chỉ có một con vàng anh bay vù lên. Nó đảo một vòng quanh chợ rồi chắp cánh về một chốn tít mù, tiếng kêu lảnh lót vang đến tận tầng mây cao nhất trên đồng bằng sông Nhị.

Cho đến tận bây giờ, mầu vàng của cánh chim xưa thỉnh thoảng lại óng ánh sáng lên ở phía đông thành Thăng Long. Những lúc đó, dẫu chẳng muốn, không mấy ai lại không nghe tiếng chim kêu giục giã.

6

Bụi Kinh Kỳ

Dưới thời Diễn Đô Vương Trịnh Tông, Thăng Long trở thành một hòn cù lao trong dòng quyền lực. Ở hầu hết mọi trấn, từ Kinh Bắc trở lên Cao Bằng, Tuyên Quang hay xuống đến Sơn Nam, Hải Dương, các quan Hiệp Trấn đều án binh bất động. Chỉ riêng Thanh - Nghệ, bọn kiêu binh dẫu có ảnh hưởng nhiều nhưng vẫn gặp sự chống đối ngầm của viên Tham Hiệp họ Lê, tên Quốc Trình. Vì thế, *"Chiến sách"* của Bùi Bật Trực nhằm tiến vào Đàng Trong bị chựng lại ở mọi nơi. Lệ cứ mỗi ba đinh bắt một lính khiến một số trấn như Hải Dương và Sơn Tây gây dựng được binh lực khá mạnh, nhưng hai đại tướng Đinh Tích Nhưỡng và Hoàng Phùng Cơ cứ mũ ni che tai, thoái thác không về Kinh ra mắt Trịnh Tông. Áp lực của bọn Bằng Vũ, Bật Trực trên triều đình kết cục cô lập hóa chính quyền trung ương, vô hình chung tạo ra sức đề kháng ở mọi nơi địa phương, và dần dà đưa Đàng Ngoài vào thế sứ quân. Trực lo lắng, bắt giết Lê Quốc Trình, rồi ép Tông ra sắc lệnh cứ năm đinh mới bắt một lính như lệ cũ. Lý do đưa ra, Trực tâu, là có thực mới

243

vực được đạo. Vì thế, triều đình phải tập trung sức dân để tiến hành "Nông chê" trước.

"Nông chê" là người định. Lũ lụt do trời. Ngay quí đầu năm Quí Mão, gió bão liên miên, nước sông Nhị lên cao tràn vào, vùng ven đô ngập đến bụng. Mặt khác, đất đai đều hóa ra *công điền* nên dân cày biến thành những người làm công, cứ theo công mà trả bằng lúa. Thói thường, cha chung không ai khóc. Vả lại, của chung là của tất cả mọi người, nên ai nấy đều tìm cách tranh phần mình. Dĩ nhiên, phần lớn nhất đều vào tay những kẻ có quyền phân, quyền quản. Dân làm vè ta thán:"Gì cũng quản, gì cũng phân. Đến phân cũng quản thì dân còn gì." Cũng vì phân chia bất công khiến hàng dân làm vờ vịt cho có, hoặc lãng công phản đối. Cả một làng ở miệt Gia Lâm nhất định không một ai chịu ra đồng đi cấy. Họ bị bỏ đói, kết cuộc chết quá nửa làng. Tiếng về Kinh làm hàng dân xôn xao, chẳng phải vì sắp Tết, mà là vì viễn tượng thiếu đói ngay ở Kinh Kỳ đã chập chờ đe dọa.

Lời đồn rằng Đinh tích Nhưỡng sẽ kéo quân từ Hải Dương về "cứu giá" khiến giá gạo tăng lên vùn vụt. Bằng Vũ ra lệnh chém bất cứ ai dị nghị lung lạc lòng người, rồi mang yết chiếu an dân ở năm cửa ô. Không khí chiến tranh lại lởn vởn đó đây, quan võ cần và chuyện Toàn Nhật dâng biểu xin từ nhiệm khiến Vũ băn khoăn, sai người mời Nhật vào dinh.

Thời gian từ ngày Kiêu binh chấp chính, Nhật vẫn trú ở dinh Khương tả hầu. Gần như mất hết sinh thú, suốt ngày chàng ngồi dựa vào gốc cây sung cạnh bờ ao, tay cầm be rượu, uống một mình, say lại lăn ra ngủ.

Bộ râu quai nón không cắt nay xồm xoàm đâm xỉa ra như lông nhím, che phần nào nét xanh xao, nhưng chẳng giấu được cặp mắt chàng nay lõm sâu vào, quầng thâm lại, và nhìn thì cứ đâu đâu, lạc lõng, vô hồn. Bằng Vũ bước xuống đón Nhật, ngạc nhiên:

- Võ huynh, sao mà tiều tụy thế?

- ...

Kéo Nhật ngồi xuống bên mình, Vũ hỏi han nhưng Nhật chỉ trả lời hờ hững. Vũ giả lả:

- Triệt hạ được Hoàng Tế Lý, công đầu là huynh, vậy mà Chúa không phong, không thưởng gì. Để ta vào Chính phủ lấy bằng được cái Tuyên lực công thần, tước Uy vũ hầu, cho Võ huynh nhé, được không?

Toàn Nhật lắc đầu. Vũ lại gặng. Nhật nhìn lên trần, cười nhạt, quầy quậy. Nhìn lơ đãng ra vườn, Nhật bất ngờ hỏi:

- Nhà quan Vận công thần có rượu ngon không?

Vũ vẫy tay gọi người nhà. Uống một lúc sạch be rượu, Nhật mới thong thả:

- Bằng huynh gọi đệ đến có việc gì?

- Kinh Kỳ có thể lâm nguy. Có tin chắc chắn là Nhưỡng ở Hải Dương gom quân tập trận. Anh em nhờ Võ huynh chống giặc cho.

Buồn bã, Nhật nói:

- Cấm binh nay trong tay huynh. Ở dinh Khương tả hầu, đệ còn hai chục tay võ, tình nguyện ở lại với đệ để tập võ. Ngay chuyện tập ấy, đệ cũng chẳng còn quan tâm. Vậy làm sao chống được ai?

Vũ cắt ngang:

- Đám Bật Trực, Gia Thọ không tin là Nguyên Nhưng có đủ khả năng. Họ muốn giao cho Võ huynh bốn đội Tiền - Hậu - Hùng - Dũng. Kế hoạch là đem đánh thẳng vào dinh ở Nhưỡng trước khi hắn gom được quân về.

Tay vê râu, miệng nhếch lên, Nhật đủng đỉnh:

- Nhưỡng nắm thủy binh, dinh trại dựa vào sát mé biển. Cấm binh có biết đi thuyền đâu mà đánh, mà đuổi. Vây bất ngờ có thể thắng được, nhưng lại không bắt được, nó quay về vây lại, lấy mười đánh một thì chống đỡ thế nào?

Vũ lặng người đi, tay gõ nhẹ xuống mặt bàn. Một lát sau, Vũ hỏi:

- Thôi. Liệu cấm binh ở thế thủ có giữ được Kinh không?

- Vấn đề ở chỗ giữ được bao lâu. Bị vây, lính đói, dân đói thì sao?

- Nếu giữ được một tháng, lính Thanh - Nghệ sẽ về cứu. Võ huynh giúp phòng thủ Kinh Kỳ nhé...

Toàn Nhật ngửa mặt cười, giọng bi thiết:

- Sức của Nguyên Nhưng có thể làm việc ấy được rồi. Về phần đệ, Nhật này chỉ xin huynh cho đệ rời Kinh về Bùi Phong phụng dưỡng thầy mà thôi.

Vũ đáp, miệng nói như có gang, nhưng mắt lại nhìn xuống đất:

- Ừ, để xem đã nhé.

Hiểu rằng đó là lời từ chối, Nhật đứng dậy kiếu:

- Đệ phải về, chiều nay nhà có khách.

*

Từ trước Tết năm Ất Sửu, Côn quận công Trịnh Bồng xuống Hải Dương, sau đó giạt tới Kiến An, xuống tóc vào xin thụ giới với một vị cao tăng không ai rõ tên tuổi. Năm sau, Chúa Trịnh Tông phái sứ giả đi tìm, khẩn khoản mời Bồng về giúp mình, viết: "Nếu không thì chẳng biết cơ nghiệp họ Trịnh đi về đâu."

Bồng vốn là người nết na đạo hạnh. Cha Bồng là anh Trịnh Sâm; và dẫu cha bị chú ruột mình hại, Bồng cũng chẳng oán gì Sâm. Khi Cán ốm đau tưởng là không qua, chính Sâm có ý lập Bồng lên nhiếp chính, nhất định không đoái hoài gì đến Tông. Nhưng Bồng vốn ưa thanh tịnh, lẩn đi, có dịp lại đến chơi với Phu tử, luận bàn về vấn đề hợp nhất Nho-Phật.

Lần lữa, Bồng nhờ sứ giả về nói với Tông rằng đã dâng mình cửa Thiền, không muốn dính gì đến bụi nhân gian. Tông lại phái sứ giả lên chùa, tha thiết cầu khẩn. Về đến Kinh, Bồng xin gặp Tông và nói ngay:

- Khải Chúa, tôi xin phép thầy tôi được đi hai năm đến hầu Chúa, sau đó phải về chùa.

Tông mừng, nắm hai tay Bồng, bảo:

- Có huynh có đệ thì mới giữ được nghiệp nhà.

Từ đó, Bồng dẫu tham sự vào việc triều đình, nhưng cứ chân trong chân ngoài, về đến nhà là tụng kinh gõ mõ. Chiều hôm Nhật gặp Bằng Vũ, Bồng lững thững đến dinh Khương Tả hầu, nơi ngày trước Phu tử cư ngụ, để hỏi thăm tin tức. Cổng mở, Toàn Nhật ra mời vào.

Xưa kia, hai người ít trao đổi khi có dịp gặp nhau. Thoáng nhìn Nhật, Bồng bật miệng:

- Cái sát khí trong đôi mắt của tướng quân nặng quá! Phải giải nó đi.

Nhật lửng lơ đáp:

- Tôi giải nó mỗi ngày bằng cách chém đúng trăm lần ba đường gươm. Thượng công có muốn xem không?

Bồng lắc đầu.

Trời bỗng bần bật gió. Gió xoáy vòng thành những cột bụi bốc lên thẳng trên trời, chạy sang trái rồi sang phải như một con trâu nổi cơn điên, quần quật đánh thốc vào những mái rạ, mái ngói. Tiếng đổ vỡ nghe chát chúa từ bốn về. Rồi tiếng người réo nhau. Tiếng chó sủa. Tiếng gà kêu quang quác. Bụi mù bay vào mắt vào mũi đến không thở được.

Lấy vạt áo che mắt, Bồng ra đứng giữa sân, im lìm như một pho tượng chết. Khi gió đã ngưng, Nhật đến bên cạnh. Bồng nhỏ nhẹ:

- Bụi đấy, bụi Kinh Kỳ. Không khéo thì giây lấm mà khéo thì cũng giây lấm, tướng quân ạ! Chỉ xa đi thì mới tẩy trần được thôi.

Hai người bước sóng đôi đến ven hồ. Trăng nhô lên cao khỏi đầu những tàn lá, lạnh lẽo, mơ hồ. Nghe tiếng cá quẫy, Bồng khe khẽ đọc:

Tâm có trước đất trời
Thân có sau đất trời
Đất trời bọc thân tâm
Xoay vần bao giờ mất

Đọc xong, Bồng tạ từ ra về, chỉ nói:

- Còn duyên là còn gặp.

*

Mấy hôm rồi, trận mưa dầm kéo dai dẳng như đánh đu với trời đất. Nỗi sợ lúa úng nước ở đầu lưỡi, hàng dân nhìn lên những đám mây lì lợm rồi ngó nhau chép miệng. Nước ven bờ đê sông Nhị réo sôi dọa nạt. Đêm đêm tiếng kẻng hộ đê báo động cứ từng chặp khua lên. Miệt phía đông, nước sông Nam Định đã tràn ra ngập trắng những cánh đồng chiêm. Nước tứ bề mênh mông nhìn tưởng như là biển. Dân chạy lụt bắt đầu thấp thoáng ở những cửa ô. Mùa màng năm nay chắc là không cứu nổi nếu cứ mưa gió mãi thế này. Bàn dân lại thì thào "Kiêu binh làm ngược đạo trời. Cho nên... ."

Tiếng mưa tí tách trên mái ngói dinh Khương tả hầu đều đặn như ru ngủ. Du uể oải nhìn ra vườn, hỏi:

- Anh phỏng chừng lúc nào thì đi được?

Nhật lắc đầu, nâng ly rượu uống cạn, đáp:

- Chưa biết! Nhật cười, tiếp - đi chẳng khó, nhưng đi đâu? Đi đến đâu thì cũng thế thôi. Ta cứ tạm ở đây để uống cho say cái đã!

Ái ngại, Du định lên tiếng nhưng lại tần ngần rồi thôi. Đúng lúc đó, cửa phòng mở, lão bộc đủng đỉnh vào báo có khách.

Đó là một người đàn bà từ quê ra, đi cùng là ba đứa bé độ chừng mươi, mười lăm tuổi. Người đàn bà chạc trung niên, răng đen, môi đỏ màu trầu, nhút nhát:

- Bẩm các quan, nhà cháu ở Hưng Yên vào. Hỏi thăm mãi, các ông ấy bảo là chỉ có quan đây mới biết chỗ chôn Bố-già các cháu!

Nhật ngạc nhiên, ngần ngừ nhìn mấy đứa trẻ:

- Nếu là lão Hài thì xưa nay có ai nghe ông ta vợ con gì đâu!

- Dạ, chính lão - người đàn bà quay sang tíu tít nói với đám con - Đấy, thế là tìm được rồi!

Bà lại cúi đầu, tiếp:

- Bẩm quan, Bố-già các cháu không đẻ, nhưng nuôi các cháu.

Bà xưng tên là Thơm, vốn người làng lão Hài. Năm mười sáu, Hài đã ngắm nghé Thơm, chưa nói ra nhưng tình ý ai cũng biết. Hài lúc đó đã đâu hai lăm hai bảy tuổi, lại phải nuôi mẹ già, chẳng dám tính ngay đến đường vợ con. Dân làng chế là trai-già, nhưng ai cũng thương Hài, chỉ mong cho vợ con yên ổn. Đùng một cái, Chúa bắt cứ ba đinh một lính đi đánh giặc Nguyễn Hữu Cầu. Hài phải xung quân đi bằn bặt ba năm. Khi về, Thơm đã lấy chồng và có chửa đứa lớn. Thấy Hài, Thơm cắn răng, ra dựa gốc cây sung ở bờ ao khóc một mình. Hài biết, không nói gì, cũng khóc. Mẹ Hài mất. Thế rồi Hài biệt tăm, khi đi trấn thủ Nghệ An, lúc lại vào đến Châu Hoan, Châu Ái. Sau này chồng Thơm, người làng bên, cũng phải đi lính. Trong lần đánh Phú Xuân, chồng Thơm chết trận. Hài về làng gặp Thơm, buồn rầu bảo "Cái phận nó vậy, biết làm sao được!" Bốn năm liền, Hài cầm nửa phần lương của mình cho Thơm, hể hả: " Trên Kinh tôi ăn cơm lính, có tiêu pha gì đâu, để tiền đầu giường lại sợ trộm cắp." Mỗi lần về, Hài thường đến thăm hỏi lũ trẻ. Chúng cũng bắt chước lính, gọi Hài là Bố-già. Và cứ hễ Bố-già về là lại có quà, khi thì một lạng kẹo bột, khi lại một cân đường phèn. Đến Tết, thế nào cũng thêm một bánh pháo.

Một tối, Thơm ngồi giặt áo ở bờ ao, Hài đứng tựa gốc cây sung, lẳng lặng nhìn ánh trăng vừa độ mười sáu. Vạn vật nhuộm màu trăng xanh lớt như bất động. Chỉ có tiếng nước khuấy. Tiếng Thơm thở, ngực nhô lên hụp xuống cái chuyển động kỳ diệu của tạo hóa. Chợt Thơm lên tiếng "Này, hay là... ," rồi lí nhí "hay là, hay là... ." Hài ngẩn người ra chưa đáp thì Thơm đâm bổ vào lòng. Họ ôm nhau rất lâu. Thơm khóc rưng rức. Một lúc sau, Hài gỡ tay Thơm, nói từng tiếng, dịu dàng nhưng cương quyết: "Không đi lính thì lấy gì mà ăn. Cái đời lính nó bất trắc lắm. Thôi cứ để như vậy mà lại hay, Thơm ạ!" Nói xong, Hài về, hút thuốc lào sằng sặc rồi uống đến say khướt. Hôm sau, Bố-già sang chào, bảo với đám trẻ "Tết nhé, Tết bố lại về."

Đưa gia đình bà Thơm đi lên nghĩa địa nơi Nhật đã chôn lão Hài, Du vừa đi vừa ngẫm nghĩ về bao nhiêu oan trái mất mát trong những cuộc đời xung quanh. Bước vòng vèo qua những gò đống ngổn ngang hoang phế, lòng Du man mác một nỗi cảm thương vô hạn. Dưới kia là những bộ xương đã một đời chạy vạy, lăn lóc trong cuộc trần ai này. Trên đây, những linh hồn đã rời thể xác chẳng hiểu xô giạt về cõi nào vô định. Nhìn những nấm mộ hiu quạnh chẳng đèn nhang hương khói, Du lẩm nhẩm:

Còn chi ai giỏi ai hèn
Còn chi mà nói ai hiền ai ngu.

Đâu đây tiếng kèn đám ma văng vẳng. Cõi phù thế tạm bợ này lại đầy nước mắt của người sống. Họ khóc, một phần là khóc cho kẻ nằm xuống, một phần khóc vì thương thân. Sự đau đớn mất mát làm họ tỉnh lại, nhưng chỉ giây lát thôi. Khi chôn cất xong, họ về. Và thế là dứt, cơn u mê lại bắt đầu. Họ lại xông vào cuộc sống với lòng tham lam, tị hiềm và nhất là sự hão huyền. Kẻ mạnh chèn ép người yếu. Còn kẻ yếu, họ đi tìm người yếu hơn mình. Họ ức hiếp, hành hạ, đâm chém lẫn nhau, lòng vòng xoay như đèn kéo quân người nọ đuổi người kia. Không thấy gì khác hơn là cái bóng trước mắt mình, họ cứ lao vào mà chụp bắt. Bắt xong bóng này, họ lại đi tìm cái bóng khác, vẫn ở đằng trước, và cứ như thế...

Du quay lại tần ngần nhìn. Gia đình bà Thơm quây nhau lại, tay che gió, tay che mưa, nhóm lửa đốt hương, rồi bày lễ cúng chỉ ba nắm cơm với một quả trứng luộc. Họ thắt lên đầu những vòng khăn tang trắng, nước mắt giàn giụa, miệng lẩm nhẩm khấn vái. Đứa bé gái ngồi xổm cạnh nấm đất sụt sùi, chỉ biết gọi

"Bố-già ơi! Sao lại bỏ con đi!" Nước mắt ứa ra, Du hồi tưởng đến người lính già chết cũng bởi những cái bóng từ một cõi đi về ám ảnh nhân sinh. Ô, cái bóng huyễn hoặc của phú quí, tiền tài. Cái bóng của quyền thế, của danh vọng. Thế nhân nhoài người với tay ra bắt. Lúc có, không thấy đủ. Không đủ, lại tiếp tục chụp bắt. Cho đến phút cuối, sức đã kiệt, họ có thấy chăng là đằng sau những cái bóng còn biết bao nhiêu điều có thật chót bị lãng quên? Những điều đó là những niềm hạnh phúc của một cuộc sống bình thường. Hạnh phúc khi nhìn trời xanh. Khi đùa vui với con, với cháu. Khi chợt gặp một ánh trăng. Khi cắn vào trái vả chín cây. Khi ngửi hương cốm đầu mùa. Những niềm hạnh phúc ấy, mấy ai biết là nó đâu phải nhỏ nhoi? Nhưng chắc lại muộn rồi. Ơ mà sao cứ mãi lại muộn mất, thế nhân ơi! Cuộc hẹn với yên vui lẽ nào vĩnh viễn lỡ làng? Thắp lên, thắp thêm một nén hương. Rồi chớ quên ném xuống những lỗ huyệt mình tự đào sẵn cho mình dăm cánh hoa dại cứ muôn đời lỡ độ.

Toàn Nhật tìm đâu ra được một mảnh gỗ vuông vắn. Chàng hì hục lấy đoạn dao khắc tên lão Hài lên, lầm lì không nói. Khắc xong, Nhật mang ra cắm xuống trước mộ. Nhìn cánh tay của Nhật chắc nịch nhấn sâu mảnh gỗ vào đất còn ướt, Du bất giác nghĩ đến cái bút lông mềm nhũn lúc nào chàng cũng mang theo bên người. Sự so sánh làm Du kinh hoảng. Cây bút ích gì cho thời buổi này, một thời buổi mà cái chân, cái thiện, cái mỹ chỉ là để tô vẽ ngụy trang cho chiều của trục gươm, sống kiếm theo đó người ta uốn nắn thế quyền. Du thấy mình nhỏ đi như một con sâu kèn. Hình ảnh Toàn Nhật râu hùm - hàm én - mày ngài đang lừng lững đứng lên cứ to dần cho đến độ ngợp choáng không gian cái nghĩa địa trong mưa dầm gió bấc.

Bà Thơm sửa soạn hóa vàng. Bà lại nhút nhát đến gần Du, thật thà:

- Nhà cháu chỉ biết khấn vái thường thôi. Ông ấy, lính đấy, nhưng lại cũng thích thơ thích phú một tí. Xin các quan làm phúc cho vài câu...

Nhật ngạc nhiên, suýt phì cười, quay sang nhìn Du. Đúng là một dân tộc yêu thơ đến độ có những kẻ chết rồi mà vẫn còn mê ngâm vịnh. Ngâm vịnh thế này, Nhật nhủ thầm, quả là một quốc nạn. Và nhất là một điều thật bất hạnh cho nàng Thơ cứ bị dày vò không ngừng trong lầu xanh chữ nghĩa. Nhật khẽ huých tay nhắc Du, lúc đó còn ngẩn ngơ nhìn theo những sợi khói chao đi trong gió nhẹ. Du trầm mặc, rồi đọc khe khẽ:

Nào những kẻ mắc vào ngũ lính
Bỏ cửa nhà đi gánh việc quan
Nước bầu cơm ống gian nan
Dãi dầu muôn dặm lầm than một đời
Trong chiến trận mạng người như rác
Thân đã dành đạn lạc tên rơi
Lập lòe ngọn lửa ma chơi
Tiếng oan văng vẳng thấu trời tít cao...

*

Chỉ còn nửa tháng nữa là đến Tết năm Giáp Thìn, nhưng Kinh Kỳ hầu như không vui lên được, ủ rũ trong những trận mưa dai dẳng kéo ngày này qua ngày khác. Vì ngăn sông cấm chợ, hàng quán loe hoe, người mua kẻ bán âm thầm, vội vã, lẩn tránh như những kẻ phạm tội. Giá gạo vẫn lên. Giá muối, giá đậu cũng lên. Chỉ có những cành đào, cành mai là rẻ. Như khiêu khích người, trời cho được mùa hoa. Đào đỏ ay áy, mai vàng rực rỡ óng ả, mai trắng thanh thản, cứ nằm dài ven chợ Đồng Xuân như thể trêu ngươi khi hàng dân ai nấy đong từ lạng nếp đến dăm yến thịt mỡ lo cho một nồi bánh chưng tằn tiện đón chúa Xuân.

Tiếng chân rầm rập, rồi tiếng ngựa hí bỗng đâu vang lên, xô sự buồn thảm đi để thay vào đó nỗi bàng hoàng của hàng dân. Họ tan chợ, rồi ai về nhà nấy, ngơ ngác nghe ngóng, đồn rằng cấm binh vào vây phủ Liêu nơi Chúa ngự. Những kẻ có người thân thích trong đám quan quyền kháo nhau rằng nay Vua Lê đang lật Chúa Trịnh. Kiêu binh tiến về Phủ Chúa là chắc sắp lại có chuyện đổi rời. Cư dân ở ven đô tung ra tin Nhưỡng đã kéo quân về, rồi quận Thạc cũng theo đường bộ cùng sáu người con sắp vượt qua sông Luộc.

Bật Trực bước lên chính điện Phủ Liêu, theo sau là Bằng Vũ và Nguyên Nhưng. Ngồi trên ngai, Trịnh Tông đưa mắt nhìn Khuông và Khản. Đám kiêu binh không quì lạy theo lệ, trương mắt nhìn Tông. Trực sẵng giọng:

- Thái phi đâu?

Nổi giận, Dương Khuông hằn học:

- Thói ở đâu mà vào đến phủ Chúa, không chào không lạy, lại hạch hỏi Thái phi?

- Hừ, mang Thái phi ra đây! Rắp tâm giết Hoàng tự tôn, trốn tránh thế nào được!

Nghe Vũ quát, Trịnh Tông lạnh sống lưng, tay bóp vào nhau, xương nghe lách cách. Hoàng tự tôn là Lê Duy Kỳ, bị Trịnh Sâm bắt từ lúc tấm bé, bỏ ngục cho đến ngày kiêu binh đưa ra thì đã mười sáu tuổi. Mặt mũi uy nghi, Kỳ đúng là bức truyền thần sống của Đông cung thái tử Lê Duy Vĩ, kẻ đã bị Sâm sát hại khi Sâm lên ngôi Chúa. Vua Lê Hiển Tông đón cháu đích tôn về cung Vạn Thọ, vừa khóc vừa bảo "Thế là hồng phúc nhà Lê chưa dứt." Từ đó, Kỳ ở cạnh Vua, ngày ngày đọc sách Chu Tử, có gì thắc mắc lại đem ra luận bàn với những nhà danh nho như Ninh Tốn, như Phan Huy Ích, và có tiếng là thông tuệ. Hiển Tông rất quí Kỳ, không cho ra ở riêng, lại bắt nhận Thái tử Lê Duy Cẩn làm nghĩa phụ, ý là sau này Cẩn sẽ truyền ngôi lại cho Kỳ vốn thuộc dòng trưởng nhà Lê.

Cẩn vốn thân tình với Thái hậu Dương Ngọc Hoan và Chúa. Thái phi vẫn nghĩ rằng một khi Cẩn lên nối ngôi Vua, vị trí Chúa của Trịnh Tông lại càng vững, nên luôn luôn săn đón mời mọc. Có lần, Cẩn dẫn cháu là Duy Kỳ đi theo, Hoan thấy tướng mạo Kỳ đúng là có quí phúc, đem lòng ngấm ngầm ganh ghét. Gọi một thày tướng nổi danh vào Phủ, Hoan đãi một bữa tiệc có cả Tông lẫn Kỳ. Cuối bữa, Hoan hỏi. Thày tướng nói nhỏ vào tai: "Một người là Chúa thì người kia không thể là Vua. Một người là Vua thì người kia không thể là Chúa. Đằng Kim, đằng Mộc, tướng khắc mà mệnh cũng khắc... ." Hoan nghe xong, mặt tái nhợt, đứng dậy kiếu đi nghỉ trưa.

Về đến phòng, Hoan vẫy gia nhân tín cẩn ra dặn dò. Ngoài sảnh điện, Kỳ và Tông tiếp tục uống rượu. Thêm dăm chén, Kỳ thấy nhức đầu, xin phép đi về. Bấy giờ, kiệu rước Kỳ đã về cung Vạn Thọ vì gia nhân nhà Chúa ra bảo rằng Hoàng tự tôn còn ở lại ăn yến bữa tối. Kỳ đành lên kiệu nhà Chúa, nhưng chưa đi ra đến cổng thì kiệu rẽ về phía nhà hậu. Có người vén kiệu, úp một chiếc khăn vào mặt, làm Kỳ mê đi.

Khi nửa tỉnh nửa mê, Kỳ thấy mình nằm bó giò trong một chiếc võng có hai người khiêng chạy. Kỳ cố hé mắt ra. Trời lúc đó đã chạng vạng tối. Kỳ thét "Bay đưa ta đi đâu?." Chỉ có tiếng quát nhỏ "Nhanh lên nào!" và bước chân phu võng lại càng vội vã. Kỳ thấy nguy, hết sức vùng vẫy la hét. Đám cấm binh trong đội Trung Kính nghe tiếng chạy đến giải cứu cho Kỳ. Nghe thuật chuyện, Bằng Vũ ngẫm nghĩ rồi cho mời Bật Trực và Gia Thọ vào. Họ bàn tính gì đến nửa đêm không ai hay biết, nhưng sáng hôm sau, cả bọn nai nịt rồi kéo kiêu binh đến vây phủ Liêu hạch hỏi. Đặng chẳng đừng, Tông đành phải cho mời Thái hậu ra đối chất. Bằng Vũ nhỏ nhẹ:

- Võng mang Hoàng tự tôn hôm qua tính đi đâu?

- ...

- Lối đó võng chỉ có thể ra hồ Thuyền Quang. Vậy ai định dìm chết Hoàng tự tôn?

Mặt tái mét, Dương Ngọc Hoan lắc đầu:

- Tôi không biết!

Lúc ấy, Bùi Bật Trực vẫy tay, kiêu binh xốc nách một gã đàn ông chạc tứ tuần, đầu tóc bù xù, mặt mũi bị đánh sưng vêu lên, mang vào đấy cho ngã xuống thềm điện. Trực hỏi:

- Thái phi có nhận ra y không? Đây là người em con dì con già của Thái phi, và là một trong hai người khiêng chiếc võng bắt Hoàng tự tôn đấy!

Dương Khuông nhìn chị, mặt xanh như tầu lá. Khản chép miệng, thở dài không nói không năng gì. Bằng Vũ đằng hắng:

- Việc đã đến thế này, không giải quyết không được. Thái tử Cẩn vốn là do Tiên chúa đặt lên, xét đến công đức thì không có gì, chỉ độc có tiếng là cục đất tròn, lăn đến đâu thì lăn. Nay, Vua giỏi Chúa tài thì xã tắc mới yên ổn. Chúa có rồi, Vua già yếu, tất ai cũng nghĩ đến chuyện nối ngôi. Hoàng tự tôn Lê Duy Kỳ vốn là trưởng nam của Đông cung thái tử Vĩ, lên ngôi là hợp lẽ và đúng ý của Đức Vua. Quí vị nghĩ thế nào?

Khuông lập cập:

- Thế là phải truất Cẩn đi à?

Trực cười nhạt, không thèm trả lời. Khản hắng giọng:

- Việc như thế, phải có cả triều đình, không chỉ một hai người mà làm thì mới giữ được danh cho chính.

Vũ gật đầu, nhìn Tông dò hỏi. Như một cái máy, Tông lắp bắp:

- Phải, phải đấy. ý ta cũng thế, ta nói vào để việc lập Đông Cung cho Kỳ suông sẻ, được không?

Trực lại đưa mắt nhìn Gia Thọ, xưa vốn là thư lại của Tông. Tên này bước lên, chân quì, tay vái, miệng ráo hoảnh:

- Chúa nghĩ thế quả là phúc cho xã tắc. Toàn thể cấm binh chúng tôi xin đời đời đội ơn. Nay chúng tôi sẽ ăn khao cái tin mừng mà hàng dân đang trông đợi!

Tông ngạc nhiên:

- Ăn khao?

Gia Thọ hềnh hệch cười, giọng nhẽo nhẹt:

- Vâng, khải Chúa. Tốn kém cũng không phải ít.

Người hiểu đầu tiên là Dương Ngọc Hoan. Thái hậu nay đã bớt sợ, chép miệng rồi bảo Thọ:

- Được, mai đến có rượu thịt ê hề cho trăm người...

Thọ mặt dạn mặt dày:

- Đội ơn Thái hậu, mai chúng tôi sẽ đông đủ để chúc mừng công đức nhà Chúa. Thế còn hôm nay?

Thái hậu thở dài, xót xa:

- Hôm nay thì ta còn một nghìn lạng bạc, cứ lấy mà chia nhau. Có thế thôi, nài ta cũng chẳng đào đâu ra thêm cho được!

*

Câu chuyện ám hại Lê Duy Kỳ tưởng đến đấy đã xong, nhưng Bùi Bật Trực vẫn không bằng lòng. Trực vào thẳng Hoàng cung tâu với Vua Lê rằng Tông bất tài bất tướng, phải phế đi để lập Trịnh Bồng lên thay.

Thật ra, lý do chính là Trực thấy với Bồng thì có vẻ thế nào cũng được, trong khi đó Tông vẫn âm thầm tìm cách khống chế kiêu binh. Vua không thuận mà cũng không chống. Được thể, Bật Trực tìm Trịnh Bồng nói thẳng.

Bồng nghe xong, buổi tối hôm ấy đến ẩn trong Vương phủ, kể lại đầu đuôi cho Tông và Dương thái phi nghe. Trịnh Tông mời Khản và Khuông đến vấn kế. Khuông lầu bầu:

- Thế này thì chẳng còn lề lối phép tắc gì nữa. Chúng nó làm càn đến độ chẳng còn trời còn đất, đúng là quân bất trị!

Khản bình tĩnh hơn, đề nghị với Bồng là nên rời Kinh đi trong một thời gian. Bồng nghe như mở cờ trong bụng. Mẹ con Tông không phản đối nên Bồng xin phép đi ngay để tránh sự cấm cản của kiêu binh. Khản lại nói:

- Thượng công có thể lên hai trấn Sơn-Nam gọi Quận Thạc mang quân về không?

Bồng chắp tay, lắc đầu:

- Chuyện này, xin thứ cho. Bồng tôi đã vào cửa Phật, không đành lòng vướng vào những hệ lụy nhân sinh.

Trịnh Tông vội nắm lấy tay Bồng:

- Nhưng cơ nghiệp tổ tiên, bỏ đi sao đành? Họ Trịnh ở ngôi chúa đã ba trăm năm, một lúc mang đổ xuống sông hết ư?

Nhìn vào mắt Tông, Bồng hiền hòa:

- Có sinh, tất phải có diệt. Có cơ nghiệp nào mãi mãi được?

Thái phi Dương Ngọc Hoan chen lời:

- Còn nước, còn tát. Hay là Thượng công cần vàng. Có cần, cứ cầm lấy ba trăm lạng tôi còn giữ được đây!

Bồng niệm Phật, nhìn Hoan, nhẹ nhàng:

- Bồng tôi không cần gì.

Lúc ấy, Khuông gằn giọng buông sõng:

- Không mang chiếu gọi quận Thạc về thì không đi đâu được!

Bồng lại niệm Phật, không đáp. Khản gạt tay rồi từ tốn:

- Thượng công ở Kinh ngày nào, kiêu binh có cớ ép Chúa thoái vị ngày ấy. Nhưng tu thì cũng dăm bảy đường tu. Có khi biến, có khi thường. Lúc biến mà xử như khi thường thì mang tiếng là vô trí lự, xin Thượng công nghĩ lại cho.

Trịnh Bồng quay vái Khản một vái, miệng cười, chậm rãi:

- Thượng quan quả là người danh giáo trí tuệ hơn thiên hạ. Song với đệ tử nhà Phật, không có thường mà chỉ có biến. Rồi qui cái biến hiểu ra lẽ, thì biến lại hóa thường ở chỗ sinh, lão, bệnh, tử. Giải thoát khỏi được những cái khổ ấy, đệ tử nhà Phật thấy gốc nó ở lục căn, ngũ uẩn và tìm diệt chúng đi từ sự tỉnh thức vô tướng vô ngã để rồi chỉ nhập thế bằng từ - bi - hỉ - xả. Chuyện quyền lực không phải là chuyện của kẻ xuất gia, xin

Thượng quan hiểu cho, Bồng này chắp tay cúi đầu cảm tạ.

Khản vội đứng dậy đỡ lấy Bồng, mắt nhìn có thoáng ngậm ngùi, không nói gì nữa.

Nửa đêm hôm đó, Bồng đến dinh Khương Tả hầu, nói với Nhật:

- Tôi đến chào tướng quân, và nhờ đưa tôi một thôi đường.

Toàn Nhật không ngạc nhiên, chỉ đáp nhỏ: " Xin mừng cho Thượng công."

Giắt kiếm sau lưng, Toàn Nhật cùng Trịnh Bồng đi về phía sông Nhị Hà. Trên trời, những giải sao chi chít lấp lánh mỗi lúc một xa đi với cõi nhân gian. Bọn lính tuần canh gặp chủ tướng cũ, không hỏi han gì, chỉ cúi đầu chào. Gió thổi từ phía bắc về đã bắt đầu se sắt lạnh. Bỗng Trịnh Bồng lên tiếng:

- Mắt tướng quân còn sát khí là vì tướng quân chưa giải được nghiệp. Tôi nghe kể là tướng quân đã tránh được một trường binh đao, nhưng cũng vì thế mà phải ngộ sát cha mình!

Nghe Bồng nói, Nhật chợt hồi tưởng lại những giằng co trong tâm tưởng đêm trước ngày cấm binh làm loạn. Quay lại nhìn xoáy vào mắt Trịnh Bồng, Nhật buông gọn một câu đau xót:

- Không. Không phải ngộ sát mà là...

Nghẹn giọng,Toàn Nhật cố mở miệng nói tiếp, nhưng rồi nghĩ thế nào lại mím môi lại. Bồng đầm ấm:

- Ta không có, thì làm gì có cái gọi là cha Ta. Sợi dây oan nghiệp vô thủy vô chung, gọi là con cũng được mà là cha cũng thế, ai biết được cái chi trước cái chi sau? Thôi, cởi dây ra đi! Bắt chết có thể là cứu đấy. Cho sống có thể lại đọa đầy thêm. Đường trần còn dài, càng ít vướng bận càng hay.

Từ đấy, hai người không nói gì, lặng lẽ bước trên con đường dẫn về phía sông, giữa tiếng côn trùng rên rỉ và tiếng ễnh ương thỉnh thoảng lại ộp oạp vẳng lên từ bờ mương. Đến khi tạt về mé phải là ra đến bờ sông Nhị, Bồng ngừng bước, nắm lấy tay Toàn Nhật, lại lặp lại:

- Còn duyên là còn gặp.

Nhật đứng nhìn theo bóng Bồng một mình khuất bóng sau lũy tre già ở lối rẽ.

*

Khi Nguyễn Khản được thăng Thượng Thư, tước Tán quận công, lo việc triều chính cho Trịnh Tông, Du quay về ở hẳn trong dinh Kim Âu. Khản nổi tiếng là người sành chơi, nhà đầy đồ cổ từ đời nhà Tần cho đến đời nhà Thanh. Còn sách xếp chật hai dãy thư phòng, từ sách Xuân Thu Chiến Quốc cho đến đủ loại Tân Thư. Quí nhất là vô số những bản thảo tự tay những khách tài tử như thủ bút của Đặng Trần Côn, của Đoàn Thị Điểm.

Dinh Kim Âu không lớn lắm, nhưng cảnh trí xếp đặt tài tình, nét phong nhã khiến xưa Tiên Chúa Trịnh Sâm phải trầm trồ khen, và mỗi khi có dịp, Tiên Chúa lại đến ngự, chuyện trò đôi khi suốt ngày với Khản. Chúa rất thích ngồi cạnh hồ bán nguyệt, ngắm một cây đa triết thụ gần nghìn năm chỉ cao bằng ba đốt tay, nghe nói là lấy từ Đỗ-Lăng, quê nhà thơ Đỗ Phủ.

Du ít khi ra khỏi dinh, đăm chiêu tư lự, chỉ thỉnh thoảng mời Nhật đến chơi. Khản coi Nhật cũng là loại kiêu binh, ngầm khinh khi nhưng không lộ ra mặt. Trong triều, Dương thái phi, Dương Khuông và Khản tìm cách kiềm chế sự thao túng quyền thế của đám Bằng Vũ, Bật Trực, Nguyên Nhưng và Gia Thọ. Họ chia rẽ kiêu binh bằng cách mua chuộc. Trịnh Tông gần gũi Nguyên Nhưng hơn những kẻ khác, định sắc phong cho tước Quận công, và cho hưởng một trăm mẫu công điền. Vũ, Trực và Gia Thọ nói thế nào mà Nguyên Nhưng không dám nhận, nhưng trong bụng đã hằn học. Sau đó, bộ ba lại o ép đến độ Tông uất quá, nói:

- Biết thế thì chẳng làm Chúa còn hơn!

Bằng Vũ khinh khỉnh đáp:

- Tưởng Chúa muốn nên mới lập, nay nếu không thì chúng tôi xin phò Thụy quận công lên thay!

Tông sợ, im ngay. Khuông và Khản đều lấy làm ức, tìm Chiêm Võ hầu là một võ quan khẳng khái và cầu được hỗ trợ. Chiêm Võ bàn là nên xa giá lên Sơn Tây, rồi mang quân của Hoàng Phùng Cơ về dẹp kiêu binh. Họ bí mật liên lạc với Cơ, hẹn mang thuyền đến bến Tây Long đón Chúa, sau đó tức thì khởi sự tiến công vào dinh. Việc vỡ lở, kiêu binh vào cật vấn, Dương thái phi khóc lóc:

- Nào có việc ấy, ba quân nghe đồn mà tin, làm gì có căn cứ.

Bật Trực quát:

- Chuyện đại sự không nói với đàn bà!

Trịnh Tông thót bụng lại, từ ghế ngự bước xuống, chưa kịp nói gì thì Bằng Vũ đã mím môi dằn giọng:

- Cái chuyện định ra Tây Long lên thuyền đi trốn, chúng ta biết cả rồi. Đừng dài hơi mất công.

Từ đó, kiêu binh canh gác cẩn mật Vương phủ, người ra người vào ai nấy e dè, sợ sệt. Bọn Vũ, Trực tính đến đường truất nhà Chúa. Họ biết là hai mẹ con Trịnh Tông vẫn chần chừ trong việc phế Đông cung Lê Duy Cẩn nên vào tâu thắng với Vua Lê xin lập Hoàng tự tôn là Lê Duy Kỳ lên làm Thái tử. Suốt đời bị họ Trịnh ép uổng, Vua Hiển Tông thuận lòng ngay, lại gợi ý cho Vũ và Trực là sẵn sàng để cung điện làm chỗ ba quân hội bàn. Cẩn sợ quá, chạy vào Vương phủ, kiêu binh đuổi theo dẫm nát cái kiệu, chửi: "Ngôi Vua chẳng đứa nào cầu xin mà được!" Tông phải ra trấn an, sai triều đình lập ngay Kỳ lên ngôi Đông-cung cho được lòng kiêu binh.

Bọn kiêu binh kéo nhau vào điện Vua đòi thưởng cái công truất Cẩn lập Kỳ. Bắt phiên tả sai người đánh cá hồ sen vớt lấy cá trắm làm gỏi để đãi, rồi cho kiêu binh vào cung Vạn Thọ, Vua tuyên chỉ ủy lạo và mang tiền ra phân phát. Trần Nguyên Nhưng chạy về báo cho Tông, Tông mời ngay Khản và Khuông đến hỏi ý. Khản nghiến răng:

- Xin cho bắt và giết đi.

Khuông bực tức, xen vào:

- Không cần hỏi tội trạng gì! Chúng cậy đông mà ngông nghênh. Đũa bẻ cả nắm không được thì cứ rút ra một hai chiếc mà bẻ, dần dần phải hết.

Tông liền sai Chiêm Võ lấy lính phong vân vào vây bắt. Chiêm Võ người huyện Yên Lãng, đỗ Tạo sĩ, có tiếng là gan dạ. Tuốt gươm ra, Võ bảo: "Gươm này đủ sắc để lấy đầu bọn phản tặc." Đang chè chén, bọn kiêu binh bất ngờ bị vây, bỏ chạy toán loạn, Võ bắt được bảy mạng điệu về Vương phủ nghị tội. Đám triều thần xưa nay vốn nhút nhát, sợ bị kiêu binh trả thù nên ai cũng có ý che chở họ. Khuông hằn học:

- Cứ chiếu pháp mà làm.

Tông sai đem cả bảy người chém luôn hôm đó.

Bọn kiêu binh họp nhau lại, có kẻ nói nếu nấn ná nín nhịn chịu cái kế "bẻ đũa" thì sớm muộn cũng sẽ chết. Gia Thọ lại bàn cứ đến Vương phủ hỏi ân oán cho ra lẽ, rồi hẹn nhau khởi sự khi tan triều hôm sau.

Sáng sớm, một tốp kiêu binh bất ngờ đến vây nhà Khuông và Chiêm Võ. Hai người này ra cửa sau, chạy thẳng đến Vương phủ. Kiêu binh vào khuân bàn, ghế, tủ sập ra chất lên xe, lấy hết đồ tế nhuyễn tư trang rồi phóng hỏa đốt nhà. Họ chia của vừa cướp, cười nói nhốn nháo, dân hàng phố chỉ đứng nhìn ngao ngán. Một tốp kiêu binh khác ùa đến dinh Kim Âu, nhưng còn thập thò không dám vào, e rằng dinh có phòng bị. Khản ở trong nhà phái gia nhân ra ngoài nghe tin tức, nhưng họ đều bị kiêu binh đánh chết tại chỗ, không người nào về được.

Đến trưa, kiêu binh kéo nhau vây Vương phủ, đòi mang Dương Khuông và Chiêm Võ ra trị tội. Dương thái phi lo cho em, quên cả địa vị tôn kính của mình, đưa ra biếu một nghìn lạng vàng, quì lạy:

- Cắn rơm cắn cỏ xin chư quân tha cho.

Bọn kiêu binh hềnh hệnh cười, bảo một nghìn lạng thì tha Khuông, muốn tha Chiêm Võ phải thêm vào năm trăm lạng. Dương phi xót của không chịu, lải nhải mặc cả. Trịnh Tông khẩn khoản:

- Giết Chiêm Võ, bẩn gươm đao. Thôi, hai trăm lạng nhé...

Ba quân lại ồ ồ cười, quát ầm lên là nhà Chúa gì mà keo bẩn thế.

Chiêm Võ trốn trên lầu các nghe thấy hết, chán ngán, rút đôi song kiếm, đĩnh đạc bước xuống, nói:

- Vâng lĩnh mệnh Chúa, Võ này trước khi chết cũng lấy đầu được chục đứa loạn binh.

Đám kiêu binh ngán võ nghệ của Võ, lùi hết lại rồi nhao nhao lên:

- Hễ động kiếm là chúng ta đốt Vương phủ, vạn lạng lúc đó cũng mất, nói chi đến hai với chả năm trăm lạng

Tông sợ quá, níu tay Võ kéo vào, năn nỉ:

- Thôi, tướng quân vì xã tắc hãy thôi đi!

Nói rồi, Tông viết sáu chữ *"Trung Nghĩa Tráng Liệt Đại Vương,"* ban cho Võ một nghìn mẫu ruộng làm đất nối đời, và sắc phong làm Phúc Thần. Chiêm Võ vo tròn mảnh giấy bỏ vào miệng nuốt, chỉ nói:

- Tôi chẳng xin tước lộc, chỉ mong Chúa dựng lại phép nước mà thôi!

Nói xong, Chiêm Võ hiên ngang bước ra, vạch lối giữa đám kiêu binh mà đi, không mảy may hãi sợ. Có đứa hỏi "Kiếm sắc của mi đâu? Lúc này mi phải đền bảy mạng!" rồi xông vào. Võ trừng mắt quát:

- Ra khỏi Cấm cung đã!

Đi đến chân cầu bắt ngang hào vào Vương phủ, Võ khoan thai ngồi xuống, miệng mỉm cười, nói lớn:

- Ta vâng lệnh Chúa không thi võ với bay, nhưng vẫn có thể thi gan.

Bọn kiêu binh mỗi đứa lấy một cục gạch đến đập vào đầu Chiêm Võ, máu me bắn đầy ra, nhưng đánh cả giờ mà Võ vẫn ngồi không ngã, mắt mở trừng trừng, miệng vẫn nhếch cười ngạo mạn. Đến khi mây xụp xuống, mưa đổ như trút nước, sấm sét nổ một cơn thịnh nộ vỡ tung trời đất, thì lúc ấy Võ mới ngã ra, mắt nhắm lại.

*

Về phía dinh Kim Âu, đích thân Bằng Vũ phải đến để bắt Khản. Chỉ thấy một tay kiếm đi đi lại lại trong sân, Vũ ngại có mai phục, đứng ngoài vung tay làm loa vừa gọi vừa chửi Khản. Đột nhiên, Toàn Nhật cùng chín người cận vệ xuất hiện, đi thẳng lại phía cổng dinh. Vũ ngạc nhiên nhưng chỉ cười khẩy hỏi:

- Toàn Nhật! Huynh đến để cứu giặc ư?

Không trả lời, Nhật trườn mình đu lên cổng, thoắt một cái đã nhảy vào trong dinh. Vì Nhật là khách quen thường đến dinh Kim Âu, tay kiếm trong sân chỉ nghiêng đầu chào. Đi thẳng vào mé sau, Nhật gặp Du đi ra. Mừng rỡ, Du nắm lấy tay Nhật, nhưng miệng vẫn đùa:

- Bắt phong trần, phải phong trần...

Nhìn quanh, Nhật nói nhanh:

- Phải đi gấp. Nếu chúng kéo đến đông quá, bất lợi. Ta đã cho người sắp sẵn thuyền ở ven sông rồi! Quan Thượng thư đâu?

Du cười tủm:

- Lệnh huynh cứ khi lâm nguy lại đau bụng. Để đệ vào trình...

Một lát sau, Khản bước ra, mặt mũi nhăn nhó, cố gượng cười:

- Đa tạ Võ tướng quân. Đúng là Khản này được cứu mạng, làm sao đáp đền cho được!

Nhật xua tay, giọng đanh thép:

- Xin Thượng quan cùng gia quyến sửa soạn đi mau lên, và chỉ mang theo những gì cho gọn, nhẹ.

Đợi cho mọi người lục tục ra đến sảnh đường, Toàn Nhật quét mắt nhìn đám đồ đạc ngổn ngang, rành rọt nói:

- Các vị mang kềnh càng, chỉ làm mồi cho bọn cướp cạn rình mò khắp nơi, của không giữ được, lại có thể

269

thiệt thân. Vậy xin mỗi vị chỉ hai tay nải, cái gì giấu được trong người thì giấu. Trai tráng nhớ giắt theo đao kiếm, có lúc phải dùng. Khi đi theo tôi, tuyệt đối không được la hét hay khóc lóc. Đàn bà con trẻ đi vào giữa, thanh niên kèm hai bên, và không được tản ra rời hàng. Quí vị đã hiểu chưa?

Đến trước mặt Khản, Nhật nói vừa đủ Khản nghe:

- Xin Thượng quan giữ mình. Qua sông Nhị, ngài nên chia thành nhóm nhỏ, cải trang làm thợ gặt mà đi. Của cải vàng bạc lúc đó tìm chỗ chôn giấu, chớ có mang theo mình mà mang họa.

Vái tạ Nhật, Khản hỏi:

- Tướng quân có cần tiền để chi dùng không?

Nhật lắc đầu. Du lật đật ôm một chồng sách ra bỏ vào túi nải, miệng cứ xuýt xoa, chắc còn đang tiếc nuối những quyển sách quí không mang theo được. Nhật bật cười, quát nhỏ:

- Du đệ. Ta chỉ cho phép mang theo bản thảo những trứ tác của đệ. Còn bao nhiêu, vứt lại hết trừ vàng. Có vàng là mua được hết.

Đợi đến hai khắc sau, BằngVũ vẫn không thấy động tịnh. Chẳng hiểu Nhật định làm gì, Vũ thét kiêu binh cẩn thận và cho đi gọi lính tiếp viện. Lúc ấy, đám gia nhân đang dìu Khản ra, đi đằng sau có Du. Nhật ra trước cổng, nhìn Bằng Vũ, nhỏ nhẹ:

- Bằng huynh còn nhớ tình cũ thì để đệ đem họ đi là tốt hơn cả. Nhà họ Nguyễn với đệ đây là chỗ ân tình, đệ không thể phụ họ được.

Bằng Vũ vừa quát "Vào bắt!" thì Nhật đã lạng người đến bên, tay trái kẹp lấy cổ Vũ, tay phải để con dao trủy thủ vào cuống họng. Bọn kiêu binh hò hét nhưng không dám làm gì. Nhật gằn giọng bảo Vũ:

- Ra lệnh cho họ lùi ra, cách xa ít nhất là mười trượng, tuyệt đối không được động thủ. Nếu trái lời, kẻ mất mạng đầu tiên là Bằng huynh đấy.

Nhật đi đoạn giữa, đoạn tiền và hậu do đám hộ vệ đảm lấy, di chuyển về bến Hàm Như theo thế kiếm trận tam giác. Bằng Vũ bị Nhật nắm lấy gáy, dao kề cổ, đẩy đi, đầu cúi gầm xuống, mặt mũi tái nhợi.

Dân hàng phố ra đứng hai vệ đường, hò reo hể hả như bắt được cướp. Bật Trực và Gia Thọ được báo, kéo thêm kiêu binh ra, nhưng chỉ đi theo, không dám đến gần, quát tháo dọa nạt bàn dân.

Đến bến, Nhật chia tay với đám thủ hạ, lấy hết tiền bạc chia đều ra, bảo ai về quê thì về, ai muốn phò nhà Chúa thì theo Khản. Họ mượn thuyền nhỏ qua sông Nhị, đám xuôi xuống Thanh-Trì tìm đường lên Sơn-Lạng, đám đi thẳng về miệt Thái Bình.

*

Trên chiếc thuyền con, chỉ có Vũ, Du và Nhật. Trời đã tối, đằng xa vẳng lại tiếng trống và tiếng reo hò. Kiêu binh ập vào dinh Kim Âu hôi của rồi châm lửa đốt. Nhân dịp đục nước béo cò, vô số dinh thự của đám Công Hầu cũng chịu chung số phận. Hơn nửa những công trình xây cất từ hai trăm năm phừng phừng cháy, lửa bốc lên cao, hừng hực, điên dại, không có gì kìm chế được. Du hồi tưởng lại đồng kinh, sách làm bạn với mình từ thở thơ dại, ứa nước mắt, vừa thương vừa tiếc.

Nằm chèo queo trong khoang, Bằng Vũ không biết số phận mình sẽ ra sao. Thuyền ngược nước, nhà đò ra sức đẩy, hò lên từng chặp. Toàn Nhật nghiêm nghị, nhìn Vũ, rồi thủng thẳng nói:

- Từ vụ án Canh Tý, ta đã đoán biết Bằng huynh là người trong Nội Mật viện, lập mưu lấy cớ bắt Trọng Thức, ép thầy ta phải phế Tông lập Cán. Rồi Bằng huynh lại trở mặt, phế Cán lập Tông. Nhưng nghĩ cho cùng, Bằng huynh chỉ tìm cách tiến thân, cũng muốn trở nên công, hầu, khanh, tướng. Đạt được rồi, song vẫn còn chưa thấy đủ, nay Bằng huynh lại mơ tưởng đến tước Vương. Bịa ra nào là "Nông chế," nào là "Chiến sách," Bằng huynh lấy chữ lòe đám kiêu binh, đem lợi riêng lung lạc dân tình, gây nên mầm chia rẽ, gieo họa cho cả nước.

Ngưng lại, Nhật nhìn về phía Kinh đang phừng phừng khói lửa, nói tiếp:

- Cứ theo lời Hàn Tử, pháp trị có hai điểm phải làm. Thứ nhất, pháp phải phổ biến ra để ai ai cũng biết. Thứ nhì, pháp phải nhất chấp, nghĩa là ai phạm vào cũng bị tội. Vừa đây, bất cứ cái gì cũng là pháp mà cũng là vô pháp, cứ theo cách suy diễn của Gia Thọ mà làm. Tệ hơn, đám kiêu binh đứng ra ngoài vòng pháp luật, rồi dùng bạo lực ứa hiếp cả thiên hạ, quả thật đã đi quá cái mức khó có ai tưởng tượng ra nổi! Tội của Bằng huynh, Bật Trực và Gia Thọ chất cao như núi, cứ nghe tiếng oán thán trong bàn dân, tất hiểu!

Bằng Vũ đột nhiên rú lên như thú cùng đường, đầu rúc vào sàn thuyền, mắt lạc đi, nhìn Du, nhìn Nhật, lưỡi ríu lại không nói được. Sợ quá, Bằng Vũ ia đái ra đầy khoang, miệng rên ư ử. Lạ chưa? Lúc xưa chẳng có gì trong tay, Vũ hiên ngang chẳng kể chi đến cái chết trước mặt Tế Lý. Thế mà nay, có quyền có lực trong tay để ép Vua chèn Chúa, Vũ lại hóa ra khiếp nhược, khóc hu hu xin tha. Nhật xách Vũ như một con gà rù, thẳng tay quăng vào một góc thuyền.

Thuyền cập bến. Nhật lên trước, rồi đưa tay kéo Du theo. Nhìn người lái đò cong lưng đẩy cho thuyền ra, Du hỏi Nhật:

- Bây giờ ta đi đâu?

Nhật nhắm mắt, tưởng ra trại Bùi Phong, song miệng lại đáp:

- ... Chưa, chưa đi đâu hết!

Nói rồi, Nhật cởi hết mũ, miện, cân, đai ném hết xuống sông. Trần truồng như nhộng, Nhật lao người vào dòng nước, chồi lên hụp xuống, vừa bơi vừa hát:

"Ới này sông ơi!
Nước trong ta rửa giải mũ.
Nước đục ta rửa chân.
Nhưng chớ cạn.
Nhưng chớ kiệt..
Bởi nước cạn kiệt thì ta còn gì là ta... "

Nhật vẫy vùng ngụp lặn, sải tay bơi, rồi hụp xuống thật sâu, thật sâu cho đến độ buồng phổi căng tức ra đẩy Nhật trồi lên thở hít khí trời. Nhật lại lặn xuống, mắt mở, tưởng như nhìn thấy nào là Bố-già, là Sâm, là

Huệ, là Tông... vùn vụt trôi bên cạnh, tay cứ quờ quạng bám víu, miệng kêu cứu trong tiếng ì ầm chuyển động của dòng nước cuốn băng băng trong cơn thịnh nộ. Nhật bỗng thấy một người đàn bà đưa tay vẫy. Có phải là mẹ chàng, người quay lưng ở miếu Ba Cô trên Phố Hiến? Chàng chỉ nhớ tiếng mẹ gọi. Gọi chàng với giọng nặng nhọc oan khiên. Những xoáy nước ở đâu nổi lên, vỡ ra, rồi lại hợp lại. Nhật nhận ra mặt Tế Lý, người bỏ mẹ đi lấy công chúa Ngọc Tĩnh con Chúa Trịnh Sâm để tìm danh vọng và quyền lực.

A, cái Ta, lời Trịnh Bồng đâu đó vẳng lên. Tưởng có Ta, nên tìm cái danh vọng cho Ta, cái quyền lực của Ta. Vì cái Ta của mình, Lý cam tâm phụ rẫy, bỏ mẹ chàng với cái bào thai trong bụng. Nước lại xoáy vòng làm mặt Tế Lý khổ sở nhăn nhó, cổ bị chém đứt máu loang đỏ trên mặt sông. Mắt nhìn chàng, miệng phì phào đòi lại thân mình chẳng biết là ai đã chôn cất ở đâu, khuôn mặt Lý dần dần nhòa nhạt đi, lẫn vào bóng cây ven sông, chìm xuống một vực sâu không có đáy. Cái Ta biến mất. Nó thoắt đến thoắt đi. Danh vọng, quyền lực, phú quí đi kèm cũng thoắt đi thoắt đến. Rồi cả giọt nước mắt và lời oán hờn của mẹ. Cả nỗi đau lòng của Toàn Nhật khi ném trả thanh kiếm Hoàng gia vào tay Lý, cắn răng không nhận gốc gác mình. Cả niềm ân hận dằn vặt Nhật từ mấy tháng vừa qua. Tất cả bỗng chốc hửng đi như chưa hề có. Hay giả nếu có thì chỉ như một cơn ác mộng, bập bềnh rồi biến vào những bọt nước vỡ tan, trả mình lại cho lòng sông thản nhiên nhận chìm mọi ân oán. Đột nhiên, tiếng ì ầm nhỏ dần đi. Dòng nước lại trở lại hiền hòa ôm Nhật vào lòng như bồng bế. Nhật nhô đầu ra khỏi mặt sông, hả miệng hét: *"Nước ơi, chớ cạn, chớ kiệt. Bởi nước cạn kiệt thì ta còn gì là ta!"*

Tồng ngồng bước lên bờ, Nhật vuốt nước trên mặt, miệng hỏi Du "Xem ta đã sạch bụi Kinh Kỳ chưa?." Không đợi Du trả lời, Nhật mở cái tay nải bằng vải thô chàng mang theo từ lúc xuống trại Bùi Phong. Lôi ra ngắm nghía, rồi vuốt ve bộ quần áo thường dân nhuộm nâu có dăm miếng vá do chính tay mẹ nuôi chàng khâu cho, Nhật cảm động áp nó vào mặt mình. Nó thơm hương cốm tươi có thoảng mùi mồ hôi. Nó nhẹ tênh, khác hẳn bộ võ phục nặng nề chàng phải mang trên người từ ngày rời phố Hiến.

Nhật vươn vai ưỡn người, hít không khí tự do đầy lồng ngực, mặc quần áo thường dân vào. Bên kia sông, lửa vẫn bốc cao, khói bay lên nhuộm hồng những đám mây đang còn ngơ ngác sợ. Bên này, gió sông mát rượi mơn trớn những hình hài đổ xuống bờ đê những chiếc bóng khổng lồ.

Gió Đàng Trong

7

Nẻo dương gian

Trên đê nhìn xuống, làng Đa Phạn trông như một cái cù lao khoảng trăm nóc nhà chơ vơ trong màn nước nối liền vào mặt biển chạy xa ra tít tắp chân trời. Nước mặn nên chỉ trồng được đay và cói, một số giáo hữu buộc phải chuyển sang đan chiếu để phụ với nghề chài lưới, vốn là nguồn thu hoạch chính của những người sống ven biển. Những mẻ cá, mẻ tôm, những cuộn chiếu cạp điều được đem lên bán ở chợ Xuân Trường, lấy tiền đem mua gạo, cám, đỗ chở về Đa Phạn. Thừa không bán được, cá mang ướp muối hoặc phơi khô. Giáo sĩ Charles-Antoine Sieyès lại tìm cách hong khói theo kiểu Âu, nhưng cá hong khói không hợp vị, ít người tiêu thụ, nên rồi đành thôi. Tuy mới phần nào ổn định, thế nhưng giáo hữu đã dành hẳn một căn nhà năm gian làm nhà nguyện.

Sau khi đợi Danh Kỷ ở bến Thanh Trì ba ngày nhưng không gặp, Trọng Thức tìm cách bắn tin cho Toàn Nhật rồi giả dạng lái buôn đi ra Đa Phạn. Thời gian đó, người của viện Nội Mật được lệnh đi dò hỏi khắp nơi để bắt Thức về nộp cho Đặng Thị Huệ. Thừa biết là họ chắc sẽ giăng bẫy ở mọi nơi, Thức ngày nghỉ đêm đi, tránh những lộ chính, lội đồng lội ruộng ra đến bờ biển, rồi từ đấy men vào làng. Charles-Antoine gửi Thức vào nhà lão Hựu chăn vịt ở tận rìa làng, tiện trốn ra bờ biển mỗi khi có động tĩnh. Ở bờ biển, lão Hựu lại giấu một chiếc thuyền con dùng để thoát thân phòng khi quan quân xô vào tróc nã.

Những ngày cuối tiết Hạ Chí, gió lặng khiến bao nhiêu cụm mây trắng trên cao kia lênh đênh bay về phía biển. Buổi trưa, nắng như bốc lửa, đất sinh khô đi, muối trắng đọng lại thành những vệt chạy vòng vo suôi theo triền đất. Những lúc ấy, Đa Phạn im ắng đến lạ lùng. Dăm ba con cò co chân đứng, lặng yên, thỉnh thoảng mới vục đầu xuống nhổ con bọ cái sâu, rồi lại ngửng lên, thản nhiên đợi con mồi mới.

Thức gấp cuốn sách, mắt trĩu nặng, đầu như mê dần đi vào một giấc ngủ đang chậm chạp lê từng bước đến. Chợt tiếng kẻng ở đâu khua inh ỏi. Rồi tiếng mõ. Tiếng la gọi. Tiếng chó sủa. Tiếng chân người chạy bì bõm dưới ruộng ngập nước. Thức choàng dậy nhìn ra phía biển. Thấp thoáng có bóng người. Thức nhìn về phía gò Đay. Cũng vậy. Trèo lên một chạc cây, Thức quan sát tứ bề. Lính ở đâu đã vây chặt Đa Phạn, từng tốp tiến dần vào, gươm dao sáng lòe. Vội vàng trèo xuống, Thức quơ bọc quần áo và sách vở lúc nào cũng xếp sẵn giấu vào bụi cây gai phía sau lán. Lối ra biển đã bị chặn, Thức chỉ còn đường vào khu nhà nguyện. Lập tức, Thức băng mình chạy đi, đầu óc tính toán chọn chỗ ẩn Thức đã dự trù sẵn. Vòng vèo tránh những giáo hữu đang chạy nhốn nháo, Thức đu lên cây đa cổ thụ phía nam rồi bám lấy một chạc ba khá cao, quấn giây chão buộc mình vào thân cây cành lá xum xuê.

Đám lính hăm he chìa những bản vẽ Thức, nhưng giáo dân chỉ lắc đầu. Hai ngày sau, chúng hậm hực rút đi, nhưng bắt Charles-Antoine theo. Thức biết mình phải rời Đa Phạn. Chàng lên đường, nhắm phía nam, không kịp chào lão Hựu.

*

Về đến La Sơn, Trọng Thức nhờ người lên Bùi Phong liên lạc với Phu tử. Thời gian đó, Chúa Tĩnh Đô vừa băng hà, Tế Lý và Tuyên phi Đặng thị Huệ lập Cán lên ngôi Chúa nên phải ra sức đối phó với những kẻ phò Trịnh Tông. Thấy chính sự chưa ngã ngũ, Phu tử dặn Thức tiếp tục lánh mặt, nhắn rằng Tiệp Dư Trần Danh Kỷ đã ghé tìm. Nhận lời mời của một người học trò cũ, Thức đến xã Nam Hoa rồi về ở ẩn dưới chân núi Bạch Tượng.

Nơi Thức trú ngụ là một căn lán lợp lá cọ nằm khuất sau một rặng chèm, cửa mở ra hướng con suối đổ xuôi xuống Vũng Bạc. Mùa này, suối ứ nước, ồ ồ chảy. Cứ dăm ba bữa nửa tháng, một người học trò lại ghé mang cho Thức vài cân gạo và chút ít mắm muối. Bẹ, măng sẵn đấy, rồi Thức lại học đặt bẫy thú và câu cá, cuộc sống thanh bần hóa lại thảnh thơi.

Ngồi bên bờ suối, Thức thả câu, đôi khi cả buổi mới được hai ba con cá to gần bằng bàn tay. Thời gian ở đây đi chậm hơn so với gần hai năm vừa qua từ ngày Thức trẩy Kinh với Phu tử, vào tù trong vụ án năm Canh Tý, xuống Phố Hiến, lại về Thăng Long, rồi trôi giạt đến tận Đa Phạn. Và với bao nhiêu những con người. Dương Quang, Koji Mishima và Charles-Antoine Sieyès nay không biết ra sao. Mishima thì đã chết. Phần người còn sống, Toàn Nhật hiện làm gì? Còn Mai, bây giờ Mai ở đâu? Thức nhắm mắt hồi tưởng lại ngày Mai vào thăm Thức trong tù, giúi vào tay chàng cái gói bọc mấy quan tiền, mặt chứa chan nước mắt. Rồi cái tối hôm đó, nàng hớt hải đẩy cổng dinh Khương Tả hầu, ôm choàng lấy Thức!

Vẩn vơ nhìn theo dòng nước, Thức để ý nghĩ của mình trôi giạt lông bông. Bật cười, Thức thầm nhủ: "Thì thân ta cũng thế, làm sao hiểu được bằng ấy gặp gỡ, bằng ấy sự việc... ." Bỗng nhiên, chàng lại nhớ Dương Quang, nhớ đến lạ lùng. Tai chàng nghe văng vẳng lời Quang nhắc nhủ: "Vua quan chỉ là một định ước về sự ủy nhiệm công quyền của người dân." Hồi tưởng những ngày gần Charles-Antoine, chàng ngẫm nghĩ những điều trong kinh sử của Nho giáo mà chàng vốn coi như là hiển nhiên. Mạnh viết: "Vua là thuyền, nhưng dân là nước. Thuyền không lật được nước, chỉ có nước mới lật được thuyền." Nước là Dân ý? Dân ý có lẽ là cái ý chí của con người đặt mình vào vị trí công dân? Trên cơ sở đó, dân là chủ. Về điểm này, Thức nhớ Charles-Antoine đã từng nói:

- Nếu có một tập thể những người con đích thực của Thượng Đế, ta sẽ có một chính quyền dân chủ. Nhưng chỉ là con người đầy vật dục, làm sao những con người đó có thể thực hiện dân chủ thực sự? Ngay khi Chính quyền được ủy nhiệm, nó sẽ liên tục sói mòn chủ quyền công dân, và nếu có thể, thậm chí triệt tiêu một ngày nào đó cái Công ước dựa trên Dân ý!

Charles-Antoine suy nghĩ mông lung rồi tiếp:

- Dân ý, Hiến Pháp và Chính quyền giống như ba ngôi trong đạo KiTô. Nhưng về mặt đạo, ba ngôi luôn luôn là Một. Thế quyền thì không! Đó là vấn đề... Cười xòa, ông ta làm dấu thánh giá rồi kết luận:

- Cũng vì thế mà tôi vẫn là con chiên của Chúa. Sự hợp nhất thành Một không có được với thế quyền thì ta đi tìm nơi khác.

Thức ngậm ngùi, tay vò tóc, lòng bâng khuâng. Chàng dẫu chưa hiểu rõ, nhưng đã lờ mờ cảm nhận được cái lý do khiến giáo sĩ Charles-Antoine Sieyès bỏ xứ mình phiêu giạt đến Đa Phận. Nghe đâu sau khi bị bắt, vị giáo sĩ này bị đóng đinh chết trên Thập giá, nhưng miệng vẫn cười khi trút hơi thở cuối cùng.

*

Nhìn xuống nơi đặt cần câu, chiếc phao làm bằng bấc cứ trồi lên rồi lại ngụp xuống. Thủng thỉnh bước lại, Thức lần dây câu, tay kéo lên thấy nặng chình chịch. Hình như lưỡi câu vướng vào một vật gì đó. Lòng suối nông nhưng Thức nhìn không thấy đáy. Thò tay xuống mò, Thức lôi lên phiến đá hình quả tim, nhỏ bằng bàn tay, vân nổi óng ánh trắng dưới ánh nắng. Móc lại mồi vào lưỡi câu, Thức đem thả cần xuống một chỗ nước sâu hơn. Trưa hôm ấy, Thức câu được đầy một nơm cá. Đặt phiến đá lên nắp đậy nơm, Thức lẳng lặng đi đào ít măng non. Khi trở về, phiến đá vẫn đấy, nhưng trong nơm không còn một con cá. Thức nhìn quanh. Ai đến đây? Vẫn không một bóng người. Chỉ có tiếng nước ồ ồ chảy xiết. Tiếng gió lao xao trên tít tắp đỉnh cây. Tiếng chim rừng xáo xác gọi nhau.

Vội vã về nhà, Thức bước vào lối sau. Để chiếc nơm và phiến đá vào góc bếp, Thức với chiếc gậy, rón rén đi lên. Vẫn không một bóng người. Nhìn quanh, đồ vật vẫn đấy, chẳng mất mát gì cả. Thức mở cánh liếp, buộc vào chạc cây cạnh lán. Phía trước mặt, rừng rạc xanh xám, lá lay hắt hiu trong gió. Thức tự nhủ "Ta mê hay tỉnh đây? Không, nơm đầy cá là chắc chắn!" Thức bật cười, "Mà nơm không còn con cá nào cũng chắc chắn không kém."

Đêm hôm ấy, Thức đang ngủ mơ màng, tai bỗng nghe có tiếng động trong bếp. Châm đèn bước vào, Thức không thấy gì. Vừa đặt mình nằm xuống, Thức nghe thấy có tiếng người đang khóc. Nằm yên nhưng mắt mở, tay cấu vào đùi, Thức lắng tai. Đúng, tiếng khóc tỉ tê, lúc to lúc nhỏ. Thức nhảy khỏi giường, lao vào bếp. Tiếng khóc im bặt. Vẫn không một ai. Bên cạnh cái nơm, phiến đá hình trái tim sáng lên một màu xanh nhớt trong bóng tối. Thức cầm phiến đá lên tay. Nó lạnh ngắt, lạnh đến làm tay chàng tê cóng. Thức mở cửa bếp, thẳng tay ném cục đá ra ngoài. Vào giường, Thức ngạc nhiên. Chẳng lẽ chàng tin rằng đá biết khóc? Nếu không tin, sao chàng lại ném nó ra ngoài? Nhưng đúng! Thức không còn nghe tiếng khóc tỉ tê. Một lúc sau, chàng chợp mắt ngủ. Sáng ra, Thức nhớ mang máng hình như có ai bảo "Không cho trú thì trả về suối, sao lại bỏ ta vào rừng!."

Tưởng đã quên chuyện phiến đá, ba đêm sau đó Thức lại nghe thấy tiếng người ở sau nhà. Lần này, là tiếng gào khóc như vì đau đớn sợ hãi. Chàng bật hồng châm đuốc đi ra. Gió đang lao xao trong lá rạc bỗng lặng hẳn. Thức dò dẫm bước tới. Tiếng gào khóc ngưng, sau đó lại ti tê. Ở giữa những bụi lá, phiến đá lóe sáng, cục cựa như một sinh vật. Thức giụi mắt, giơ cao bó đuốc, trừng trừng nhìn. Bên cạnh phiến đá, kỳ lạ thay, là một thiếu nữ. Nàng quấn những chiếc xiêm lớp nọ phủ lên lớp kia, toàn là màu trắng, từ trắng ngà đến trắng toát, trắng có pha màu xanh lơ, pha màu lục nhạt. Tóc nàng dài xuống đến chân, đen tuyền, xòa ra ôm lấy tấm lưng ong. Tay che mặt, nàng ấm ức nói trong nước mắt:

- Đại nhân không đoái đến tôi thì xin mang trả tôi về suối nước, đừng bỏ tôi trong đám lá gai này.

Thức sợ, lưỡi tê cứng, chân như bị đóng đinh xuống đất. Gió bỗng đâu bốc lên, ngọn đuốc chàng cầm phụt tắt, chỉ còn le lói ánh trăng lưỡi liềm xanh huyền ảo. Thiếu nữ quay nhìn Thức, khuôn mặt trắng bệch, mày cong, mắt sâu thăm thẳm. Nàng nhếch miệng như cười, để lộ chiếc răng khểnh khểnh nghịch ngợm, e lệ:

- Đại nhân chớ e ngại, tiện nữ là Băng Vân, đợi gặp đại nhân gần hai mươi năm tròn rồi. Nếu ngài cho phép, tiện nữ xin được thưa vài lời...

Dứt lời, Băng Vân cúi nhặt phiến đá rồi lướt về phía căn nhà. Thức như mất hồn, chân không tự chủ, bước theo, tay đẩy cửa liếp lách vào nhà. Vừa định châm đèn thì Băng Vân chặn lại, nói:

- Đại nhân cứ mở cửa đón ánh trăng.Trăng hôm nay đẹp lắm!

Trọng Thức ngần ngừ rồi ngồi xuống. Băng Vân thụp xuống vái Thức ba vái, miệng thưa:

- Tiện nữ người không ra người, ma không ra ma. Xưa, tiện nữ có duyên gặp được La Sơn Phu tử nên cũng ít nhiều liên hệ đến đại nhân, là học trò và là truyền nhân của ngài. Vì oan nghiệp, tiện nữ bị giam trong này!

Tay chỉ phiến đá, Băng Vân trầm giọng:

-Đã hai mươi năm ròng, tiện nữ muốn thoát đi để thành người hay hóa ma cũng không được. Nay cúi đầu xin Đại nhân. Nếu người muốn tiện nữ ra ma, xin mai lấy búa đập nát phiến đá này ra. Còn giả như người rủ lòng thương cho tiện nữ trở về dương gian thì khó hơn một tí...

Nhìn Thức ngước mắt lên dò hỏi, nàng nhỏ nhẹ:

- Vâng, và cần chút kiên nhẫn. Cứ mỗi ngày, Đại nhân trích tay lấy ba giọt máu nhỏ trên phiến đá đến khi nào hiện lên một bông hồng thì khi đó thiếp lại trở lại làm người. Làm một người như mọi người bình thường trên thế gian!

Chưa dứt lời, một cơn gió lạnh ùa đến khiến hơi thở Băng Vân như sắp đóng băng. Vội vàng, nàng thụp xuống lạy, mờ dần đi rồi biến mất. Phiến đá vẫn đó, sáng lung linh nhưng lại quay về thể vô tri, nằm trần trụi trên án thư. Thức hoàn hồn đứng dậy, tiến đến, tay nâng hòn đá lên ngang mặt. Chợt chàng nghe đâu đây tiếng cười khúc khích, rồi tiếng hát:

"Gió giận cành đào
gió bẻ cành mai

gió ơi gió, gió chẳng vì ai
chỉ vì tiếng đinh bia mà cứ một hai đọa đầy"

*

Một tuần liền sau đó, Thức ngày ngày trích ngón tay nhỏ ba giọt máu vào phiến đá. Mỗi lần như vậy, máu thấm như bị hút vào lòng đá, mặt đá ngay sau đó lại trắng bóng. Nhìn kỹ, thỉnh thoảng thấy mặt đá ánh lên màu hồng nhạt. Đặc biệt rõ ràng là phiến đá đã bớt lạnh, cầm vào tay không còn buốt cóng như trước. Đêm đêm, Thức thỉnh thoảng nghe tiếng sột soạt đi lại. Mở mắt ra, chàng không thấy ai, nhưng luôn luôn cảm tưởng có người gần gũi. Một sáng, Thức mở bọc quần áo và thấy những vết vá trên chỗ rách. Nhìn kỹ, cả những gấu quần đã sờn đều được gấp lên khâu lại. Hình ảnh Băng Vân lại lảng vảng ám ảnh. Hôm ấy, Thức không trích máu nhỏ vào đá. Rồi cả hôm sau cũng vậy.

Khoảng canh ba, đang say giấc, Thức chợt choàng dậy. Băng Vân hốt hoảng:

- Thưa Đại nhân, người chỉ quên nhỏ máu ba ngày là bao nhiêu công sức lại tiêu tan hết.

Nhìn Băng Vân luống cuống sợ hãi, Thức động lòng. Má nàng nay đã chớm sắc hồng, con mắt lay láy đen rớm lệ. Thức chưa biết nói gì thì Băng Vân hỏi:

- Sao tự nhiên Đại nhân lại ngừng giúp thiếp?

Thức ngập ngừng: "Bởi vì, bởi vì... " rồi không biết ăn nói thế nào, lảng nhìn ra chỗ khác. Một lát sau, Thức lên tiếng:

- Châm đèn được không?

Băng Vân khẽ gật đầu rồi tự tay bật hồng khêu bấc lên. Ánh đèn vàng đục hắt bóng Thức vào vách. Nhưng lạ chưa, tuyệt nhiên không có bóng của Băng Vân. Đưa tay chỉ, Thức mời Vân ngồi xuống ghế, rồi nhẹ nhàng:

- Nàng bảo có liên hệ đến thầy ta là Nguyễn Thiếp. Liên hệ thế nào, nói cho ta nghe?

Băng Vân bỗng òa lên khóc, hai tay ôm lấy đầu, nghẹn ngào không nói được. Thức không nỡ ép, im lặng nhìn. Tiếng gà gáy sáng vẳng lên từ xa như kéo Băng Vân đứng dậy. Nàng vái Thức, miệng nói:

- Khi Đại nhân gọi tên thiếp, thiếp đến ngay. Và xin đừng quên nhỏ máu, thêm ngày nào là thiếp được ngày ấy để sớm về dương gian này.

Nói xong, Băng Vân mờ dần đi rồi lại biến mất.

Từ đó, nàng tối tối hiện ra, quét dọn nhà cửa, chuyện trò với Thức. Một tháng sau, má nàng đã hây hây đỏ, nhưng chân tay vẫn còn lạnh ngắt. Những cánh hoa hồng ngày một rõ nét bắt đầu thành hình trên mặt phiến đá. Trọng Thức quen dần, thôi không tự vấn mình là mê hay tỉnh, đã lấy đêm làm ngày, thường ngủ vào lúc rạng đông cho đến trưa. Chàng cũng không còn gặng hỏi về cái liên hệ giữa Băng Vân và La Sơn Phu tử, vì cứ mỗi lần nói đến Vân lại xúc động tưởng như chìm sâu vào một vực thẳm sâu không có đáy.

Một đêm, Băng Vân nhìn Thức rồi đỏ mặt khẽ nói:

- Ngày thiếp hoàn dương, thành người, thì thiếp xin theo nâng khăn sửa túi cho Đại nhân, liệu chàng có khứng cho chăng?

Thức nắm lấy hai vai nàng kéo vào lòng mình, mê đi trong mùi hương tóc thoang thoảng, chẳng biết đang ở cõi nào. Chàng kéo xiêm, Băng Vân nắm tay chẳng giật lại, rồi lại thôi, bỏ ra. Bàn tay Vân vẫn còn lạnh. Ngực nàng dẫu phập phồng nhưng vẫn còn lạnh. Đùi nàng thon dài, cứng cáp, nhưng vẫn còn lạnh. Chỉ có mặt nàng nóng bừng bừng, mắt ánh lên đam mê, môi hé ra, răng cắn nhè nhẹ vào lưỡi. Thức cúi vục mặt vào, áp môi ghì lấy, điên cuồng đắm đuối. Băng Vân đẩy Thức nằm xuống, tay đè chàng, hôn da diết từ đầu đến chân, hé miệng ngậm vào mơn trớn cho đến lúc Thức thở hắt ra, hộc lên, rồi nằm lặng đi mặc cho hồn mình phiêu lãng đến những cảnh giới chưa một ai biết được.

Đó là những ngày tháng hạnh phúc. Trọng Thức quên hết. Quên thế gian với nào là dân ý, tự do, bình đẳng. Quên quân quyền chuyên chế và câu hát của Dương Quang, bảo con chim cánh đen mỏ vàng hãy cắn nan đan lồng để bay ra, bay xa. Quên Charles-Antoine và những giọt máu ứa ra từ hai bàn tay đóng đinh. Quên Mishima, quên cuốn "Luyện Kim Yếu pháp." Quên cả nhát kiếm ân sủng của Toàn Nhật dứt cho Mishima một cuộc sống chỉ có mỗi ước nguyện là đổi ý người thầy mình về cách nhìn tương lai của đất nước Phù Tang. Tệ hơn, chàng quên cả Mai, chẳng hiểu nay đã lưu lạc về đâu sau loạn Kiêu binh?

Thức quên như thế, sống bằng những đêm mặn nồng, bỏ mặc cho ngày chơ vơ với những chuyện dương gian. Hạnh phúc không ở đó. Nó ở đâu? Có lẽ chàng không biết, nhưng chàng vẫn chắc là những ngày đã qua đi trong đời chàng không cho chàng niềm vui để sống như hiện tại. Trái ngược làm sao, cái niềm vui đó lại có khi mỗi ngày chàng nhỏ ba giọt máu, lòng mong đợi bông hồng trên một phiến đá, miệng thầm gọi Băng Vân bằng lòng độ lượng vô bờ, và thân xác ngụp lặn trong nỗi đam mê tràn ra như thủy triều đẩy cho biển lên cao với tìm về núi.

*

Cho đến một hôm, cuộc phù sinh lại giạt đến bến đời những cơn bèo bọt. Bèo bọt lần này chở ngầm một cơn sóng gió. Từ tay người học trò ghé Bùi Phong rồi mang lên cho Thức là bức thư do Trần Danh Kỷ đưa người cầm ra. Thư viết:

" Mong rằng thầy nhận lời mời, cùng ba quân vào Gia Định, trước là yên giặc, sau lại liên lạc với người Tây dương hầu giữ giao hảo lâu dài. Kỷ có nói với quả nhân là thầy thông ngôn ngữ, nhờ theo phiên dịch để tạo môi trường thuận lợi ngoại giao. Quả nhân mừng lòng, đã lâu nay trông ngóng. Vậy xin rời bước đi ngay kẻo lỡ việc quân, ngày tháng không thể nào rời đổi.

Long Nhượng tướng quân nay thư

Thái Đức năm thứ 6, tháng giêng Quí Mão, ngày thứ 8"

Thức xoay phong thư trong tay, hồi tưởng lại một năm trước đây câu chuyện với Danh Kỷ khi ở dinh

Khương Tả Hầu trong Kinh. Phải chăng Long Nhượng tướng quân chính là kẻ Kỷ gọi là người anh hùng cái thế? Hay là còn ai khác? Hay kẻ đó là Nguyễn Lữ, người được Nhạc vừa xưng đế lấy hiệu là Thái Đức đã phong ngay làm Tiết Chế, thống lĩnh toàn bộ quân Tây Sơn? Họ muốn chàng giúp một tay liên hệ với người Tây dương hòng triệt hạ một liên minh quan trọng của Nguyễn Ánh, hậu duệ nhà Chúa Nguyễn, vẫn dấy quân đóng giữ từ Gia Định trở vào. Xưa ở Đa Phận, Charles-Antoine Sieyès đã kể cho Thức nghe về một trường đạo Đàng Trong ở Mạc Bắc do giáo sĩ Liot đứng đầu cai quản. Liệu Liot có liên hệ gì với Nguyễn Ánh không? Chắc chắn vấn đề sẽ không mấy đơn giản.

Đêm ấy, Thức báo cho Băng Vân việc đi vào Đàng Trong. Nghe đến địa danh Qui Nhơn, mắt Băng Vân lóe lên rực lửa. Nàng vội vàng hỏi:

- Có phải nơi ấy là nơi ba anh em Nhạc, Huệ, Lữ đã dấy quân rồi xưng đế không?

Thức gật đầu. Băng Vân cầm phiến đá trầm ngâm rồi nhìn Thức nhỏ nhẹ:

- Chàng xem bông hoa. Nay có đủ cánh, chỉ còn đài hoa là chưa rõ nét. Em xem còn phải đợi đến một vài tháng nữa em mới đi được!

Thức choàng tay ôm Băng Vân. Nay đầu chân và đầu tay nàng đã nóng lên, nhưng lưng, bụng và ngực vẫn còn lạnh hơn một cơ thể bình thường. Thức bảo là ngày hẹn đã gần, làm sao chùng chình được lâu. Vân nghĩ ngợi, rồi thốt:

- Em cũng muốn vào. Ở đấy, em còn con em út mà em chưa biết mặt! Nhưng đi như thế, em lòng cứ ngài ngại, không hiểu vì sao. Hay là...

- Hay là thế nào? Thức hỏi.

Băng Vân đỏ mặt, lấy tay mơn man cổ Thức, đầu ngả vào vai, lọn tóc dài chảy xuống như thác đổ trên chiếc lưng thon, miệng ngập ngừng:

- Hay là... là...

Vụt khỏi lòng Thức, Băng Vân vùng chạy, vừa cười vừa nói:

- Em không nói được.

Băng Vân lần đầu cởi phăng hết xiêm áo đêm hôm đó, đứng cuối giường nhìn Thức. Cái thân thể tưởng là mảnh mai kia giờ lồ lộ cong uốn những núi những đồi, những triền sông, bãi đất ẩn hiện trong ánh đèn dầu chập chờn. Nàng không nói không rằng, áp người nằm lên người Thức, rồi ngồi lên, đong đưa, ưỡn ngực ra, cong người lấy tay bấu vào bắp chân Thức, đảo như người lên đồng. Cảm giác Thức bị bốc xoáy vào một cơn bão nhớt nhát, khi trồi lên khi tụt xuống theo tiếng gió hú trong rừng lá xạc xào, khi lại như bị cuốn hút từ bốn bề xuống thật sâu, sâu tận đáy của một đại dương cứ thế bóp vào rồi lại nhả ra, rồi để cuối cùng phụt lên từ đáy biển một con nước nhờn, ấm, mùi tanh tanh, tràn ra khỏi bờ, làm ướt hết nửa phần dưới thân thể Thức.

Băng Vân ngật người ra, mắt nhắm nghiền, nằm thở dốc. Thức ngạc nhiên rờ rẫm. Chàng vẫn chưa xuất tinh. Thức nhìn dọ hỏi. Băng Vân hé mắt, miệng cười lộ chiếc răng khểnh, nói nhỏ:

- Em đấy. Cứ vậy, em đẩy ra chất âm để rút ngắn con đường hoàn dương. May ra như thế em mới cùng chàng đi Qui Nhơn được.

*

Đêm trước buổi sáng lên đường, Băng Vân để phiến đá vào tay Thức, run giọng:

- Chàng để bên mình. Có thương em thì nhớ rằng chớ để ba ngày mà không truyền dương khí. Tối thiểu là trích ba giọt máu - ngần ngừ, Băng Vân đưa tay vén tóc - Nay em chỉ còn phần trái tim là còn lạnh, nhưng lại là phần quan trọng để hoàn toàn thành người. Đường xá bấp bênh, giặc cướp lại đầy rẫy, chàng tránh đi ban đêm cho em!

Thức trấn an, tay cầm phiến đá, vừa cười vừa đùa, hỏi:

- Này phiến đá Băng Vân, giá như tim em cứ là đá mãi thì ta giữ em trong tay, làm sao mất em được. Trừ phi ta mất chính ta. Mang tim người, liệu em có còn biết thủy chung như nay không?

Băng Vân bụm miệng Thức lại, rơm rớm nước mắt, chặn:

- Sao chàng lại nói thế, đừng nói gở nào...

May một bọc lụa để phiến đá vào, Thức quàng quanh cổ rồi xách gậy đi về phía La Sơn. Được thầy báo cho biết rằng Ngô Thì Nhậm sẽ ghé thăm, Thức định lên Bùi Phong trước khi vào Qui Nhơn. Từ ngày Kiêu binh phò Trịnh Tông lên ngôi Chúa, những người dính dáng đến vụ án năm Canh Tý đều bị tróc nã. Nhậm phải đi trốn, ở đâu lẩn quất trong rặng Hương Sơn, mỗi khi đi lại đều đề phòng cẩn thận. Khi Thức đến, Nhậm đã ở trại hai ngày trước. Nhìn Thức, Nguyễn Thiếp đăm chiêu hỏi:

- Vào Đàng Trong ngay bây giờ liệu có sớm quá chăng? Tây Sơn mới chiếm được một mảnh đất con con, mặt nam Nguyễn Nhạc phải đối phó với đám Nguyễn Ánh, Đỗ Thành Nhân, phía bắc có ba vạn quân Lê - Trịnh đóng khắp Thuận Hóa, lúc nào cũng là mối lo. Về mặt chính danh, giang sơn này vẫn là của nhà Lê, dân đói khổ ca thán thì cứ đổ cho hai chúa Trịnh - Nguyễn.

Nhậm thở dài:

- Chúa chèn ép Vua, Vua vẽ mặt đóng tuồng cho qua ngày đoạn tháng. Còn ra, bố vợ họ Trịnh với chàng rể họ Nguyễn thì bảo con cháu đánh nhau hai trăm năm nay, vậy hỏi lấy gì mà giữ chính danh.

Quay sang Nguyễn Thiếp, Nhậm hỏi:

- Cái sấm ký về hai trăm năm nhà Chúa trị vì đã có mòi đúng rồi. Đoan Nam vương Trịnh Tông bây giờ bị đám kiêu binh loại Bằng Vũ, Nhưng Thọ kiềm chế, lại nhân danh Vua để chèn Chúa... Tiên sinh thử nghĩ xem có lâu được không?

Thiếp nhìn Thức, lắc đầu, nhưng lại nói:

- Lâu thì không lâu, nhưng cũng chẳng chóng được ở cái thế tam quốc phân tranh! Quay sang Nhậm, Thiếp dò hỏi - Còn phần ông, ông tính thế nào?

Nhậm nâng tách trà uống một hớp, móc quyển sách kẹp trong bụng ra, hai tay trịnh trọng đưa lên cho Thiếp, chậm rãi:

- Ở thế xuất, thì xuất, còn ở thế xử, thì xử. Đây là tập *"Xuân Thu Quản Kiến,"* trình lên tiên sinh xem xét. Trong này, tôi có luận lại vấn đề chính danh.

Quay sang Thức, Nhậm hỏi:

- Nguyễn đệ nhất định vào Đàng Trong?

Gật đầu, Thức cương quyết:

- Dạ, thế Ngô huynh luận thế nào là chính danh?

Nhậm mỉm cười:

- Nghiêu được dân tôn lên là có chính danh. Nghiêu truyền ngôi cho Thuấn. Thuấn chẳng phải huyết thống máu mủ của Nghiêu, dân lại yên lòng, sống trong thái hòa. Đấy là giữ chính danh. Khi dân ca thán, chính danh bắt đầu lung lay. Lúc giặc giã tứ bề, chính danh đang lụi mà chỉ còn sức mạnh. Chỉ dùng sức mạnh là hoàn toàn mất chính danh. Theo cuộc tuần hoàn, cái mất đi luôn được bù lại. Đó là lúc một sức mạnh mới biết mang đến một cái gì khác với sức mạnh để hỗ tương cho nó. Mệnh trời thay đổi là vậy.

Thiếp nhăn mặt, tay phe phẩy quạt. Thức nhìn Nhậm rồi nói:

- Nghĩa là mệnh trời và dân ý hợp nhất. Là một, không tách bạch được? Nhưng như vậy thì cứ phải loạn lạc mới biết dân ý để đổi mệnh trời? Ngô huynh cho là không còn con đường nào khác à?

Nhậm buồn bã:

- Không, bởi cái truyền thống từ Bắc phương đã nhiễm vào đến xương tủy của mình rồi!

Đứng lên, Nguyễn Thiếp lẳng lặng đi ra ngoài vườn nhìn về phía chân trời. Khi Nhậm và Thức đến bên, Thiếp chỉ tay vào đám mây đằng xa, vẩn vơ:

- Ta đố đám mây kia bay về đâu? Nam hay Bắc? Nhìn Thức, Thiếp dặn dò - Vào Đàng Trong, có hai thế lực, chưa biết mèo nào cắn mỉu nào nên phải cẩn trọng, không được hấp tấp. Mắc vào thì dễ, gỡ ra mới khó.

Thức không trả lời. Nhìn ánh nắng vàng trên cánh chim vút ngang tầm mắt, Thức thầm nhủ rằng mặc cho mây giạt về đâu, con chim tự do nào cũng phải tìm ra hướng bay của riêng nó.

*

Qua khỏi đèo Hải Vân, Thức ngoảnh lại ngước lên nhìn những cụm mây bạc đậu trên đỉnh đèo. Chàng thở phào, thầm nhủ từ đây không còn phải lẩn tránh lính tráng Chúa Trịnh. Đã mười ngày nay chàng ngủ bờ ngủ bụi, râu ria lởm chởm, áo quần lấm bụi đất, nhưng lòng chàng phơi phới một niềm vui lạ lùng. Mỗi đêm, sau khi chàng trích tay nhỏ máu vào phiến đá đeo trên ngực, Băng Vân lại hiện ra. Thân thể nàng đã gần nhiệt độ người thường, duy chỉ ngực còn lạnh.

Càng đi vào càng gần Qui Nhơn, Băng Vân càng bồn chồn. Nàng cắn môi, rồi ngập ngừng:

- Hay ta nghỉ, đợi thêm ít lâu cho ngực thiếp hoàn toàn dứt được âm khí rồi hãy vào?

Thức cười bảo:

- Cái hẹn với Long Nhượng tướng quân nay sắp đến. Cứ vào, rồi sẽ tính sau. Nếu cần, ta sẽ xin ở lại Qui nhơn, hẹn Kỷ sẽ theo vào Gia Định, đợi khi em đã hoàn dương!

Băng Vân vuốt tóc, rồi nói:

- Lạ thật, em nửa muốn đến ngay, nửa lại cảm thấy thế nào ấy, cứ ngần ngại.

Thức nghe chỉ cười xòa, tiếp tục con đường vào Qui Nhơn.

Vào địa hạt Quảng Nam, cư dân thưa dần, sắc phục cũng khác ở Thuận Hóa. Từ khi có lệnh của Chúa Trịnh cách đây sáu năm, dân chúng từ Phú Xuân trở ra phải thay đổi ăn mặc theo kiểu Đàng Ngoài. Ở đất Quảng, gần nửa vẫn là cư dân Chàm. Đàn ông quấn mình bằng những giải vải màu trắng, choàng lên vai rồi vắt ra sau lưng. Đàn bà dùng nhiều giải vải hơn đàn ông, lại chen đỏ hoặc xanh hay vàng vào, trông rất rực rỡ nhưng vẫn thướt tha, uyển chuyển. Họ che mặt bằng một loại nhiễu thưa màu ngà, tóc hoặc vấn đến đỉnh đầu, hoặc để dài quá vai, thường là buông đến ngang lưng. Cả đàn bà lẫn đàn ông đều đi chân trần, và nhà nào cũng để ngay ngoài cửa một bình nước và chậu để rửa chân. Cửa nhà họ lúc nào cũng để trống, ngay gian ngoài có giải một loại thảm thêu sặc sỡ, xung quanh xếp những chiếc gối. Đến giờ ăn, khách dự bữa mà không cần hỏi. Ăn xong muốn đi thì đi, cũng không ai hỏi tới, chỉ nghiêng người cười chào nhau. Cứ ngày ngày ba buổi, họ im lặng quì rồi dập đầu xuống đất, nghe tiếng đọc kinh như người ê a hát bằng thổ âm vang đến từ một tầng tháp cao ở đâu đó, miệng đồng thanh kêu Allah, thượng đế của họ. Riêng ở Quảng, một vị quan người Chàm trông coi bàn dân. Quan có quyền đi giầy, ăn mặc như mọi người Chàm, chỉ đeo thêm một giải đai thắt quanh bụng. Thường ra, luôn luôn có một vị thư lại người Kinh đi kèm vị quan Chàm, và việc gì cũng cần sự đồng ý của vị thư lại, kể cả những sự vụ như tang ma, hiếu hỉ, kiện tụng.

Về phía dân Kinh, họ vừa di cư đến lâu nhất là khoảng chục năm nay. Y phục của họ là một thứ nửa Chàm, nửa kiểu Đàng Ngoài, nhuộm nâu, hoặc đen. Bị ảnh hưởng của môi trường người Chàm, sinh hoạt của họ phần nào cởi mở hơn ở Đàng Ngoài. Họ thường tụ lại lập làng mạc, khác với người Chàm sống rải rác, biệt lập. Đặc biệt, dân theo đạo Ki Tô rất đông, lắm nơi cứ mỗi ba người là có một giáo hữu. Ở phía bắc Quảng Nam, và nhất là ở Hội An, trong số giáo hữu lại có người theo Tin Lành bởi sự có mặt của một số giáo sĩ truyền đạo người Anh và người Hòa Lan ở đó.

Thức dừng bước lúc trời gần tối. Chàng đến chân một trong ba chiếc tháp chiều cao chừng gần hai trăm thước ta. Làm bằng gạch màu mai cua, lại không hề có vết ghép nối, Thức nhìn tưởng ra như cả khối đất khổng lồ được nâng lên thành chiếc tháp gạch sừng sững, đỉnh nhọn hoắt chĩa lên trời cao làm chứng cho cái tài tình của những con người cấu tạo ra nó. Trong thinh không bỗng văng vẳng lời đọc kinh ê a than vãn, cầu xin từ cõi linh hiển nào đó những ân huệ thiêng liêng cho chốn trần gian.

Tựa tay vào vách tháp, Thức bồi hồi ngẫm lại. Hai trăm năm trước, chốn này kinh đô một vương quốc huy hoàng. Đằng xa, thung lũng dưới chân đồi kia là thành Đồ Bàn, nơi xưa công chúa Huyền Trân đời nhà Trần đã nên duyên cùng Chế Mân. Món quà cưới - đúng hơn, là món thách cưới - là hai châu Ô, Rí chàng vừa đi qua. Của hồi môn có gì, ngoài hai câu dân gian mai mỉa: "Tiếc thay cây quế giữa rừng. Để cho thằng Mán thằng Mường nó *leo*"!

Thức phạt cỏ ở một góc cạnh tháp rồi bắt võng, mở gói lương khô ra. Mặt trời đã khuất sau lưng núi, nhưng ráng đỏ vẫn còn luẩn quẩn ở nơi trời liền với biển. Một đoàn dăm người Chàm đi qua chân tháp, gặp chỉ lẳng lặng cúi chào Thức, tiếp tục nối đuôi nhau, những chiếc áo choàng trắng xa dần rồi thấp thoáng sau những lùm cây trong rừng. Thức nhắm mắt mơ màng, mặc giấc ngủ ập đến.

Nửa đêm, Thức choàng dậy. Băng Vân tay kéo áo chàng, miệng nức nở, tay chỉ:

- Chàng ơi, thiếp sợ lắm... Xem kìa, chàng có thấy không?

Thức lắc đầu.

- Ông ấy cứ chòng chọc nhìn thiếp nãy giờ, chàng không thấy gì à? Ông ấy đòi bắt thiếp đi...

- Ông ấy nhìn ra làm sao?

- Ông ấy choàng áo vàng, đầu đội mũ nhọn hoắt có đính một viên hồng ngọc, mặt đầy râu, tay cầm kiếm! Đúng, ông ấy lại trợn mắt lên... Ơ, lạ chưa, trông như Đèo Kha, phải... Tay kia ông nắm cây sáo đinh bia. Đấy, ông ấy thổi sáo... Chàng nghe thấy không?

Thức lại ngơ ngác lắng nghe, rồi lắc đầu. Băng Vân chui vào lòng Thức, ôm chặt lấy. Thức chưa kịp nói gì thì Băng Vân đã biến vào phiến đá. Chàng tự hỏi:

- Lạ thật! Mà ai là Đèo Kha nhỉ?

*

Theo đường chính, Trọng Thức vào thành Qui Nhơn khi mặt trời lên đúng ngọn cây. Chu vi thành khá rộng, cách kiến trúc gồm hai lớp. Tường thành lớp ngoài đắp bằng đất trộn với vỏ dừa và tre bện lại, cao khoảng ba đầu người, trên có đường đi lại, có chỗ để những ụ súng lớn và chi chít lỗ châu mai cho súng nhỏ. Lớp tường ở trong là tường cổ do người Chàm xây bằng đá ong đều đặn xếp chồng lên nhau, cứ mỗi trăm thước lại đặt một chòi canh cao nghểu nghện. Dinh thự của hàng quan lại nằm trong nội thành, thường là còn sơ sài giản dị trừ nơi Vua Tây Sơn ngự.

Cư dân ở Qui Nhơn khá đông. Họ họp chợ ở phía Nam khoảng giữa hai lớp tường thành. Đến từ tứ xứ, người Kinh có, người Chàm có và cả những người Ra-đê chít khố, mình trần trùng trục, thồ vào thành ngô, sắn, và thú săn để đổi lấy muối, dầu hỏa. Binh lính ăn mặc kiểu thường dân, chỉ quấn quanh lưng một giải vải điều và mang ở chân một loại dép làm bằng da trâu thuộc có sỏ những sợi dây buộc túm vào ống quyển.

Đến chân tường bao quanh nội thành, lính canh ở trạm gác chặn Thức lại hỏi. Khi nghe Thức tìm gặp Trần Danh Kỷ, họ lễ phép mời Thức ngồi, rót nước mời uống, rồi vào báo. Nhìn người lính tóc hoa râm tiếp mình, Thức dè dặt hỏi:

- Bác nói giọng nghe như tiếng Đàng Ngoài?

- Đúng, tôi họ Hà, từ Nghệ vào đây được một giáp, từ ngày Tây Sơn xưng vương. Còn Bác?

- Tôi ở La Sơn mới vào! Đời sống ở đây thế nào?

Người lính châm điếu cày, rít xong, trả lời:

- Cũng tốt, đỡ đói hơn là ngoài đó. Trong này, không có chuyện quan quân ức hiếp dân nên dân dễ thở. Còn là lính thì cứ chinh chiến thôi, được cái gia đình có đồng ra đồng vào, khỏi phải lo cái ăn!

Chưa dứt lời, một đoàn người cưỡi ngựa trờ tới. Người dẫn đầu nhảy xuống đất, chân đi ủng, lưng quấn giải khăn vàng, tay cầm gươm, đi thẳng vào trạm gác. Người lính già kính cẩn chào, mắt nhìn về phía Trọng Thức. Chắp tay chào Thức xong, người đó nói, giọng nặng nghe rất khó, tay chỉ vào một con ngựa không có ai cưỡi. Thức hiểu ý, lên lưng ngựa.

Đoàn người lại lên đường. Ngựa Thức cưỡi được kèm hai bên, đằng trước là người chân đi ủng, vừa ra roi, vừa quát. Ngựa chạy vòng đường thành nội về mé Tây, đến một cửa thành lại không vào, rẽ sang hướng Nam. Chạy thêm một quãng, bức tường thành lớp ngoài đắp bằng đất đã trong tầm mắt. Thức ngạc nhiên, nhưng cả đám lính đi kèm cứ tiếp tục giật cương cho ngựa chạy. Họ ra khỏi ngoại thành.

Thức hỏi lớn:

- Ta đi đâu vậy? Tôi muốn gặp Trần Danh Kỷ cơ mà!

Hai người lính kèm bên ngựa Thức giơ tay ra nắm mỗi người một sợi cương, không nói không rằng, cứ thẳng đường trẩy ngựa. Một lát sau, họ rẽ vào một con lộ nhỏ, kéo cương cho ngựa chậm lại, rồi ngừng trước một căn nhà. Người đi ủng nhảy xuống gọi. Cửa mở, hai người dân binh đi ra. Họ thì thào với nhau. Người đi ủng đến bên, đỡ cho Thức xuống ngựa, rồi nói:

- Phiền ông nghỉ lại đây. Trong thành nước tôi đang chuyển quân. Chuyện quân quốc là đại sự, không để cho người nước ngoài biết được nên buộc lòng phải giữ ông ở đây vài ngày...

Thức thầm nhủ: "À, thì ra mình là người nước ngoài," bực mình hỏi lại:

- Ai bảo đưa tôi đến đây?

- Tôi là kẻ dưới chỉ thừa hành lệnh trên.

- Lệnh từ đâu đến? Trên là ai?

- Trên là trên cao lắm, tôi không biết!

Người đi ủng đưa mắt làm hiệu. Hai người dân binh đến cạnh Thức, mỗi người nắm lấy một tay, rồi lôi Thức vào trong nhà. Một người kéo chiếc chõng tre, rồi mở nắp hầm ở dưới. Họ đẩy Thức xuống, đóng cửa hầm lại.

Nghe tiếng kéo chiếc chõng đặt lên nắp hầm, rồi tiếng vó ngựa mỗi lúc một xa, Thức mím môi, quờ quạng trong bóng tối. Chàng nén bực bội, bình tĩnh suy xét tình thế nghĩ cách tiến thoái. Dĩ nhiên, không phải là Kỷ ra cái lệnh đón tiếp chàng theo kiểu oái oăm thế này. Lại chẳng phải Long Nhượng tướng quân, người đã viết thơ mời chàng. Có lẽ, có lẽ chỉ là một tên quan võ lo việc giữ bí mật quân cơ đối với bàn dân. Và cứ thấy người "*nước ngoài*" là hàm hồ lo bảo mật!

*

Vào khoảng tuần sau, người ta mở nóc hầm đưa Thức lên. Một đoàn người ngựa đã chực sẵn, kèm Thức vào nội thành Qui Nhơn, đưa thẳng đến điện Thái Hòa, nơi Vua Thái Đức nhà Tây Sơn coi việc triều chính.

Thời gian ấy, nhân mặt Bắc không có gì đáng ngại vì đang loạn kiêu binh, nhà Tây Sơn quyết định phải dứt khoát thanh toán đám quân Chúa Nguyễn trong Nam. Theo nước dòng, Tiết Chế Nguyễn Lữ đã dẫn thủy quân đi từ cửa Thị Nại vào Cần Giờ, và Long Nhượng tướng quân Nguyễn Huệ đưa bộ binh xuống Bình Thuận trên con đường tiến ra Gia Định. Cờ quạt chăng lên tiễn ba quân lên đường chinh chiến vẫn còn la liệt khắp nơi. Dân kháo nhau là chiếm xong Gia Định, hẳn sẽ có những gia đình buộc phải rời vào lập nghiệp trong đó, nên không khí khá xôn xao hăm hở.

Gọi là điện, nhưng Thái Hòa chỉ là ba giẫy nhà, mỗi giẫy có tám gian bọc thành hình vuông, một mặt ngỏ xoay ra phía biển. Nhà xây bằng gỗ lim, chính điện trông không khác gì kiến trúc một gian nhà thờ họ. Thức ngồi chờ ở gian ngoài một lát thì có lệnh cho vào. Trên một chiếc ngai có phủ da báo, Nguyễn Nhạc người to lớn, mắt lộ, môi dày, răng hơi hô, da sần sùi đen như củ súng, ngồi vắt chân chữ ngũ. Mặc một bộ quần áo màu vàng có đính kim tuyến, đầu đội mũ triều thiên, tay cầm một chiếc quạt ngà, Nhạc nhai trầu, nước ứa ra khóe mép đỏ lòm.

Hai người lính đưa Thức vào quì xuống hô ''Hoàng đế, vạn vạn tuế!'' Nhạc phẩy tay đuổi ra, rồi chòng chọc nhìn vào mắt Thức, nhổ bã trầu, quệt mép quát:

- Mi người nước ngoài không biết phép tắc chi cả sao? Mi gặp thiên tử nước mi, mi cũng chong mắt lên mà nhìn à? Chúa Út đâu? - Nhạc đảo mắt tìm - Gọi cho ta Chúa Út ra đây!

Quì một gối, Thức chắp tay vái ba lần, đĩnh đạc:

- Kẻ tiện dân này chưa bao giờ có diễm phúc được diện kiến một vị Thiên tử, nay vừa sợ vừa mừng, quên mất phép tắc, xin lấy lượng cả bao dung cho!

Hừ một tiếng, Nhạc hỏi:

- Mi vào tệ quốc làm gì?

Nghe hai chữ tệ quốc, Thức suýt phì cười, cắn răng lại, đầu cúi xuống ghìm hơi cố giữ để khỏi thất lễ với vị Thiên Tử. Nhạc lại quát:

- Nói ngay!

- Kẻ tiện dân được Trần Danh Kỷ gửi người đến, đưa thư gọi vào, nên tuân mệnh đến quí quốc...

Nói đến chữ quí quốc, Thức lại cắn môi, nhịn cười, thành ra ấp úng. Nhạc dịu giọng, tay chìa bức thư của Long Nhượng tướng quân ra:

- Ta biết rồi, nhưng ta hỏi mi làm gì chứ không hỏi tại sao mi đến quí quốc!

Bỗng có tiếng cười khanh khách, rồi một giọng trong veo vẻo cất lên:

- Sao mi đến nước ta! Hắn nói quí quốc thì được, nhưng Hoàng huynh thì phải bảo là nước ta chứ.

Thì ra Chúa Út là một người con gái chạc đôi mươi. Nàng mặc xiêm màu ngà, tóc vén cao, lưng đeo kiếm, nhanh nhẹn đến bên Nhạc cúi chào rồi đứng bên cạnh. Chúa Út mình dong dỏng, mắt xếch, nhìn thoáng Thức thấy nàng có nét mặt từa tựa như Băng Vân, cười cũng lộ ra một chiếc răng khểnh khểnh, duy chỉ có da là ngăm ngăm đen. Nhạc khạc đờm, nhổ vào chiếc ống nhổ, gằn giọng:

- Thằng Huệ và thằng Kỷ gọi mi vào đây làm gì? Chắc đâu phải chỉ đi phiên dịch với bọn Tây dương. Ta biết thằng Kỷ nó đi khắp nước mi, ra đến tận Thăng Long tìm người phò thằng Huệ. Mi gặp thằng Kỷ hồi nào?

- Kẻ tiện dân gặp ở Kinh năm ngoái, nhưng đây là lần đầu được nghe đến Long Nhượng tướng quân, chưa hề có liên lạc gì ngoài cái mối sơ giao với Trần Danh Kỷ.

- Đứa nào dính vào thằng Kỷ đều là phường nối giáo cho giặc, không tin được.

Thức ngạc nhiên, hỏi:

- Kỷ giúp việc Long Nhượng tướng quân, tướng quân vừa là bề tôi, vừa là em của Hoàng Thượng, sao gọi là giặc?

Biết mình lỡ lời, Nhạc nhìn Chúa Út, át tiếng:

- Láo, láo thật. Đến nước người mà dám vặn vẹo vua nước người ta thế à? Cứ thấy mấy quyển sách trong nải của mi là ta biết mi có được ít chữ nghĩa, bất quá có gì mà ta phải sợ!

Đúng lúc ấy, Chúa Út nhếch miệng cười:

-Đúng, Hoàng huynh ta oai trùm trời đất, có gì mà phải sợ. Cái mạng mi, Hoàng huynh ta tha cho sống là may cho mi rồi - Nàng ngước nhìn Nhạc, tiếp - chứ một mi hay trăm mi bắt chết cũng phải chết, khó chi mà không làm!

Nhạc hể hả, cười ầm lên, vỗ đùi rồi quát:

- Thôi, lôi đi thằng này đi cho khỏi bẩn mắt ta, lôi ngay ra. Làm gì mà phải sợ... Hà, hà.

Lính lôi Thức bỏ vào ngục. Lần này, chàng bị đóng gông, đêm đêm phải cắn ngón tay lấy máu nhỏ vào phiến đá Băng Vân. Chàng ngạc nhiên khi thấy Chúa Út quả có giống Băng Vân, nhất là giống chiếc răng khểnh khểnh, lộ ra khi cười trông như trêu ghẹo. Thức gọi tên, nhưng trái với định ước, không thấy Băng Vân hiện ra. Chàng nhìn vào phiến đá, thấy cái đài hoa hồng đã dần dần lên sắc đỏ. Ngẫm lại thân mình, Thức bật cười. Lần vào tù ở Thăng Long còn có chút lý do. Lần này, thì thật không! Và rồi cũng chẳng có thể đoán mình sẽ ra sao! Chàng bỗng nhớ Dương Quang, bắt chước cao giọng hát:

''... Này con chim cánh đen. Mỏ vàng mày nhọn. Chiếc lồng nhốt mày bằng nan mục nát. Hãy phá cho tan rồi bay ra, bay xa...''

Hai tháng sau, Thức cứ ngỡ người ta đã quên mình thì chợt vào một buổi giữa trưa, một đội lính lưng cạp vải đen đến, trói gô chàng lại rồi bỏ lên một chiếc xe thồ, đánh xe chạy về phía cửa Thị Nại. Đến bìa rừng Bồng, họ ngừng lại, lôi Thức vào, lấy giây chão trói chàng vào một thân cây. Thức sởn tóc gáy. Vùng này nổi tiếng là lắm hổ. Nếu không bị hổ vồ, cũng chết vì đói khát. Thức không làm gì được, ngước mắt lên trời kêu một tiếng. Chàng lại nhớ đến tiếng kêu của giáo sĩ Sieyès trong những phút nguy biến ''Lạy Chúa tôi, tại sao Chúa lại bỏ tôi?''

Bọn lính lẳng lặng bỏ về, không nói lấy một lời. Đầu tháng tư, gió bắt đầu hầm hập nóng. Trên cành cây trước mắt, một lũ khỉ đến đánh đu, giương mắt nhe răng nhìn chàng, rồi chí chóe với nhau. Chàng gọi ''Băng Vân, Băng Vân ơi!'' nhưng biết là vô ích vì nàng chưa thể ra được ánh sáng mặt trời. Thức nhìn lên. Ít nhất là phải đến đầu giờ tuất thì Băng Vân mới hiện được. Vậy là còn ba giờ nữa. Chỉ cầu là hổ báo đừng đánh hơi tìm đến. Mấy chú khỉ mon men đến gần, lấy chân khều khều Thức. Bỗng chúng kêu eng éc, rồi nhốn nháo leo lên cây, chạy nhảy toán loạn. Thức thót dạ, hổ hay báo? Hay trăn, hay rắn?

Không, không có hổ báo. Một toán người vạch lá tiến đến, dẫn đầu là Chúa Út. Nàng reo lên ''Đây rồi!'' và rút dao quắm ra cắt dây chão trói Thức. Đúng lúc đó, có tiếng sột soạt trong đám lá cây trước mặt và tiếng khịt của một con thú lớn. Chúa Út cười, bảo đồng bọn:

- Chỗ này lắm hổ đói, cẩn thận nhé. Quay sang Thức, nàng tiếp - Ông còn may lắm đấy! Hôm nọ, ông nhớ không, Hoàng đế bảo đâu có bắt ông chết, tha cho sống mà! Nàng khúc khích - Tôi đến thả ông là làm đúng lời truyền. Vả lại thế là tránh được lôi thôi với anh ba tôi. Không thì lục đục với nhau chẳng biết làm sao mà tránh được.

Nàng nghiêm mặt, giọng trở nên đứng đắn:

- Tôi chỉ xin với ông là khi gặp anh ba tôi, tức là Long Nhượng tướng quân, đừng nói lại việc bị trói trong rừng. Xuống bờ biển, tôi đã sắp sẵn thuyền rồi, ông cứ theo gió, theo dòng là xuôi vào Nam. Trên thuyền, sẵn lương khô và bản đồ. Trần Danh Kỷ theo anh ba tôi, chắc cả hai vẫn chờ ông trong Gia Định.

Chúa Út chắp tay chào và về. Đám tùy tùng nàng hộ tống Thức đến cửa Thị Nại. Thức lên thuyền, chống cho ra xa bờ, tay sờ lên ngực nắm lấy phiến đá. Mặt trời lặn trên cửa biển. Trên cao tít, trời chi chít sao. Thức lại vừa chết đi sống lại. Chàng nhìn lên tìm vì sao bản mệnh mình đang lấp lánh đâu đó, mong nó đừng lìa vũ trụ này một cách vô lý như những ngày tù ngục vừa qua.

*

Hai ngày liền, Thức ghìm tay lái cho thuyền chạy dọc ven bờ, mắt lấy những hàng dừa xanh làm chuẩn, giữ hướng nam thuận dòng trôi đi. Mây trên trời xanh lơ lửng trôi theo gió cao lồng lộng, bồng bềnh như bông hiền hòa trong những bức tranh vân cẩn. Thức ngả lưng vào mạn thuyền, mơ mơ màng màng nghĩ đến những ngày vừa qua, lắm khi tưởng như là không có thật. Đêm đến, Băng Vân lại hiện ra. Ấp tay lên, ngực nàng vẫn còn lạnh, Thức nhắc chuyện Chúa Út có nét giống Băng Vân, người đã cứu mạng chàng, và thắc mắc không hiểu sao vua Tây Sơn lại định tâm bắt chàng tội chết. Hỏi, Băng Vân chỉ đáp:

- Nó chính là em của thiếp, đẻ ở Đàng Trong nên thiếp cũng chưa biết mặt. Mỉm cười, Băng Vân vui miệng- Thế ra là hai chị em nhìn giống nhau thật hả?

Thức khêu cho Băng Vân nói thêm, nhưng nàng chỉ nép vào lòng, bảo:

- Trên đường vào Đàng Trong, em trượt chân ngã xuống suối ở chân núi Bạch Tượng, bị giam hãm trong phiến đá này. Lúc ấy, em có ba đứa em trai, chưa có đứa em gái nào. Chàng có hỏi thêm, em cũng không thưa được. Chỉ xin chàng tin em hoàn dương là để nâng khăn sửa túi cho chàng, như em đã nói! Cái duyên đẩy cho chàng gặp em, cả nghìn năm mới có một lần ở cõi nửa tiên nửa trần, vậy chớ có lỡ lầm!

Ôm Vân vào lòng, Thức trầm ngâm tưởng lại những ngày qua. Hạnh phúc của sự sống, cạnh một Băng Vân dẫu chỉ sắp thành người, thực sự là có với Thức ở chân núi Bạch Tượng, nơi có tiếng suối reo cho những đêm mặn nồng chăn gối. Ra khỏi cái cõi riêng tư tuyệt vời đó để vào cõi người ta, Thức sa ngay chốn tù ngục mà chẳng rõ lý do, chứng kiến chuyện binh đao chém giết mà động cơ vẫn cứ rặt là quyền lực và lòng tham mù quáng. Chàng nhìn vào cặp mắt ướt át của người yêu, dịu dàng:

- Hay là ta về, bỏ quách cái cõi đời cho người đời. Có ta, đời chẳng hơn gì. Không ta, biết đâu đời lại không bớt đi vài niềm đau khổ? Em nghĩ thế nào?

Ngạc nhiên, lần đầu Thức nghe Băng Vân rít lớn: ''Không, không!'' Nghiến răng lại, rồi quay nhìn về phía Qui Nhơn, Băng Vân tiếp, mắt rừng rực lửa:

- Để ngày nào em thành người là ta sẽ lại về Qui Nhơn hầu giải cho sạch cái nghiệp cũ. Khi ấy, em sẽ cùng chàng tìm núi cao rừng sâu vui vầy, chẳng còn gì để dính dáng vào cuộc thế này nữa.

Thức gặng hỏi cái nghiệp nào nhưng Vân mím miệng lắc đầu không nói. Nàng kêu lạnh, run lên bần bật, rồi lại biến vào phiến đá.

Lênh đênh hai ngày đêm, bỗng một hôm trời hầm hập, gió ở đâu rít lên phần phật. Sóng biển mỗi lúc một cao, tiếng nước rú lên kêu quanh đe dọa. Thức buộc mình vào tay lái thuyền, giữ hướng trong cơn giông bắt đầu dậy lên từ cuối đất, thổi vào biển rộng những trận gió ào ạt. Lát sau, gió ngạo nghễ quay cuồng, xoáy vào nước điên dại. Những cột nước vọt lên cao đến hàng chục thước bỗng ở đâu hiện ra, rồi hụp xuống làm thành những vực sâu hun hút. Cắn răng chống trả cơn thịnh nộ của thiên nhiên, Thức mất hoàn toàn phương hướng. Kiệt sức, Thức buông thả tất cả cho định mệnh, để phó mặc thân mình vào lượng đất trời, nắm chặt lấy tay lái thuyền chìm nổi trong dòng nước mặn chát vị muối.

Khi tỉnh lại, Thức thấy mình nằm trong khoang một chiếc tầu. Tai loáng thoáng nghe tiếng người qua một thứ ngôn ngữ lạ tai, Thức cố gắng mở mắt ra nhìn. Thủy thủ trên tầu đều là người phương Tây. Da họ đỏ rực, râu ria đen thui sồm soàm. Thức đưa tay vẫy, khát đến cháy cổ. Một người thủy thủ đến vực đầu Thức lên, đổ nước vào miệng. Nước ngọn lịm, mát đến tận hồn, trôi qua cổ họng. Thức mơ mơ màng màng, nghe có người hỏi:

- Người đi với mày đâu rồi?

Thức ngạc nhiên, lẩm bẩm ''Ai? Ai đi với ta?,'' rồi lại ngất đi. Khi tỉnh lại, Thức thấy chân tay đã bị trói gô lại. Một người đầu đã chớm bạc, mình trần phô ra những bắp thịt như đồng mun, ghé vào mặt Thức nói chầm chậm:

- Mày đi thuyền của Tây Sơn là đi về đâu? Con đàn bà cùng đi bây giờ nó ở chỗ nào?

Thức chợt rùng mình. Có phải là bóng dáng Băng Vân chăng? Giông bão kéo đến ba ngày nên chàng không thể trích máu nhỏ vào phiến đá. Vậy, trời đất ơi, Băng Vân sẽ ra sao? Vì cớ gì mà bọn thủy thủ xôn xao hỏi đi hỏi lại về ''con đàn bà'' nào đó? Thức lắc đầu, chỉ tay vào miệng, vào đầu, ý bảo mình không hiểu. Tên thủy thủ già lại bỏ đi.

Đêm xuống dần. Sau cơn bão, trời quang tạnh hẳn. Gió biển lại ào ạt buốt giá. Sao trên trời giải khắp tầm mắt, từ bắc sang nam, từ đông sang tây, lấp lánh vô tình. Chợt có người khều tay Thức. A, Băng Vân, nàng ở đây? Thức reo:

- Lạy Trời, Băng Vân còn...

Băng Vân kêu lên, mặt trắng bệch, tay đã bắt đầu lạnh:

- Chàng, chàng ơi! Thiếp yếu lắm rồi, đã năm ngày nay thiếp không có một chút dương khí!

Đúng lúc ấy, hai tên thủy thủ ở đâu áo ra nắm lấy nàng, miệng gọi ầm lên:

- Đây, bắt được con đàn bà rồi! Anh em ơi! Bắt được rồi!

Thức vùng lên, nhưng lại ngã sấp mặt xuống sàn tầu. Chàng co người ngồi lên thì bị một cái đạp vào gáy. Thức ngất đi, đầu lơ mơ, tai nghe văng vẳng xung quanh tiếng cười, tiếng hú. Tiếng rên rỉ. Tiếng chửi nhau, tranh giành cãi cọ. Bọn thủy thủ hết đứa này đến đứa khác vồ vào thân thể Băng Vân như những con thú đói đàn bà từ bao nhiêu ngày, bao nhiêu tháng. Chúng sắp thành hàng dài, có đứa mắt hau háu đợi phiên, mũi phập phồng, mồm há chảy ra rớt giãi, xô đẩy chen chúc nhau. Lại tiếng cười. Tiếng rên. Tiếng thở hổn hển. Còn Băng Vân, nàng nằm xoạc cẳng, mắt nhắm nghiền, miệng mím chặt. Cái nàng cần là dương khí. Nàng cắn răng chịu những cơn gió dập mưa sa cuồng bạo, nhưng người ấm dần lên. Đột nhiên, nàng mở mắt ra cười khanh khách, cười điên dại, rồi gào lên lanh lảnh "Bọn đàn ông khốn nạn, cứ đè lên đây, tao chấp hết!"

Thức ứa nước mắt. Cái giá phải trả để hoàn dương làm người là thế ư? Khi Băng Vân một ngày nào không còn sợ ánh mặt trời, đài hoa trên phiến đá đủ hồng để giải thoát khỏi cõi tù ngục một linh hồn muốn quay lại nẻo dương gian, liệu trái tim nàng có thể nóng lên hay trái tim đó sẽ mãi mãi lạnh buốt với khối kỷ niệm đóng băng chung quanh xác ướp của bốn mươi tên thủy thủ đang điên cuồng trong cơn đòi hỏi của xác thịt? Thức lắc đầu, nước mắt ở đâu ứa ra ướt đầm đìa, tai vẫn vang vang tiếng Băng Vân lanh lảnh kêu, lanh lảnh cười, bập bềnh theo con sóng ào ào nhịp vào mạn thuyền.

Trên nẻo dương gian khốn khổ này, trời sáng dần. Ráng hồng đang nhô lên từ phía đông. Biển trở lại hiền hòa sau một cơn làm mình làm mẩy đón những cánh chim âu sà xuống lượn quanh tầu tìm mồi. Tiếng chim ríu rít sức sống, nhắc lại cho những kẻ chóng quên rằng luôn luôn còn hy vọng những niềm vui mai sau. Tầu dập dờ trôi đi như không phương hướng, muốn đến đâu thì đến.

Bỗng nhiên hàng trăm tiếng súng thần công cùng một lúc nổ lên, sau là tiếng reo hò nghe như ngay bên cạnh. Bọn thủy thủ trên tầu nhốn nháo. Chúng quơ quần áo, chạy vội lên boong, hò hét hoảng loạn. Chung quanh chiếc tàu, sáu chiến thuyền Tây Sơn đã cặp lại, phun hỏa hổ, bắn súng và bắn tên lửa vào. Hỏa hổ đánh thủy rất lợi hại, gặp nước bắt cháy còn ghê gớm hơn trên bộ. Quân Tây Sơn hò reo hô xung phong. Trên tầu những hòm thuốc súng bắt lửa nổ tung lên. Đầu chiếc tầu chúc xuống, nước cuồn cuộn ào vào, mạn tầu vỡ ra thành từng mảnh.

Cố sức ngọ nguậy, nhưng bị bọn thủy thủ trói chặt vào thành tầu, Thức không làm sao nhúc nhích được.

Những hòm thuốc súng tiếp tục nổ thành loạt, lửa bốc lên như dướn mình vói vào vòm trời xanh. Thức có cảm tưởng bay bổng lên không trung như là chim, rồi rơi xuống, phiêu du trong một thứ dung dịch mặn chát. Lần cuối, Thức chỉ còn giữ lại được là hình ảnh cái eo biển uốn éo lượn theo viền trí nhớ một tấm bản đồ ướt sũng đang rã ra trong những con sóng nhấp nhô từ muôn đời muôn kiếp.

8

Nước đục

Gió ngã ba sông vào buổi đầu hạ đã thoáng hơi nồm thổi từ phía Tây. Cơn lụt lội tháng trước vứt lại những đụn đất rải rác trên mặt ruộng còn sũng nước nằm nghiêng nghiêng xoãi xuống triền sông. Nắng sớm trong veo. Gió lao xao trên đầu những bụi tre già thân óng màu ngà, đu đẩy đùa nghịch với đàn bướm trắng ở đâu bay lại. Xa xa, dăm chiếc nón ba tầm ẩn hiện thấp thoáng, nhắc nhở đời sống triền miên nhẫn nhục của những con người lại vừa trải qua một cơn cơ cực, nhưng chẳng làm sao hơn được là tiếp tục bám vào đồng nội trơ trơ lớp đất vừa bồi nhìn lì lợm thách thức. Nhật để tay lên vai Du, ngần ngừ:

- Rẽ trái, theo triền nước sông Luộc xuôi xuống thì quãng non một ngày đường là tới Quỳnh Côi.

Bần thần nhìn theo dăm con chuồn kim đáp xuống mặt sông lăn tăn nước, Du xa vắng thốt lên:

- Đường xa nghĩ nỗi sau này mà kinh.

Đợi cho đến khi bóng Du chỉ còn thấp thoáng trong đám ruộng xanh non xa tít, Nhật mới xốc lại tay nải, thẳng bước về hướng Thanh - Nghệ. Chiếc nón mê úp che nửa mặt, chàng cắm cúi bước, lòng mong sớm về Bùi Phong.

Hai ngày sau, Nhật đã đến chân đồi. Chàng lẳng lặng tìm suối nước đã tắm gội chàng suốt một thuở niên thiếu, vục đầu xuống uống cho no nê, rồi rửa mặt mũi, miệng hát nho nhỏ những câu hát trẻ thơ. Một đàn bướm trắng ở đâu bay ra, vờn trên những ghềnh đá non chào kẻ trở về, rồi lại thấp thoáng chập chờn lẫn sau những bụi rạc mọc chĩa ra ven bờ suối. Ngồi trên bờ cỏ, Nhật thở ra khoan khoái, nhìn về phía đám mây trắng đang vờn trên đỉnh núi Thiên Nhận. Chàng bứt một cọng cỏ bỏ lên miệng cắn, vươn vai hít đầy lồng ngực mùi thơm của cỏ cây quen thuộc, rồi xách tay nải cắm cổ chạy một mạch lên đồi.

Toàn Nhật về Bùi Phong chưa được một tuần trăng thì có người do Trần Danh Kỷ phái đến hỏi dò xem Trọng Thức đã lên đường vào Đàng Trong chưa. Thời gian đó, tính ra lúc Thức chia tay với Nguyễn Thiếp và Ngô Thì Nhậm thì đã quá nửa năm rồi. Đặng-thị lo âu, nói như than:

- Đường vào có tiếng là lắm hổ báo. Hay là...

Quay sang Thiếp, bà nhỏ nhẹ:

- Thầy nó lại xem cho một quẻ đi!

Nhìn Thiếp lặng lẽ gật đầu, Đặng-thị nhớ lại ngày nào Hà công lên Bùi Phong với cả bầu đoàn thê tử và xác cô con gái vắt nằm ngang trên lưng ngựa. Hôm ấy,

Thiếp bói ra quẻ Lữ, rồi chỉ đường cho Hà công đi về phía Nam, tìm chỗ cho đủ lửa đặt mả họ Hà cho rồng bay lên. Đặng-thị bỗng xót xa cho Thúc Khải, đứa con bị Hà công cướp mang theo. Nay Thúc Khải ở đâu? Tiếng Hà công ngày xưa quát lại vang lên: ''Nếu nghiệp Đế mà thành thì nó sẽ được phong Vương, còn không ta xé xác nó ra băm thành trăm mảnh. Đàng Trong đã có Nguyễn Nhạc xưng Đế bảy năm rồi! Liệu Nhạc có phải là dòng dõi họ Hà? Ứa nước mắt, Đặng-thị nhìn về phía Nam rồi lặng lẽ bỏ vào nhà. Bà đến cạnh Nhật, miệng nhỏ nhẹ:

- Mợ lo cho Thức, có lẽ con phải vào trong đó xem sao?

Tối hôm ấy, Đặng-thị kể cho Nhật nghe về Thúc Khải. Khi bị bắt đi, Khải mới chưa đầy ba tuổi, sau gáy có một cái bớt đỏ to bằng nửa bàn tay. Đặng-thị nhắc đi nhắc lại:

- Nhân tiện, con xem có ai có vết bớt đó không. Nếu quả Nhạc gốc từ họ Hà, thì để ý đám vương hầu, nếu Khải còn sống ắt là trong số đó!

Nguyễn Thiếp ngồi nghe, trầm ngâm, lắc đầu:

- Hãy khoan, đừng vội. Nay Phạm Ngô Cầu ở Phú Xuân có Hoàng Đình Thể là tướng.Thể lại cũng là tâm phúc của Hoàng Tế Lý. Việc Toàn Nhật dãn binh Nội Phủ không cứu Lý chẳng phải là chuyện bí mật gì. Vậy Thể sẽ đối xử ra sao với Nhật?

Đặng-thị cắt ngang, giọng có chiều bực bội:

- Nhật có vào Phú Xuân khai tên ra đâu mà sợ!

Thiếp ngẩn người ra trước lý lẽ hiển nhiên của vợ, ngượng nghịu hớp sạch chén trà, rồi nhìn đăm đăm vào đáy chén, vẻ như muốn tìm ra quẻ dịch từ hình thể cặn trà bám lại. Đặng- thị nhìn Nhật:

- Con có định đi không?

Nhật gật đầu. Một tiếng chó tru lên kéo dằng dặc nghe nổi gai ốc. Thiếp nhồi thuốc vào điếu, lấy chiếc đóm châm lửa, miệng lẩm bẩm:

- Lại tru lên gọi ma...

Rít thuốc sòng sọc, Thiếp từ từ thở ra, mắt lim dim, tay đánh nhịp xuống mặt bàn, bâng quơ:

- Danh Kỷ cho người đi tìm Nguyễn Huy Tự ở Trường Lưu. Ta có thơ mời Tự ghé đây. Con có đi, cứ thư thả xem Tự có vào cùng hay không!

Chó lại tru lên, lần này hàng loạt, hết con này đến con kia. Toàn Nhật lẩm nhẩm "Thời buổi ma quỉ nhiều thế này, gọi một lần là đủ, việc gì phải tru lên lắm thế."

*

Đợi thêm nửa tháng, người do Kỷ phái lên Bùi Phong báo rằng Tự từ tạ đi trước, và nay đang trên đường đến Bùi Chu. Toàn Nhật vội vã xuống trại theo ngay, và chỉ tối hôm đó là bắt kịp Tự, kẻ vang danh một thuở là đệ nhất tài danh xứ Nghệ.

Tự tầm vóc trung bình, mặt xương, mắt sâu, mũi cao và nhọn như mũi chim, miệng lúc nào cũng trễ xuống vẻ khinh mạn, hơn Nhật chắc chừng một giáp. Lúc giới thiệu xong, Tự thân mật nói:

- Chú đi cùng cho vui. Kỷ cũng mời chú à?

Nhìn Nhật lắc đầu, Tự đùa:

- Thế vào Đàng Trong kiếm tí công danh ư?

Lại lắc đầu, Nhật đáp:

- Đệ vào tìm người anh tên là Trọng Thức.

- À, cái anh chàng thầy đồ ''cứng cổ'' ấy! Cũng là cố tri của ta, mình cùng đi tìm hắn vậy...

- Nguyễn huynh vào gặp Kỷ? Toàn Nhật vui miệng trả miếng - Chắc rắp tâm kiếm tí công danh?

Cười lên ha hả, Tự vỗ vai Nhật:

- Cũng chẳng biết được. Nhưng người ta muốn gặp là giáo Hiến để hỏi ít chuyện.

Nhìn ánh mắt dò hỏi của Nhật, Tự tiếp:

- Giáo Hiến xưa bỏ Chúa Nguyễn vào Qui Nhơn mở trường dạy học, có Huệ và Lữ là học trò! Không có Hiến thì chắc Biện Nhạc vẫn còn xuôi ngược đi buôn trầu nguồn chứ đâu lại thành ông ''vua Trời'' như ngày nay. Cái lược ''giận quốc phó ra lòng bội bạc'' là lược giáo Hiến đấy...

Theo con đường dọc biển, Tự và Nhật đi vào, vừa đi vừa nghỉ, đến đêm lại đậu lại ngủ ở những ngôi chùa rải rác trong các thôn làng. Qua khỏi Bố Chính, sự khác biệt với Đàng Ngoài bắt đầu khởi nét. Đồng ruộng hẹp, đất lẫn sỏi cằn hơn, lúa mọc cao không vượt quá được đầu gối. Mươi năm trước, sau khi chiếm Phú Xuân, Chúa Trịnh đã ra lệnh bắt dân ăn mặc như Đàng Ngoài. Tuy vậy, vẫn còn nhiều người giữ nếp cũ, y phục giống Trung Quốc, lại lẫn lộn với y phục Chàm màu sắc rực rỡ. Tự bảo:

- Chú xem, cách đây gần trăm năm, chúa Nguyễn Phúc Chu năm Nhâm Ngọ đã sai người xin cầu phong với nhà Thanh làm phiên thần như vua Lê. Đến con là Võ Vương năm Mậu Ngọ, lại bắt dân đổi phong tục, trang phục bắt chước hệt như Trung Quốc! Cái ý đồ chia cắt thành hai nước Nam, Bắc trên đất Đại Việt này đã manh nha từ đám người nắm giữ quyền thế. Buồn cười thay, Đàng Trong muốn thành một nước riêng, lại xây cái nước ấy trên một mẫu mực ngoại bang.Trước mắt thì quả có lợi, dùng sức ngoài để ép vua Lê - chúa Trịnh. Nhưng dài hạn, làm thế thì chính mình đi trước đoạt bản sắc của mình, biến mình thành quận huyện Trung Quốc, dân mình thành dân Trung Quốc... Hà hà, rõ là thiển cận: cái nước riêng ấy kết cục thành của người ta. Từ cổ chí kim, sự tồn tại của một quốc gia chính là sự tồn tại của một nền văn hóa cá biệt. Đám thế quyền xưa nay chỉ nhìn thấy đất đai, biên cương. Vì sao? Là vì có ruộng, có rừng. Và có dân nai lưng làm ruộng làm rừng để đóng thuế cho vua quan, củng cố thế quyền đã sẵn đấy!

Nhật ngắt lời Tự:

- Văn hóa Đại Việt ta đâu khác gì văn hóa Trung Quốc? Cái trật tự xã hội, luân lý trong dân gian chẳng phải là cũng từ Nho giáo mà ra à!

- Nho giáo? Đúng, nhất là đám quan lại trung gian giữa vua chúa và nông dân. Đó là một thiểu số đi học đỗ đạt, được thế quyền lựa vào để cai trị dân. Nhưng dân gian: họ đâu có lập lại luân lý của ông Khổng, ông Mạnh, ông Trình, ông Chu.

Nắm cánh tay Nhật, Tự trầm giọng:

-Họ chống lại là đằng khác, chống lại bằng cách vạch ra cái giả tạo giả hình... Đồng bằng sông Nhị cằn cỗi rồi, lại sưu cao thuế nặng, dân phiêu tán vào trong. Thế quyền nương theo, chiếm lấy cương thổ người Chàm. Dân lại tiếp tục đóng thuế, nai lưng ra, và sống cùng điều kiện với những kẻ mất nước. Tự nhiên, họ hòa đồng với nhau. Ở Bố Chính này, dân ta gốc là Thanh - Nghệ. Họ thay đổi áo quần, lấy phần này là người Chàm, phần kia của người Kinh, và đến khi bắt buộc phải ăn mặc y phục kiểu Tầu, họ cũng lại linh hoạt chế biến ra một thứ tổng hợp mới. Đấy, biểu hiện của một sinh khí dẻo dai là thế. Đến đâu, nông dân linh động uốn mình vào đất đai, vào con người bản địa, vào phong tục mới để sinh tồn và tạo ra một nếp văn hóa mới. Nó sống động, không ù lì như mớ chữ nghĩa trong kinh sách của Nho giáo. Nho giáo chỉ chạy theo, rồi bằng chế độ quân chủ chuyên chính, áp đặt khuôn mẫu chính trị vào những người dân thấp cổ bé miệng.

Tự ngưng nói, chép miệng, rồi đăm chiêu một lát. Nhìn theo những cánh chim lượn trên trời cao, Tự lẩm bẩm:

- Chúa Nguyễn hơn trăm năm nay đã làm thế. Nhưng ngày nay, ta tự hỏi, Tây Sơn liệu có thể sẽ khác đi không? Và khác đi thì khác như thế nào?

*

321

Tránh đường bộ qua Thuận Hóa, Tự và Nhật tìm thuyền buôn ven biển đi nhờ vào Nam - Ngãi. Nhà thuyền người Thanh Hóa, làm cho những tay lái buôn ở hai trấn Thanh - Nghệ, chở vải vóc và vật dụng bằng sành vào bán. Khi ra Đàng Ngoài, họ lại mua trầm, hương, sừng tê, ngà voi, vây, yến và trầu nguồn. Nhìn trời nước mênh mông, Tự bâng quơ:

- Từ Ngoài vào Trong, có đi lại với nhau thì mới học hỏi, giao hòa được kiến thức của vùng này với vùng kia. Tổng hợp văn hóa làm nền tảng cho một quốc gia thành hình khi có giao lưu. Đường biển ở Đại Việt ta sẽ giữ vai trò thống nhất đất nước. Đường bộ thì gian nan quá, chỉ một khi đã thống nhất mới có thể ổn định, đặt ra trạm ngựa, trạm nghỉ, lúc thanh bình mà thôi...

Chợt tay lái buôn ngồi cạnh cột buồm trên thuyền chen vào:

- Ông bảo thế, hóa bọn thương dân chúng tôi đang lập công lớn đấy! Thế mà sao số toẹt chúng tôi xuống dưới cùng? Này nhé, sĩ đến nông, công rồi mới đến thương. Khi đói, người ta đến cướp bóc đám thương nhân, lột cho đến trần truồng, lắm khi đuổi đi tha phương cầu thực...

Nhật ngạc nhiên ngẩng lên nhìn. Người ấy tiếp:

- Bọn lái chúng tôi nếu có thuê tráng đinh trang bị giáo mác để phòng vệ thì quan quân gọi là giặc ngay. Thế là lại phải lụy vào các quan Trấn Thủ, quan Phủ, quan Huyện. Chia chác cho vừa lòng, thì sống. Không, thì cướp. Chính tôi đây, phá sản lần cuối là lần thứ ba rồi, mỗi lần đều trắng tay nên cứ lại phải làm lại từ đầu.

Tự lắc đầu, nhìn ra xa. Một lúc sau, Tự thủng thẳng:

- Rồi thì sẽ đổi. Tây Sơn với Nhạc, Tập Đình xuất thân là đám thương dân. Ở Phú Yên, Chu Văn Tiếp cũng là thương dân! Cống Chỉnh từ Đàng Ngoài vào với Nhạc cũng gốc con buôn, cha hắn là tay lái nổi tiếng ở Nghệ. Họ đang làm loạn để đổi đời. Tâm nhìn của họ liệu có khác đám Nguyễn Hữu Cầu, Hoàng Công Chất xưa kia kéo nông dân dấy binh thì còn phải chờ xem!

Quay sang Toàn Nhật, Tự hỏi:

- Đệ hắn có biết Chỉnh?

Nhật thuật lại lần gặp Chỉnh ở Phố Hiến khi Chỉnh đón Hoàng Tế Lý đưa về Kinh. Tự trầm ngâm:

- Chuyện đệ không cứu Lý, ai cũng biết. Liệu có vì thế mà Chỉnh, hiện là một cánh tay đắc lực của Nhạc ở Qui Nhơn, để tâm không?

Cúi đầu suy nghĩ, Nhật ngẩng lên lắc đầu.

Sau khi Hoàng Tế Lý chết, tại sao Chỉnh không kéo quân về hàng chúa Nguyễn mà lại ra Qui Nhơn với Nhạc? Hàng Nguyễn, chắc chắn sẽ theo nếp cũ, Chỉnh lại quan nha bổng lộc. Theo Nhạc, hắn thành giặc. Chỉnh làm giặc vì Chỉnh có tham vọng khác người. Đường đường là ông cống, rồi ông quan Đàng Ngoài, bụng hắn hẳn coi thường chúa Tây Sơn. Hắn tính toán không tẹp nhẹp, xưa phò Tế Lý là để làm bàn đạp đi xa. Khi Lý chết, hắn đã xúi bẩy mang quân Thanh -

Nghệ về dẹp Kiêu binh nhưng đám quan hai Trấn sợ sệt không dám. Vì thế, hắn mới vào Qui Nhơn, chắc cũng lại tính toán đường về Bắc hà một ngày nào đó thôi. Hắn thế, đâu có để tâm vào những chuyện thù hằn vô bổ!

Tự bỏ ra đầu thuyền, tò mò thăm hỏi công việc bán buôn, thỉnh thoảng lại cười ha hả. Khi thuyền sáp vào đầm Nước Ngọt, mặt trời sà xuống biển như một chiếc nong lửa, vất lại trên sóng nước những ráng hồng tía lịm dần trong màu xanh đen thăm thẳm. Nhìn vào đất liền, những hàng dừa vươn lên cao chao động trong gió chiều. Nhà thuyền hò nhau sửa soạn cặp bến. Trên bờ, thấp thoáng có bóng người giơ tay vẫy. Người giữ tay buồm trên thuyền tiễn Tự và Nhật xuống bến. Ông ta tay trỏ, miệng nói:

- Đi chếch về bắc, là Phù Lý. Xuôi xuống nam là Phù Cát, rồi Thốc Lốc. Trời sắp tối, hai ông cứ đường chính mà đi, tới Phù Cát là vừa.

*

Tự và Nhật lần đến một dãy nhà phía đông chợ Qui Nhơn. Tìm đến căn chỗ đối diện một cây dừa đúng như lời dặn dò, hai người dừng lại, Tự xốc khăn, sửa áo rồi nhẹ nhàng gõ cửa. Một người già nua thò đầu ra, mắt nhướng lên, nhìn dò hỏi.

- Phiền lão ông, đây có phải là nhà ông Kỷ?

Khịt khịt mũi, rồi lại nhìn Tự và Nhật từ đầu đến chân, ông lão lắc đầu, vừa sẵng giọng vừa sập cửa:

- Không biết Kỷ là ai cả. Đi đi!

Ngẩn người ra nhìn nhau, Tự thốt ''Lạ nhỉ?'' Nhật kéo Tự đi ngược về phía chợ, chép miệng nói:

- Chắc họ chỉ nhầm nhà. Hỏi lại cho kỹ, ta lại tìm chiều nay.

Hai người kéo nhau vào ngồi trong một cái quán ngay ven chợ, Nắng chói đã lên ngang đọt dừa chụp xuống những mái gianh sáng lóa. Mồ hôi vã ra như tắm, Tự lấy khăn lau mặt, rồi nâng cốc nước dừa uống một hơi. Nhật nhìn quanh quẩn. Dăm ba người trò chuyện nói cười với nhau trong góc quán. Một đứa bé tuổi chạc mười lăm đi vào ngồi xếp xuống cạnh bà chủ quán, một tay xòe ra hai đồng chinh, tay kia bốc chiếc bánh lá. Nó lẳng lặng bóc lá, ăn ngốn nghiến, rồi xin một bát nước. Tự lên tiếng:

- Đây cũng chẳng khác gì cho lắm ở Đàng Ngoài. Cũng nghèo. Được cái hàng dân trông vui vẻ hơn. Chú em để ý nhìn, đàn bà đông hơn đàn ông. Binh dịch ở Đàng Trong có tiếng là nặng nề, lắm buổi cứ hai đinh lấy một lính. Và xem ra thì dân ta chỉ một nửa, còn lại là Chàm, là Thượng. Này, y phục của họ nhìn rõ là lai ta, lai tầu vào cái gốc Chàm là chính.

Nhật vui vẻ chêm vào:

- Ta cũng phải bắt chước họ lấy khăn trùm từ đầu đến cổ che nắng. Nguyễn huynh có thấy lạ không, trời nắng thế sao họ lại choàng hai ba lượt áo thụng?

- Để giữ cho thân nhiệt không đổi. Như thế họ không mất sức chống chỏi với cái nóng. Chú biết là dân du mục ở sa mạc vùng ngoại Mông cũng ăn mặc như vậy không... Hà hà, Tự đùa- còn chống với cái lạnh, cứ cởi hết ra!

Nhật bật cười phụ họa. Bước ra khỏi quán, hai người nghe tiếng thằng bé chạy theo gọi:

- Hai ông, đợi cháu.

Đến bên Nhật, nó kiễng chân lên nói nhỏ:

- Hai ông tìm quan nhà cháu là Kỷ thì theo cháu. Chính lão bộc sai cháu chạy theo hai ông đấy.

Nhật và Tự đưa mắt nhìn nhau ra hiệu, chân bước theo thằng bé. Nó lầm lũi quay vào chợ, đi dọc theo những dãy bán rau, rồi vòng vèo một lúc mới ra cổng đi về phía Nam. Đến ven sông Côn, thằng bé lẳng lặng kéo thuyền, vẫy hai người lên, rồi đẩy khỏi bờ. Lúc đó, nó mới nói:

- Quan nhà cháu ở tư dinh quan Tiết Chế! Bên kia là An Thái, chỉ lát nữa là đến. Lão bộc gửi lời xin lỗi hai ông, gặp quan nhà cháu tất hai ông hiểu cho.

Tự nhìn Nhật, mỉm cười rồi bảo "Chúng ta hiểu rồi, nói lại là lão chẳng cần áy náy làm gì!" Lên bờ, hai người vui vẻ hỏi chuyện nó. Nó kể:

- Sang năm cháu mười sáu, cháu sẽ đăng lính theo ông Long Nhượng!

- Mày không sợ chết à?

- Không chết được. Lính ông được thoa thuốc, cung tên bắn không trúng, đao kiếm chém không đứt!

- Thế đi lính thì được gì?

- Lập công lớn thì được lên cai, lên đội, rồi thành cơ thành úy không chừng. Này nhé, không phải Đàng Ngoài mới biết đâu. Trong này, bọn trẻ cũng nói ''Làm trai cho đáng nên trai. Xuống đông, đông tĩnh, lên đoài, đoài tan.''

- Mày đi lính, ai giúp đỡ cha mẹ mày cày bừa?

- Cha cháu chết rồi, chết ở Gia Định khi đánh Vĩnh Trấn đấy. Còn mẹ cháu, mẹ cháu đi lấy chồng, mang theo con em nhỏ. Cháu đi ở đợ, đất đai đâu mà cày bừa.

Thằng bé nhảy quẫng lên múa tay, xoay một vòng, la lên như trong một vở hát bội.

- ''Đợi ngày ta mũ đáo thành công, dâng lên Đức Vua mười thành, tám ải, thời ta sẽ về khoa đại đao giết thằng già dượng dám mang đồng bạc trắng ra ép buộc kẻ góa bụa trung trinh!''

Nghe thằng bé hát, lòng Nhật bỗng tràn ngập một niềm thông cảm. Thì ra nó mang tâm sự u uẩn của đứa trẻ cha chết, mẹ đi thêm một bước, biết đâu chỉ vì phải kiếm người để chung lưng đấu cật mà sinh nhai.Nhật vỗ vai nó, bảo:

- Thuốc thoa không chống được cung tên đao kiếm đâu. Sau này, có dịp ta dạy cho dăm ngón nghề giữ thân.

Nó ngước nhìn Nhật, ánh mắt nghi ngờ, miệng cãi:

- Thiệt chớ, cháu thấy tận mắt mà!

Vừa lúc đó, hai người lính mang dáo dài đầu có buộc tua đỏ bước ra hỏi. Một người vào báo, và chỉ chừng dăm phút lại ra, theo sau là Trần Danh Kỷ. Kỷ reo:

- Nguyễn huynh, đường xá xa xôi mà đến được, quí hóa quá!

Quay sang Toàn Nhật, Kỷ nheo mắt:

- Lại có cả Võ tướng quân đi cùng, thế này thì là một cuộc hội ngộ nghìn năm một thuở. Chắc tướng quân còn nhớ Kỷ ngày đến dinh Khương Tả hầu ở Thăng Long?

Không đợi trả lời, Kỷ quàng tay đẩy Tự và Nhật đi vào dinh quan Tiết Chế, miệng vui vẻ:

- Xin mời vào. Đây là chỗ đệ tạm trú dăm bữa nửa tháng nữa thôi.

*

Thế là Tự và Nhật thành môn khách của Tiết Chế Nguyễn Lữ. Trạc tuổi Nhật, Lữ vẻ già dặn và trầm tĩnh hơn, lấy lễ đãi khách vừa tế nhị, vừa chu đáo. Khi Nhật hỏi, Kỷ đáp:

- Hai tháng trước, đã có tiểu thư Đặng thị Mai đến Qui Nhơn tìm Thức. Ở Qui Nhơn, chúng tôi đã dò xét nhưng tin tức vẫn chưa xác định được. Khi Thức vào đây khoảng tháng ba năm ngoái, tôi theo hầu Tiết Chế và Long Nhượng tướng quân chinh chiến trong Gia Định. Lúc về Qui Nhơn, không thấy Thức đâu. Nay Đặng tiểu thư về Nghệ, tôi đã hẹn là lành dữ thế nào tôi cũng báo một khi có gì xác tín!

Lữ nghiêm nghị xen ngang:

- Võ tướng quân cứ yên chí, chính ta sẽ điều tra hình tích của Trọng Thức. Việc mời Thức theo quân vào Gia Định là có ý của ta, nên ta có trách nhiệm. Nhưng là đường đệ, Võ tướng quân có nghe Thức nói gì để lần dò ra không?

Chau mày, Nhật ngần ngừ:

- Người anh của tôi có liên hệ đến giáo sĩ Sieyès và nhắc tới một trường đạo ở Mạc Bắc.

Xoa tay vào nhau, Lữ nhìn Nhật rồi chậm rãi nói:

- Trường đạo này do Liot đứng đầu đã tản qua Xiêm rồi! Để việc tìm kiếm cho dễ, xin Võ tướng quân tả lại hình dáng của đường huynh cho.

Nhật bắt đầu nói, nhưng biết là tả như vậy thì làm sao nhận dạng được. Tự khề khà xin giấy bút, đưa tay vẽ theo lời Nhật. Vẽ xong, Nhật lắc đầu. Tự lại vẽ nữa. Nhật lại thở dài lắc đầu thêm một lần, nhưng khuyến khích '' Đã gần giống rồi!.'' Tự cặm cụi, mỗi lần sửa một nét lại hỏi Nhật ''Được chưa?'' Đến lần thứ năm, Nhật reo ''Đây, đúng đây là Trọng Thức rồi!'' Lữ đưa tay lấy bản vẽ, ngắm nghía, rồi cười bảo:

- Tôi sẽ cho khắc, in ra chia cho lính mang yết trong doanh trại. Chắc thế nào cũng sẽ ra tăm tích.

Nhật vái tạ. Lữ lại cười:

- Võ tướng quân cám ơn suông thôi à?

Lữ quay đi, nói với lại:

- Một lần vô tình tôi bắt gặp Võ tướng quân chỉ mấy miếng vật cho thằng bé gia nô nhà Trần Danh Kỷ.

Người Tây Sơn vốn chuộng võ, phải chi ngài chỉ giáo thêm cho ít tráng đinh thì tốt biết mấy!

*

Đến tháng chạp năm Giáp Thìn, Nguyễn Huệ mới quay về Qui Nhơn sau chiến thắng trận Rạch Gầm-Xoài Mút phá tan hai vạn quân Xiêm ở Gia Định. Dịp đó, Kỷ rời tư dinh quan Tiết Chế và rủ Tự theo. Toàn Nhật vẫn ở lại An Thái, tiếp tục việc đào luyện một nhóm du binh theo phương pháp chàng đã từng làm với đám lính Trịnh khi còn ở Thăng Long. Chính Lữ cũng xuống bãi quần thảo với đám du binh mỗi khi được rỗi. Lữ còn bàn thêm cách tiến thoái làm thế trận tam giác của Toàn Nhật mang tính động, có thể di chuyển tứ phía mà vẫn công thủ rất nghiêm mật. Gần gũi với Lữ hơn, Nhật một hôm bạo dạn nói:

- Việc Kỷ ở tư dinh quan Tiết Chế khi Long Nhượng vắng mặt, rồi Nguyễn Huy Tự và tôi cũng đến nhờ vả ngài, lờ mờ cho thấy rằng Đức Vua chắc không coi Kỷ là người nhà, nên vạ lây đến những ai ở Đàng Ngoài vào đây qua sự liên lạc của Kỷ. Trọng Thức phải chăng cũng rơi vào trường hợp này?

Lữ nhìn thẳng vào mắt Nhật:

- Võ tướng quân xét việc có hơn người, nhưng chỉ thấy một, chưa thấy hai. Long Nhượng là em của Đức Vua, rõ là có bao dung Kỷ. Nhưng để Kỷ sống là Đức Vua cho sống, có bắt chết thì Long Nhượng cản cũng không được. Lần sau, xin tướng quân lựa lời chớ gây hoang mang kẻo sĩ tốt Tây Sơn hiểu lầm, chỉ hại mà không lợi chút nào.

Đúng lúc đó, một giọng lanh lảnh cất lên:

- ... Và chỉ thêm một lần sơ xuất, chính Chúa Út ta đây lấy đầu Võ tướng quân!

Máu mặt dồn lên, Nhật quay lại. Một thiếu nữ quần chẽn màu đen, áo bó bằng vải đỏ, tóc đen nháy xòa xuống ngang lưng không biết đã đến tự lúc nào. Miệng cười lộ ra một chiếc răng khểnh trông như trêu chọc, thiếu nữ giơ cao bản vẽ mặt Trọng Thức, tiếp:

- Mặc dầu ba chiêu kiếm của tướng quân quả tuyệt diệu, ta đã xem và nghĩ ra cách trị nó rồi!

Nhật cắn răng, nghiêng mình cúi đầu chào. Thiếu nữ lại cao giọng:

- Chào Chúa Út, người ta khom lưng thấp xuống nữa. Võ tướng quân chỉ khẽ nghiêng mình, vậy là chưa đủ lễ.

Lữ vội gạt đi:

- Bậy nào, Võ tướng quân là khách của ta, cô là em phải biết giữ lễ.

Vênh mặt lên, Chúa Út lại lanh lảnh:

- Môn khách thì không phải là thuộc hạ. Nhưng ăn dầm ở dề thì rồi cũng phải đền đáp, mà đã đền đáp thì khác chi thuộc hạ. Anh chàng rậm râu này cũng như mọi người thôi, bất tất phải giữ lễ giữ nghĩa gì cho nó phiền phức.

Nhật bỗng thốt nhiên cất tiếng cười. Chàng cười mỗi lúc một lớn, rồi thốt nhiên ngưng lại, giọng cố dấu sự phẫn nộ:

- Công nương nói thế rõ ra người nghĩa lý nông nổi, Nhật này trả ơn Tiết Chế giúp tìm đường huynh nên có tập luyện đám du binh, vừa vui lại vừa dưỡng sinh cho khỏe mạnh. Khi nào có tin đường huynh, dẫu lành, dữ, sống, chết gì thì Nhật sẽ lại cúi đầu vái Tiết Chế cáo từ. Lúc ấy, ai giữ cũng chẳng được. Công nương cho là thuộc hạ ư? Tùy. Thế nào cũng được. Nhưng xem trộm Nhật tập kiếm vào đêm hôm khuya khoắt thì công nương quả là một phụ nữ thiếu... bình thường, không làm sao giống được một... vì công chúa.

Kéo dài giọng ra mai mỉa, Nhật quả đã chọc đúng vào chỗ hiểm. Mặt Chúa Út tái mét đi. Tay run run, nàng giơ cao bản vẽ, gằn giọng:

- Ai cho mi biết tin Trọng Thức, mi có chịu làm thuộc hạ cho người đó không?

Lữ chặn ngang:

- Đăng Vân, im!

Quay sang Toàn Nhật, Lữ dịu giọng:

- Võ tướng quân thứ lỗi. Em tôi tính như con trai, hay bốc đồng nói bậy!

Chúa Út vùng vằng đi ra. Đến cửa, nàng bỗng quay phắt lại, nước mắt chạy quanh:

- Được rồi! Quí báu gì ba đường kiếm mà ta phải xem trộm. Để khuất phục nó, ta sẽ dùng roi. Có nghe "Ai về An Thái mà coi. Đàn bà con gái đánh roi đi quyền" chưa? Còn tin về Trọng Thức, muốn thì phải hỏi ta! Và ta chỉ cho biết khi cúi đầu lạy ta xin làm thuộc hạ. Này, anh chàng rậm râu! Ta có coi ra gì một vị công chúa mà phải giống cho được. Mi khi ta thế ư?

Toàn Nhật nhìn giọt nước mắt trên mi Chúa Út, động lòng thấy mình hẹp hòi cố chấp. Chàng bước theo, gọi với "Công nương, công nương!" nhưng Chúa Út đã biến sau khung cửa.

*

Nai nịt xong, Toàn Nhật bước ra sân nhảy lên con ngựa chiến. Đó là một con ngựa đen tuyền Lữ mới bắt được trong rừng chồi. Từ chối không được, Nhật nhận món quà của Lữ, cảm tạ và hẹn sẽ trả lại khi rời Qui Nhơn. Con ngựa này quả là quí, Nhật đặt tên là Hắc Phong. Khi đã trị đến thuần phục, không cần buộc cương, Hắc Phong chỉ chạy lanh quanh rồi lại về, mũi khụt khịt như khoe sự trung thành với chủ.

Theo đoàn người ngựa lên đường, Nhật thúc chân giục ngựa đi về phía thành. Sau những ngày bận rộn báo tình hình Gia Định cho Đức Vua, Long Nhượng tướng quân Nguyễn Huệ xếp hẳn một ngày để tiếp Nhật và Tự.

Huệ to ngang, hơi thấp, tay dài đến đầu gối, di chuyển vừa nhanh vừa chắc như một loài nửa gấu nửa vượn. Mặt nổi mụn, mũi sư tử, một mắt to một mắt nhỏ, Huệ nhìn ai cũng tựa như chọc gươm vào đồng tử người đối thoại. Khi nói, miệng Huệ nhếch lên vẻ giễu cợt, nhưng giọng oang oang như trống trận thúc vào tim vào gan khiến nhiều kẻ mất tự chủ, óc tê điếng đi, chân tay bủn nhủn.

Lúc Nhật bước vào thì cả Kỷ và Tự đã có mặt. Huệ đưa tay vẫy, mắt quét một cái nhìn sắc như dao bổ cau, miệng nói như nói với kẻ cố tri khi tái ngộ:

- Toàn Nhật đó hả. Vào đi. Ta đợi lâu rồi!

Nhật khom người, miệng nói:

- Kính chào Thượng công.

Đứng dậy, Huệ bước lại nâng Nhật lên, nhìn vào tận mặt, cười:

- Tướng quân làm gì mà Chúa Út rủ ta lập hội thí võ để có dịp thử với ba đường kiếm của tướng quân?

Mỉm cười, Nhật kể lại và nhắn xin Chúa Út tha lỗi. Huệ như không biết có Kỷ và Tự ngồi đó, bảo:

- Múa thử cho ta xem!

- Ngay tại đây?

Huệ gật đầu. Nhật lại nghiêng mình như để xin phép, rồi bước lùi ra ba bước. Nhìn Kỷ, Nhật bảo:

- Phiền đại huynh ném cho Nhật một quả cau.

Kỷ chọn một quả, bất ngờ tung về phía Nhật. Ba làn hào quang lóe lên. Cây kiếm đã thu về bỏ vào vỏ, người ta mới nghe thấy ba tiếng động. Quả cau bị chém thành ba mảnh, rơi xuống đất. Huệ cúi nhặt, ghép lại, sửng sốt:

- Nhanh thật. Võ này từ đâu ra?

Toàn Nhật kể lại cái duyên mình gặp gỡ Mishima ở Phố Hiến. Khi nói đến nhát kiếm ân sủng cho Mishima để hoàn thành phép Seppuku, nước mắt Nhật ứa ra.

Huệ hỏi:

- Tại sao Mishima tự tử?

- Mishima lấy cái chết để thuyết phục thầy mình đổi ý, bỏ cổ đại học dựa trên lý tưởng Đại Hòa tâm, đừng khinh khi giai cấp thương nhân là giai cấp sẽ thay đổi tương lai nước Nhật Bản. Gửi lại cho thầy mấy chữ viết trên mảnh vải bọc đoản kiếm rạch bụng mình: ''Đại Hòa tâm là quá khứ, còn tương lai của Nhật Bản ở phía trước... ,'' Mishima hiến thân để vừa trọn nghĩa với thầy, vừa lại trung trinh với chính mình.

Quay sang nhìn Tự, Huệ bỗng hỏi:

- Điều Mishima tin chẳng khác chi với điều thầy vừa nói cho ta nghe là bao nhiêu. Thầy có dám chết cho tư tưởng thầy không?

Câu hỏi đến bất ngờ như một cơn bão. Kỷ mấp máy môi định đỡ lời thì Huệ trừng mắt. Huy Tự cúi xuống nhìn sàn nhà, lấy chân di lên, im lặng một hồi lâu. Huệ thản nhiên đợi. Tự cuối cùng thua, lên tiếng trước:

- Thượng công hỏi, nếu ý muốn Tự này trả lời là dám chết như Mishima thì Tự bảo không. Không bao giờ. Nhưng nếu câu hỏi của Thượng công là có dám sống cho tư tưởng của mình không thì Tự xin nói ngay là dám. Sống như vậy khó lắm, nhiều khi khó hơn cái chết!

Vỗ bàn cười ha hả, Huệ kêu lên:

- Thầy nói trúng ý ta mất rồi. Phải, ai cũng chết thì ta làm sao một mình làm hết được. Đúng, dám sống để làm... Được, được lắm!

Nhật ngước mắt nhìn Huệ. Được, được lắm! Câu nói bật ra khỏi miệng như lời kẻ cả, dưới mắt là đám thuộc hạ vì "ta làm sao một mình làm hết được!" Nhật lạnh lùng:

- Nhưng Thượng công muốn làm gì mà sao lại một mình thì không làm hết được?

Huệ không cười nữa, nghiêm nghị nói:

- Đầu tiên, ta muốn chấm dứt cuộc nội chiến Nam - Bắc đã hơn trăm năm nay. Yên được cũng mất năm đến mười năm. Còn lại, ta chỉ sống có thêm mười năm để đặt những hòn gạch đầu cho một kỷ nguyên mới!

Tự cắt lời:

- Một *kỷ nguyên* mới hay một *triều đại* mới.

- Kỷ nguyên mới. Còn một triều đại, dẫu vua quan có mới, thực chất vẫn là cũ. Vì thế, thầy phải giúp ta!

Huệ quay sang nhìn Ký, nói như dặn dò:

- Ông xếp đặt cho tôi thế nào để thầy Tự và "anh chàng rậm râu" này hễ vời vào là phải có ngay.

Cặp mắt lóe lên như thép tôi, Huệ nhìn về phía Tự và Nhật, giọng khẩn khoản nhưng ẩn ý buộc người nghe vào điều mình muốn:

- Đừng phụ lòng ta nhé...

Ôm vai Nhật, dùng cách gọi của Chúa Út, Huệ nói nhỏ: "Này rậm râu, có thí võ thì nhẹ tay cho đứa em gái độc nhất của ta. Tốt nhất là thua nó. Bề ngoài nó cường ngạo, nhưng trong thì khác... ."

Quân hầu bỗng xộc vào, ghé nói nhỏ vào tai Kỷ. Kỷ đến bên Huệ, báo:

- Hữu quân Nguyễn Hữu Chỉnh xin tiếp kiến.

Thoáng cau mày, Huệ lẩm bẩm ''Lại nói chuyện đánh Phú Xuân chứ gì!'' Nâng Tự và Nhật đứng dậy, Huệ cười như không có chuyện gì, dắt tay hai người đi về phía cửa sau, vừa bước vừa nói:

- Mới bắt được một con trăn, ta bảo nội nhân làm một bữa để chúng mình đánh chén tối mai. Nhớ nhé - Huệ lại nói - đừng có phụ lòng ta...

Đi ra khỏi tư dinh Long Nhượng, hai người thả bộ lững thững, giắt theo con Hắc Phong theo. Nhật hỏi:

- Nguyễn huynh đã gặp giáo Hiến chưa?

Tự lắc đầu. Nét mặt đăm chiêu, Tự nói nhỏ:

- Nhưng chắc không cần nữa! Huệ nhìn xa như thế thì điều giáo Hiến nghĩ ở đằng sau như quá khứ - nhếch miệng cười, Tự mượn lời Mishima, tiếp - mà tương lai Đại Việt thì ở trước mặt!

- Nguyễn huynh định thế nào?

- Ta vốn là người tự do, chịu ràng buộc vào Tây Sơn là vì mong xây một kỷ nguyên mới. Huệ nói đúng. Có làm được thế thì cũng phải trên dưới mười lăm, hai mươi năm. Còn chú em? Chẳng lẽ bỏ cả đời để đi tìm Trọng Thức à?

*

Chỉnh che miệng nhổ bã trầu, tay với cốc nước chiêu một ngụm, rồi thủng thỉnh:

- Trình Thượng công, Bắc hà như sung ủng vắt vẻo trên cây, chỉ với tay khẩy là rơi. Việc đánh Phú Xuân quá dễ. Ba vạn quân Trịnh dưới tay Phạm Ngô Cầu không khác một lũ phường tuồng. Có đánh chác được chăng liệu chỉ một mình Hoàng Đình Thể. Thể xưa kia dưới trướng quận Việp rồi quận Huy nên Chỉnh biết rõ như người trong nhà. Thượng công giao phó, tôi sẽ kéo hắn về, không mất một mũi tên, một hòn đạn. Cánh quân của Tiết Chế đi đường biển vòng ra chặn đường về Bắc ở Bố Chính đủ để khiến họ hàng ta. Xung lính vào cơ ngũ Tây Sơn, nhưng cắt họ mỏng ra ráp vào từng bộ phận để ngừa, cho phép ta lập một đạo binh từ sáu đến bảy vạn người. Chỉ nghe tiếng chân quân ta, quả sung kia tự nhiên sẽ rụng!

Huệ đăm chiêu, rồi hỏi:

- Cơ nghiệp người ta đã hai ba trăm năm nay, lấy làm sao lại dễ như quan Hữu quân nói? Ta không lo chuyện quân, nhưng lo là lo bình định yên lòng người... Cổ ngữ bảo "con ong có nọc" chớ nên khinh thường!

- Phất ngọn cờ "phù Lê - diệt Trịnh" Thượng công ắt mang chính danh về mình. Ai cũng biết Chúa ép Vua hai trăm năm nay. Hiện giờ, Trịnh Tông vừa yên được lũ Kiêu binh, nhưng trái lời cha, giết em là Cán, tức cũng chẳng khác gì tiếm ngôi chúa.

Huệ ngắt lời:

- Đám võ quan có Đinh Tích Nhưỡng, Hoàng Phùng Cơ là đáng kể. Về phần quan văn, có ai?

Chỉnh ung dung:

- Những hữu danh vô thực, lại cho lính đi cướp bóc, không khác gì một tay lục lâm. Cơ khá hơn, nhưng nay già rồi, cả đời phải làm ngơ chuyện Chúa ép Vua vì sợ oai Trịnh Sâm. Tông nông nổi, lại vô dũng, chẳng thể nào áp đặt được Cơ. Quan văn có Phan Huy Ích, Nguyễn Đình Giản và Bùi Huy Bích. Họ là loại thầy đồ nói khoác, chuyên về từ cú, bẻ nét chữ uốn câu văn.

Huệ lắc đầu:

- Không, không được. Lấy Thuận Hóa và Bố Chính, ta chỉ dựng lại cái giới biên Nam - Bắc ở sông Gianh, chẳng một ai dị nghị. Đi xa hơn thế việc chẳng đơn giản!

Chỉnh hấp tấp:

- Thượng công không phải ngại một ai. Chỉnh này đã về đây thì Bắc hà là nước bỏ trống...

Nhìn tia mắt Huệ lóe lên, Chỉnh biết mình lỡ lời. Huệ đứng dậy, bước ra cửa sổ, mắt hướng về phía núi Chúa. Chỉnh bước theo, hạ giọng:

- Trước đây, những Lê Duy Mật, Nguyễn Danh Phương, Hoàng Công Chất có dấy binh phù Lê, nhưng số họ Trịnh chưa hết nên không ai công thành. Nay xét trong địa ký họ Trịnh, có câu ''Chẳng đế chẳng bá, quyền nghiêng thiên hạ. Truyền hai trăm năm, buồng nhà dấy vạ.'' Từ Thái Vương Trịnh Kiểm cho đến Tĩnh đô Trịnh Sâm là vừa đúng hai trăm năm, rồi tiếp đến là việc phế Tông lập Cán, vạ đã dấy lên. Phép dụng binh có ba: một là thời, hai là thế, ba là cơ. Cả ba đều trỏ đường quân ta ra Bắc hà, Thượng công chớ bỏ lỡ dịp!

Huệ bất thần quay lại:

- Dụng binh thì thế, dụng nhân thì sao?

Ngạc nhiên, Chỉnh lùi lại một bước, cúi đầu thưa:

- Kẻ ngu hèn này chưa hiểu ý ngài!

Cười giả lả, Huệ chậm rãi:

- Lấy Bắc hà thì được. Ở lại Bắc à, khó. Ta ra nước ông rồi về, nước ấy trống, chắc ông chẳng theo ta, ở lại mà trông nom. Ta lấy được gì? Còn ông, ông lấy cả nước... Thế ông có chia gì cho ta không?

Không đợi Chỉnh trả lời, Huệ nhỏ nhẹ:

- Ấy là vui miệng nói đùa thôi. Việc trước mắt là Phú Xuân, lần này để ông lập công lớn đã rồi hãy tính về sau! Ông cứ tiếp tục việc đã bàn, tối mai ta đãi ông một bữa thịt trăn. Ông sẽ gặp lại dăm ba cố nhân, chắc lẽ vui lắm!

Đúng lúc đó, Kỷ vào báo việc Phú Xuân. Quay ngoắt bước ra ngoài, Huệ nói với vào:

- Quan Hữu quân, ông đến đây là trời cho Tây Sơn, đừng phụ lòng ta nhé...

Kéo Kỷ theo, Huệ nhăn mặt, nghĩ thầm "Nó coi ta như thằng ngu hay sao mà bẻm mép để trục lợi!." Bước dăm bước, Huệ quay sang Kỷ, vỗ vai dặn:

- Ta sẽ có mấy tháng tới này không phải xuất chinh. Những gì ông cho là hay ho nhưng thực dụng trong sách vở Nho gia, ông chép lấy rồi mang lên đọc cho ta nghe. Sách về binh pháp và thuật Hàn Phi - Thương Ưởng thì khỏi, ta đã nằm lòng rồi. Nhưng cấm không được mang thơ phú ra làm loạn đầu ta. Nhớ đấy, phải thực dụng!

*

Mùng ba Tết, hàng dân Qui Nhơn lũ lượt kéo nhau đến quảng trường nằm ven bờ sông Côn để xem diễn võ. Khán đài quay mặt ra sông, chung quanh có cắm những bức trướng toàn một màu đỏ của binh đội Tây Sơn. Giữa khán đài, người ta đặt một cái ngai phủ da báo để Vua Thái Đức ngự, chung quanh xếp những hàng ghế dành cho thân hào và những võ quan của triều đình theo thứ bực trong quân ngũ. Khi Đức Vua đến, tiếng trống trận liên tu nổi lên làm vang động núi rừng. Tiếp đó, là tiếng quân reo, hết binh đội này đến binh đội kia, cứ từng chập rộn rã, kiêu hùng. Nhạc mặc hoàng bào, đai giắt kiếm, tay cầm binh phù, đứng lên chúc Tết quân dân Qui Nhơn. Dứt lời, dân cùng nhau hò lên ''Vạn, vạn tuế.'' Hai bên Nhạc là Lữ và Huệ, người anh hùng vừa đuổi hai vạn quân Xiêm. Khi Huệ bước ra hô quân, dân Qui Nhơn lại hò lên reo mừng. Nhạc giơ tay ra lệnh cho hội diễn võ bắt đầu.

Phần khai mào, là thi đánh trống trận. Người ta đánh bảy trống, rồi chín cho đến ba mươi sáu chiếc trống lớn, trống con được xếp cao thấp khác nhau, theo những bộ vị mỗi lúc một phức tạp. Người dự thi cầm hai chiếc dùi, nhưng có thể dùng cả đầu, khuỷu tay, chân và đầu gối để thúc vào trống theo những bài võ. Tiếng trống lúc khoan, lúc nhặt, lúc lại ầm ầm như sấm động. Kèm vào là tiếng hét của võ sĩ, tiếng hò của lính khiến người nghe choáng váng, có kẻ chịu không nổi ngã phục xuống đất.

Đến phần biểu diễn trận thế, Nguyễn Lữ giới thiệu đội Du binh Tiền kích dưới quyền chỉ huy của Võ Toàn Nhật. Du binh bày thế tam giác, dùng dáo dài buộc tua đỏ, tiến thoái rất nhịp nhàng. Thằng bé gia nô nhà Danh Kỷ, tên là Thuấn, cũng được tham gia. Nghe nó hô lên một tiếng, người ta thả một con chồn vào giữa trận. Con chồn chạy lồng lên, nhưng chạy đến đâu cũng bị những mũi dáo chìa ra chặn đầu. Từ số hai mươi mốt người, phạm vi của tam giác thu hẹp dần, còn mười lăm, rồi chín... cho đến khi chỉ còn ba người thì con chồn bị ba mũi dáo kề vào, không còn nhúc nhích được. Hàng dân vỗ tay nổ như bắp rang, miệng hò lên tán thưởng.

Nhật cúi đầu cảm tạ, rồi lại phẩy tay ra lệnh. Lần này, du binh biểu diễn cách đánh trên cao. Đối tượng phải đạt đến là đốt những bánh pháo cao bảy tám đầu người. Sau tiếng quát của Nhật, một toán mười ba du binh thoăn thoắt chạy đến trước một chiếc sào. Bốn người dang tay tạo thế để ba người khác nhảy lên vai. Những người sau phóng theo, nắm lấy tay những kẻ ở dưới, nhẹ nhàng đặt chân lên vai kẻ ở trên cho đến khi chỉ còn đúng một người, miệng ngậm bó đuốc, tay cầm lấy châm vào dây pháo. Họ lại thoăn thoắt nhảy xuống, và tiếp tục chạy đến chiếc sào thứ hai. Cứ thế, pháo liên tiếp nổ không ngừng, xác đỏ bay tung lên trời lả tả tựa những bông đào rơi xuống như mưa.

Ghé vào tai Lữ nói xong, Nhạc nhìn về phía Toàn Nhật, tay vẫy, miệng quát lớn:

- Lại đây!

Cúi đầu vái Nhạc, Nhật giữ lễ không nhìn lên. Nhạc bước xuống, đưa một chén rượu cho Nhật, miệng nói:

- Giỏi, giỏi lắm!

Đứng bên cạnh Chúa Út, Huệ cười ha hả, nói:

- ''Vua anh''chưa biết, tí nữa Võ tướng quân sẽ thi võ với Chúa Út đấy!

Nhật khẽ ngước lên nhìn. Đăng Vân chu miệng, chiếc răng khểnh lại lộ ra trêu chọc, nhìn lên trời, khinh khỉnh:

- Bây giờ rõ là thuộc hạ nhà Tây Sơn, nói không nghe thì nọc xuống đánh!

Nhật bực mình, sẵng giọng:

- Võ nghệ là để dẹp giặc cứu đời, không phải là trò trẻ. Tôi không thí võ.

Chúa Út ghé vào tai Nhạc, phụng phịu, tay giựt áo. Nhạc nhìn Huệ, nhìn Lữ. Vẫy tay lấy thêm một chén rượu, Nhạc đưa cho Nhật, nói lớn:

- Phải thí võ. Mi không nghe Vua mi à?

Huệ nháy mắt với Nhật, giễu cợt:

- Hay là tướng quân khinh đàn bà con gái nhà ta? Đăng Vân đánh roi nổi tiếng cả một vùng, tướng quân không thí võ thì chắc nó nọc xuống đánh thật đấy. Giọng khích bác, Huệ tiếp - mà có thí võ, chắc tướng quân cũng bị nó quất vào đít. Đằng nào cũng vậy, chỉ bị đánh nhiều hay ít mà thôi!

Không nói không rằng, Chúa Út nhảy xuống đất, tay cầm cây roi vút vào không khí, đi một mạch bước lên võ đài đứng chờ. Tiếng loa gọi tên Nhật vang lên. Nhật vẫn đứng đó, không biết tiến thoái thế nào. Hàng dân đợi lâu la ó. Nhạc giục, Lữ đành ra lệnh:

- Võ tướng quân! Đây là quân lệnh: mời tướng quân lên võ đài!

Đi qua mặt Huệ, Nhật lại nghe tiếng diễu cợt "Nhẹ tay nhé, có đánh thì đánh yêu thôi. Ta có mỗi một đứa em gái đấy!"

Quả khế bằng sắt buộc đầu roi của Đăng Vân được gỡ ra thay bằng một quả cầu bằng gỗ để tránh gây thương tật. Về phần Nhật, người ta đã làm sẵn một thanh kiếm gỗ, sống kiếm làm bằng những thanh nứa buộc tròn lại với nhau. Giám võ dặn dò, chỉ được đánh tới là ngừng, không hạ thủ, rồi đứng sang một bên. Nhìn Đăng Vân vênh váo, tay cầm roi, Nhật trêu:

- Công nương có roi thật, thuộc hạ thì kiếm giả, bất công thế mà coi được à? Nếu thuộc hạ có kiếm thật thì cái roi kia chỉ chớp mắt thành ba khúc, công nương thành tay không ngay...

Vứt thanh kiếm gỗ vào góc đài, Nhật tiếp:

- Cái này vô dụng, chỉ vướng tay. Thôi, Công nương ra tay đi, Nhật này xin bồi tiếp.

Chúa Út không ngờ diễn biến, bực bội quát:

- Đưa cho hắn một cây kiếm thật!

Giám võ quì xuống, lắc đầu:

- Lệnh của Long Nhượng tướng quân, không được...

Chúa Út nghiến răng, vứt roi xuống đất, gằn giọng:

- Đánh tay không vậy. Công bằng chưa?

Nhật nhảy lùi ra sau, lại trêu:

- Ở nước tôi, ''nam nữ thụ thụ bất thân.'' Vậy cũng không được!

Hàng dân đợi, sốt ruột, lại rủ nhau la ó. Đăng Vân nhặt roi, giận quá, vung lên thì Toàn Nhật đã nhập nội khiến roi mất tác dụng. Vân lùi, Nhật lại tiến, giữ khoảng cách vừa đủ để Vân không thể vung lên đánh. Hai người cứ xoay qua, xoay lại mà Vân không ra được đòn, nhìn từ xa như đang chơi trò múa may. Hàng dân lại la ó. Nhật cười, mình tựa vào roi, bỗng hất người nhảy lộn một vòng xuống đất như bị roi gạt ngã. Hàng dân vỗ tay. Nhật lùi ra, nghiêng mình, nói mỉa:

- Công nương đã thắng thuộc hạ thật là vinh quang. Giả sử thuộc hạ có kiếm, cũng đành phải bó tay.

Giận quá, Vân nhổ vào Nhật. Chàng vừa đảo người đi tránh nước bọt thì Vân đã bổ một roi vào đỉnh đầu. Nhật sợ, đưa tay lên bắt quả cầu gỗ, xoay tròn người theo vòng cong chiếc roi, không ngờ Vân cũng lao vào, bỏ roi, thúc khuỷu tay phải vào họng Nhật, tay trái tát vào thái dương. Nhật tắc thở, mắt nổ đom đóm, quay lơ một vòng rồi ngã xuống đất.

Giám võ chưa kịp nhảy lại thì Đăng Vân đã la trời lên, hốt hoảng nhảy đến bên Nhật. Nhũn người ra, Nhật mấp máy môi như muốn gọi. Đăng Vân gào:

- Y quan, đến mau, đến mau lên!

Nước mắt vòng quanh, Đăng Vân xốc đầu Nhật lên, miệng gọi:

- Dậy đi, dậy đi... Cho ta xin lỗi.

Lúc ấy, Huệ cũng đã nhảy lên võ đài. Vạch mắt Nhật ra, rồi bất ngờ thò tay kẹp vào mạch môn, Huệ thấy rõ ràng nội lực phản kháng của Nhật theo bản năng bật ra. Đẩy Đăng Vân ra, Huệ quát nhỏ:

- Làm hại một võ tướng của ta mất rồi! Mau sai người khênh Nhật về nhà!

Đăng Vân luống cuống khóc òa lên rồi chạy đi gọi gia nhân. Lúc ấy, Huệ mới ghé tai Nhật thì thào:

- Cứ giả vờ thêm chút nữa. Đợi về gặp mẹ ta rồi hãy tỉnh lại. Nhớ nhé. Đừng có phụ lòng ta...

Nhật mở mắt nhìn Huệ, cắn răng lại nhịn cười, rên hừ hừ, mặc cho người ta cáng đi.

*

Nhìn người thứ thiếp tên là Thược nằm thoi thóp, mặt tái bệch, mắt nhắm nghiền, Phạm Ngô Cầu buông một tiếng thở dài. Đã ba tháng nay, Cầu chạy hết thầy hết thuốc mà bệnh tình Thược vẫn không hề giảm thuyên, lại như có phần mỗi lúc một nguy kịch. Sáng nay, một chiếc thuyền khách từ Đàng Ngoài chở theo trà, cao hổ cốt và thuốc men vừa ghé vào bến sông

Hương. Chủ thuyền là Hồ Cẩm, một người Hoa ngụ ở phố Thuốc Bắc trong Kinh, vào thành bắt mạnh cho Thược. Ông ta lắc đầu, nhìn chăm chăm vào mặt Cầu, rồi nói:

- Bà đây bệnh là đang ghé vai chịu gánh nặng cho đức Thượng quan. Hắc khí ở gò Thái âm trên mặt Thượng quan đang từ từ sang đóng vào cung Ách, bà không bệnh nặng thì mạng Thượng quan chắc đã nguy rồi!

Cầu hốt hoảng:

- Vậy phải làm sao?

Hồ Cẩm hỏi xem lá số tử vi của Cầu. Ngồi chép miệng, bấm ngón tay tính đi tính lại, Cẩm gật gù:

- Mệnh của Thượng quan chủ là Liêm - Sát, chính chiếu có Tham Lang, Vũ Khúc đều đóng ở cung Sửu, phụ chiếu có Phá Quân ở Dậu. Đại hạn này vào Hợi, chính tinh là Thiên Phủ, trên có Tử Vi chiếu vào. Đó là thế Tử Phủ triều viên. Mệnh Sát Phá Liêm Tham, làm quan biên phòng, oai trùm một đất là đúng. Đại hạn đẹp như thế, nên mười năm nay, tài lộc vào như nước chảy chỗ trũng. Xét đến tiểu hạn, đóng cung Nô, quả là có Kình, Đà ở giữa, Phục Binh, Địa Không, Địa Kiếp bàng chiếu rồi lại thuộc Mộc, nên khắc với Hỏa là hành của cung Mệnh. Cung Nô là nơi bà thứ thiếp cư, ky với Mệnh của Thượng quan vốn quá mạnh, lại thêm Kình Đà, Không, Kiếp nên ốm mà chưa chết là còn may. Muốn cứu mạng, chẳng thuốc thang gì được! Phải cúng giải sao đi, nhưng tốn kém phiền phức lắm! Thượng quan cũng cẩn thận, sao Phục Binh đóng ngoài, lại chính chiếu, dễ bị phản. Nhưng chắc không sao, binh ngoài tướng trong. Phục Binh đóng ở Tiểu hạn phá phách một tí, chẳng có gì là đáng ngại.

Nắm lấy tay Hồ Cẩm, Cầu rối rít:

- Thầy giúp cho, tốn kém bao nhiêu tôi cũng chịu.

Cẩm lại lắc đầu:

- Trình với Thượng quan, sức tôi một mình không đủ. Tôi phải đi cầu thêm một người đồng môn là Trương Tú Anh. Vả lại giải Không, Kiếp, Kình, Đà phải trấn ở ngũ hành, cần người làm âm binh chặn ma quỉ...

Gần như van lơn, Cầu thì thào:

- Ông đừng lo, người thì quân lính Phú Xuân thiếu gì, ông cần bao nhiêu cũng có!

Lúc ấy, Hồ Cẩm mới nhận giúp, với điều kiện là Cẩm được phép độc quyền bán thuốc ở Phú Xuân. Chia tay, Cẩm vái Cầu, hẹn đợi đến trăng tròn, rồi cắt đặt công việc làm đàn giải sao trước khi đi vời Tú Anh. Phạm Ngô Cầu mừng lắm, lại nhớ lại bức thư vừa bắt được tuần trước, lòng hết sức bội phục Cẩm. Bức thư đó do Cống Chỉnh, kẻ đã hàng Tây Sơn, viết gửi cho Phó tướng Hoàng Đình Thể. Miệng lầm bầm "Đúng là sao Phục binh!," tay lại mở bức thư ra, Cầu lẩm nhẩm đọc lại: "Nay khí vận họ Trịnh đã kiệt, Tây Sơn là đất có mạch đế vương. Ta đã như lời tiến dẫn Hoàng lão hữu, nhớ tình xưa cùng hãn mã dưới trướng Huy quận công, từng ngày từng giờ mong sẽ lại cùng nhau dựng lên nghiệp lớn." Châm nến lên đốt bức thư đi, Cầu chậm rãi đến bên giường Thược ngồi xuống, tay vuốt má, bần thần, im lặng.

Vào trung tuần tháng năm, Cẩm kéo Tú Anh vào dinh Phạm Ngô Cầu. Theo lệnh Cầu, năm đội quân mỗi đội gồm chín mươi chín người trai tráng ra đóng ở chung quanh chùa Thiên Mụ đúng bộ vị theo ngũ hành. Cẩm ngồi ở trung ương đàn giải sao, phất cờ cho quân di chuyển, theo âm dương phù hợp với đồ hình bát quái. Họ thao tập như vậy hai ngày liền. Đến ngày trăng tròn, đàn giải sao chăng đèn kết hoa, vàng mã, hương trầm đốt lên, ngựa giống, voi giấy sắp đầy sân, cứ mỗi thứ có bốn mươi chín con đủ loại. Trương Tú Anh là con đồng trung gian giữa thượng thiên và hạ giới, tóc xõa dài đến gót, ngồi đảo theo tiếng chiêng, tiếng trống, tiếng phách và tiếng kèn tầu. Lễ giải sao bắt đầu từ giờ Hợi, kéo dài suốt đêm cho đến giờ Mão hôm sau, và cứ như thế bảy ngày bảy đêm liền. Vào giờ Tí, Phạm Ngô Cầu và Thược phải ra trình thượng thiên, mặc áo trắng, tóc trần, ngồi đọc thần chú cho đến giờ Dần. Sau đó, quân ở bộ vị Kim, Mộc, Thủy, Hỏa cho đến Thổ cứ lần lượt đồng thanh hét vang những câu chú cho đến giờ đầu giờ Sửu. Thành Phú Xuân gần như chẳng ai ngủ được, trong khi đó, mặt trăng lu dần nhường chỗ cho cả một trời sao óng ánh sáng long lanh mê hoặc.

Đến ngày thứ năm lễ giải sao, thám báo về trình rằng quân Qui Nhơn chiếm đỉnh Lũy đèo Hải Vân. Lúc ấy, không ai biết rằng đội Du binh Tiền kích đã vào bám chặt lấy những trọng điểm của Phú Xuân từ lúc Hồ Cẩm và Tú Anh vào thành. Hoàng Đình Thể vào dinh đòi gặp, nhưng Cầu quá mệt mỏi vì tế lễ, không cho vào. Thể quát lớn: "Giặc Quảng vào, phải kéo cờ điều, và đánh!"

Súng đặt trên mặt thành bắn ra khiến chiến thuyền Tây Sơn trên sông Hương không vào sát được chân thành. Huệ lùi quân, ra lệnh đợi nước triều dâng lên ban đêm. Trong khi đó, quân bộ Tây Sơn đã vượt Hải Vân bao vây bốn mặt. Thể quyết định mang một số quân ra đóng ở ngoại vi Phú Xuân. Nửa đêm, hàng trăm chiến thuyền Tây Sơn theo nước triều dâng nhắm chân thành tiến vào. Súng thần công đặt trên thuyền cứ từng đợt bắn ào ạt, tiếng nổ như sấm động làm hàng dân hoảng hốt xô nhau chạy. Quân Tây Sơn đổ bộ lên mặt thành phía đông, đẩy lùi lính Trịnh vẫn còn ngơ ngác trước diễn biến đột ngột. Thể cố sức đánh, nhưng thế yếu, phải xoay lưng vào thành tìm thế cố thủ.

Phạm Ngô Cầu như tỉnh một giấc chiêm bao, đi tìm thì Hồ Cẩm và Tú Anh thì họ đã đi đâu mất. Đứng giữa đám ngựa giấy, voi giấy và đám chiến binh đã kiệt sức sau bảy đêm quần nhau với âm binh chặn đóng ở ngũ hành, Cầu tái mặt, chợt hiểu là sao Phục binh đóng ở cung Nô quả là có độc.

Chạy vào dinh trung quân, Cầu có cảm tưởng như đám vệ sĩ đã thay hình đổi dạng. Toàn Nhật bỗng xuất hiện như một vị thiên tướng, xốc lại, tay nắm vào yết hầu Cầu, miệng nói rành rọt:

- Xin ngài yên tâm, tùng phục thì ngài bình yên. Quân Tây Sơn đã vây chặt thành, ngài theo ta, mang theo cờ bạc, phất lên thì ngài an toàn, lại cứu vớt được sinh mạng của lính!

Hoàng Đình Thể chống cự kịch liệt, bỏ mạng sau khi quay vào, nhưng cửa thành Phú Xuân đã đóng chặt. Đội Du binh Tiền kích dàn ra giữ cửa dưới, trong khi trên mặt thành, cờ bạc phất lên trong tiếng khóc nức nở của một vị tướng già bị sao Phục binh ở cung Nô đánh gục.

*

Dưới chân đèo, những cơn gió như đeo đá trĩu nặng lùa cái nóng hầm hập làm sôi da bỏng thịt. Mặt trời ở ngay trên đỉnh đầu làm búa giáng thẳng xuống thế gian cho xây xẩm mặt mày. Đám cận vệ kéo áo hở phanh, mắt nhìn về phía có khói bốc lên, miệng reo ''Thành cháy, thành cháy rồi!'' Thản nhiên như chẳng có chuyện gì, Huệ kéo Tự bước đi dăm bước. Đưa mắt nhìn giải mây trắng bồng bềnh trên trời, Huệ hỏi Tư, giọng trầm ngâm:

- Thầy tính thử xem bao giờ thiên hạ mới thái bình?

Lắc đầu, Tự mỉm cười. Nhìn nước suối chảy xoáy vào những tảng đá nằm dọc ven sông, Tự thủng thắng, nhìn sang Huệ, nói:

- Thượng công nhìn xem, cũng dòng chảy này, cũng tảng đá đấy, mà xoáy nước thì khi to khi nhỏ, khi tròn khi méo. Cũng như việc đời, ai mà tính toán hết được. Nhưng có một lẽ không sai được: nước xuôi xuống dưới không bao giờ ngược nguồn đi lên.

Triều đại quân chủ nào, Tự nghĩ thầm, xưa nay cũng chỉ tồn tại được hai, ba trăm năm. Thăng Long thì cằn cỗi, sinh khí không còn, chỉ độc mưu mô mua danh chuộc lợi lòng vòng trong đám quan chức. Phú Xuân lại buông tuồng, xa hoa, cũng theo vết xe đổ mà đi. Trong khi đó, hàng dân xiêu tán, nghề nông không còn khả năng nuôi miệng, chỉ còn đường Nam tiến. Nhưng đất đai từ Bố Chính đến Phú Yên chẳng được mầu mỡ, dân số lại tăng lên vùn vụt, nông nghiệp thế nào rồi cũng chỉ đến mức tự cung tự cấp, tay làm hàm nhai là hết. Làm dân, rốt cuộc là không có gì. Vậy thì làm giặc để có hy vọng, hễ được thì nên vua, mà lỡ thua thì nào có gì để mất! Thiên hạ muốn thái bình? Thái bình sẽ chỉ có được khi hàng dân còn cái gì để mất khi bỏ đi làm giặc. Nghĩa là họ phải giàu có lên. Chỉ nghèo đói mới thành giặc dã. Muốn giàu lên, phải làm sao? Đi tìm đất mới để làm nghề nông. Cuộc Nam tiến là sự kiện hiển nhiên, gần như là việc buộc phải làm vì lẽ tồn sinh. Nhưng không chỉ có vậy. Tự hắng giọng đáp câu Huệ hỏi:

- Miền Nam đất còn rộng, người lại thưa. Đi về đó, tựa như nước xuôi xuống dưới hạ nguồn. Nhưng ta không thể chỉ dựa vào nghề nông. Ở đó, sẵn có số người Minh Hương, một ít giáo sĩ Tây dương, và thuyền bè Anh, Bồ, Hà Lan đã lui tới. Như vậy, điều kiện mở rộng thương nghiệp tương đối thuận lợi. Nền thương nghiệp đó tương trợ, thúc đẩy nền công nghiệp theo thế ỷ giốc, làm đòn bẩy đẩy cả nước tiến theo!

Huệ nhìn lên thành Phú Xuân, triền miên trong niềm suy tư, tay mân mê đốc kiếm. Trên đỉnh thành, cờ đỏ Tây Sơn đã phất phới bay. Chợt Trần Danh Kỷ cùng hai tên quân tới. Danh Kỷ vừa cười vừa nói:

- Rước Thượng công vào thành.

Huệ khẽ gật đầu, quay sang, nói vào tai Tự:

- Thầy nhìn đúng, nhưng phải cho ta thêm dăm ba năm. Dựng nước khác, dĩ nhiên. Nhưng cũng giống đánh bạc, đi buôn, ở chỗ cần có vốn. Ta hiện nay vẫn còn trắng tay nên phải đợi!

Dẫn đầu đám cận vệ, Huệ phóng ngựa, chân thúc vào hông không thương xót, miệng mím chặt. Khi cả đoàn vào đến cửa thành, lính Tây Sơn vừa reo vừa đánh cồng, tiếng vang vọng đến tận ngả Ba Sình. Bước lên thềm vào chính điện, Huệ theo Kỷ đi thẳng đến chiếc ghế bành, mắt đảo một vòng, rồi ngồi xuống. Quay sang nhìn Kỷ, Huệ nói:

- Này, ông theo phò ta bao lâu rồi nhỉ?

- Trình Thượng công, xấp xỉ năm năm…

- Vào đến đây rồi, ông đâu cần che giấu ai nữa. Từ nay ta phong ông là Trung Thư, lệnh ta ông truyền xuống, đừng phụ lòng ta!

Như không nhìn thấy Phạm Ngô Cầu đứng ủ rũ bên cạnh hai du binh, Huệ cất lời khen thưởng quan quân Tây Sơn, tiếng oang oang như trống trận. Vẫy tay cho điệu Cầu đến trước mặt, Huệ hỏi:

- Quân Bắc Hà từ Phú Xuân đến Bố Chính có bao nhiêu?

- Hai vạn.

- Sai! Còn một vạn mốt. Quân của Tiết Chế Nguyễn Lữ đã lấy Bố Chính cách đây ba ngày, có năm nghìn đã xung vào đội ngũ Tây Sơn rồi.

Huệ đứng dậy, đến bên Cầu, mắt nhìn tròng trọc:

- Bây giờ ta có để ngài đi, ngài cũng chẳng thể tụ quân chống ta được. Cho ngài về Bắc, chắc cái tội để mất Thuận Hóa khiến Chúa Trịnh chém đầu ngài. Phải chi ngài theo ta, vẫn giữ được quan tước, lại tránh cho máu đổ trên đường quân ta đi.

Ngước mắt lên nhìn Huệ, Cầu cắn môi, khe khẽ lắc đầu, nước mắt nhỏ ròng ròng chảy xuống đọng trên chòm râu bạc cứ tức tưởi rung lên. Nhìn theo Cầu cúi đầu uể oải bước đi, Huệ lắc đầu chép miệng. Kỷ đã làm sẵn, mở ra đọc chiếu "Chiêu An" gửi đến dân quân Thuận Hóa, kêu gọi lính Trịnh bỏ giáo qui hàng, kẻ nào muốn về quê quán thì cấp lương cho về. Nhìn tả hữu, Huệ hỏi:

- Quan Hữu quân, ông thấy tờ chiếu viết thế được chưa?

Chỉnh ngẫm nghĩ:

- Trong chiếu chỉ nói đến diệt Trịnh, chưa đả động đến phù Lê!

- Ta lấy Thuận Hóa là đất Nam Hà từ trăm năm nay, có dính gì đến bờ cõi của nhà Lê mà phải phù? Còn quan Tả quân nghĩ thế nào?

Kẻ đứng bên trái là Vũ văn Nhậm, người cao lớn, râu mép lưa thưa, bước lên một bước rồi vòng tay thưa:

- Nhậm này thấy rằng có thêm chữ phù Lê cũng hay!

Huệ bật cười sang sảng, vỗ tay:

- Ta đang muốn ngao du một chuyến, thế là cũng đúng ý hai ông. Phiền nỗi là mệnh của ''Vua anh'' lại không cho phép!

Chỉnh nhỏ nhẹ:

- Cổ nhân có nói ''Tướng ngoài, mệnh Vua có khi không cần theo.'' Ra Bắc hà, Thượng công dựng công nghiệp không mấy đời có. Ấy là công lớn, nằm trong tay mà bỏ lỡ, sau đây anh hùng trong thiên hạ nghĩ thế nào?

- Vậy thì ta thêm vào hai tiếng phù Lê, ''Vua anh'' có bắt tội, các ông phải chịu chung với ta nhé! Ha, ha... Phiền Hữu quân sửa soạn, ta trù hai ngày nữa Hữu quân đem đội Tuyển Phong vượt vào cửa Đại An, đánh lấy kho lương Vị Hoàng. Qua Thanh - Nghệ, Hữu quân tung du binh, gây thanh thế, kìm chân quân Bắc không cho điều động.

Tối hôm ấy, sau khi hội ý với Nhậm và Chỉnh, Huệ một mình bước ra mặt thành Phú Xuân. Trăng treo trên trời, tròn vành vạch như chiếc đèn lồng, hắt xuống mặt đất bóng những rặng cây vừa chứng kiến thêm một chiến tích trên mảnh đất tôi bằng máu lửa này. Hít làn gió đêm mát rười rượi, Huệ gật gù cười nhìn về phương Bắc, chặc lưỡi:

- Nước đục lắm rồi. Ai thò tay xuống trước, kẻ đó có nhiều may mắn vớ được con cá độc nhất sống trong bùn. Có lấm tay, chờ nước trong rồi lại rửa, có sao đâu!

Gọi Toàn Nhật đến, Huệ dặn:

- Võ tướng quân mang đội Tiền kích, giả làm thường dân, đột nhập Thăng Long nằm yên đó chờ đại quân. Cần thì lại lập lại cái mẹo vừa làm ở Phú Xuân, nhưng để ý trấn giữ thế nào dẹp ngay được đám Kiêu binh. Xưa, tướng quân đã chỉ huy chúng, nay đánh thắng chắc là chuyện dễ dàng!

Nhật vái Huệ kiếu từ, nhưng đến cửa bị gọi giật lại. Vừa cười diễu cợt, vừa thân mật, Huệ nắm vai Nhật:

- Này, anh chàng rậm râu. Mẹ ta bảo rằng Đăng Vân đến tuổi phải gả chồng. Lẽ ra, nhà trai phải đến hỏi. Nhưng thôi, ta sẽ ghé thăm La Sơn Phu tử, ớm tiếng xem... Được không?

Nhật đỏ mặt, lắc đầu:

- Thượng công hiểu cho - Nhật ngập ngừng - Ngày nào tôi chưa tìm ra Trọng Thức, tôi không nghĩ đến chuyện tư riêng. Vả lại...

- Vả lại làm sao?

- ...

- À, ta hiểu rồi. Nguyễn Thiếp vẫn coi Tây Sơn là mấy tay ấp trưởng như giặc cỏ phải không? Được, được!

Nhật bước ra, mũi chợt thoáng một mùi hương quen thuộc. Nấp sau tấm trướng, Đăng Vân thở dài, nước mắt bỗng ứa ra ướt má. Vừa lúc đó, cánh chim ăn đêm ở đâu đập trong gió khua xào xạc, đánh thức nỗi cô đơn của kẻ mới chớm yêu nhưng chưa biết thế là rồi phải chờ, phải đợi!

*

Đứng trên lũy Thầy, bóng Huệ đổ dài, phình ra như bóng một người khổng lồ, chân đạp lên mặt đất nứt nẻ. Từ Bố Chính trở ra, năm nay lại hạn hán, dân đói đã hàng đoàn từ Nghệ An chạy vào, mắt trắng dã, thất thểu dìu nhau đi như những kẻ không hồn. Chẳng cần bắt, đám đàn ông xin xung quân, ít ra là cũng có ngày hai bữa. Đàn bà trẻ con mất chồng, mất bố đứng nhìn, kiệt lực, khóc không thành tiếng, nước mắt ròng ròng. Tự thưa:

- Thượng công, chiếm Vị Hoàng ta sẽ đủ quân lương. Giờ chia cho dân một ít.

Hướng về phương Bắc, Huệ lạnh lùng lắc đầu, mồm lẩm bẩm: ''Nhỡ quân không đủ lương thì đánh chác thế nào. Thừa hơn thiếu, có hơn không!'' Nhìn khuôn mặt Huệ gồ lên, cằm bạnh ra như cằm hổ mang, mắt rừng rực lửa có mầu đỏ của máu, Tự biết có nói thêm cũng vô ích. Con người đã dầy dạn chiến trận đứng cạnh căng bật như cánh cung để phóng đến mục tiêu của mình theo đường thẳng của mũi tên bay đi, không mủi lòng quan tâm đến bất cứ gì khác sự chiến thắng. Đánh cho chắc, thắng cho nhanh, ai chia lương cho kẻ đói để phải chấp nhận may rủi? Bỗng nhiên, Tự xót xa và thấy mình như lạc lõng.

Từ hai hôm nay, Huệ trừng trừng nhìn ra ven biển, miệng thỉnh thoảng lại lẩm bẩm: ''Lửa đâu, cháy lên!'' Hữu quân Chỉnh có lệnh đốt lửa làm hiệu, đã cắm những chòi cao chạy dọc vào đến Bố Chính. Quay nhìn Lữ, Huệ thủng thẳng:

- Hãy về giữ Phú Xuân. Ta để Huy Tự theo đệ, hai người bàn định việc phía Nam. Ở đó, an dân là chính. Nay Chủng ở Xiêm, thế cùng lực kiệt rồi!

Nhìn vào mắt Tự, Huệ tiếp:

- Vào Nam làm kế lâu dài là ý thầy. Còn ra Bắc, việc đầu là ta thu kho tàng Phủ Liêu làm vốn lớn. Sau, ta sẽ tạo ra cái thế dẫu có vào Đàng Trong, lúc nào ta cũng có chính danh để trở ra Đàng Ngoài.

Hôm sau, Huệ không đợi lửa hiệu, ra lệnh phát quân, theo đường thủy đi vào. Đi được nửa ngày, quân Tây Sơn hò reo khi nhìn thấy lửa cháy trên những chòi dọc ven biển. Quân chủ lực đến Vị Hoàng sáu ngày thì gộp lại đông đủ. Trận cửa Luộc, Huệ đánh tan quân thủy của Đinh Tích Nhưỡng và quân bộ của Đỗ Thế Dân. Tiến vào phòng tuyến thứ hai, Huệ chỉ huy trung quân, bất ngờ tập kích vào đội lính Trịnh đóng tại bến Thúy Ái. Không đuổi theo đám quân dưới tay Trịnh tự Quyền đã tan rã, Huệ sai Nhậm và Chỉnh tập trung chủ lực thọc mạnh vào Thăng Long.

Đoan Nam Vương Trịnh Tông tức giận cách chức Tể Tướng Bùi Huy Bích, bắt phải ra trận đốc chiến. Nhìn một ông nghè đầu bạc run rẩy lên đường, lòng người lại nôn nao. Tông muốn ra khỏi thành lánh giặc, nhưng bồi tụng Trần Công Sán cản lại, và khuyên Tông kéo Quận Thạc Hoàng Phùng Cơ từ Sơn Tây về. Là hổ tướng, Cơ liền lấy trước năm nghìn lạng bạc để chiêu quân, gọi được hơn nghìn thủ hạ ra đóng ở hồ Vạn Xuân. Tây Sơn đổ quân đến bến Nam Dư. Cơ biết, nhưng cho phép quân nghỉ ăn cơm trưa. Thình lình hai đạo Tây Sơn từ tả hữu ập vào đánh. Cơ có tám người con đi theo, chết mất sáu, nhảy xuống chân voi cướp đường tháo chạy. Mật lệnh đưa vào, lập tức Toàn Nhật và đội Du binh Tiền kích chiếm phủ chúa Trịnh. Từ bến Tây Long, Huệ chính mình điều quân đánh vào lầu Ngũ Long, bản dinh của Trịnh Tông. Nhìn quân mình tan tác, Tông khóc, đổi y phục, đóng khăn hình chữ đinh, kéo voi lùi ra ô Yên Phụ chạy trốn.

Bước vào phủ Chúa, Huệ đi đến chiếc ngai thẳng chân đạp đổ, rồi gọi tả hữu, giọng sang sảng truyền:

- Ta ra đây là dẹp loạn nhà Trịnh. Nay mai ta vào vấn an Đức Thượng Hoàng, dâng biểu phù chính. Từ phút này, quân binh phải nghiêm ngặt với bọn cướp bóc, phản tặc. Nhưng đối với hàng dân, cấm không được xâm phạm đến tài vật, của cải. Cái ăn, cái ở ta đã lo hết, ngay một hạt cơm của dân ta cũng cấm nuốt. Trái lệnh, ta cho phép làm giảo hình giữa chợ để hàng dân trông mà cậy vào phép nước.

Tối hôm chiến thắng Thăng Long, nghĩa là chỉ hai mươi ngày sau khi xuất quân từ Qui Nhơn, Huệ gọi con nuôi là Nguyễn Đằng, ra lệnh cho kiểm kê, gói ghém tất cả châu báu, ngọc ngà và vàng bạc của Chúa Trịnh đã tích tụ hai trăm năm nay, cộng thêm vào với kho tàng Trịnh Sâm cướp được ở Phú Xuân cách đây trên chục năm từ tông tộc Chúa Nguyễn. Trong lúc hàng dân cũng như quan quân cựu triều còn hoảng hốt, Huệ ra lệnh cho Đằng bí mật chở ra thuyền, mang tất cả về Đàng Ngoài, cất ở một nơi không ai biết rõ. Đoàn thuyền đó gồm hai mươi chiếc, hai ngày sau lặng lặng rời bến Tây Long, có một đội du binh do Đằng chỉ huy đi kèm để bảo vệ.

Nằm trên tấm đệm giường Chúa Trịnh, Huệ thấy như nằm trên bông, có cảm tưởng cứ bồng bềnh, không sao ngủ được. Khoác lên vai chiếc Vương bào có thêu hình một con cọp ở giữa ngực, đang nhe nanh vuốt, mắt trợn trừng như chực nhảy xổ ra, Huệ đốt một cây bạch lạp, đi khắp nơi, mắt nhìn lên những chiếc cột lim nghễu nghện trên có khắc chữ. Huệ cố đọc, nhưng chữ được chữ không, bực mình nhổ toẹt xuống thềm, bật mồm chửi tục. Bỗng có tiếng cười nhẹ sau lưng. Huệ quay lại. Một bóng đàn bà mặc toàn trắng thoắt biến vào gian phòng bên trái. Huệ gọi giật giọng:

- Ai, đứng lại!

Băng mình đuổi theo, Huệ chúi người, chân vấp vào ngưỡng cửa. Nhìn vào, vẫn không một ai. Nhưng tiếng cười lại cất lên, như gió thoảng, làm lạnh gáy. Huệ ngước lên. Bóng trắng lại chập chờn như trêu ghẹo, thoáng một cái đã lẩn vào gian sau. Huệ lồng dậy, cơn thèm xác thịt đã bị đè nén từ ngày xuất chinh bỗng nổi lên. Xông người đuổi theo, Huệ lại vấp, ngã chúi xuống. Một bàn tay mát rượi ép lên má Huệ mơn trớn, tiếng nói như từ cõi nào, văng vẳng:

- Ta đây. Chúa Chè đây. Nằm yên... Ngoan nào!

Huệ tì tay xuống đất, tung người lên. Nhưng vô vọng. Toàn thân như tê điếng, Huệ mê đi trong mùi hương hăng hắc, trừ phần dưới cơ thể cứ rung lên bần bật như dùi đập vào mặt trống, Thở hắt, tứ chi nhũn ra, mắt hé mở, Huệ lờ mờ thấy gương mặt một người đàn bà rất đẹp, tươi cười bảo:

- Gặp mi muộn quá rồi... Nếu ta biết thì xưa ta đã bỏ ra Đàng Ngoài tìm mi.

Bỗng lưỡi người đàn bà thò ra, một gang tay rồi hai gang, đỏ loét, mỗi lúc mỗi dài, quấn lấy cổ Huệ xiết lại. Huệ vùng vẫy, tai nghe rành rọt từng câu:

- Cái phòng này là phòng con ta đã ở. Đồ đạc của nó trong phòng, đâu phải trả vào đó. Mi đã ăn cướp được nhiều rồi, tham thì thâm. Nghe rõ chưa?

Huệ hét lên: ''Rõ, rõ rồi!,'' tim như sắp căng đứt. Huệ mở mắt khi Danh Kỷ lay gọi, thở phào, lấy tay lau mồ hôi, tay kia sờ xuống hạ bộ. Danh Kỷ khẽ nói:

- Thượng công la hét ầm lên, tôi vội chạy vào...

Huệ phẩy tay:

- Được, được rồi. Trong phòng này, đồ vật để yên không cho ai đụng vào! Thôi, đi ngủ!

Mặc Kỷ ngẩn ngơ không hiểu gì, Huệ lại bảo:

- Ông sai quân dọn cho ta cái phòng khác. Ta ngủ đất, chẳng cần phải chăn nệm gì! Nhớ để cho ta một cái đèn dầu. Đêm Bắc hà ngủ nhắm mắt quả thật là... nguy hiểm! Mà này, ông có biết Chúa Chè là ai không?

*

Từ ngày Chỉnh đặt chân đến Thăng Long, bao nhiêu công việc đổ lên đầu khiến đến tối mịt Chỉnh mới quay về nơi cư ngụ ở chùa Thiên Tích. Sau buổi Huệ đến vấn an Lê Hiển Tông ở điện Vạn Thọ, Chỉnh phải chọn ngày lành để Huệ làm lễ triều kiến Hoàng thượng báo thiên hạ rõ nghĩa tôn phù. Nhưng triều đình nhà Lê nay chẳng còn ai. Chỉnh đi tìm những vị cựu thần, được sáu người, nhưng chỉ có bốn chịu vào triều, đều là những kẻ già nua không được việc gì. Trong buổi vấn an, Hiển Tôn ý sợ nhưng coi Huệ như kẻ cướp, mở miệng lần đầu đã nói ngay:

- Quả nhân làm vua thanh bần, giản dị, không có vật gì để biếu tặng.

Huệ trả lời như quên hẳn việc đã cướp sạch kho tàng nhà Trịnh, miệng ráo hoảnh:

- Thần vì nghĩa tôn phù mà tới đây, đâu dám kể công lao.

Quay sang Chỉnh, Huệ tiếp:

- Đây là bề tôi cũ của bệ hạ đấy.

Chỉnh ra trước sập ngự lạy chào. Huệ lại nói:

- Người này dẫu tước lộc của bệ hạ cho chưa nhiều, nhưng lòng trung khó có kẻ thứ hai. Thần ra được đây cũng là nhờ hắn.

Biết Huệ mỉa mình, Chỉnh cắn răng, nhưng máu bốc lên mặt khi nghe Hiển Tông dụ:

- Chỉnh biết trung nghĩa, đấy là do công ông gây dựng cho.

Lễ triều kiến vào ngày bảy tháng bảy ở điện Kính Thiên. Huệ tự đem tướng sĩ từ cửa Đoan Môn đi vào. Sau khi lạy năm lạy, vái ba vái, Huệ dâng tờ tâu diệt Trịnh và sổ sách dân quân. Hiển Tông phong Huệ là Nguyên soái, tước Phù-Chính Dực-Vũ Uy Quốc công.

Về đến phủ Chúa, Huệ gọi Danh Kỷ, Văn Nhậm và Chỉnh vào, Mặt mũi cực kỳ giận dữ, Huệ dang tay đập chén nước trà xuống đất, hầm hè:

- Ta đánh một trận, dẹp yên thiên hạ thì một hòn đất, một tên dân nước này là của ta, ta muốn xưng đế, xưng vương thì xưng, ai cản được. Cái chức Nguyên soái Quốc công với ta là cái gì? Muốn lấy tiếng hão để lung lạc một kẻ mọi rợ à? Ta nhận, nhưng phải nói ra cho ''đám thây ma'' ở triều đình đó biết.

Mặt Chỉnh tái mét, không biết Huệ định làm gì. Danh Kỷ nói nhỏ vào tai Chỉnh. Chỉnh lắc đầu, lúng túng đáp: ''Để xem, để xem sau!'' Nhìn Chỉnh, Huệ gằn giọng:

- Việc giao dịch với triều đình nhà Lê, ta đã giao hết cho ông. Ông làm thế nào mà ''đám thây ma'' đó khinh ta như vậy! Nay, ta cho đi tìm Trịnh Tông, lập lại xem họ xử ra sao.

Nói xong, Huệ quày quả bước ra sau, mặt mũi hầm hầm. Về chùa Thiên Tích, Chỉnh bóp trán suy nghĩ. Chỉnh thừa biết là Danh Kỷ chỉ nói lại bụng dạ của Huệ, không thể không bàn tính với nhau trước. Hôm sau, lính đến báo. Chỉnh vội ra cửa Tây. Lật vuông vải đậy mặt, Chỉnh nhìn kỹ, đúng là Tông. Tông tự tử, lấy đũa đâm họng rồi dùng tay tự xé cổ ra. Tuần huyện Trang, kẻ bắt Tông mang về Kinh, quì xuống thưa:

- Bẩm quan Hữu quân, muốn cứu Đoan nam vương mà không kịp!

Chỉnh thở dài, lẩm bẩm, rồi nhìn Trang khinh bỉ:

- Ông ăn lộc Chúa, nay phản bội, lại quay về cái bản chất cướp vặt của ông. Chỉ tội cho Lý Trần Quán, thầy ông, là kẻ nhờ ông bảo vệ Chúa. Nay Quán ra sao?

Trang tái mặt không đáp. Chỉnh lại nhìn xung quanh, một người chắp tay thưa rằng Quán đã tự chôn sống để chuộc tội khiến Trang lừa bắt được Tông. Chỉnh nhìn vào mặt Trang, gọi lính lấy một chiếc đũa, ném xuống đất:

- Mày nhặt rồi tự xử hay bắt ta ra tay?

Oằn người như con giun bị xéo, Trang khóc lớn, tay chắp lạy Chỉnh như tế sao. Chỉnh sai chém, rồi bêu đầu ở cửa ô, dán một tờ giấy viết rõ "Phản Chúa, hại Thầy, đầu bêu ba ngày, thây phanh ra cho chó ăn. Nay thông báo cho thiên hạ. Hữu quân Nguyễn Hữu Chỉnh." Về báo Huệ, Chỉnh lại xin tang ma trọng thể cho Tông theo đúng vương tước. Huệ gật đầu. Khi Chỉnh ra, Huệ nói nhỏ với Kỷ: "Hắn muốn gột cái tiếng phản phúc đấy. Như vậy, hắn sắp phản ta rồi. Thế là hắn làm trúng ý ta. Từ nay, ông với bộ Lễ của triều Lê lo việc nghi thức cho ta ở Bắc Hà."

Chỉnh sai anh em, con cháu bí mật lẻn về trấn Sơn Nam, Kinh Bắc, Hải Dương gặp gỡ các hào trưởng và thương nhân giàu có, ý chiêu dụ về việc gây dựng lại Đàng Ngoài. Lúc đó, súng ống gươm giáo lính Trịnh đều bị Huệ thu lại. Bọn quan quân và đám Kiêu binh nhà Trịnh đi đến đâu là hàng dân xúm lại đánh và cướp hết binh khí, của cải, chẳng ai nghĩ quân Tây Sơn là quân "nước ngoài." Họ lại còn cảm phục vì những người lính đến từ phương Nam kỷ luật, không o ép, ức hiếp, đến một miếng nước lạnh của dân cũng chẳng dám tơ hào. Không biết Tây Sơn còn ở lại đến bao giờ, bọn phú hào phú thương nói nước đôi, chủ tâm là chờ đợi diễn biến.

Chỉnh thất vọng, tâm sự với Đỗ Thế Long, người gốc Thanh Trì. Long là người lanh lợi, xưa kia có tội đã từng bị giam với Chỉnh trước khi Chỉnh về dưới trướng Hoàng Tế Lý. Lúc vào Thăng Long, Chỉnh sai người thả cho Long ra khỏi ngục, mang về chùa Thiên Tích đãi như thượng khách, công việc Bắc hà có gì khúc mắc đều hỏi han. Chỉnh thì thào:

- Nếu Chúa còn sống, chắc tôi sẽ được đặt vào địa vị thanh nhàn, không để phải mất danh tộc. Bây giờ thì khó quá. Huệ ý o ép Vua bắt gả con gái cho rồi mới tính chuyện rút quân về, tôi chẳng biết còn phải làm sao.

Long nhẩn nha:

- Hắn muốn thành chàng rể, để hễ động tĩnh gì ở Bắc hà là kéo ra, tiếng là giúp bố vợ, mà thực là cướp nước ta. Còn chúa Trịnh, thì việc không phải chỉ đơn giản thế. Nước này, dẫu sao cũng là đất của cả Lê lẫn Trịnh. Xưa, cái sách ''phù Lê- diệt Trịnh'' cũng có cái dở. Nhà Chúa có hiếp chế Vua thật, nhưng vẫn có cái công tôn phù hai trăm năm. Ông dựa thế ''nước người,'' nay nghiêng non lật biển được, nhưng khi Tây Sơn về thì ông tính sao. Theo chủ mới, ông phản Trịnh là chủ cũ đã để ông thành công hầu, ấy là bất nghĩa. Bởi lỗi ức hiếp làm lấp cái công tôn phù, ấy gọi bất nhân. Bất nhân bất nghĩa là tàn tặc, kẻ trượng phu lập thân quyết chẳng để mình vào thế đó được!

Mặt hơi tái đi, Chỉnh giả tảng nghĩ ngợi, mồm nhai bã trầu một hồi lâu, rồi đáp:

- Gây dựng là ơn riêng của một người. Cương thường là nghĩa lớn của thiên hạ. Tôi phù Lê là chống đỡ cương thường, chí nhân đại nghĩa, sao lại gọi là tàn tặc?

Long được dịp, tiếp:

- Vua Lê vẫn đó, đã được tôn sẵn rồi, đâu có đợi ông tôn phù. Đó là cái cớ ông đưa người ngoài tới đây, làm nhà nước như bình vàng bỗng mẻ, Chúa chết, Vua thì có cũng như không, quân quyền nằm hết trong tay giặc Quảng. Như vậy, gọi là tàn tặc vẫn còn nhẹ. Nay nếu ông xoay lại, khéo điều đình để Huệ no nê ước muốn mà rút quân, rồi ông chọn trong tôn thất họ Trịnh một người lập lên làm Chúa. Rồi ông là phò tá cho tân Chúa, tạo ra cái cớ không để chàng rể nước Tây tự tiện muốn kéo quân ra là kéo... Hoàng đế nay già rồi, lập Hoàng tự tôn Lê Duy Kỳ kế tục lên là một vì vua khác, nên cái thế bố vợ - chàng rể chắc không lâu. Đây là cái công không mấy đời có được.

Chỉnh vái tạ:

- Tôi xin nghĩ thêm.

Long ra khỏi, Chỉnh vẫy người nhà, dặn:

- Tên hắn là Long. Rồng thì phải đưa xuống nước không để sống trên cạn làm mê loạn thiên hạ được.

Đêm hôm đó, Long bị trói mang ra sông Nhị Hà, rồi chết đuối như người ta kháo lại.

Ba ngày sau buổi đại triều, Vua Lê Hiển Tông hạ chỉ dụ gả Ngọc Hân, năm nay mười sáu tuổi, cho Nguyên soái Uy quốc công. Ngay hôm đó, Huệ sai Hình bộ thượng thư mang một tờ tâu, hai trăm lạng vàng, hai nghìn lạng bạc, hai chục tấm đoạn vào điện Vạn Thọ, xin hôm sau rước dâu ngay, ai cũng biết là cưới chạy tang vì Hoàng Thượng nay như ngọn đèn trước gió. Sáng sớm hôm sau, Huệ sai quân đệ vào tờ tâu làm lễ nghênh hôn. Quân lính Tây Sơn đứng sắp hàng, gươm giáo sáng loáng, cờ quạt đủ màu phất phới bay từ cửa phủ Liêu đến điện Vạn Thọ. Hàng dân xô nhau đi xem đứng chật như nêm cối trên đường phố, ai nấy đều mong được nhìn thấy một cuộc hôn phối vô tiền khoáng hậu.

Danh Kỷ tất bật, lo liệu từng li từng tí, quyết không để ai chê là''nước'' mình không biết lễ nghĩa. Các hoàng thân, hoàng phi và quan văn võ đều chực sẵn ở cửa điện, sắm sửa ngựa xe đi đưa dâu. Khi công chúa đến cửa phủ, Huệ ngồi kiệu rồng thếp vàng ra đón. Chợt có ai đó trong đám dân giã la to: ''Tiếc thay cây quế giữa rừng!,'' ý nhắc chuyện vua Trần ngày xưa gả công chúa Huyền Trân cho Chiêm vương là Chế Mân. Huệ mím miệng, mắt quắc lên, nhưng sau lại làm như không nghe thấy. Đưa công chúa vào cung, Huệ thết tiệc, rồi sắp hai trăm lạng bạc sai quân đưa ra tặng các vị nhà gái. Chỉnh chửi thầm trong bụng: ''Vàng bạc của nhà Trịnh cả. Mất con nhưng có được mảnh đất nào như Ô, Rí thời xưa đâu!'' Nhưng mặt mũi vẫn tươi vui, Chỉnh theo các quan về công đường bộ Lễ, đứng ra chúc mừng, khen Vua kén được giai tế, và từ nay nước An-Nam ta có được một nước dâu gia. Hiển Tông ngồi trên ngai, thều thào đáp lễ rồi nhắn: "Ta tuổi già, không thể nương tựa vào ai. Nay công chúa nương bóng hậu dinh, hầu hạ khăn lược, để cho khi hai nước thành nghĩa thông gia, đời đời hòa hiếu, ta có nhắm mắt cũng an lòng."

Nghe Chỉnh thuật lại, Huệ chiều hôm đó ngồi xuống uống rượu với đám tả hữu, đã ngà ngà say, nói lớn:

- Hoàng thượng quả là "lão mưu đa kế." Kẻ mọi rợ này nay bám vào cành vàng lá ngọc, thật là "thiên tải kỳ duyên." Ha ha, em vua nước Tây Sơn làm rể Hoàng Đế nước Nam, môn đăng hộ đối thế, hiện ở đời này đã có mấy phen?

Bá vai Toàn Nhật, Huệ tiếp, giọng sặc mùi rượu:

- Này chú em rậm râu, sau này xin làm rể Tây Sơn, liệu chú em có hai mươi lạng vàng, hai trăm lạng bạc không? Ta thật ra chẳng bỏ một chinh. Đến vũng nước đục, ra khoắng chân quậy một cái. Rồi thò tay móc lên, nào là vàng, là bạc, là châu ngọc... và sau cùng là... là trái tim người đẹp.

Ngượng nghịu, Nhật khẽ nói:

- Thượng công, xin thượng công...

Cả bọn tả hữu phá lên cười, vỗ tay. Huệ lại tu rượu ừng ực, rồi lè nhè:

- A, cái trái tim đàn bà. Ha ha, nó kỳ lạ lắm. Ta ra vì loạn, về lại đèo bồng thêm một đứa gái tơ, trẻ con nó chắc bụm miệng cười! Mặc nó, ta chỉ quen gái Nam hà, chưa biết mùi gái Bắc. Hà hà, phải thử một chuyến xem tròn hay méo!

Danh Kỷ biết Huệ đã say lắm, phất tay ra hiệu cho mọi người lui ra. Bước đến cửa, Chỉnh nhìn xéo, lầm bầm buông thõng một câu:

- Say như thế thì méo cũng thành tròn.

Nhậm nghe thấy, mắt cau lại, chẳng kiêng nể nhìn tròng trọc vào mặt Chỉnh nhưng không nói năng gì.

Huệ lại níu Toàn Nhật, mồm rớt rãi, nói chữ đực chữ cái:

- Chú em rể rậm râu ở lại... ta... ra lệnh... Ba đường kiếm của chú đủ bảo vệ cho An-Nam nguyên soái. Nhưng không chống được... trái tim đàn bà đâu!

Trong phòng chỉ còn Nhật và Huệ. Nhìn ra cửa sổ, mặt trời yếu ớt lui dần, để vương lại một thoáng đìu hiu trên những vạt cỏ ủ dột. Mùa mưa dầm bắt đầu từ mấy ngày rồi, tưới nước xuống như nước mắt thiếu phụ khóc chồng, thây bọc còn cuộn tròn trong những chiếc chiếu thâm sì ẩm ướt người ta bỏ nằm vất vưởng trên bờ bãi ven sông Nhị. Nhật đốt bạch lạp, kéo Huệ nằm lên sàng gỗ gụ, nhét chiếc gối mây dưới gáy. Huệ bỗng nắm lấy áo Nhật, mắt nhắm nghiền, mồm lẩm bẩm:

- Đừng bỏ ta. Ta có tội tình gì An ơi!

An là con gái giáo Hiến, người thiếu nữ đã gieo vào Huệ những tình cảm trai gái khi vừa lớn để biết yêu. Thuở đó, Huệ mới mười bốn. An hơn Huệ một tuổi, đã nhuộm răng và biết ăn trầu, tóc để dài chấm vai, lưng ong, lúc đi quần phủ trên đất lượn lờ như là bay là nhấy. Dù đi học, Huệ chẳng coi chữ nghĩa ra gì, mặc dầu không nói nhưng giáo Hiến cũng biết. Trong số học trò, Huệ lại sáng dạ nhất nhưng rất lười. Hễ có dịp, Huệ chòng ghẹo bạn đồng môn, thường đầu têu dẫn đi phá làng phá xóm. Một hôm, đối tượng của những trò nghịch ngợm là An. Bọn học trò đố nhau đứa nào sẽ thành giai tế của thầy. An nghe biết, chỉ mỉm cười, đùa bảo một đứa hiền lành:

- Đứa nào biết thầy muốn gì, tao sẽ gọi bằng chồng. Mỗi đứa chỉ nói được một lần, và cố mà viết ra giấy, chữ xấu không được tính.

An thường giúp cha chấm quyển học trò, bụng chỉ muốn ép chúng tập viết cho đẹp, chẳng có hậu ý gì. Đến ngày, mỗi đứa kèm vào tập quyển một tờ giấy nét chữ nắn nót. Giáo Hiến bắt được, truy ra việc An đùa, quẳng lên chõng hai tờ. Tờ thứ nhất, viết "Giết quyền thần Trương Phúc Loan" ký tên Huệ. Tờ thứ nhì, ghi vỏn vẹn "Thầy muốn cho chị An được sống hạnh phúc." Giáo Hiến mắng con, song lại bảo "Huệ nó nói đúng điều ta muốn." Hiến thâm thù Loan, vì người tri kỷ mình là quan Nội hữu Trương Văn Hạnh đã bị Loan hãm hại giết chết. Vì thế, Hiến phải bỏ Phú Xuân chạy về An Thái mở trường dạy học.

Vo viên tờ giấy Huệ viết, giáo Hiến bỏ vào mồm nuốt đi. Sau đó, trong liền hai năm, giáo Hiến giảng riêng cho Huệ một số binh thư, không bắt học những tứ thư ngũ kinh như mọi đứa trẻ khác. Huệ nghe giảng đến đâu, chẳng những nhớ mà còn tự mình sáng tạo ra những phương thức như thuật yểm kích và lối đánh vu hồi. Thấy cha mình đặc biệt lưu tình Huệ, cô thiếu nữ An không khỏi băn khoăn vì trò đùa năm nọ. Nhưng tờ giấy viết ''Cho chị An được sống hạnh phúc'' ám ảnh An, bắt An hỏi hạnh phúc là gì, câu hỏi phần đông người thế gian này trốn tránh. An tất nhiên chưa biết kẻ nào đã viết câu đó mà không để tên lại, vì nào An có biết tờ giấy kẹp trong tập quyển của ai.

Năm Huệ mười sáu, mụn nổi đầy mặt, vỡ tiếng nên mỗi lần cất giọng, ai nghe cũng giật mình. Một buổi sáng, An ra cầu ao giặt áo, bỗng linh tính có người rình mình. Nàng quay lại, bắt gặp ánh mắt tóe lửa của Huệ. Huệ mím miệng, đến cạnh An, định nói nhưng lại ấp úng, ngạc nhiên thấy lưỡi mình tê cứng, tim đập như vỡ lồng ngực. Huệ nhút nhát, nói trong cổ:

- An đang làm gì đấy?

Hiểu rằng Huệ vừa bỏ được tiếng chị, chị An như Huệ thường gọi, An dịu dàng:

- An đang bắt bóng mình trong nước... Đấy, cứ tan đi, rồi lại hiện ra. Xem này…

Huệ ấp úng:

- Như tiên, phải, cứ như tiên ấy!

Lần sau, Huệ lại ra cầu ao. An giặt áo, Huệ ngồi cạnh say mê, hít hơi An trong gió, rồi bỗng chụp lấy tay An. Khẽ giằng ra, An cúi đầu hỏi nhỏ:

- Còn muốn giết Trương Phúc Loan không?

Huệ quả quyết gật đầu. An buồn rầu, nhỏ nhẹ:

- Thế thì... có làm cho An hạnh phúc không?

Ngạc nhiên, Huệ đỡ người ra. An vùng đứng dậy, nước mắt ứa ra, chạy vào nhà. Hai tháng sau, An tìm người viết tờ giấy rằng "Thầy muốn cho chị An được sống hạnh phúc." Đó là cậu bé hiền lành ngày xưa, nay cũng đã mười bảy. An hỏi:

- Thế nào là sống hạnh phúc?

- Sống hạnh phúc là sống một cuộc đời bình thường. Bình thường ở chỗ sáng cũng cười, tối cũng cười. Dĩ nhiên, no thì cười, đói chắc khó. Hạnh phúc bình thường là bụng no, còn đầu thì vui.

- Không quyền uy, quan tước, danh vọng, phú quí?

- Nhất định không!

An bỗng chép miệng, rồi cương quyết:

- Cứ cho cha mẹ đến hỏi, An xin về nhà anh.

Mấy tháng sau là đám cưới An. Hôm ấy, Huệ chạy ra hét như người hóa dại, rút dao đâm vào đùi mình, máu chảy lênh láng, kêu ầm lên:

- Chỉ vì mặt ta có mụn, chỉ vì mặt ta có mụn!

Huệ ốm liệt giường. An và giáo Hiến vào thăm. Khi đi về, An đợi giáo Hiến ra trước, kịp nói riêng với Huệ:

- Chẳng phải vì mặt Huệ mụn, mà vì Huệ không biết thế nào là hạnh phúc. Thứ hạnh phúc bình thường!

*

Đầu giờ Tuất, Huệ tỉnh dậy đòi ăn cháo. Toàn Nhật lặng lẽ nhìn, thấy Huệ đăm chiêu. Hai lần lấy vợ trước, cũng hệt vậy. Hình ảnh An, cái cầu ao, bóng nước khi hiện khi tan, rồi câu nói cuối cùng An trách Huệ không biết thế nào là hạnh phúc lại văng vẳng trong tai. Huệ bước ra lan can, mặt ngửa hứng lấy những giọt mưa hắt qua mái các. Cắn môi, nhìn vào màn đêm trắng đục, Huệ vẫn chỉ thấy một mình An, cô thiếu nữ dạo nào. Vẫn là An giằng tay không cho Huệ nắm. Vẫn là An, đã tưởng xa đi nhưng sao vẫn đấy, ám ảnh, mê hoặc, giăng những sợi tơ nhỏ nhoi nhưng bền vững giam hãm linh hồn Huệ gần hai mươi năm nay.

Nhật lên tiếng:

- Thượng công thấy mình ra sao?

Nhìn thẫn thờ vào khoảng không, Huệ gạt tay, đáp:

- Ta không sao, chắc vui nên quá chén.

Niềm vui của Thượng công - Nhật nghĩ thầm - quả là khác người. Trong giấc ngủ vùi, Huệ thỉnh thoảng co giúm người lại, rên xiết, nước mắt ứa ra, tức tưởi gọi An, An ơi... An là ai? Người nào mà lại có cái quyền năng làm một vị tướng bách chiến bách thắng gập người xuống lạy van ngay cả trong một giấc mơ?

Gió lạnh thốc vào. Ngọn nến lung linh cháy, soi mặt người bằng thứ ánh sáng cong đi rồi thẳng lại, khiến những đường nét chốc chốc lại gẫy vụn ra, đổ gục xuống. Lấy tấm Vương bào trên ghế, Nhật mang lại hai tay dâng lên. Huệ cầm, nhìn Nhật, rồi nhỏ nhẹ:

- Tướng quân về nghỉ. Ta phiền tướng quân nhiều rồi.

Vái Huệ, Nhật lùi ra, nhìn lại cái khối cô đơn khủng khiếp lặng lẽ đứng dậy xua tay, miệng cố mỉm cười, cái cười trông tội nghiệp.

Ngồi một mình trong ánh nến chập chờn, Huệ nhắm mắt lại, hình dung ra khuôn mặt An thuở ngồi bên cầu ao, lại tự hỏi mình thế nào là hạnh phúc. Có phải chăng là những giây phút rạo rực, tung quân vào yểm kích, tính toán đường đi nước rút của địch, công thành, phá ải? Có phải chăng là khi thu quân lương, vàng bạc châu báu chiếm được? Có phải chăng là chỉ một câu nói lớn, một cái trừng mắt, một lời diễu cợt mà đủ làm đám bề tôi cứng họng, thắt tim, gập đầu vâng dạ? Đó là, nói gọn lại, quyền uy. Nó thể hiện con người Huệ, nhưng tại sao khi diệt xong địch, chiếm xong thành, thu vào tay châu báu, quát gọi cho người ta vâng dạ, Huệ lại cảm thấy trống rỗng, để một nỗi cô đơn mênh mang ập vào làm tan đi tất cả những cái gì vừa tạo ra, biến chúng thành vô lý vô nghĩa?

Huệ lại với tay lấy rượu, tu ừng ực, để cái chất rát nóng tràn vào cơ thể mình, bốc ngược lên đầu, làm tê liệt những câu hỏi không có lời đáp. Rồi Huệ cười lên sằng sặc, nghêu ngao hỏi như có người trước mặt "Này An, thế nào là hạnh phúc?." Chỉ tay vào bóng mình, Huệ rít lên "Trả lời đi, đợi gì nữa An ơi... Thế nào là hạnh phúc bình thường? Ta có khả năng trở nên bình thường không? Hay muộn quá rồi!"

Huệ lảo đảo đứng dậy. Trống điểm canh dinh trại Tây Sơn vang lên trong đêm tối khiến Huệ nhổm dậy, với tay khoác chiếc Vương bào vào người, chập choạng mở cửa phòng bước ra, miệng lẩm bẩm "Đêm nay động phòng. Xem con ranh nó tròn hay méo." Đạp cửa, Huệ chuệnh choạng bước vào, nhìn chiếc giường giải đệm trắng đặt ở giữa, xung quanh có màn rủ. Vạch màn ra, Huệ nhìn vào. Ngọc Hân không có đó. Mặt giường bỗng trải rộng ra, lăn tăn sủi sóng, như biển nhìn từ cửa Thị Nại. Huệ vặn bấc đèn lên.

Trong một góc phòng, Ngọc Hân ngồi nép vào tường, lặng yên, mắt hoảng dại nhìn Huệ, mắt con mồi bị săn đuổi vào đường cùng không còn nơi nào để ẩn nấp. Huệ lè nhè, tay vẫy. Hân thấy bụng mình thót lại, tứ chi nhũn ra, lòng trống tênh, đầu cứ mụ dần đi như vào cơn mê ngủ. Huệ tiến lại, mắt đỏ lừ lừ như mắt cọp. Thình lình, Huệ nắm vào ngực xiêm, kéo mạnh rồi xé ra, tiếng lụa nghe soàn soạt hệt tiếng dao chém. Thò tay bóp vỡ chiếc trâm cài đầu Ngọc Hân, Huệ ngẩn ngơ nhìn suối tóc chảy xuống đến ngang vai, miệng rên rỉ: ''Hạnh phúc, mi đâu hả hạnh phúc!" Ném tấm Vương bào, rồi từ từ cởi chiếc cạp quấn lưng quần, Huệ trần truồng đứng, quát Hân, "Này, nhìn đi." Nàng công chúa mới mười sáu tuổi co giúm người, nhắm mắt lại. Huệ xé mảnh vải cuối cùng trên hạ thể Hân, xoay người Hân lại, bắt quỳ xuống. Hai tay nắm vào hai núm cau vừa đủ to để hái, Huệ lại rên ''Hạnh phúc à... .'' Kéo cho mông Hân chổng lên cao, Huệ thúc vào từ phía sau, vừa thúc vừa kêu ''Hạnh phúc này, hạnh phúc! ,'' mỗi lúc một mạnh, hệt như khi Huệ thúc voi vào cửa ô Trường Bản thành Thăng Long cách đây vừa năm ngày. Ngọc Hân oằn người, thét lên một tiếng nhỏ, rồi mặc cho sự đau đớn đến chảy nước mắt, nàng nghiến răng, đầu thầm nhủ lời cha dặn dò ''Nghiệp nhà Lê trong tay con .'' A, cái cơ nghiệp bốn trăm năm cứ trồi cao trụt thấp cho đến khi Huệ kêu hự lên một tiếng, rồi ngả người nằm xấp mặt xuống thềm.

Ngọc Hân đợi một lát, rồi co chân ngồi dậy. Trên mặt gạch hoa trắng bóng, một vệt máu chảy từ đùi Hân xuống đọng lại. Máu đỏ màu gụ, có mùi tanh, đánh dấu phút cuối đời con gái. Đời con gái của một thiên kim tiểu thư cành vàng lá ngọc trao vào bàn tay man dại của vị nguyên soái bách chiến bách thắng. Nàng cắn răng ghìm cơn đau đớn, nhìn sang Huệ. Lưng Huệ hằn những vệt roi rớm máu, bầm tím, hệt như vết vằn trên da hổ. Lẳng lặng nhếch mép, Hân bỗng thỏa mãn, thầm nhủ "Ta đâu có cần chi hạnh phúc."

9

Bờ xa

Tháng ba năm Quí Mão 1783, Huệ và Lữ tiến đánh Gia Định trong khi Thức bị Nhạc bắt giữ. Bộ binh Tây Sơn tiến đến Bình Thuận chỉ là nghi binh, khiến cho Nguyễn Ánh tính sai thời gian Gia Định bị tấn công. Quân bộ Tây Sơn bất ngờ lên một số chiến thuyền đã sắp sẵn ở Phú Yên, chở được voi, theo đường thủy vào cửa biển Cần Giờ. Nguyễn Ánh, hàng dân gọi là chúa Nguyễn, xếp đặt một khu vực hỏa công, dùng "bè hỏa" và "rồng cỏ" định phục kích để tiêu diệt chiến thuyền Tây Sơn, sai Lưu thủ Thăng và Tiên phong Túy đem kỳ binh ra nghênh chiến rồi chạy để nhử. Nguyễn Huệ chọn lúc thủy triều lên mới xuất quân, dùng sức gió và sức nước xua thuyền ào ạt tiến lên đánh thẳng vào khu vực hỏa công. Giám quân Tô, người điều khiển hỏa công của quân chúa Nguyễn, luống cuống hạ lệnh phóng hỏa. Nhưng vì ngược chiều gió và chiều nước, chính những bè hỏa công lại trôi ngược lại đốt cháy chiến thuyền chúa Nguyễn.

Quân Nguyễn Ánh cuối cùng tan vỡ, rút chạy dưới hỏa lực dữ dội của Tây Sơn. Gia Định không thể giữ nổi. Cánh quân chủ lực do Chu Văn Tiếp bị đánh tan hoang, bỏ chạy theo đường sang Cao Man. Nguyễn Ánh hoảng sợ, đem gia đình, năm sáu tướng lĩnh tùy tùng và không đầy một trăm lính còn xót lại chạy về Ba Giòng rồi tiến lên đóng ở Đồng Tuyên bố trí phòng ngự.

Lúc ấy, Nguyễn Lữ giao ấn Tiết Chế cho anh mình là Nguyễn Huệ, tập trung sức vào tổ chức bình định miền Nam. Huệ hoàn toàn trách nhiệm việc quân sự, đưa tượng binh lên tấn công Đồng Tuyên. Trước sức mạnh của Tây Sơn, toàn bộ quân chúa Nguyễn tan rã, phần lớn các tướng lãnh hoặc bị bắt, hoặc chết trận. Ánh mang tàn quân cùng năm mươi chiến thuyền chạy xuống Lật Giang, qua Mỹ Tho, rồi ra cửa biển Ba Thắc. Tại đây, Thầy Liot cùng Giám Mục Bá đa Lộc và một số Thừa sai đã mang trường đạo Mặc Bắc ở Trà Vinh đến ẩn. Sau đó, Ánh lại chạy ra tận Phú Quốc, nhưng tướng Tây Sơn là Phan Tiến Thận vẫn truy kích và tiêu diệt một phần lớn chiến thuyền chúa Nguyễn ở đảo Diệp Thạch.

Chạy đến đảo Cổ Long, Ánh chỉ còn một tầu Tây, mười lăm chiến thuyền và hơn sáu trăm quân, lại gặp bọn Bá đa Lộc. Nhờ hai giáo sĩ Ypha Nho dẫn đường, Ánh xuất tiền mua lương thực và viết thư cầu viện Ypha Nho lúc ấy đương thống trị Phi luật Tân. Chưa kịp đi, Tây Sơn cử phò mã Trương Văn Đa mang thủy quân đến vây Cổ Long. Hai giáo sĩ Castuera và Ginestar vội vàng xuống chiếc ghe bầu vào đất liền nhưng bị quân Tây Sơn bắt lại. Đa dàn chiến thuyền thành ba vòng vây chặt Cổ Long, nhưng ngày sau bị bão lớn, thuyền phải dồn lại ghì chặt với nhau để chống đỡ gió to sóng lớn. Nhân cơ hội đó, Ánh đem tàn quân chạy trốn sang đảo Cổ Cốt. Lên Cổ Cốt được đúng một ngày, biển lại thấp thoáng bóng cờ đỏ giăng trên chiến thuyền Tây Sơn đuổi tới. Ánh ra lệnh cho tàu giong buồm chạy về Thổ Châu.

*

Trong cơn sóng quăng thân xác mình lên cao rồi lại quật xuống thấp, Trọng Thức mê man đi giữa biển nước mặn chát lều bều bọt. Đưa tay lên ngực, Thức nắm lấy phiến đá. Chàng nhắm mắt lại, thầm gọi tên Băng Vân, không còn một hy vọng gì tìm lại được người đàn bà sẽ muôn đời bị giam hãm giữa những phân tử lạnh tanh mang kiếp đá. Tai lại nghe tiếng cười man rợ đâu đây, rồi tiếng nổ, tiếng rú, Thức cố giằng tay nhưng sợi dây trói chàng vào cái cột gỗ trên chiếc tầu biển giật lại, xiết vào đau nghiến. Nước tứ phía tràn vào. Lại tiếng nổ. Sàn tàu vỡ tung ra. Chàng bị bốc bổng như mọc cánh bay lên. Rồi rơi xuống. Sau bao nhiêu lâu chàng không rõ, khoảng đen đó bắt đầu lờ mờ sáng. Nuốt ngụm nước dịu ngọt không biết ai đổ vào miệng, Thức cảm thấy sự hồi sinh đang cứ từng giọt thấm vào những tế bào rời rã. Chàng nghe như đến từ một nơi nào xa lắm dăm tiếng người. Chàng thu hết sức cất tiếng gọi. Người đỡ đầu Thức lên cho uống reo nho nhỏ "Tinh rồi… Không chết đâu." Thức rên một tiếng, mở mắt ra. Nhìn chung quanh, chàng ra dấu rồi lại nhắm mắt lại. Đến lúc tỉnh hẳn, chàng thấy mình nằm trong khoang một chiếc thuyền khá lớn. Một người đeo gươm đến hỏi. Chàng thều thào kể lại. Nhưng khi mê man, Thức không biết thuyền Tây Sơn phải bỏ chạy khi gặp thủy binh chúa Nguyễn. Chính họ đã vớt Thức lềnh bềnh trên biển.

Hôm sau, Thức biết mình đang xuôi về hướng đảo Thổ Châu. Hai ngày sau khi đặt chân lên đảo, chàng được lệnh gọi lên gặp Nguyễn Ánh. Đó là một thanh niên tuổi trên hai mươi, người tầm thước, mặt vuông, cằm bạnh, khi nói mắt vơ vơ nhìn vào khoảng không, lúc nào cũng nắm tay lại như sắp đánh sắp đỡ. Ánh ngồi trên nắp một thùng thuốc súng, mặt mũi đen xạm, hốc hác, nhưng tóc vẫn búi gọn ghẽ, đầu đội mũ, đai lưng đeo một thanh kiếm ngắn. Ánh hỏi trống không:

- Mi từ đâu đến?

Thức chậm rãi kể chuyện đi vào Đàng Trong, bị Tây Sơn bắt, gặp bão dạt trên biển, được tầu Tây dương cứu xong lại gặp thủy quân Tây Sơn đánh phá. Ánh lẳng lặng nghe, ngắt lời:

- Mi người Đàng Ngoài vào Đàng Trong làm chi?

Thức thuật chuyện bị giam trong vụ án năm Canh Tý, rồi phiêu dạt đến Phố Hiến quen giáo sĩ Sieyès, và sau đó Sieyès bị đóng đinh đã tử vì đạo ở Đa Phạn. Ánh đột nhiên xen vào:

- Mi có là thầy dòng không?

Thức lắc đầu. Ánh liếc mắt, miệng trề xuống:

- Mi làm gì với Sieyès?

Thuận miệng, Thức kể là mình đang tu chỉnh cuốn từ điển Việt - Pha Lang Sa - Latinh, việc còn dang dở nên nay muốn gặp thầy Liot để tiếp tục. Ánh lạnh lùng:

- Ta có thư cho Thầy Liot. Ta đọc, mi dịch ra tiếng Pha Lang Sa!

Ánh im lặng mở một phong thư, chậm rãi từng tiếng:

Gởi Thầy Cai trường, tôi hiện ở Thổ Châu, thế giặc mạnh, phải tạm lánh mình, quân lương không đủ, chỉ còn dùng cho mười hai ngày. Nay sai Sùng Đức Hầu cầm thơ và mười nén vàng, kính xin Thầy mua hộ và giúp thêm cho lương thực, nước uống...

Thức hí hoáy viết rồi dịch. Mắt Ánh nhìn trừng trừng bất động. Thò tay cầm lấy bản dịch, Ánh vẫy tay gọi một người tùy tùng:

- Kêu thầy Tân tới gấp.

Một lát sau, một người quãng trung niên lù khù chạy tới. Ánh ngước lên, tay đưa bản viết của Thức:

- Thầy đọc ra tiếng ta cho nghe coi.

André Tân cầm, rồi dịch lại. Ánh gật gù:

- Được! Hiện Thầy Cai trường Liot và trường đạo đang ở Chantabun thuộc Xiêm La. Quay sang người tùy tùng, Ánh trầm ngâm - Sai cho ta Sùng đức Hầu đi ngay. Còn mười hai ngày lương nên ta cũng không thể chần chừ, cho quân nghỉ thêm một vài ngày rồi giong thuyền ra khơi...

Nhìn ra biển, Ánh thở dài im lặng. Lát sau, Ánh quay sang Thức, dịu giọng:

- Còn thầy, thầy theo ta thì sẽ gặp Cai trường Liot. Muốn thế, thầy phải trả lời ta cho thật... Nói ngoa, ta sẽ bỏ thầy cho chết đói trên đảo này!

Thức nhìn Ánh, chờ đợi, ung dung:

- Bẩm Vương công, xin cứ hỏi...

- Thầy làm từ điển có mục đích gì?

Khẽ ngửng lên nhìn, Thức từ tốn:

- Vương công xét cho, tầu Tây tầu Bồ đến xứ ta. Còn thuyền ta, có đến Tây đến Bồ được không?

Ánh lắc đầu.

- Ta phải mua súng thần công châu Âu, còn người Âu có mua súng ta làm không?

Ánh lại lắc đầu. Thức liền nói:

-Muốn học họ, phải biết tiếng họ. Làm từ điển là vì thế, để cho người mình có phương tiện học hỏi kỹ thuật Tây phương!

Ánh trầm giọng:

- Nhưng họ có thể dùng từ điển đó để đi giảng đạo KiTô của họ!

Thức nhướng mắt:

- Dám hỏi Vương công, đạo đó có dạy cho dân ta ăn gian nói dối, giết người cướp của không?

Ánh lắc đầu, nhưng hỏi lại:

- Đạo của họ chỉ độc tôn Thiên Chúa, cấm cả thờ cúng tổ tiên, rồi nay mai sẽ thay đổi trật tự vua tôi, phụ, tử? Thế chẳng phải là rồi sẽ gây rối ư?

Thức ngẫm nghĩ rồi lựa lời:

- Thưa Vương công, nay cứ mười người ta thì đã có một giáo hữu KiTô. Đàng Trong, họ khoảng tám vạn. Đàng Ngoài, trên hai mươi vạn. Có hay không có từ điển, cũng là thế. Họ là giáo hữu nhưng nào lòng họ có bỏ ông bà tổ tiên đâu! Vì thế, đâu chỉ có việc thờ cúng mà quên đi cái dụng của kỹ thuật Tây phương. Lại xin hỏi, nếu như ta có kỹ thuật đó, Vương công nào đâu còn phải cậy đến họ mua cho tầu bè, súng ống? Kẻ hèn này nghĩ đã kỹ, lợi nhiều hơn hại, ta phải đi học Tây phương. Sau này, không nước nào, kể cả nước ta, lại có thể bế quan tỏa cảng được! Còn như mở ra, nhưng lại tụt hậu về kiến thức, thì là đặt nước mình vào thế yếu, thế hèn, thế bị trị, dẫu rằng ta vẫn có Vua, có Quan... Ấy là Vua, Quan với nhau như bù nhìn mà thôi, còn trên thực tế, chính là lệ thuộc vào cái mạnh bên ngoài nó chi phối, kiềm chế, thậm chí điều hành mình...

Ánh đưa tay ngắt lời Thức, rồi chán chường nói:

- Thầy nói thế, Chủng này không phải không hiểu. Nhưng Chủng làm thế nào được! Cơ nghiệp ông cha tiêu vong, bọn giặc Tây Sơn thì qui quyệt hung hãn, chúng lại bị đám quyền thần chúa Trịnh đẩy vào cái thế phải đi đầu cướp đất chúa Nguyễn nên Chủng mới nên nông nỗi này...

Im lặng một hồi lâu, Ánh nghiến răng, mắt lóe lên ánh căm hờn có thể làm chết sững những kẻ yếu bóng vía, gằn giọng:

- Được! Thầy nói nghe cũng được. Ta cho thầy theo để thể hiện ý nguyện thầy. Ngược lại, ta cũng xin thầy giúp cho một việc...

Quay sang tên tùy tùng, Ánh nói nhỏ vào tai, rồi lại im lặng nhìn những đợt sóng trắng xóa vỗ vào bờ cứ ì ầm như tức giận. Một lát sau, tên tùy tùng bế một đứa con trai độ lên năm ra. Ánh ôm lấy đứa bé, rồi đột nhiên ngửa mặt lên trời, hú lên một tiếng dài như tiếng một con thú ở bước đường cùng. Nước mắt lã chã rơi ướt nhòa mặt mũi, Ánh ngào nghẹn quát nhỏ:

- Thầy sẽ cùng con ta sang Pháp-lan-tây, đi không biết bao lâu, nhưng chắc sẽ về... Ta sẽ ủy thác nó cho thầy! Phụ ta, thì dẫu thầy có xuống hỏa ngục ta cũng sẽ xuống theo tự tay bỏ thầy vào vạc dầu.

Ngưng nói, Ánh nhìn thằng bé co người lại vì sợ, lẩm nhẩm:

- Ta phải cầu viện người, con ạ. Nhưng nhất định là ta không bao giờ vì thế mà mất ta đâu! Cha con ta sẽ xa cách, nhưng để một ngày chính ta sẽ bêu đầu thằng Huệ thằng Nhạc, lấy sọ chúng nó làm bô nước tiểu, đái vào mười năm để trả cái thù ly biệt này!

Quay sang Thức, Ánh lấy lại bình tĩnh:

- Ta sẽ mang thầy giới thiệu cho cố Bá đa Lộc. Nhưng thầy coi chừng, ông ta sẽ thử thách thầy. Nếu thầy chỉ nói là thầy tìm cách học hỏi Tây dương thì chắc không xong đâu! Tốt nhất là thầy ít nói, và tỏ ra ngoan đạo. Từ nay, thầy học Kinh E-van cho thuộc. Thầy Tân sẽ giám thị việc học Kinh này. Học không xong thì thầy biết đấy, thầy chỉ còn đường đi chầu hà bá mà thôi!

*

Trong ba anh em nhà Tây Sơn, Nguyễn Lữ nhỏ tuổi nhất nhưng lại thâm trầm hơn hai anh. Lữ gần gũi mẹ, chịu khó học nên năm lên mười đã đọc được Tứ Thư, chữ nghĩa khá hơn cả nhà. Năm mười lăm, Lữ quan sát gà chọi, nghĩ ra mười bảy thế võ kim kê. Trong quân, Lữ lại sáng tạo các thế trận đánh giáp lá cà, dùng sức phối hợp của các loại khí giới trường đoản khác nhau. Năm Lữ mười tám tuổi, Nhạc trao cho Lữ trách nhiệm dẫn quân vào tập kích Gia Định. Dùng yếu tố bất ngờ, Lữ đuổi chúa Nguyễn Phúc Thuần chạy ra Long Hồ, rồi truy kích cho đến Bà Rịa. Tại đây, Thuần có lần phải trốn vào nhà thờ do một giáo sĩ Ypha Nho là Diego de Jumillia trông nom. Lữ bao vây, nhưng cấm quân lính không được xâm phạm đến nơi thờ phụng tôn giáo. Vây hai ngày, nghĩ thế nào Lữ cho người vào bảo Jumillia: "Xin đừng xen vào việc của người chúng tôi" rồi rút quân tha cho Thuần. Thuần thoát chết, gọi Đỗ Thanh Nhân hiệu triệu cần vương, dấy được ba nghìn quân gọi là quân Đông Sơn từ Mỹ Tho tiến về Gia Định. Phía bắc, Tống Phúc Hiệp và Lý Tài, một tướng Tây Sơn đã hàng quân chúa Nguyễn, cũng từ Phú Yên kéo về đến Trấn Biên. Lữ hạ lệnh rút quân theo đường thủy về Qui Nhơn, mang theo toàn bộ kho tàng chiếm được sau khi tiêu hủy khí giới, quân lương và đồn lũy thành Gia Định. Về đến nơi, Nguyễn Nhạc gọi Lữ vào quở:

- Sao mi tha cho thằng chó đó?

Lữ mỉm cười rồi đáp:

- Xin đại huynh là nay tha cả hoàng tôn Dương cho đủ cặp.

Từ ngày khởi nghĩa, anh em Tây Sơn mang danh nghĩa phò hoàng tôn Dương chống lại quyền thần Trương Phúc Loan, đã lưu Dương lại Qui Nhơn đãi như thượng khách. Nhạc nghe Lữ nói, lắc đầu không ưng ý. Lữ lại nhắc, "... Lý Tài bỏ ta, gặp Nguyễn Phúc Dương chắc thế nào rồi cũng có sự quấy quá." Huệ nói vào nhưng Nhạc gầm gừ, nhất định không nghe.

Đêm hôm đó, Huệ bảo Lữ "... có chi thì ta chịu" rồi thả cho Dương vào Phú Yên. Tháng mười năm Bính Thân, Dương liên lạc với Lý Tài vốn đã quen biết nhau khi cùng ở Qui Nhơn. Quả nhiên, Lý Tài tiến quân về Gia Định uy hiếp khiến Đỗ Thành Nhơn phải chạy về Ba Giòng. Tài lại ép Nguyễn Phúc Thuần nhường ngôi chúa cho Dương. Thuần và bọn cháu là anh em Nguyễn Ánh trốn về Ba Giòng. Không may, Thuần bị bắt lại. Như vậy, đúng theo dự tính của Lữ, quân chúa Nguyễn chia thành hai phe. Phe Lý Tài và quân Hòa Nghĩa ủng hộ Dương được dịp tự xưng là Tân Chính Vương, chống với phe Đỗ Thành Nhân và quân Đông Sơn vẫn trung thành với Thuần, kẻ nay được Dương phong làm Thái Thượng Vương nhưng không có quyền hành chi cả.

Nhạc nghe tin quân chúa Nguyễn đánh lẫn nhau, hể hả lắm, ôm Lữ bảo, "Mi vậy mà thâm." Năm sau, Nhạc kêu ầm lên là thấy rồng bay từ cửa Thị Nại vào Qui Nhơn, tự mình lên ngôi, xưng là Thái Đức Hoàng Đế, rồi phong cho Lữ làm Tiết Chế coi tất cả việc quân. Vẫn còn bực Huệ về việc không nghe lời mình, Nhạc chỉ cho phong Huệ chức Long Nhượng tướng quân. Vỗ vai Lữ, Huệ phá lên cười, tay chỉ lên mây, nói lái "Ta nay lại thấy *rồng lộn* từ Qui Nhơn ra Thị Nại!"

Giải hai giáo sĩ Ypha Nho mang thư cầu viện của Nguyễn Ánh bắt được về Gia Định, Lữ thừa biết rằng dẫu thoát, Ánh chẳng còn lực lượng gì đáng kể. Huệ vắng mặt, Lữ một mình chống cằm ngồi tư lự hàng giờ, cuối cùng cho gọi hai vị giáo sĩ lên. Từ tốn hỏi về tình hình bọn Ánh và Bá đa Lộc, rồi chìa bức thư ra, Lữ nói:

- Hai vị biết, Tây Sơn chúng tôi trọng những người giáo sĩ KiTô đi giảng đạo. Xưa, chính tôi đã tha cho Nguyễn Phúc Thuần, lại xin với giáo sĩ Jumillia là đừng can thiệp vào nội bộ chúng tôi. Ngày nay - Lữ nhướng mắt lên, chậm rãi - Hai vị cầm thư này thì không thể nói như Giáo sĩ Jumillia là vì tấm lòng người KiTô nhân đạo... Tôi phải xử hai vị thế nào đây? Chúng tôi có thể cho voi đầy hai vị, ngựa xé hai vị, hay là giảo hình tùng xẻo hai vị. Tiếc thay, hai vị không thể cho rằng mình tử vì đạo để chết yên ổn... Hai vị chết vì a tòng với bọn giặc phản loạn chống Hoàng đế nước tôi!

Giáo sĩ Castuera và Ginestar run bắn lên, mặt tái nhợt. Ginestar sợ quá, nhũn chân ngã khuỵu xuống, không đứng lên được, ú ớ nói như mê sảng. Lữ phẩy tay cho lôi bọn họ ra, dặn chỉ giam lại.

Ba ngày sau, Huệ từ Vĩnh Trấn về Gia Định. Nghe Lữ kể xong, Huệ biết ý, bảo ngay: "Chú định tha họ?." Lữ gật đầu, nói:

- Phía Bắc, quân chúa Trịnh đóng đấy đợi thời cơ là kéo vào ép đánh Qui Nhơn và Quảng Ngãi. Từ Phú Yên đến Bình Thuận, quân ta mới chiếm, vẫn phải dàn mỏng ra để giữ. Vào miền Nam này, dẫu nay ta có chiếm được toàn bộ thì vẫn không đủ sức giữ hết, giỏi là phòng bị được Gia Định trở ra. Ánh nay lại xin cầu viện với Xiêm La và với Pháp. Xiêm ở gần, kéo sang tới nước ta chỉ hai ngày. Nếu hắn lại có thêm Ypha Nho từ Phi luật Tân đến giúp, thuận buồm xuôi gió thì chắc ba ngày hai đêm là có thể đổ bộ vào. Lại nghe quân Mã vừa xục đến đánh Cao Man, sự thể không biết sẽ ra sao! Vì vậy, ở thế ta, bớt được kẻ thù, thêm được đồng minh là thượng sách.

Huệ cười tủm:

- Ừ thì tha, nhưng cứ giam cho đến khi nào ta về Qui Nhơn đã.

Ngay hôm đó, Huệ dặn Trương văn Đa sửa soạn chuyển quân sang cứu Cao Man. Một tuần sau, Huệ cho gọi hai giáo sĩ lên. Ngồi bên Lữ, Huệ quắc mắt hỏi:

- Hai vị muốn sống hay muốn chết?

Castuera cúi đầu, gập người xuống, miệng khẩn cầu:

- Chúng tôi mắc tội, chót lỡ lầm. Nay làm gì chuộc được, chúng tôi sẽ xin hết lòng.

Huệ đưa một phong thư đã viết sẵn, rành mạch:

- Một trong hai vị mang phong thư này sang Phi luật Tân đệ trình cho quí Vương rõ: Tây Sơn chúng tôi để mọi giáo sĩ tự do đi lại truyền đạo từ Qui Nhơn vào Hà Tiên, sẵn sàng mở cửa khẩu Thị Nại và Cần Giờ để thông thương buôn bán với quí quốc Ypha Nho. Phép độc quyền đặt thương quán tại hai nơi đó có thể dành cho quí quốc sau khi hai bên thỏa thuận.

Ngừng nói, Huệ quay sang Ginestar ra lệnh:

- Còn một vị ở lại nước này, cứ đi rao giảng nhưng nói lại với giáo hữu rằng họ sẽ được miễn sưu miễn thuế trong ba năm tới đây nếu như họ vào sổ đinh và chịu binh dịch, cứ năm đinh bắt một lính.

*

Chỉ hai tháng sau khi Huệ và Lữ rút quân về Qui Nhơn, để Gia Định cho Trương Văn Đa giữ, thì tướng tá quân chúa Nguyễn lại xuất đầu lộ diện. Hồ văn Lân tiến chiếm Cần Thơ, bắt được mười ba chiến thuyền đi biển của Tây Sơn. Lê Văn Quân mộ quân giữ sông Tân Hòa. Tôn Thất Hội thu thập tàn binh cướp đồn Tinh Phụ. Trong khi đó, đoàn thuyền Nguyễn Ánh từ Thổ Châu giong về đất liền. Men vịnh Xiêm La, thuyền phải ghé vào những cù lao rải rác để hái rau đào củ ăn cho qua ngày. Tháng giêng năm Giáp Thìn, Ánh ghé vào một hòn đảo cách Chantabun hơn một dặm. Cùng lúc đó, đám tướng Nguyễn bị Tây Sơn vây đánh. Lê văn Quân và Tôn thất Hội lại thua, cùng đường cũng chạy sang Xiêm.

Ngồi bất động nhìn vào đất liền, Ánh như một bức tượng đổ bằng thạch cao, phần hồn chỉ lóe lên qua tia mắt u uẩn thỉnh thoảng lại rực lên ánh căm hờn. Giơ tay vẫy, Ánh gọi tên con. Mấy tháng nay, Ánh sai Thức dạy vỡ lòng cho Hoàng tử Cảnh, cứ hai ngày lại chính mình xem Cảnh tiến bộ thế nào. Mỗi lần Cảnh không nhớ mặt chữ, Ánh quát tháo, lắm khi tiện tay là tát, miệng lầu bầu "Còn nghiệp nhà đó, mày làm sao cho tao thì làm!"

Thức dắt tay Cảnh đến gần. Ánh nhìn Cảnh, rồi nhìn Thức. Một lúc sau, Ánh thở ra, bất ngờ hỏi:

- Thầy xem nghiệp nhà ta có cứu vãn được không?

Thức thận trọng, trả lời:

- Trong quân họ đồn với nhau lời sấm ký, bảo rằng Song Ngư nước cạn, cơ nghiệp nhà Nguyễn lại về tay nhà Nguyễn...

Ngửa mặt lên cười u oán, Ánh nhìn ra xa:

- Thày tin sấm ký à? À, phải đấy. Thầy là học trò La Sơn Nguyễn Thiếp thì tin cũng đúng. Mà thầy có tin thật không?

- ...

Ánh chợt gằn giọng, nhìn xoáy vào mắt Thức:

- Chính ta đặt điều nói ra thế! Kẻ theo ta bôn tẩu phần lớn đều tin như vậy mà giữ hy vọng!

- ...

- Thầy có nghe Bắc hà mắc loạn Kiêu binh không? Tay vỗ xuống cát, Ánh nhẩn nha - Chúa Trịnh yếu đi thì mặt Phú Xuân không còn là mối nguy của Tây Sơn, nên có hai khả năng. Hoặc nó tập trung đánh ta, hoặc giả nó ngó ngàng muốn cướp đất Bắc, giảm áp lực trên đất Gia Định. Thầy thấy tình huống nào sẽ xảy ra?

Thức chần chừ rồi đáp:

- Tôi không biết. Nhưng trong tình huống nào cũng vậy, Vương công muốn giữ nghiệp nhà Nguyễn vẫn chỉ có một lối, đó là xây dựng binh lực. Cứ thế yếu thì rút, thế mạnh lại tiến lên giữ.

Ánh nghe, nhìn khuyến khích cho Thức nói thêm. Thức trầm ngâm một lát rồi từ tốn:

- Nếu Tây Sơn dòm ngó Bắc hà, Vương công xin hòa, cướp thời gian để củng cố. Nếu họ tấn công Gia Định trước, Vương công cố thủ, không chống được thì rút, mặt khác liên kết với Chúa Trịnh tạo ra áp lực trên Tây Sơn từ phía Bắc...

- Nhưng Trịnh mạt rồi, quân đội trong tay Hoàng Phùng Cơ và Đinh Tích Nhưỡng không có uy vũ gì cả! Ánh thở dài tiếp - Ta đã liên lạc với bọn Lê văn Quân và Tôn thất Hội hiện đang lưu vong ở Vọng Các, và đệ thư xin Xiêm vương cứu viện đưa quân vào đánh Tây Sơn!

Cau mày, Thức can:

- Vương công hẳn biết, cái gương Trần Ích Tắc còn đấy, việc cõng rắn cắn gà nhà vẫn là hạ sách.

- Ta hiểu - Ánh ngắt lời - vì thế ta chống việc đi cầu viện nhà Thanh. Đó là con rắn lớn. Còn Xiêm La, chỉ là con rết nhỏ, may ra thì giúp ta lúc khốn cùng này chút ít thời gian để góp quân, gom của mà thôi.

- ...

- Ngoài Xiêm, còn Y-pha-nho và Pháp-lan-tây là có thể cầu viện được. Nợ xa, đòi nợ có thúc cũng không bằng nợ gần. Nhưng chủ nợ là bọn da bệch mắt xanh, ta vẫn ngại họ hơn người Xiêm. Mà lạ thật, Tây Sơn cho truyền đạo tự do, đám giáo sĩ Pháp không hiểu sao cứ trốn chui trốn nhủi không chịu ra mặt, ngấm ngầm rời các trường đạo sang Xiêm La, Cao Man... Thầy có hiểu gì không?

- ...

- Sắp tới, Giám Mục Bá đa Lộc và Cai trường Liot sẽ đến đây với ta. Thày xem, liệu tìm hiểu ý họ - Ánh bật cười chua chát - Sao họ lại đi giúp cho một kẻ bại hết trận này sang trận khác như ta!

Đứng lên, bỗng nhiên Ánh nắm vai Thức, hỏi:

- Còn thầy, có phò nhà Nguyễn ta không?

Sững người ra, Thức mím miệng, nhưng Ánh đã nói ngay:

- Cứ tiếp tục dạy Hoàng tử, nhưng đừng quên là thày còn nợ ta một câu trả lời đấy.

*

Trái với dự liệu của Thức, Ánh gặp lại Bá đa Lộc và Liot nhưng không nhắc gì đến việc Thức muốn theo

392

trường đạo để tiếp tục việc làm từ điển, cũng như dự định để Thức đi kèm Hoàng tử Cảnh sang Pháp. Ở với Ánh độ nửa tháng, Bá đa Lộc lại từ tạ, mang tám mươi giáo hữu chạy ra Thổ Châu rồi cuối cùng đến ở đảo Poulo-way. Tháng hai năm Giáp Thìn, Ánh hẹn Chu văn Tiếp cùng đến Vọng Các. Vua Xiêm cho hai cháu là Chiêu Tăng và Chiêu Sương đem hai vạn thủy binh và ba trăm chiến thuyền tiến vào Gia Định.

Tháng bảy, liên quân Xiêm-Nguyễn đổ bộ lên Rạch Giá. Ánh không vội công thành Gia Định, từng bước chiếm các vùng từ vịnh Xiêm La đến Tiền Giang, đánh ăn chắc, và đến đâu là củng cố đến đó. Với lệnh miễn sưu, thuế, lại năm đinh mới bắt một lính của Tây Sơn, Nguyễn Ánh quả lúng túng, không biết thế nào để lấy lòng dân mà đồng thời lại có thể chiêu binh, góp của. Trong vòng hơn ba tháng, quân Xiêm-Nguyễn mới lên được Cần Thơ, chiếm đồn Ba Thác, Trì Ôn rồi tiến về Sa Đéc. Nhưng ở lâu, lính Xiêm sinh ra khinh mạn, giết người cướp của, làm dân oán thán. Ánh hoảng sợ, viết thơ mời Bá đa Lộc về, trong khi đó tướng Tây Sơn Trương văn Đa đem quân án ngữ Long Hồ để phòng thủ. Liền sau đó, Chu văn Tiếp chết trong trận Mang Thít, quân Nguyễn thắng nhưng không tiến thêm được một bước nào cho đến cuối năm.

Bá đa Lộc vào đến quân dinh khoảng đầu giờ Ngọ. Nguyễn Ánh đích thân chạy ra, ôm hôn tay như người có đạo, rồi mời lên ghế cao, tự mình ngồi xuống thấp, thái độ vô cùng kính cẩn. Bá đa Lộc cười hể hả, nói tiếng Việt làu làu:

- Thấy Vương công khỏe mạnh, tôi mừng lắm.

Lộc trên dưới năm mươi, béo phệ, lông mày như hai con sâu róm chầu đầu vào nhau, miệng lúc nào cũng như cười, đôi mắt đen nâu thỉnh thoảng lại có tật cứ nháy nháy giựt lên từng chặp. Ánh đưa Thức ra giới thiệu là Tư giảng của Hoàng tử Cảnh, lại khoe rằng Thức đã từng cùng giáo sĩ Sieyès làm từ điển. Bá đa Lộc nghe xong, quay sang Thức hỏi về những ngày cuối cùng của Sieyès, làm dấu thánh giá, rồi cầm tay Thức, ân cần:

- Hy vọng rằng ông cũng sẽ giúp tôi như giúp Sieyès. Tôi cũng đã từng làm một cuốn từ điển sơ lược cách đây mươi năm. Chẳng hiểu ông có còn bản nháp đã làm với Sieyès không?

Thức lắc đầu, buồn bã kể lại là đã thất lạc tất cả từ ngày bị Tây Sơn bắt giam ở Qui Nhơn. Lộc an ủi, cười nói:

- Rồi ông xem, ta sẽ làm lại. Nhưng với ông, bước khởi đầu như vậy là đã đi được xa rồi, phải không?

Ba hôm liền, Bá đa Lộc và Ánh bàn bạc suốt ngày, nét mặt nghiêm trọng. Đến ngày thứ tư, Ánh trao cho Lộc một phong thư và chiếc ấn tín bằng ngọc tỉ. Tay dắt hoàng tử Cảnh, Ánh nhìn Lộc, giọng thỉnh cầu:

- Con tôi, tôi xin giao cho cố giữ nó, dạy nó giúp tôi. Nó còn là Hoàng tử của cả nước tôi, sau này thế nào là tùy cố...

Quay sang Thức, Ánh tiếp:

- Ta cũng xin cho thầy đi kèm Hoàng tử, phụ cố một tay trông nom cho Hoàng tử.

Tối hôm ấy, Thức đang sửa soạn cho chuyến đi thì Ánh bước vào. Nhìn Thức chằm chằm, Ánh buồn rầu:

- Ta mang con đi gán, mong vay được bốn tầu chiến và một nghìn rưởi quân Pháp, chẳng biết họ có cho nợ không? Thầy kèm Hoàng tử, đừng để ảnh hưởng Tây dương xâm nhập quá độ vào cái trí óc còn ngây thơ. Sự mong muốn xưa thầy nói, nay có cơ thành tựu. Nhưng thầy còn nợ ta một câu trả lời... Thầy nghĩ ra chưa?

Thức chột dạ. Chàng ngập ngừng, rồi thành thật:

- Tôi là kẻ tiện dân học đòi chính giáo, đã mấy đời nay là tôi của vua Lê. Dưới Vua, thì có Chúa. Ở đất Đàng Trong, Chúa là nhà Nguyễn nên trung với Vua ai lại chẳng phò Chúa. Nhưng thế sự này thì cuộc đổi đời xem ra như không còn xa! Nghiệp nhà của Vương công cũng vì thế mà sẽ không là nghiệp xưa. Thời gian tới đây, sự nghiệp lớn lao là sự nghiệp canh tân đất nước, bình định cho yên giặc giã, hết chiến tranh, để dân nhà nhà được yên ổn làm ăn, được học hành cho mở rộng tầm mắt. Vương công làm như thế, tôi xin phò...

Ánh chặn tay, ngắt ngang:

- Ta vẫn còn ở thời phải bình định. Giặc đánh, ta phải chống, thời giờ nào mà nghĩ xa nghĩ xôi.

Ánh im lặng, mắt nhìn vào bóng đêm, búng tay rồi nói:

- Ta không ép thầy. Ý chí canh tân cũng là ý chí ta, nhưng trước mắt ta không làm ngay được. Vậy thầy cứ đi, thấy cái hay về bảo cho ta!

Cười nhạt rồi đưa tay bóp trán, Ánh trầm giọng:

- Người Tây dương thấy ta còn trẻ, lại có cái thế chính danh, nên vun xới vào để mưu đồ việc họ qua ta, rồi về sau sẽ qua Hoàng tử Cảnh. Thầy thừa biết. Ta biết. Họ cũng biết. Nhưng cứ như đánh cờ, biết thế vẫn phải chịu thế.

Ánh đột nhiên đứng dậy, quay ngoắt đi ra ngoài, không nói thêm một tiếng. Thức nhìn theo, lòng bâng khuâng chút thương cảm. Từ năm mười lăm tuổi, Ánh đã xuôi ngược bán chết bán sống chạy chí mạng. Bảy năm qua, Ánh cứ đụng trận là thua, đánh đâu bại đó, lắm khi trốn lênh đênh trên biển phải nhịn đói chịu khát sáu bảy ngày liền. Sức mạnh nào khiến Ánh cứ tiếp tục một cuộc chơi lạ lùng cứ ngã xuống lại đứng lên? Thức nhớ lại, một hôm Ánh ví von, nói đùa với đám tướng sĩ tùy tùng: "Thằng Huệ trời sinh nó là con cọp, nó tát nó quào rồi nó bỏ đi. Còn ta, trời sinh ta làm con sói. Ta không tát, không quào, chỉ biết cắn. Nhưng khác nó, ta đã cắn vào con mồi rồi thì nhất định ta không nhả răng ra, dù trời có sập cũng vậy!"

Thức ngước lên nhìn sao trời. Mai đây, ở bên trời Tây, liệu Thức có thấy cũng những vì sao lấp lánh kia hay là những vì sao khác? Bùi ngùi lấy tay gạt những hạt cát bám trên áo, Thức thầm hứa với mình là dù có đến chân trời góc biển nào đi nữa, mảnh đất mẹ vẫn là chốn cuối cùng buộc chàng vào cõi nhân gian oái oăm đa sự này.

*

Hai tháng sau khi đến Pondichery, Bá đa Lộc được công ty Đông Ấn chuyển thư của giáo sĩ Liot báo cho biết là Nguyễn Huệ lại vừa đánh tan liên quân Xiêm-Nguyễn ở Rạch Gầm và Xoài Mút và truy lùng Ánh đến tận Thổ Châu. Ánh dẫn năm chiến thuyền và hai trăm quân chạy sang Xiêm, xin vua Xiêm cho trú tại Đồng Khoai ở ngoại thành Vọng Các. Ở đấy, Ánh sai quân làm rẫy khẩn hoang, nhưng vẫn phái người lén về Gia Định âm thầm chiêu mộ để tìm thế khôi phục. Bá đa Lộc lồng lộn, đập bàn, hét tướng lên rồi uống rượu say hai ngày liền, mắt đỏ ngầu ngầu nhìn như muốn ăn sống mọi người. Sau, Lộc gọi thầy Paul, tên ta là Hồ văn Nghị, bảo:

- Bọn ta đến đây có ba mươi bốn người, tiền mang theo lại sắp hết. Thầy hỏi xem ai muốn về Gia Định, ai muốn ở lại đây?

- Cố làm thế, có vội vã quá chăng? Người An Nam chúng tôi bảo còn nước là còn tát!

Nhìn Nghị, Bá đa Lộc trợn mắt:

- Ánh lại chạy sang Xiêm rồi! Thở dài, Lộc lẩm nhẩm - Cứ đánh là thua, thế thì ai làm gì giúp được? Ta có cảm tưởng là ta đang tát nước cạn. Bây giờ, thầy bảo phải làm sao?

Nghị cúi đầu nghĩ ngợi một lát rồi nói:

- Trước hết, tin nhà Chúa thua chạy, ta hãy tạm giữ kín. Sau là Cố viết thư xin Hội Truyền Giáo giúp phương tiện để ở lại Pondichery thêm một thời gian, tìm cách gặp quan Toàn Quyền Souillac hòng thuyết phục ông ta can thiệp...

Lộc lắc đầu:

- Ta gặp rồi, không đi đến đâu! Sáng mai, ta sẽ trình bày với tướng Coutanceau, may ra ta có thể!

Bước ra ngưỡng cửa, cái nóng hừng hực làm Lộc choáng váng. Trời oi bức nhưng ẩm ướt, tay sờ vào đâu cũng nhớp nháp. Nắng đổ trắng xóa lên tháp chuông, lóe lên ánh phản chiếu trên kim loại chói lòa mắt.

Về đến phòng, Lộc lôi giấy trắng ra ngồi hí hoáy viết. Đoạn chót, Lộc cắn tay suy nghĩ, rồi đặt bút:

"Điều khác tôi khẩn cầu là lo việc giáo dục cho Hoàng tử mà tôi đang chịu trách nhiệm. Tôi muốn rằng, dẫu chuyện gì xảy ra cũng vậy, dạy dỗ nó trong đạo; như vậy là để bù đắp vào cái mất mát ngai vàng vốn chỉ là cái mất nhất thời bằng sự sáng soi quí báu và hằng vĩnh! Nó mới sáu tuổi, nhưng đã biết cầu nguyện, tâm linh hướng về tôn giáo. Một điều lạ là nó gần gũi tôi đến độ chẳng luyến tiếc gì bố mẹ nó, bà nó, vú em và hơn năm trăm nhân mạng đổ nước mắt ra khóc khi nó theo tôi lên tầu. Giáo hữu đều cho rằng đó là ơn thiêng liêng của Chúa, nhưng người ngoại đạo bảo rằng tôi đã đánh bùa bỏ ngải!"

Tờ mờ sáng hôm sau, Lộc một mình vào gục đầu lẩm nhẩm đọc Kinh trong nhà nguyện. Sau đó, Lộc gọi Tân và Thức đi cùng, lên xe do hai ngựa kéo, chạy qua những đường phố đã đầy ắp người quấn sa-ri, đi chân trần, rao hàng inh ỏi. Đến phủ Toàn Quyền, cả bọn được mời vào phòng khách dành cho khu quân sự. Một lát, tướng Coutanceau bước ra. Sau khi giới thiệu là Tân và Thức đều là người phù tá Nguyễn Ánh và dăm câu mào đầu, Lộc đi thẳng vào vấn đề:

- Thưa thiếu tướng, đánh và thắng bọn giặc tiếm ngôi Quốc Vương An Nam không cần đông quân. Thứ nhất - Lộc nhìn về phía Thức, tiếp - dân họ biết là văn minh thua kém ta, nên cứ thấy da trắng là đã hàng phục. Thứ nhì, giặc chuyên dùng đao kiếm. Còn súng, cứ năm đứa mới có một, súng lại xấu, bắn chậm và không có tầm xa. Giặc không sử dụng súng thần công trên bộ, chỉ đặt ở thuyền, lại chưa biết dàn trận theo kỹ thuật mới là dàn dựng hỏa lực từng đợt nên không phát huy hết tiềm năng được. Thứ ba, thủy quân giặc chỉ có thuyền chiến, cỡ to nhất thì cũng chỉ nhỏ như loại tầu *chasse-marée* của ta. Tôi từng thấy một tầu chiến với mười khẩu súng ca-nông và một chục người của ta đã đương đầu suốt một ngày với cả đội hàng trăm chiến thuyền của giặc...

Bá đa Lộc ngừng nói, rồi say sưa mở một tấm bản đồ, trải ra tay chỉ vào Hội An, miệng reo:

- Đây, đây... Đổ bộ vào đây, ta lập tức đánh lùi giặc, lập phòng tuyến để giữ đường ra biển. Bao giờ cũng vậy, phải không thưa thiếu tướng, luôn luôn nên tính đến cách rút khi cần. Hà hà... Phòng tuyến này sẽ là lũy đắp bằng đất thó trộn với lá dừa như quân Pháp đã từng làm ở Ấn Độ, đạn ca-nông bắn vào cũng chỉ xoáy thành lỗ, không phá được. Ở đây, ta để hai trăm lính giữ. Còn lại, là xung phong vào rồi quay sang phía Nam tiến về Qui Nhơn, sào huyệt bọn cầm đầu đám giặc. Trong khi đó, Quốc Vương Cochinchine mang quân từ Gia Định xông lên, hai mặt đánh vào!

Coutanceau vẫn im lìm nghe, bỗng ngước mắt, rồi hỏi:

- Thưa giám mục, ngài nghĩ đội quân đánh Qui Nhơn phải bao nhiêu người?

- Một nghìn, một nghìn là đủ!

- Có cần pháo binh không?

- Có chứ, bộ binh có trọng pháo là cái mạnh của ta!

- Vâng, thế lấy bò ở đâu để kéo pháo đi?

Bá đa Lộc ngẩn ra, rồi đáp:

- An Nam không có bò, chỉ có trâu!

Coutanceau tiếp:

- Cho một nghìn quân bộ, như thế cần khoảng trên một trăm con trâu để kéo pháo! Thế tìm đâu ra trâu?

Lộc ngần ngừ:

- Ta chở từ Côn Đảo tới bằng tầu!

- A, thật là tuyệt diệu. Vậy là cần thêm hai tầu chiến để trở có trâu thôi! Coutanceau cười, tay chỉ vào Phú Xuân nằm sát ngay Hội An trên bản đồ, hỏi tiếp - Thế đây là chỗ quân đội Tonkin đóng. Thưa giám mục, ngài nghĩ là họ sẽ để yên, không kéo quân xuống?

Mím miệng, Lộc lắc đầu:

- Chắc là không! Ranh giới nước họ đến đấy thôi!

Coutanceau nghiêm giọng:

- Thế ranh giới nước Pháp ở đâu mà ta lại đến đánh Hội An đây?

Lộc ngẩn người ra, chưa biết đối đáp thế nào thì Coutanceau, để tránh căng thẳng, quay sang Thức và Tân hỏi lấy lệ:

- Quí vị nghĩ thế nào?

Tân thở dài sườn sượt nhìn xuống đất không nói gì. Thức đành trả lời:

- Tôi vốn không biết gì về quân sự, mọi việc đều tùy Đức Giám Mục.

Bá đa Lộc hắng giọng chen vào:

- Nhưng thiếu tướng, ngài vẫn chưa hỏi rằng đánh Hội An thì nước Pháp của chúng ta sẽ được những gì?

Coutanceau giơ tay chặn Lộc, miệng tươi cười, lịch sự nói:

- Bây giờ là giờ dùng trà ở Ấn Độ. Xin mời quí vị sang phòng bên.

Quay về phía sĩ quan tùy tùng, Coutanceau đưa mắt nhìn. Người này đi ra mở cửa. Contanceau nháy mắt, hóm hỉnh nói nhỏ "Ông kiếu họ cho tôi. Cứ tiếp cho chu đáo. Nhưng chớ có học về chiến thuật quân sự với Đức Giám Mục. Cần thì chỉ nên hỏi ngài về lối nào lên thiên đường cho nhanh nhất mà thôi!"

Buổi đi thăm sáng hôm ấy nhất định không thể gọi là một thành công trong chuyến vận động của Bá đa Lộc cho một cuộc viễn chinh của Pháp ở Đàng Trong xứ Đại Việt. Về đến nhà dòng, Lộc bực bội ra mặt, gọi Paul Nghị lên thì thầm rồi đi ngủ trưa. Hôm ấy, Thức hẹn mang Hoàng tử Cảnh ra phố xem mấy tay pha-kia thổi sáo cho rắn hổ mang ngửng đầu lên múa. Vào

401

phòng Cảnh, Thức chỉ thấy Bạch, người anh họ của Cảnh năm nay đã mười tám tuổi, đang ngủ gà ngủ gật. Hỏi, Bạch chỉ tay về phía phòng ngủ của Bá đa Lộc. Cửa phòng khép hờ. Thức đẩy nhẹ, nhìn vào. Bá đa Lộc lõa lồ, miệng ngáy pho pho, bên cạnh Hoàng tử Cảnh nằm trần truồng như nhộng. Thức lặng người, tay đóng nhanh cửa phòng lại. Bước ra ngoài nắng, Thức tự nhủ rằng Hoàng tử chẳng cần đi đâu xa để mà coi rắn múa.

*

Đứng trên boong chiếc tầu buôn Malaban, Thức nhìn bờ nước xa dần. Sáng nay, chuyến đi Ấn từ tháng hai năm 1785 coi như kết thúc, sau thời gian gần một năm chạy chọt không kết quả với đám quan chức Pháp. Đến khi tiếng kèn và tiếng sáo trên đất liền nghe chỉ còn văng vẳng, Thức ngửng lên trời, ngắm những cánh hải âu lượn qua lượn lại trong ánh nắng chói chan. Thầy Nghị đến cạnh Thức, trầm ngâm không nói năng. Không còn thấy Pondichery trong tầm mắt, Thức mới quay lại hỏi:

- Thưa Thầy, tầu chạy bao lâu mới đến nước Pháp?

Nghị gật gù:

- Nếu đi thẳng thì chưa đầy hai tháng. Nhưng tầu này là tầu buôn, còn ghé chỗ này chỗ kia, chắc phải bốn tháng hay hơn thế nữa.

Tiếp tục tán gẫu, Thức mới biết là Nghị người gốc Nghệ An, trước có học chữ Hán rồi sau vào chủng viện ở giáo phận Tây Đàng Ngoài. Nghị ít nói, thường lánh chỗ đông, tay lúc nào cũng lần tràng hạt. Nhìn ra tít tắp chân trời, Nghị bỗng hỏi:

- Thầy bỏ lỗi, tôi cứ băn khoăn không biết thầy... thầy định gì, chí hướng ra sao?

Thức ngạc nhiên, nhìn dò hỏi. Nghị thủng thẳng:

- Thầy là tư giảng cho Hoàng tử, phàm thì phải là người tin cậy của Chúa Nguyễn. Muốn thế, ắt là người Đàng Trong!

Mỉm cười, Thức bình tĩnh đợi, mắt nhìn Nghị. Hơi bối rối, Nghị ngần ngừ:

- Nhưng không, thầy bỏ lỗi, tôi biết thầy chính là "anh thầy đồ cứng cổ" xứ Nghệ nhất định dạy chữ Nôm, không chịu dạy chữ Hán. Miệng cười nhẹ, Nghị tiếp - Thế thì trái ngược thật, Chúa Nguyễn có coi chữ Nôm ra gì đâu!

Thức bật cười rồi cao giọng:

- Thầy vậy là rõ thân thế tôi, thế Thầy có biết tôi còn bị cả chúa Trịnh lẫn Tây Sơn bỏ vào ngục không?

Gật đầu, Nghị thủng thỉnh:

- Biết, tôi biết. Nhưng tìm chỗ dung thân ở nơi Chúa Nguyễn thì không hợp lý. Đấy, thầy rõ rồi, cứ đánh đâu thua đó! Vả lại, tôi cũng biết thầy đâu có ham gì quan tước, nếu ham thì thầy đã chịu ra đi thi rồi, đâu có mắc tiếng "cứng cổ"!

Biết không thể nói quanh mãi, Thức kể việc làm từ điển và cái chí đi tìm học ở Tây phương chẳng những kỹ thuật mà còn cách tổ chức và cái tôn ti trật tự của xã hội của họ. Nghị nghe Thức nói xong, lại hỏi:

- Học được, thầy rồi làm gì?

- Tôi mở trường học, viết sách, đi du thuyết...

Bật cười, Nghị cắt ngang:

- Thầy cho rằng đám sĩ phu hủ học khoanh tay ngồi nhìn thầy? Thầy quên là chỉ dạy chữ Nôm của ta thôi mà họ đã xuýt bỏ thầy vào tù qua tay quan Hiệp Trấn Nghệ An à?

Thức chưa biết nói gì thì Tân đi đến. Nghị chào, rồi lái ngay câu chuyện sang sức khỏe của Hoàng tử và đám tùy tùng. Đợi Tân đi ra xa, Nghị tiếp tục câu chuyện nói dở:

- Những điều mới mẻ không cứ thế mà mang vào được, phải hội nhập và thích ứng từng bước vào xã hội với những nền nếp xưa cũ, chẳng thể thay đổi toàn bộ ngay được. Cách tân, tất gặp sự ù lì đối kháng lại. Thầy có nghĩ là một thân thầy không thể kham hết, mà thầy phải có những kẻ ủng hộ thầy, tập hợp đứng đằng sau không? Người đồng chí với thầy, thầy thấy ở đâu? Thầy làm gì để tiếp cận với họ rồi sau đó mới nói đến mở trường, viết sách...

Thức ngạc nhiên, không ngờ một kẻ tu hành như Nghị lại có cái nhìn sâu sát thực tế. Chàng xoa tay rồi trầm giọng:

- Thưa Thầy, tôi xin trân trọng những lời Thầy dạy. Nhưng hiện tôi phải biết cái kiến thức Tây phương đã. Chưa biết, nói gì đến bước sau! Nhưng còn phần Thầy, xin cho tôi hỏi một câu. Tây Sơn cho giáo sĩ KiTô tự do đi truyền đạo. Vậy lý do gì cố Bá đa Lộc cứ một mực phò Nguyễn Ánh?

Ngần ngừ, Nghị nhìn ra xa:

- Cố là người kín đáo, khi nói chỉ nói một nửa sự thật. Đấy là điều cố lại không nói, tôi làm sao biết được.

Thức không ép, mỉm cười, nghĩ thầm đến vai trò của Nghị như cánh tay phải của Bá đa Lộc. Nhớ lại buổi gặp thiếu tướng Coutanceau, Thức có cảm tưởng như Lộc đang đánh bạc. Lại đánh lớn, mang cả đời mình ra để đặt cược. Rồi đặt vào cửa khó trúng nhất, chắc để "được ăn cả, ngã về không." Nhưng ăn gì? Nhất là đối với một kẻ tu hành như Lộc? Nghị bỗng lên tiếng:

- Chắc thầy cho rằng tôi biết mà không muốn nói. Thế, cũng đúng nhưng chỉ đúng một nửa. Lạy Chúa, ngày nào tôi biết hết, tôi sẽ không quên câu thầy hỏi hôm nay.

Nói xong, Nghị bước về phía cuối boong, tà áo chùng thâm phần phật tung bay trong gió biển. Thức nhìn theo, lòng thoáng một niềm lo âu. Đã một năm rưỡi nay, chàng sống cạnh Nghị ở Pondichery, ra vào hàng ngày gặp mặt, thường chỉ chào nhau và nói dăm ba câu thăm hỏi. Chàng không hề biết gì về Nghị, nhưng ngược lại, Nghị biết gốc gác chàng. Nghị đã nói gì với Bá đa Lộc? Câu Nghị hỏi, là hỏi cho Lộc hay cho Nghị? Sao lại đợi đến lúc ở trong boong tầu chạy về

Pháp thầy Nghị mới móm lời dò xét ý định và chí hướng chàng?

Thức ngẫm lại những biến cố một năm vừa qua. Sáu tháng sau khi đến Pondichery, Bá đa Lộc không thuyết phục được Coutanceau, nản lòng đến độ viết thư về Macao, sẵn sàng giao lại Hoàng tử Cảnh cho Toàn Quyền Y pha Nho ở Goa. Chuyện này dẫn đến sự kiện là hơn một năm sau, vị này đã sẵn sàng gửi giúp Nguyễn Ánh 56 tầu chiến và lính tráng. Nhưng sau khi gửi thư đi ít lâu, Cossigny và d'Entrecasteau qua thay Souillac và Coutanceau. Lộc lại lấy lại hy vọng, năm lần bảy lượt lên gặp quan Toàn Quyền mới, hết sức vận động sự can thiệp quân sự giúp Nguyễn Ánh. Nhưng dù không hẳn là không đồng lòng, đại tá Cossigny vẫn do dự, chỉ cử một chiến hạm đến vịnh Xiêm La thăm dò và tìm cách bắt liên lạc với Ánh. Cuối cùng, Lộc cho rằng phải về Paris thì mới hòng được việc, vì đám quan chức ở đây dẫu cao cấp cũng chưa đủ thẩm quyền để tự quyết định gì theo ý mình. Chắc là Nghị cũng đồng lòng, nên tháng sau cả bọn đều lên tầu sang Pháp. Thức chép miệng, định bụng có một lúc nào sẽ hỏi lại Nghị câu Nghị hỏi chàng. Ngẫm nghĩ rồi biết là chẳng bao giờ Nghị đáp, chàng cười mình vẫn vơ, chân chưa bao giờ đạp hẳn xuống đất để sống trong thực tế. Niềm lo âu trong lòng Thức dần dần tan như những sợi mây lẫm vào bầu trời trên cao xanh ngắt. Nếu như Nghị có ác ý, Thức thầm nhủ, thì dễ gì mà chàng đang đứng trên boong tầu này và ngắm những sợi mây kia.

*

Mất ba tuần lễ, Trọng Thức mới tìm được Emmanuel Sieyès. Dẫu là gặp lần đầu, Thức có cảm tưởng gần gũi vì hình dạng Emmanuel giống hệt người anh song sinh là Charles-Antoine. Nghe chàng kể lại những phút cuối cùng trong đời Charles-Antoine ở Đa Phận, Emmanuel lặng người đi, ngơ ngác, mắt như vô hồn thả vào khung cửa sổ nhìn ra Thánh đường Notre Dame. Emmanuel đứng dậy, bước ra đẩy cửa. Một đàn chim bồ câu ở đâu bay lên, cánh trắng chao nghiêng dưới ánh nắng vàng nhạt của buổi chớm xuân.

Hai người đi dọc đường St-Jacques về phía sông Seine. Bờ sông thấp thoáng những bông mimôsa vàng tươi đang độ đâm ra chào chúa Xuân của muôn loài tạo vật. Chỉ tay, Emmanuel buồn rầu nói nhỏ:

- Anh tôi rất thích mimôsa. Chẳng hiểu có loại hoa này trên thiên đường cho anh không?

Ngồi xuống ven bờ, Emmanuel nhặt dăm viên sỏi trắng ném xuống dòng sông. Một lát sau, Emmanuel hỏi:

- Chắc anh cũng đi tu như anh tôi?

- Không, tôi không theo đạo.

Emmanuel ngạc nhiên, nhìn Thức, nói:

-Lạ nhỉ. Vậy mà anh ở Đa Phận với Charles-Antoine và giáo hữu?

Thức thuật lại chuyện trốn tránh lính Chúa Trịnh, nhưng không nhắc đến Mai và những chi tiết dính dáng. Emmanuel nói trống không:

- Cứ gần đám có quyền hành là thế nào cũng có chuyện, trừ phi anh chịu chúng chi phối. Chắc anh làm chính trị?

Thức không rõ Emmanuel nói làm chính trị là làm gì. Emmanuel giải thích:

- Nghĩa là tổ chức và vận động mọi người cùng một cách nhìn những vấn đề chung có tính xã hội.

Thức nghe, lắc đầu:

- Ở xứ tôi gọi thế là làm giặc. Và thường như vậy là phải sắm binh khi vì thế nào quan quân nhà Vua nhà Chúa cũng đến đánh giết!

Emmanuel gật gù:

- Âu châu cách đây trăm năm cũng vậy. Nhưng nay thì có khác đi được đôi chút, nhưng vẫn phải đề phòng bọn cảnh vệ khủng bố.

Thức hỏi:

- Chẳng hạn viết sách như viết cuốn "Công Ước Xã Luận" của Rousseau có phải là làm chính trị không?

- Có chứ. Nhưng chưa đến mức tổ chức. Chính quyền để Rousseau yên, nhưng đấy cho ông ta bỏ xứ, tự lưu đầy, cuối đời phải đi chép tay những bản nhạc để kiếm ăn, rồi chết trong bệnh hoạn, đói nghèo!

- Bên xứ tôi, sách có viết cũng chẳng thể in để phổ biến được. Thức thở dài, nói như than - Mà dẫu có in, ngay những kẻ biết chữ cũng sẽ kéo bè để kết tội, bịt miệng người nghĩ khác, nói khác mình. Và thậm chí bọn có chữ nghĩa còn bóp cổ những người suy nghĩ độc lập cho đến đứt hơi mà chết ngạt chứ chẳng đợi cho chết trong bệnh hoạn và đói nghèo. Bọn đó, chúng có biết chữ là chỉ biết có mặt chữ, chẳng cần chi đến nghĩa của chữ, bởi xưa nay chúng chuyên sáo tụng những cái hữu danh vô thực.

Nhìn Thức, Emmanuel chợt hỏi:

- Ở xứ anh, có được nửa số dân đi làm giặc không?

- Không!

- Thế họ khoảng bao nhiêu?

- Hai trăm năm nay, đời nào họ cũng khoảng mười phần trăm. Họ dấy quân, sắm vũ khí, không chịu sưu thuế, chống lại triều đình.

Emmanuel lắc đầu:

- Thế chín mươi phần trăm còn lại là một đàn cừu dễ bảo?

- Dễ bảo ư? Vừa đúng, vừa sai. Ở trên cao, Vua Chúa thì huých tay đạp chân nhau. Nhưng từ Vua xuống đến quan thì đúng. Rồi giữa các quan, họ đối kỵ rình mò lẫn nhau để hất cẳng nhau? Từ tỉnh, huyện xuống đến thôn làng, cũng dễ bảo! Nhưng trong mọi thôn làng, họ cũng lại so đo nhòm ngó, ai cũng cố chiếm cái miếng to trong đình làng. Người ta bảo "một miếng giữa làng bằng một sàng ở chợ."

Thức chua chát cười, tiếp:

- Anh có biết không, ở nước tôi, những kẻ thứ hạng cao trong làng chia nhau từng miếng cái đầu một con gà ngày đình đám. Chúng tôi nhân phong tục này phát

409

huy một nghệ thuật rất tinh xảo. Một cái đầu gà, chúng tôi có thể chặt thành ba mươi sáu miếng, từ miếng to đến miếng nhỏ. Miếng to nhất, dành cho tiên chỉ, thứ đến, là loại có đỗ đạt, rồi lần lượt lý trưởng, hương tuần...

Ngẫm nghĩ, Emmanuel nói:

- Như vậy, dân tộc của anh là một đàn cừu có thứ bậc. Một tập đoàn nô lệ nhưng lại tôn ti trật tự!

Lặng lẽ nhìn Thức gật đầu, Emmanuel tiếp:

- Giá mà ngược lại, đàn cừu chỉ có mười phần trăm, còn lại làm giặc, nhưng không sắm khí giới, mà chỉ dùng lý lẽ thì xứ các anh sẽ khá hơn nhiều!

Emmanuel bâng quơ:

- Anh có đọc "Emile" của Rousseau chưa? Nếu chưa, tôi đọc một đoạn anh nghe nhé?

- ...

- "Thầy bảo: không được làm thế này - Đứa trẻ hỏi: tại sao không được làm thế này? - Bởi vì làm thế là xấu - Xấu, làm gì là xấu? - Làm xấu là làm những gì người ta cấm không cho làm - Làm những gì cấm thì làm sao? - Người ta sẽ hành phạt vì bất tuân - Tôi sẽ làm sao cho người ta không biết - Người ta sẽ rình mò - Tôi sẽ giấu - Người ta sẽ hạch hỏi - Tôi sẽ nói dối - Không được nói dối - Tại sao không được nói dối - Vì thế là xấu, v.v... Đó là vòng luẩn quẩn tránh không được."

Thức ngẫm nghĩ, rồi nói:

- Viết như thế, ở xứ tôi chính quyền nào cũng sẽ chu di tam tộc kẻ viết. Toàn là những vấn đề không ai có quyền đặt ra mà hỏi. Chẳng đứa trẻ nào dám nói ngược lại thày cả. Cái khuôn đời trước đặt lên đời sau, không cho cựa quậy, trói con người trong trăm thứ bổn phận, cuối cùng tất cả thành nô lệ.

Nhìn Thức, Emmanuel thủng thẳng:

- Cái ghê gớm nhất là sự nô lệ của mình với chính mình. Một thứ nô lệ nhưng cứ có ảo tưởng là chủ nhân ông. Tôi lại đọc Rousseau để anh nghe nữa: "Con người sinh ra vốn tự do, nhưng rồi sống trong kìm kẹp ở khắp nơi. Kẻ nghĩ mình là chủ tể của người khác cũng nô lệ không kém gì những người nô lệ cho họ. Làm sao sự chuyển hóa đó thành hình? Tôi không biết. Nhưng cái gì đã khiến sự chuyển hóa có cơ sở lý lẽ của nó? Tôi nghĩ rằng có thể giải quyết vấn đề này…"

Thức đứng lên, bước về phía nhà thờ, đầu mông lung. Emmanuel đi bên cạnh, miệng vui vẻ:

- Này anh bạn, cả nước Pháp sẽ gặp một cơn địa chấn vì những lời tôi vừa đọc đấy. Không chừng cơn địa chấn này lây qua cả Âu châu nữa. Nó đặt thành vấn đề cái trật tự của thời kỳ trung cổ trước bước tiến của tư duy hiện nay.

- ...

- Tôi sẽ mua tặng anh cuốn "Phương pháp luận" của Descartes. Anh có đọc chưa?

Thức lắc đầu. Vỗ vai Thức, Emmanuel kéo vào một nhà bán sách ở Place St-Michel rồi chúi đầu lục lọi trên những kệ xếp đầy ắp sách. Thức nghĩ trong bụng, bao giờ mới có một nhà bán sách ở Thăng Long? Sách vở trong nước chép tay truyền nhau, đem ra gom qua góp lại chẳng có được bao nhiêu, lại là loại sách Tống nho đã mang những lớp bụi bặm của năm trăm năm về trước rồi. Chàng mủi lòng, để mặc Emmanuel loay hoay, buồn bã bước ra cửa. Emmanuel chạy theo, gọi:

- Anh bạn, chờ một tí. Tôi tìm ra sách rồi. Thêm được cả cuốn Tư Duy của Pascal.

Giúi sách vào tay Thức, Emmanuel thành khẩn nói:

- Đây có lẽ là những món quà quí nhất nước Pháp chúng tôi dành cho bạn.

*

Sau khi sắp đặt nơi ăn chốn ở cho mọi người ở tu viện St-Victor, Nghị đốc thúc một số người trong đoàn đi học. Qua trung gian của tu viện, Nghị ghi danh cho Thức tham dự những buổi giảng triết học và thần học ở Sorbonne. Về phần Bạch, sau khi thụ lễ rửa tội, Bạch được cho đi học về Vật lý và Thiên văn. Tình cờ một hôm bắt gặp Thức đang cầm cuốn "Phương pháp luận" trong tay, Nghị giở sách, trầm ngâm một lát rồi bảo:

- Thầy đọc sách này nên kín đáo, đừng phô ra mà gặp khó khăn.

Hỏi lý do, Nghị không nói, dặn Thức là muốn dùng thời gian đi nghe giảng ở Sorbonne hay làm gì cũng được, chỉ nhớ là tối phải về tu viện, tiếp tục dạy Hoàng tử Cảnh chữ Hán.

Trong thời gian đó, cố Bá đa Lộc đã bắt liên lạc với Đức Cha Vermont xưa kia ở Áo đã kèm dạy Marie-Antoinette, hôn thê của Đức Vua. Lộc tranh thủ được sự ủng hộ của Giám Mục Dillon và quan Kiểm Sát Loménie trong triều đình Pháp. Dẫn Cảnh đi đây đi đó trong những buổi họp mặt của đám quí tộc, cuối cùng Lộc được Đức Vua Louis XVI nhận cho tiếp kiến vào đầu tháng 5 năm 1787, mặc dầu lúc ấy tình hình chính trị nước Pháp đang sôi nổi vì những buổi nghị họp của Đại Hội Thân Hào Quí Tộc.

Sau những giờ nghe giảng ở Sorbonne, Thức thường ghé thăm Emmanuel, nhiều khi đi với nhau cả ngày, gặp gỡ chuyện trò với rất đông người. Nước Pháp đang sống những giờ phút báo hiệu một cơn giông bão mà ngọn gió đầu thổi lên từ những tư tưởng reo mầm trong thời kỳ Phục Hưng. Hàng tuần, một số người trí thức tiến bộ gặp nhau ở chủng viện Jacobin nằm góc đường St-Honoré. Họ gọi nhau là công dân. Công dân Emmanuel Sieyès, công dân Saint-Just, công dân Dumas... Họ tập hợp lập "Hội bằng hữu cho Hiến Pháp." Hội sau này nhận cả "công dân" Trọng Thức. Thức rất ngạc nhiên, bảo mình đâu phải người Pháp. Họ cười. Công dân trừu tượng hơn Thức tưởng: công dân là người sống trong một xã hội họ đồng thuận, không phải đơn thuần chỉ là một cá nhân có gốc gác chủng tộc. Vì thế, công dân Thức có quyền cũng họp cũng bàn về cái xã hội anh đang sống trong đó.

Công dân Trọng Thức được mời tham dự một buổi thuyết trình của Emmanuel Sieyès. Thời gian đó, hội viên luận về *"Quyền con người và Quyền công dân"* mà theo Sieyès phải là những quyền hạn cơ bản "cho bất cứ quốc gia nào, ở bất cứ thời điểm nào."

Đối với những hội viên của câu lạc bộ Jacobin, người ta sinh ra vốn tự do và bình đẳng, và từ đó có những quyền tự nhiên không một quyền lực nào tước đoạt được. Đây là điều ai cũng coi như lẽ hiển nhiên không cần phải bàn cãi, và là điều căn bản trong Tuyên Ngôn Độc Lập của Mỹ quốc vào năm 1776. Nhưng Emmanuel Sieyès không chịu ngừng ở đấy, cho rằng bản Tuyên Ngôn trên vẫn giữ hình ảnh những quyền lực của chế độ cũ, không thể phù hợp với "một nhân dân có chủ quyền tối thượng toàn diện." Trong điều kiện này, cần "phải đổi hoàn toàn bản chất và tinh thần trong một bản tuyên ngôn mới. Bản tuyên ngôn này không là một sự nhượng bộ, một trao đổi, một thoả hiệp hay một khế ước giữa một quyền lực với một quyền lực khác. Chỉ có một quyền lực, là quyền lực của của nhân dân mà thôi."

Cách nhìn của Sieyès khiến nhiều người ngỡ ngàng. Ông nhấn mạnh sự phân biệt quyền tự nhiên của cá nhân và quyền công dân, con người tham gia tích cực vào xã hội. Vì vậy, quyền tự nhiên dẫu căn bản, nhưng không thể đồng hóa với quyền xã hội của công dân. Ở đây, xã hội dựa trên Hiến chương, một Công ước của tập thể cá nhân tạo ra xã hội. Theo Sieyès, Hiến chương này thể hiện dân ý, nghĩa là cái ý chí phổ quát và toàn diện cấu thành xã hội. Tự thân nó chính là Chủ quyền, một quyền tối thượng không tước đoạt, phân chia hay hủy diệt được. Dân ý, thể hiện qua Hiến chương, giữ vai trò cơ bản trong phương thức Lập pháp, tách bạch phân quyền với Tư pháp và Hành pháp.

Nghe Sieyès trình bày ý kiến của mình, một người mặt mũi xương xấu, để ria mép, nhẹ nhàng hỏi sau khi tự giới thiệu tên mình là Condorcet:

- Chủ quyền tối thượng đó nếu là chủ quyền toàn dân, thì làm cách nào biết được là dân ý nếu không dùng thể thức trưng cầu. Như vậy, rất là ôm đồm và phức tạp, làm sao điều hành xã hội được?

Sieyès ngẫm nghĩ rồi trả lời:

- Nếu Chủ quyền là chủ quyền quốc gia, thì dân bầu ra đại biểu, đại biểu họp nhau lại soạn thảo Hiến chương và quyết định Luật pháp.

Người để ria mép lại lên tiếng:

- Theo Rousseau, Chủ quyền và Dân ý là một. Dân ý không thể chuyển nhượng; vì thế chủ quyền chỉ có thể tự nó đại diện cho nó. Hiến chương và Luật pháp là tuyên chỉ của Dân ý cho nên không thể dùng thể thức đại biểu nghị viện để xác định ra!

Vấn đề Condorcet đặt ra là làm sao có được một thể chế dân chủ. Thể hiện dân chủ có thể qua hệ thống đại biểu, hay bắt buộc phải là phổ thông trực tiếp diễn ra sôi nổi. Nó kéo dài cả tháng. Thức ngạc nhiên thấy mỗi diễn giả đều có thời gian nói hết điều mình suy nghĩ. Những điều này được đào sâu, phê bình, phán xét dưới mọi góc độ. Kẻ chê, người khen, kẻ chống, người theo, đều không vì thế mà mất đoàn kết, vẫn luôn luôn lịch sự, thẳng thắn chỉ trích, vui lòng nhận thiếu xót, và cùng nhau đúc kết những tư tưởng, quan điểm làm *của chung*. Họ không tị hiềm đố ky - Thức thầm nhủ trong bụng - và không hẹp hòi họm hĩnh như những kẻ sĩ hám danh lợi Thức đã gặp suốt từ Đàng Trong ra Đàng Ngoài.

Một tối, khi ra về với Sieyès, Thức nghe tiếng gọi sau lưng. Condorcet vui vẻ mời hai người đi ăn tối. Thức lại càng ngạc nhiên khi biết Condorcet là hầu tước, người thuộc đẳng cấp quí tộc tức là đẳng cấp đang thống trị ở nước Pháp. Condorcet tinh nghịch hỏi Sieyès: "Ông bạn giấu chiếc áo chùng tu hành đâu rồi?." Emmanuel hóm hỉnh trả lời: "Tôi gửi lại thiên đường, đợi sau này mới đến lấy." Thì ra chính Sieyès là một tu sĩ cấp cao ở tu viện Charte mà chàng không biết. Ông thuộc đẳng cấp tăng lữ, tức cũng là đẳng cấp đang thống trị.

Trong gió đêm thốc cái lạnh bên bờ sông Seine, Thức mủi lòng nhớ đến đất nước mình, nước mắt ứa ra chảy ròng ròng. Chàng kín đáo đưa tay quệt, vẫy tay chào bạn, rồi tách ra men theo đường St-Jacques quay về tu viện St-Victor.

*

Sau khi triều kiến Vua Louis XVI, Bá đa Lộc tìm cách làm thân với đám sĩ quan, viên chức và một số quí tộc kề cận Vua. Hoàng tử Cảnh mặc trang phục kiểu Âu, trở thành một nhân vật thu hút những tò mò, được hoàng hậu Marie-Antoinette vời đến làm vui cho đám khách khứa ở điện Versailles. Khách đến từ mọi nơi, nhiều nhất là từ Áo. Cả đàn ông lẫn đàn bà, họ đội tóc giả, má phấn môi son, xông nước hoa ngào ngạt. Họ thường ăn tối rất muộn, thức khuya uống rượu, rồi nhảy múa theo tiếng nhạc hòa âm của dàn nhạc gồm ba chục nghệ nhân. Trưa trưa, họ ngồi tán chuyện gẫu, trầm trồ khen lẫn nhau về những món trang sức hiếm hoi, những kiểu mũ, hoặc những kiểu áo quần mới. Thỉnh thoảng lắm họ mới bàn đến chính sự, nhưng chỉ xoay quanh chuyện Hội Đồng Thân Hào Quí Tộc vừa họp đã nhất định không chịu nộp thêm thuế cho Vua đang ở trong một tình trạng tài chính thâm hụt. Họ trách đẳng cấp tăng lữ, và phàn nàn rằng chính những thầy tu là những kẻ trách nhiệm làm mất ổn định của Vương Quốc.

Hồ văn Nghị thường tránh mặt mọi người ở điện Versailles, chỉ cặm cụi làm việc với Bá đa Lộc. Phần Trọng Thức, Bạch và André Tân, họ phải tháp tùng Hoàng tử Cảnh. Riêng Thức và Bạch, Bá đa Lộc ép họ ăn mặc kiểu triều phục, đội mũ cánh chuồn, mặc áo thắt đai, đi ủng, để "Gây thích thú cho quan khách" như Lộc vừa cười vừa nói. Thức phải nghe, nhưng có cảm tưởng mình chẳng khác gì một con khỉ làm trò mua vui cho thiên hạ.

Buổi đầu thu, lá đã loáng thoáng chớm vàng trên những ngọn cây mọc ven rừng ở quanh điện. Từ dãy phòng dành riêng cho đám khách đến "từ Viễn Đông" nhìn xuống là vườn tược được cắt tỉa gọn ghẽ theo những đồ hình đối xứng rất đẹp mắt. Phía sau vườn, một ao nước hình tròn có vòi phun nước lên cao, chung quanh ao là những bức tượng đàn bà khỏa thân to bằng người thường, nằm ngửa ra trong tư thế mời đón. Mỗi lần dẫn Hoàng tử Cảnh đi qua, Lộc lại trỏ tay vào những bức tượng, tay khẽ béo tai, miệng cười khềnh khệch.

Vào giữa trưa, Bá đa Lộc và Nghị hộc tốc lên chiếc xe bốn ngựa kéo chạy vào điện Tuileries trong Paris, chỉ dặn Thức cứ lưu lại với Hoàng tử Cảnh ở Versailles đợi. Cảnh đứng vẫy tay, mếu máo nhìn theo. Hoàng hậu Marie-Antoinette cho gọi, Thức lại cùng Bạch đưa Hoàng tử lên. Marie-Antoinette xoa đầu Cảnh, vừa cười vừa nói:

- Ta nghe nói cậu bé sắp phải về Vương quốc của cậu rồi. Bây giờ, cậu muốn gì, ta chiều lòng cậu.

Cảnh ngước mắt, bập bẹ:

- Kẹo, cho tôi kẹo!

Thị tỳ bưng ra một hộp vuông đầy những viên kẹo bọc đường, tròn nhỏ như đầu ngón tay cái, đủ màu sắc, thơm mùi bạc hà. Cảnh nhón một viên, mắt sáng lên, bỏ vào miệng mút. Marie-Antoinette cười:

- Cứ ăn nữa đi, của cậu cả đấy...

Cảnh cám ơn, tay lại thọc vào hộp kẹo, bỏ lên miệng. Bỗng Cảnh ngã ngửa ra, ú ớ, rồi khò khè như tắt thở. Tham ăn quá, Cảnh nghẹn. Bạch cuống lên, chạy lại lấy tay vỗ vào lưng Cảnh. Nghe Marie-Antoinette kêu, bọn thị tỳ đùng đùng xô nhau kéo vào. Có người kêu "Lấy cho chút nước cho nó uống?." Không có nước, họ đổ rượu chát. Một người đứng tuổi, cao lớn, nắm lấy chân Cảnh xách lên, đầu quay ngược xuống đất. Cảnh ọe ra, thoát chết ngạt. Marie-Antoinette phe phẩy quạt, miệng nói "Lạy Chúa tôi, may quá... ."

Tối hôm ấy, Cảnh sợ không dám ăn gì nữa, đòi đi ngủ sớm. Thức ra đứng ở hành lang, nhìn ánh trăng trong xanh vừa vặn treo lơ lửng ngang đầu. Thế là đã bảy tháng chàng đặt chân đến Paris. Bỏ những buổi giảng nhàm chán ở Sorbonne, về sau chàng thường cả ngày ở Câu lạc bộ Jacobin, thảo luận với những hội viên kéo đến từ khắp nơi. Gần gũi với Marat, nhà báo in tờ "Bạn Dân," chàng ban đầu ngạc nhiên, rồi sau cảm thấy sức mạnh của phương tiện truyền thông này. Báo ra hàng tuần, vừa thông tin, cũng lại vừa đem những vần đề lớn ra viết một cách dễ hiểu để quảng bá những tư tưởng mới. Marat bảo: "Chúng tôi là chất xúc tác, những con người thật sự thay đổi xã hội Pháp là những kẻ không có bánh mì mà ăn!"

Thời đó, nạn đói kém khá phổ biến không những ở nông thôn mà ngay trong thành thị với nạn thất nghiệp tràn lan. Nông dân đóng từ 40% đến 60% địa tô cho chủ đất, từ 10% đến 30% thuế thập phân cho nhà thờ, và thêm một khoản thuế cho nhà nước đôi khi cũng xấp xỉ khoản địa tô. Tóm lại, họ trắng tay, chỉ đủ ăn cho nửa năm! Đó là đẳng cấp bị trị - Sieyès gọi là "đẳng cấp thứ ba" - chiếm tuyệt đại đa số. Tầng lớp thống trị gồm đẳng cấp quí tộc và đẳng cấp tăng lữ. Họ vừa từ chối chính sách thuế mới có phần phụ thu lãnh thổ. Marat tiên đoán là Vua Louis XVI phải tranh thủ "đẳng cấp thứ ba" để tìm cách ép buộc đám quí tộc và tăng lữ. Sieyès ngờ vực, bảo: "Đẳng cấp thứ ba là cả một dân tộc bị xiềng xích và áp bức. Làm sao họ có thể thỏa hiệp với kẻ đi xiềng xích họ được?." Saint-Just trầm ngâm, giọng cương quyết: "Phải sửa soạn. Đến lúc đó, ta sẵn sàng cướp lấy thời cơ xây dựng một xã hội mới, một thể chế mới, một quyền lực mới... ." Những ngày sau đó, vần đề được thảo luận xoay quanh hai sự việc:

tu chính bản "Tuyên ngôn Quyền con người và Quyền công dân" và hình thành một quan điểm chung về Hiến chương.

Không biết từ đâu đến, bìa rừng cạnh Versailles vang lên tiếng từng đàn cú rúc nghe nổi gai ốc. Tiếng cú ngưng lại, một lúc sau lại nổi lên, kéo dài ra, đập vỡ cái yên bình sang trọng của nơi quyền quí. Thức bỗng nghe văng vẳng tiếng thút thít. Chàng lần đến, đẩy cửa phòng bước vào. Hoàng tử Cảnh thức giấc, lao xuống giường rồi chúi vào một góc, khóc một mình. Thấy Thức vào, Cảnh nức nở hỏi:

- Cố ở đâu?

Cảm thấy xót thương trong lòng, Thức từ tốn:

- Cố vào Paris! Thôi đi ngủ đi, khuya rồi!

Thức đến, hai tay bế Hoàng tử Cảnh lên, tiếp:

- Mai Cố sẽ về, ngủ đi.

Vừa lúc đó, Tân và Bạch nghe lịch kịch cũng bước vào. Bạch ở lại phòng, dỗ Cảnh, và ngủ lại luôn tại đó.

Thức quay ra hàng hiên, tay cầm ngọn nến đang cháy, trở về phòng mình. Lật đật theo sau, Tân gọi Thức rồi rảo bước đi cùng.

- Lạy Chúa, chắc sắp về nước rồi, ông Thức ạ! Cố Bá đa Lộc vui vẻ lắm, thế nào Đức Vua ở Pháp đây cũng sẽ ủng hộ Vương công ta!

Thức lẳng lặng mỉm cười không đáp. Tân lại nói:

- Và thế là chẳng có khó gì đuổi Tây Sơn lấy lại cơ đồ chúa Nguyễn.

Nghĩ đến mảnh đất từ Thuận Hóa vào đến Gia Định - cái cơ đồ ấy nói ra miệng cứ như là của riêng một họ tộc - Thức bực mình, định hỏi Tân là lấy lại cơ đồ để cho ai thì tiếng cú lại rúc lên, lần này nghe như một bản đồng ca lạc điệu.

*

Bá đa Lộc cho xe lên đón Hoàng tử Cảnh về Paris hai ngày sau, gấp làm một số việc theo lời yêu cầu của quan chức ở điện Tuileries, nhất là việc ước tính chi phí cho cuộc viễn chinh của Pháp ở Cochinchine. Vừa vào sân tu viện St-Victor, Nghị xuống đón, kéo Thức ra một chỗ rồi nói nhỏ:

- Việc xưa thầy có hỏi, nay mười phần tôi biết được quá tám, để thuận tiện sẽ nói lại!

Đến trưa, Thức rời tu viện đi đến nơi hội họp của Câu lạc bộ Jacobin. Không khí ở đấy hôm nay nghiêm trang hơn bình thường, ai nấy đều như chờ đợi một sự việc quan trọng. Nhìn quanh, những nhân vật chủ chốt của hội đều có mặt, kể cả những người vốn ít kề cà như Robespierre, Danton... Ngoài ra, còn có cả một số những nhân sĩ có tiếng nhưng là người ngoài hội được mời tham dự. Trong đám đó, phải kể Lafayette, đi kèm có Thomas Jefferson, hiện làm lãnh sự Mỹ ở Paris, là kẻ đã soạn thảo Tuyên Ngôn Độc Lập của Mỹ quốc mười năm về trước.

Đang đứng một góc, Condorcet đến sau lưng Thức, tay vỗ vai, miệng tươi cười:

- Chào bạn, bạn đến nghe bản Tuyên Ngôn nhưng chắc thân với Sieyès, bạn đã rõ nội dung rồi...

Thức bắt tay Condorcet, lắc đầu. Mắt hướng lên bục, Condorcet nhếch mép, nói vào tai Thức:

- Đây là kết tinh của tư tưởng Khai Minh, và sẽ đánh thức toàn cầu trong ba thế kỷ tới!

Đúng lúc ấy, Sieyès bước lên bục, cười vẫy tay chào Thức, rồi lẳng lặng đeo kính, mở chiếc cặp bằng da. Người đứng ra giới thiệu là Marat. Ông ta người tầm cỡ, tóc đen nháy, mắt trông như lúc nào cũng mơ mộng, nhưng giọng nói chậm rãi chắc nịch:

-Bản dự thảo của "Tuyên ngôn Quyền con người và Quyền công dân" là công trình tổng hợp những buổi hội thảo tại câu lạc bộ từ một năm nay. Nó dựa trên nguyên lý sau: con người vốn tự do; con người dấn thân vào xã hội không mất tự do tư riêng, lại còn tự do hơn cả sự tự do ở trạng thể tư riêng. Sự tự do đó là kết quả của tiến trình mang quyền tự nhiên của mỗi con người ra để mọi người bảo đảm thành những quyền "xã hội." Từ sự chấp nhận tha nhân có cùng một số quyền đó như bản thân mình, mỗi người công dân đã đồng thời tự giác những nghĩa vụ của mình đối với xã hội.

Đến lượt mình, Sieyès nhìn cử tọa, rồi đọc bằng một giọng trang nghiêm:

"Con người sinh ra và có quyền sống tự do, cũng như bình đẳng. Mọi phân biệt xã hội chỉ có thể dựa trên cơ sở ích lợi chung cho xã hội...Mục đích của mọi hội đoàn chính trị là gìn giữ những quyền tự nhiên không hủy diệt được của

con người. Quyền đó là quyền tự do, tư hữu, an ninh và quyền chống trả áp bức. Tự do có nghĩa là có thể làm tất cả những gì không phương hại đến người khác: như vậy, thể hiện quyền tự nhiên của mỗi người chỉ có giới hạn ở chỗ nó bảo đảm cho mọi người trong xã hội cùng thụ hưởng quyền tự nhiên đó. Giới hạn đó được xác định bằng luật pháp. Và mọi xã hội trong đó không có sự bảo đảm về quyền con người, không xác định sự phân quyền, là xã hội không có hiến pháp...''

Sieyès đọc xong, bỏ kính xuống. Trong phòng, sự im lặng bao trùm lấy gần trăm con người, nét mặt khẩn trọng, nghiêm trang. Từ góc phòng, một người râu ria xồm xoàm bật dậy, miệng hô lớn "nước Pháp muôn năm!" Mọi người vỗ tay, kéo ghế, đứng lên. Có kẻ chạy lại ôm hôn Sieyès. Một người đề nghị kéo chuông nhà thờ, nhưng Robespierre cản lại. Ông lạnh lùng bảo:

Không thể báo cho nhân loại một thời đại mới bằng những tiếng chuông cũ đã hoen rỉ!

Tối hôm đó, từng đám kéo nhau lên xe đi về tư dinh của hầu tước Condorcet ở vùng Bourg- la Reine để chào mừng ngày lịch sử vừa mở ra cho xã hội Pháp một kỷ nguyên mới. Lafayette, người anh hùng đã tham dự chiến tranh đòi độc lập của Mỹ, rủ Jefferson đi theo. Nâng cốc rượu, Jefferson trịnh trọng:

- Xin thêm vào bản Tuyên Ngôn là xã hội có nghĩa khi nó nhằm mục đích mưu cầu hạnh phúc cho mọi con người đã đồng thuận cùng nhau lập ra xã hội.

Cuộc thảo luận tiếp tục trong tư dinh Condorcet. Thức có cảm tưởng là cái nhìn của hội viên Câu lạc bộ

Jacobin đặt xã hội nặng cân hơn là cái tổng số trọng lượng của mọi cá nhân cùng nhau tạo ra xã hội. Câu nói của Jefferson bỗng lại vang lên trong tâm trí Thức. Chàng hồi tưởng đến Dương Quang. Phải chi Quang có mặt hôm nay! Vết sẹo đâm xuống chân mày bỗng nhiên giựt lên, Thức thoáng nghe tiếng rì rầm: "Ta có ở đây chứ, chú em không biết à? Ta có, vì là chú em ở đây đấy... Hát đi, này con chim cánh đen, mỏ vàng mày nhọn. Cựa vàng mày sắc. Cái lồng nhốt mày làm bằng nan mục nát. Cứ phá cho tan, rồi bay ra, bay xa."

Ngửng mặt lên nhìn những ánh sao lóng lánh ở chân trời tím thẫm, Thức bồi hồi. Chim muốn bay ư? Phải biết cách đập cánh. Và đừng sợ khoảng không. Hãy lao mình lên, bằng tình yêu công lý và lòng can đảm. Đó là điều kiện cần. Nhưng để đủ, phải đắp cánh bằng trí tuệ. Âu châu đã xây dựng một nền văn hóa nhân văn cách đây hai thế kỷ. Một trăm năm nay, văn hóa đó thăng hoa bằng triết học duy lý. Và sau đó, tư tưởng thời Khai Minh đã thực sự mở ra một kỷ nguyên mới. Như vậy, chim đã đủ khả năng bay chưa? Những cái nan tre đan lồng chim đang từng cái một mục ra, xiêu vẹo rồi gẫy đổ trước đôi cánh của loài chim tự do đập lên tìm hạnh phúc trong một xã hội tôn trọng công bình và nhân phẩm.

Thức thấy thân mình bốc lên không trung, bay về hướng một vì sao sáng nhất ở góc trời Đông.

*

Sáng hôm sau, Thức rời Bourg-la Reine quay về Paris. Vừa bước chân vào tu viện, Nghị gọi giật giọng, mặt hầm hầm:

- Thầy vào đây! Vào ngay!

Trong phòng làm việc dành cho Bá đa Lộc, Tân và Bạch đã ngồi sẵn đấy, trông vẻ không vui. Lộc vừa nổi một trận lôi đình, mắng mỏ mọi người, rồi lại tất tưởi lên xe ngựa chạy vào điện Bourbons, giao cho Nghị khu sử những việc còn lại. Không mời Thức ngồi, Nghị quát:

- Đêm qua thầy ở đâu? Đã dặn là đi đâu thì đi, cứ tối thì phải về tu viện rồi! Thầy ở đâu?

- ...

- Thầy ở đâu, tôi không biết nhưng tôi biết thầy giao thiệp với ai, đi lại với bọn vô thần, lăng nhăng lít nhít!

Làm như chợt nhìn thấy Tân và Bạch, Nghị dịu giọng, rồi xua tay mời họ ra. Sau đó, Nghị ghé sát vào tai Thức, thì thào:

- Tại sao người Pháp cứ một mực phù trợ cho Nguyễn Ánh là nằm trong này! Đây, thầy xem...

Thức mở ra. Đó là một tờ trình của Bá đa Lộc, đề tựa là "Ghi nhớ về ủng hộ việc thường trú ở Cochinchine." Thức chăm chú đọc:

"Cán cân chính trị ở Ấn độ có vẻ đã nghiêng hẳn về phía Anh quốc, có thể coi như rất khó mà kéo về thế quân bình. Cho nên, có lẽ thường trú đóng ở Cochinchine sẽ là, trong số các đề án, một đề án chắc chắn và hữu hiệu…

1- Đó là cách phá hoại để làm suy yếu thương mại của Anh quốc. Ở thời bình, chúng ta làm giảm lợi nhuận người Anh làm được qua thương mại với Trung Hoa, bởi vì ở Cochinchine, ta có thuận lợi thông thương với Trung Hoa nhưng chi trả tốn phí rẻ hơn.

2- Ở thời chiến, từ Cochinchine ta có khả năng dễ dàng cấm thương vận của các quốc gia Âu châu thù nghịch với ta; bởi vì đóng giữ cửa Vịnh, hay chắc hơn nữa giữ cửa khẩu tiếp liên với Quảng Đông, chúng ta có thể ngăn cản xuất cũng như nhập của bất cứ ai...''

Trả lại tờ trình, Thức xoa tay, nói nhỏ trong miệng điều gì nghe không rõ. Nghị trầm ngâm, đến bên cửa sổ, khẽ hé mành nhìn ra ngoài. Quay trở lại, Nghị nhìn Thức, trầm trọng nói:

- Nhưng đây, đây mới là điều tôi không ngờ tới...

Nghị chìa tay đưa cho Thức một văn bản viết tay. Thức ngần ngại đỡ lấy, nhìn Nghị dò hỏi.

- Thầy cứ đọc đi. Đây là dự thảo tôi mới chép lại. Rồi thầy cho tôi biết ý thầy!

Bản văn mang tên "Đề ước Liên Minh... " gồm mười điều, trong đó Vua nước Pháp sẽ gửi qua bốn tầu chiến, một nghìn hai trăm lính bộ, hai trăm pháo binh và hai trăm năm mươi lính Phi Châu được trang bị đầy đủ. Ngược lại Vua Cochinchine sẽ nhượng hẳn chủ quyền của cảng Hội An và Côn Đảo cho nước Pháp. Khi nước Pháp có chiến tranh với bất cứ nước nào, Cochinchine phải giúp lại nước Pháp lính bộ, lính thủy, tầu chiến,vv... Ngoài ra, nước Pháp độc quyền thương mại ở mọi nơi trên lãnh thổ, không phải trả bất cứ lệ phí nào, và có quyền cấm tất cả tầu ngoại quốc - tầu buôn cũng như tầu chiến - vào lãnh thổ Cochinchine trừ phi được nước Pháp cấp thông hành.

Ngửng lên nhìn Nghị, Thức thở dài:

- Nhưng chắc gì Nguyễn Ánh lại chấp nhận Đề ước này?

Nghị nói, tay vân vê tràng hạt, mắt nhìn xuống đất:

- Ánh đã nhận nhượng chủ quyền Hội An và Côn Đảo cho Pháp. Tôi có hỏi André Tân. Chính Tân đã dịch tờ ủy nhiệm này của Nguyễn Ánh cho cố Lộc và khẳng định là trong đó có ghi rõ những điều này.

- Ngoài độc quyền thương mại, nước Pháp lại còn có thể cấm mọi tầu buôn và tầu chiến nước ngoài đến nước ta thì vấn đề mất chủ quyền rộng hơn là nhượng hẳn Hội An và Côn Đảo!

Nghị thì thào:

- Ánh chỉ nhận độc quyền thương mại của nước Pháp trên lãnh thổ, không nói đến chuyện bắt tầu bè phải có thông hành của Pháp mới được nhập cảnh.

Im lặng một lúc lâu, Nghị lo âu, hỏi:

- Thầy nghĩ sao? Phải làm gì?

Thức trấn an Nghị, nói rằng nước Pháp đang bước vào một giai đoạn chuyển đổi quyết liệt. Ngoài ra, nền quân chủ đang khủng khoảng tài chính, nên dẫu có ký kết đề ước gì đi nữa thì chắc là cũng vô hiệu vì không thi hành được. Nghe Thức nói, Nghị cứ lắc đầu thở dài sườn sượt. Một lát, Thức hỏi:

- Ngoài vấn đề chủ quyền, Thầy còn lo gì?

Làm dấu thánh giá, Nghị rầu rầu:

- Lạy Chúa, đừng để cho giáo hữu mắc vào cái tiếng là cấu kết với ngoại nhân mang nước ta đi bán rẻ! Chỉ việc này xảy ra, tất sẽ hại đến danh Chúa cả sáng không biết đến bao nhiêu đời sau.

Vừa lúc đó, có tiếng xe ngựa lọc cọc lăn trên sân gạch. Nghị lại vén mành cửa sổ. Trong sân, Bá đa Lộc vừa xuống xe, nét mặt rạng rỡ, bảo phu đợi để đi ra điện Versailles. Nghị khẽ đẩy Thức ra ngoài, hẹn sẽ cho Thức biết diễn biến, và dặn "Thầy nghĩ hộ, làm sao để chuyện ký kết Đề ước đừng xẩy ra!"

Thức lánh vào phòng bên khi Lộc cất tiếng gọi Nghị. Từ tầng trên, Hoàng tử Cảnh chạy xuống thang, miệng reo ầm ĩ. Bá đa Lộc bồng Cảnh lên, âu yếm hôn vào má, rên rỉ "Quốc Vương bé nhỏ của ta! Quốc Vương bé nhỏ của ta!" Mắt ánh lên một thứ lửa đang chuyển sang màu đỏ của những ly rượu lễ, Lộc ôm Cảnh chui vào xe, thuận tay dập cửa mạnh đến nỗi con ngựa kéo cất vó nhảy lồng lên.

*

Nghe Thức trình bày xong, mọi người im lặng. Marat nhồi thuốc vào tẩu, châm lửa, nhả một bụm khói vào khoảng không, đưa mắt nhìn.

- Với tình trạng hiện tại, nước Pháp chẳng có khả năng can thiệp, đừng nói là đi tìm thuộc địa như Anh hay Ypha Nho.

Sieyès quay sang Thức, giọng chắc như đóng đinh:

- Vậy bạn chớ lo, ký kết gì thì ký, không thể thực hiện gì đâu.

Người đàn bà trạc ba mươi, phụ tá Marat làm tờ báo "Bạn Dân," chợt lên tiếng:

- Chúng ta tranh đấu cho chủ quyền, và chủ quyền đó chính là dân ý. Dân là công dân, cùng một lãnh thổ có biên giới nhất định. Cho nên một nước đến xâm chiếm nước khác, có nghĩa là tước đoạt chủ quyền của nước ấy! Công dân Pháp ở kỷ nguyên mới này nhất định không phải là những kẻ đi ăn cướp. Chúng ta phải giúp Trọng Thức, tìm cách ngăn chặn sự ký kết này! Chẳng phải là vì nó có hiệu lực hay không có, mà là vì bản ký kết "Đề ước" là điều sỉ nhục trí tuệ và lương tâm, làm chứng cho sự mâu thuẫn nhục nhã giữa lòng tham và lý tưởng.

Saint-Just xen vào, giọng khôi hài để làm dịu sự căng thẳng:

- Như các bạn biết, công dân Madeleine nói ba điều thì tôi phản đối mất hai, nhưng khi bà ấy chỉ nói một điều thì tôi đành đồng ý.

Thức quay sang nhìn Madeleine. Chàng đã gặp, nhưng thật sự chưa bao giờ để ý đến người đàn bà tóc óng ánh vàng, mảnh khảnh, mũi cao, môi mỏng, cằm vuông, mắt ánh lên một thứ nghị lực gang thép. Madeleine mỉm cười gật đầu đáp lại cái nhìn hàm ơn của Thức, rồi nói:

- Tôi đề nghị là chúng ta báo động trên báo "Bạn Dân," đồng thời làm áp lực qua những công dân trong đẳng cấp quí tộc, buộc Louis XVI phải ngừng ngay chính sách thuộc địa.

Sieyès vun vào:

- ... và nhờ tăng lữ tiến bộ can thiệp với giáo hội đừng ủng hộ Bá đa Lộc.

Phà khói thuốc, Marat nhịp tấu vào lòng bàn tay, chậm rãi:

- Bắt đầu, phải có một yếu tố xì-căng-đan nào gây lên tai tiếng, rồi mới vận động được dư luận. Nhưng làm gì thì làm, ta phải tránh được sự khủng bố của bọn cảnh sát.

Tuần sau, Thức mới gặp lại Nghị. Nghị giục "Gấp lắm rồi! Bên điện Tuileries, quan chức đã đồng ý. Nay chỉ đợi chữ ký của Louis XVI." Ngồi thần người ra một chập, Nghị cười khan một tiếng, rồi nhắc đi nhắc lại "Cái xì-căng-đan ấy, làm gì đây? Làm gì?." Đến đêm, Nghị gõ cửa phòng Thức, lẻn vào thì thầm. Nhìn theo Nghị co ro xuống những bực thang bằng đá trong gió lạnh vào buổi chớm đông, Thức hoang mang rồi chặc lưỡi, khép nhẹ cửa, cả đêm trằn trọc.

Madeleine giúp Thức sắp đặt mọi chuyện. Nàng lo cho Thức một chỗ trú ngụ gần chủng viện Jacobin, nằm ở góc phố St-Roch và Moineaux. Nếu có chuyện gì bất trắc, Madeleine dự tính sẽ đưa Thức về Marseille ở miền Nam nước Pháp, nơi chôn nhau cắt rốn của nàng. Sự chu đáo của Madeleine làm Thức vững bụng. Nàng tính toán chi ly từng khả năng có thể xảy đến, và sửa soạn sẵn những biện pháp đối phó với sự khủng bố của những cơ quan cảnh sát. Lúc đó, cảnh sát giăng lưới khắp mọi nơi để đề phòng tai biến trong không khí sôi sục của Paris.

Vài ngày sau, Nghị báo Thức là bốn trong số bảy vị Thừa sai đi theo Bá đa Lộc quyết định không về Cochinchine để phản đối việc ký kết "Đề ước." Lộc lồng lên như điên dại, yêu cầu Giáo Hội và Hội Truyền Giáo ở Paris phải có thái độ. Ông ta cười nhạt, nói lớn " Chó cứ sủa, đoàn xe vẫn qua." Sáng ngày thứ hai, mồng tám tháng mười, Nghị chạy hớt hải vào phòng Bá đa Lộc, báo là không thấy Hoàng tử Cảnh đâu. Lộc nhảy ra khỏi giường, hò hét gọi mọi người ra hỏi và đếm mặt. Trọng Thức vắng mặt, không ai biết là đi đâu. Lập tức, Lộc chạy vào văn phòng Tổng Giám Mục rồi hai người cùng lên xe đến Nha Cảnh Sát ở Place Dauphin cạnh Quai des Orfèvres. Hôm sau, trên một trang của báo "Bạn Dân," một hàng tít lớn loan tin "Hoàng tử Cảnh mất tích: Tại sao?" Bá đa Lộc xé nát tờ báo, quẳng xuống đất, hầm hè chửi bọn "vô thần," "ngoại đạo," rồi lại lên Nha Cảnh Sát. Một sĩ quan cao cấp bảo:

- Chúng tôi cũng đã đọc báo này. Chắc báo có người biết được tin Hoàng tử Cảnh mất tích, nhưng không có một chứng cớ nào để bảo rằng họ thông đồng toa rập. Vì vậy, chúng tôi không thể can thiệp trực tiếp, xông vào Tòa Báo mà tra hỏi.

Lộc gầm lên:

- Các ông cứ thế thì còn gì là phép tắc của nước Pháp. Tôi sẽ vào điện Versailles tâu Vua!

Vị sĩ quan cười khẩy:

- Nếu chúng tôi không thể, thậm chí thì còn gì là nước Pháp nữa. Xin Giám Mục cứ vào Versailles.

Về đến tu viện St-Victor, Lộc gọi Nghị mắng đến độ Nghị xỉu người đi, ngã ngật xuống. Trong thời gian đó, Thức vừa dỗ cho Cảnh ăn, vừa hứa hẹn:

- Chỉ năm bữa nữa là lại về. Hoàng tử có tôi, đừng sợ gì! Ăn đi.

Cảnh khóc, kêu ầm lên:

- Cho tôi về, sao lại ở đây, vừa tối tăm vừa chật hẹp. Anh Bạch đâu? Cho tôi về với cố! Sao lại giữ tôi ở đây?

Nhăn nhó, Thức đứng lên, miệng dọa:

- Có bọn ăn cướp nó rình, Hoàng tử khóc nó đến bắt được thì chẳng về với cố được đâu. Thôi, nín đi.

Phải đợi đến lúc Madeleine về căn nhà ở phố Moineaux, dịu dàng ôm Cảnh vào lòng, tay lau nước mắt, thì Cảnh mới chịu ăn. Thức nhìn, tự dưng lòng bỗng sóng sánh một cơn ngậm ngùi không hiểu từ đâu ứa ra như nước tràn mùa lũ.

*

Đích thân Hầu tước Condorcet đến tòa báo "Bạn Dân" cho biết là qua một người họ hàng làm việc trong Bộ Nội Vụ, bọn khủng bố dự tính sẽ vây bắt những kẻ chủ trì tờ báo. Nhắn Madeleine dặn Thức một địa chỉ mật ở Palaiseau phía ngoại ô Paris, Condorcet đi tìm Lafayette rồi cả hai cùng vào điện Tuileries đặt vấn đề với đám quan chức cao cấp của triều đình.

Madeleine lập tức cho người về báo Gilbert Delecourt, một vị tu xuất năm nay đã sấp sỉ sáu mươi. Ông lo việc đảm bảo an ninh cho Trọng Thức và Hoàng tử Cảnh, đã gài một số người xung quanh căn nhà phố Moineaux để báo động khi cần kíp. Việc canh chừng cảnh sát cẩn mật hơn, và Thức cũng sẵn sàng trốn đi bất cứ lúc nào, theo những lộ trình được vạch sẵn tùy theo biến cố có thể dự liệu.

Chần chừ thêm một ngày, Delecourt cuối cùng quyết định rời chỗ ở cho Thức. Họ lên một chiếc xe hai ngựa vào chập tối, lẳng lặng đánh xe chạy ven đường St-Roch rồi rẽ trái trên St-Honoré. Được một quãng, người phu đánh xe đập tay vào thành xe. Delecourt kéo chiếc cửa nhỏ sau xe nhìn lại. Một chiếc xe bốn ngựa từ xa chạy tới với một vận tốc nhanh hơn bình thường. Người phu bỗng kêu lên:"Đằng trước có xe chặn ta rồi!" Delecourt nghiêng đầu ra ngoài nhìn. Ông ta bảo: "Rẽ nhanh về phía tay phải." Khi xe chạy thêm năm mươi thước trên con đường hẹp, Delecourt quát: "Ngừng lại!" rồi mở cửa xe, giục Thức "Nhanh theo tôi!" Thức ôm Hoàng tử Cảnh, nhảy vội xuống xe chạy theo, tay bịt miệng Cảnh. Không hiểu chuyện gì xảy ra, Cảnh sợ, khóc inh ỏi.

Ba người len vào những ngách nhỏ ra đến Route de la Monnaie. Họ nhắm Pont Neuf chạy tới, mặc những kẻ bộ hành nháo nhác dạt sang một bên. Đằng sau có tiếng chân người đuổi theo và tiếng hò hét. Delecourt lại kêu: "Nhanh lên, qua được cầu thì an toàn!" Thức bế Cảnh, chậm hơn, cắn răng, cắm đầu chạy tới. Đến giữa cầu, Delecourt thét lên: "Ngừng lại!" Đầu bên kia, bọn cảnh sát vừa mang hai chiếc xe ngựa tới chặn. Mấy tên lính kín mang súng, đeo gươm, xuống xe quát tháo. Delecourt rút ra một khẩu súng lục, miệng thét:"Không dừng lại, ta bắn chết thằng bé này!" Một người, dáng dấp chỉ huy, quát bảo bọn cảnh sát đang đuổi đằng sau. Họ ngừng lại. Dăm phút sau, Bá đa Lộc hớt hải chạy tới, miệng thở hồng hộc, giơ tay lên trời kêu: "Đừng, chớ bạo động. Phải bảo vệ Hoàng tử!" Nghị, Tân và Bạch vừa lúc đó cũng ùa đến.

Nghị bảo với Bá đa Lộc: "Để tôi đến gần thương thuyết với Thức," rồi chẳng đợi trả lời, lẳng lặng bước tới. Nhìn thẳng trước mặt, Nghị vừa bước vừa nói thầm, cứ bắn đi, có người chết là có xì-căng-đan, ta chết hay đứa bé kia chết cũng được. Bên này, Delecourt nâng súng về hướng Nghị bóp cò. Bốn năm tiếng đùng đùng nổ lên. Trong bọn cảnh sát, có kẻ bắn lại. Đạn không trúng Nghị. Ông ta đứng sát mép cầu, mặt tái đi. Cạnh Thức, Delecourt ngã quị xuống, ôm lấy ngực. Thức với tay nhặt khẩu súng, kề vào màng tai Hoàng tử Cảnh, nói lớn: "Đừng đến gần, đến tôi sẽ bấm cò!"

Lại có tiếng quát tháo vang lên. Bá đa Lộc nói, nhưng Thức nghe không rõ. Cúi xuống áp tai vào miệng Delecourt, Thức nghe ông ta thì thào. Thức gật đầu. Hoàng tử Cảnh thấy Lộc, vừa réo lên gọi, vừa nức nở. Lộc lại nói với Cảnh: "Cứ yên tâm, con đừng sợ!" Thức ngừng lên nhìn Nghị, rồi quay ngang nhìn dòng sông Seine. Mắt Nghị không hoảng hốt, nhìn Thức một cách trầm tĩnh như nhắc nhở Thức một điều gì. Lúc ấy, Delecourt thở hắt ra, tay nắm vào áo Thức, đầu ngoặt xuống một bên.

Thức để ngón tay trên cò súng, tay kia vẫn ôm ghì lấy Cảnh đang giãy giụa. Chàng nghĩ là bấm vào cò thì cái bản "Đề ước" kia dẫu có ký cũng chẳng còn gì là giá trị. Cứ tưởng tượng, trong số báo sớm ngày mai ở Paris, trang đầu nào cũng loan cái tin Hoàng tử Cảnh, con tin của nước Pháp, vừa bị sát hại. Cứ tưởng tượng Nguyễn Ánh, ở một góc rừng nào đó, lồng lên giận dữ. Lộc há miệng gào lớn:

- Thầy Thức, thương lấy đứa bé, đừng, đừng!

Thức lại nhìn Nghị. Mắt Nghị vẫn trầm tĩnh, nhưng thật là buồn. Chỉ có một hai phút trôi qua nhưng Thức thấy nó dài hơn cả trăm năm. Tay chàng run lên. Máu của một đứa bé vô tội! Làm thế nào đây? Thức nhắm mắt, tưởng tượng những giọt máu từ chiếc đầu nhỏ nhắn đó vỡ toác ra, bắn tung lên, dính vào mặt mũi thân thể chàng. Có gì trên thế gian này đáng giá để đổi lấy những giọt máu này? Chàng chợt cảm thấy mình nhầy nhụa đến độ không có gì, và chẳng bao giờ, gột rửa được. Thức lại nhìn xuống sông Seine. Theo kế hoạch của Delecourt, chàng phải bấm cò súng rồi lao xuống bơi về phía đông, phía sẽ có thuyền đợi vớt chàng.

Nuốt nước bọt, Thức nhìn Cảnh, vết sẹo đâm xuống chân mày giựt mạnh như muốn vỡ toác ra. Miệng mím lại, nhưng tay Thức vẫn run lên bần bật. Cảnh vừa khóc vừa kêu: "Cho tôi về với cố, bỏ tay ra!"

Trong chớp mắt, Thức không nghĩ gì nữa, đẩy Cảnh về phía Bá đa Lộc, rồi tung mình nhảy qua thành cầu phóng người xuống dòng sông Seine. Chàng nghe loáng thoáng có những tiếng súng nổ, lặn xuống thật sâu, mở mắt trong màn nước lúc càng tối om om, trườn người đi.

Nghị chạy về phía Cảnh, theo sau là Bá đa Lộc vừa ì ạch, vừa reo: "May quá!"

Ngày 28 tháng 11 năm 1787, "Đề ước Liên Minh" giữa nước Pháp và Cochinchine được ký kết, sau gọi là Hiệp ước Versailles trong sử liệu. Theo "Niên Biểu Lịch Sử cổ trung đại," Bá đa Lộc lên tầu Dryade rời nước Pháp ngày 27 tháng 12 năm 1787, và đến Pondichery ngày 18 tháng 5 năm 1788. Lúc đó, Bá tước Conway, Tư Lệnh lực lượng Pháp ở Ấn Độ, không đồng lòng với việc gửi tầu chiến và lính Pháp vào Cochinchine. Thật ra, ông ta chỉ làm mệnh lệnh mật do chính Louis XVI trao.

Trong những bức thư trao đổi với Bộ Trưởng La Luzerne, Conway cho biết là Lộc không thành thật, cố tình thổi phồng sức mạnh của Nguyễn Ánh, và chỉ là một kẻ phiêu lưu, tính tình nông nổi, háo chiến. Viết cho Đức Tổng Giám Mục de Castries, ngày 20 tháng 7 năm 1788, Conway khẳng định: "*Chúng tôi không biết Vua nước Cochinchine ở đâu. Dựa trên bức thư ông Vua này viết năm 1786, ông ta không có gì và cũng chẳng có khả năng làm gì. Vả lại, theo lời giáo sĩ Paul Hồ văn Nghị, ông Vua này có thật hay không là một điều đáng ngờ vực.*"

Ngày 16 tháng 4 năm 1789, Luzerne báo Bá đa Lộc là nước Pháp chính thức không cho phép mang tầu và lính vào Cochinchine. Bá đa Lộc dọa sẽ bán Hoàng tử Cảnh cho Anh quốc với giá là một triệu quan. Song không hiểu việc mua bán này có thật hay không, chỉ biết Lộc rời Pondichery vào giữa tháng 6 và đổ bộ vào

Vũng Tầu hôm 28 tháng 7. Ngượng nỗi tay trắng không có gì cho Nguyễn Ánh, Bá đa Lộc nằn nỉ Thuyền trưởng Rosily-Mesros. Ông này để cho Lộc một nghìn kilô thuốc súng. Vào những năm sau, Lộc đi chiêu mộ một bọn phiêu lưu đến từ Tây phương làm lính đánh thuê. Đến thời kỳ Nguyễn Ánh về Gia Định ba bốn năm sau, đếm ra bọn đánh thuê này vào khoảng trên dưới tám chục mạng.

10

Nồi da sáo thịt

Nhật khẽ đẩy cánh cổng, lặng lặng bước vào, lòng bâng khuâng. Sân gạch đỏ nằm xoài ra dưới những giọt mưa tí tách rỉ rả. Cỏ ven sân mọc cao, trĩu xuống sũng nước. Bước vòng ra bờ ao, Nhật đến gốc cây sung, lơ đãng nhìn những gợn nước thoắt hiện thoắt biến theo những giọt mưa, khi nhỏ khi to, khi thưa khi nhặt. Một chớp mắt, đã hơn hai năm. Dinh Khương Tả hầu tàn phế như một người già trước tuổi, mái ngói uốn lượn vòng vèo theo những vết rêu phong ảm đạm. Hoang vắng đè xuống đám kèo cột ngang dọc vô hồn, lạc lõng. Thở dài, Nhật kéo chiếc áo tơi, nhẹ bước về căn phòng chàng đã ăn ngủ suốt gần một năm, hồi tưởng đến nào là Thức, là Mai, là Du. Rồi Tế Lý, Đăng Khoa, và nhất là lão Hài, người lính già đã bị voi quấn lên rồi quật xuống trong buổi loạn Kiêu binh. Nước mắt rưng rưng, Nhật cắn môi, tay bâng quơ vuốt nhẹ vào vách nhà như vuốt vào một sinh vật.

Bỗng có tiếng khụt khịt sau lưng. Nhật quay lại, tay để lên đốc kiếm như một phản xạ. Hóa ra là lão bộc, xưa sống thui thủi với cái bóng của chính mình, công việc chính hàng ngày chỉ có đun nước pha trà. Đến gần Nhật, lão đưa cặp mắt toét nhèm, hấp háy nhìn lên, rồi mũi lại khụt khịt như thể đánh hơi. Nhật vừa cất tiếng thì lão reo nho nhỏ:

- À, thì ra là Võ tướng quân...

Ở lại dinh để giữ nhà, như lão kể, lão sống một mình đã cả gần một tháng nay. Vừa nắm lấy tay Nhật, vừa run run, lão bảo:

- Khương Tả hầu mang cả gia đình chạy lên Sơn Tây rồi! Giặc Quảng đã vào, nó cướp nước mình, Võ tướng quân nay chạy đâu?

Nhật không đáp, nhưng lão đã thấy cái tua đỏ buộc ở đuôi kiếm để phân biệt quân Tây Sơn. Lão im bặt. Giọng như khóc, lão cất tiếng nức nở:

- Võ tướng quân nay mang giặc vào Kinh à?

Không biết trả lời thế nào, Nhật đành im lặng. Ấm nước sôi, vung rung bần bật như lên cơn sốt. Nghẹn ngào, lão bộc lấy trà tra vào ấm, động tác như một cái máy, nước mắt ứa ra chảy dài trên má. Nhật để tay lên vai lão, nhẹ nhàng:

- Lão trách tôi à?

Giật phắt tay Nhật ra, lão bộc đứng lên, mắt lại hấp háy một lúc, miệng ấm ức một điều gì không nói được thành lời. Thảng thốt, Nhật nhẩm lại những biến cố vừa qua, nhớ lại bao nhiêu đưa đẩy khiến chàng trở thành chỉ huy của đội Du binh Tiền kích. Ngạc nhiên, chàng ngẫm lại những biến cố xô chàng đi tới, đi không tự chủ, thậm chí không mục đích.

Lão bộc lại khụt khịt, đầu cúi xuống, thở than:

- Thằng cháu nội duy nhất của già này vừa chết trên bến Tây Long! Võ tướng quân nhìn mà xem, mộ nó còn tươi đất...

Nhìn ra góc vườn, một mô đất mới đắp nhô lên khỏi đám cỏ dại, trên có cắm vài cây hương đã rụi. Lão bộc rên lên nho nhỏ:

- Cháu già này chết cho ai, cho cái gì?

- ...

- Đất này nhiều Vua lắm Chúa. Họ bắt binh bắt lính đánh nhau, độc chỉ làm có cái việc giật qua giành lại uy này quyền nọ. Sinh mạng người ở đây nào khác gì con rận con rệp!

Ôm mặt hu hu khóc, lão nghẹn ngào rống lên từng chặp:

- Ối giời ơi là giời!

Trong đầu Nhật, hình ảnh Nguyễn Huệ lại hiện ra với cặp mắt tóe lửa, miệng vênh lên ngạo mạn thách thức. Hai hôm trước, một viên tả phiên lỡ nhếch cười trong tang lễ vua Hiển Tông. Huệ nhác thấy, bắt lôi ngay ra sân chém vì tội bất lễ, nhưng mục đích là ra oai dọa dẫm. Hoàng Tự Tôn Lê Duy Kỳ và đám quần thần mặt cắt không còn máu run rẩy trong điện Kính Thiên. Huệ vờ khiêm nhường, nói:

- Kẻ này vâng mệnh Hoàng huynh mang quân ra làm việc tôn phù đã xong. Ngày mai, làm xong việc tang tế của con rể muốn tròn đạo với bố vợ, thế là trung hiếu vẹn cả hai bề, kẻ này sẽ rút quân về nước.

Đám triều thần gập đầu vâng dạ, nhưng bụng mừng như mở cờ, vội chọn ngày đưa hài vị của Hiển Tông xuống thuyền. Huệ cưỡi voi, dẫn ba nghìn quân đưa ra bến, chờ cho lễ rước tử cung về đất tắm gội xong, bảo công chúa Ngọc Hân, ngày nay báo hiếu lại là gái, trong khi Tiên Đế có đến hơn mười người con trai. Thế có phải là "nữ tắc môn my" không?

Khẽ nghiến răng, Hân dập đầu xuống đất lạy tạ ơn, nước mắt trào ra, lòng lại nghĩ về cơ nghiệp nhà Lê. Nhìn vào mắt Hân, Huệ bỗng thấy mình lớn bổng lên như một tên khổng lồ, ngồi trên mình con voi co chân dẫm xuống cả kinh thành Thăng Long. Từ em một tên ấp trưởng buôn trầu nguồn, Huệ đã thành phò mã Vua Lê, mặc sức vần xoay cả một Đế chế, và tha hồ dày vò cô công chúa tài sắc đang yếu đuối nép vào lòng mình tìm che chở. Hân thủ thỉ:

- Ngày ông lớn về, cho tôi theo với, đừng để tôi lại tôi không chịu được đâu!

Huệ bỗng cảm động, vòng tay kéo Hân xuống. Nàng công chúa nhắm mắt lại, đầu ngật ra sau, lòng chỉ mơ ngày quân Tây Sơn rút về Nam, trả cho nhà Lê những tấc đất Đàng Ngoài đang hoảng hốt oằn mình dưới bước chân võ dõng.

Tiếng khóc của lão bộc lại bất ngờ vang lên như có cơn, kéo Nhật về thực tại. Nhẹ nhàng, Nhật nhìn lão bộc, nói khẽ như nhận lỗi:

- Tây Sơn sắp rút về rồi…Đâu sẽ lại đấy, chẳng mất mát gì.

Lão bộc cứ lắc đầu quầy quậy.

Nhật buồn bã ra khỏi dinh Khương Tả hầu. Hai hôm sau, Nhật nhét vào hầu bao bốn lạng bạc mang cho người lão bộc. Gọi lão, không thấy trả lời. Nhật đi quanh tìm. Bước đến cây cổ thụ bên cạnh nấm mộ mới đắp, Nhật nhìn lên chạc cao. Lão bộc đã xé quần áo làm giây treo cổ, thân thể như một cái cành mọc dọc khốn khổ tìm về nơi an nghỉ.

*

Tin thám mã báo vua Tây Sơn là Nguyễn Nhạc đang trên đường đến Kinh nổ như một cú sét làm choáng váng cả một triều đình đang chờ ngày lên đường của Uy-dực Quốc công Nguyễn Huệ. Cho yết bảng ở cửa Đại Hưng để an lòng dân, Huệ nhắc Hoàng Tự tôn Lê duy Kỳ sắm sửa để đón tiếp Nguyễn Nhạc theo đúng nền nếp Đế vương. Quần thần nhà Lê ngơ ngác, không hiểu ý tứ an hem Huệ ra sao. Lúc đó, Chỉnh lại xin ra mắt Tự Tôn, bàn là dâng ngọc tỉ và thảo biểu xin hàng, khiến ai nấy đều nao núng, có kẻ đã mang cả vợ con chạy trốn khỏi Thăng Long. Rắp tâm lập công để Nhạc tha cái tội xúi bẩy Huệ xua quân ra Đàng Ngoài mà không có lệnh, Chỉnh định tâm thu ngay cả Bắc hà về một mối bằng đầu môi chót lưỡi. Trong đám thần tử nhà Lê, có kẻ chống lại ý hàng. Việc cứ chùng chình nên đến ngày Nhạc vào Thăng Long mà chưa viết cho xong tờ hàng biểu. Hoàng Tự tôn sợ quá, tự ra đón ở phía Nam Giao, sai quần thần quì bên đường chào Nhạc. Nhạc giục ngựa đi thẳng, nhắn lại là xin cứ ngự giá về cung, ngày khác thong thả sẽ đến gặp. Thấy yên, không còn ai bàn thêm về việc hàng, bọn quần thần bụng lại càng ghét Chỉnh.

Huệ thân chinh ra cửa ô đón Nhạc, tạ tội đã tự chuyên kéo quân ra Thăng Long, nhưng không giấu nổi người anh ruột thịt sự kiêu ngạo, nhất là khi Huệ mang Ngọc Hân ra chào. Nhạc bảo:

- Em vua Tây Sơn làm rể vua nước Nam, môn hộ kể là xứng, người thế này đáng là em dâu nhà ta.

Đến tối, Huệ sai quây màn ở điện Chính Tâm, còn tự mình lui xuống ngủ ở Lân Các. Nhạc gọi con rể là Tả quân Vũ Văn Nhậm vào hỏi riêng một số chuyện, miệng tấm tắc khen Huệ là quyền biến. Hôm sau, vừa gặp Huệ, Nhạc hỏi ngay, giọng cố làm ra tự nhiên:

- Chú đưa nộp ta binh phù.

Tia lửa trong mắt Huệ thoáng rực lên. Ghìm cơn giận, Huệ cả cười, đáp:

- Anh chẳng cần hỏi, Huệ này cũng đã nghĩ đến trước, sẵn đây xin dâng lại.

Nhạc liền gọi cả Nhậm và Chỉnh vào hỏi việc quân. Cách sắp đặt cơ ngũ thay đổi quá nhiều, nhất là trong thủy binh dưới quyền Chỉnh. Nhạc cười xòa, lờ đi, nắm tay hai võ tướng khen ngợi không tiếc lời.

Hôm sau, Huệ sai bầy phủ đường rước Hoàng Tự tôn sang. Ngồi ghế giữa, Nhạc nhìn vị Hoàng tôn, miệng hỏi:

- Tự Hoàng xuân thu được bao nhiêu?

Một viên trọng thần đáp, rồi nói tiếp:

- Thánh thượng là bậc từ nhân, đại nghĩa đã vì đấng quốc quân chúng tôi chỉnh đốn lại nếp hoàng đồ. Nay, nước Nam là do ngài gây lại, nếu sẵn lòng thu nhận một vài quận quốc để khao thưởng quân sĩ đã ra công hãn mã thì đấng quốc quân chúng tôi xin vâng mệnh.

Nhạc trọn mắt, đáp ngay:

- Tôi vì giận cường thần áp Vua, nên ra đây làm việc tôn phù. Nếu là đất của họ Trịnh, một tấc tôi cũng không để, nhưng là đất nhà Lê thì một tấc tôi cũng không lấy. Yên ả cho bốn phương bình định - quay sang nhìn Huệ, Nhạc rành mạnh - anh em tôi lại về nước tôi. Mong sao Tự hoàng nhức nhổ rường mối triều đình, để cùng nước tôi đời đời kết nghĩa láng giềng, thì đó là phúc của hai nước.

Viên trọng thần rập đầu, thay Tự tôn, ấp úng nói:

- Thánh thượng mở lòng giúp đỡ, ơn ban cho thật là vô cùng. Quốc quân chúng tôi xin giữ lễ lân bang không bao giờ dám sai trái.

Lên kiệu về cung, Hoàng Tự tôn sai triều thần vào phủ Chúa chào Nhạc. Nhạc nhìn một lượt, hỏi:

- Tôi đột nhiên ra đây, các ông có ai ngờ dạ tôi không?

Không đợi trả lời, Nhạc tiếp:

- Ai ngờ, kẻ ấy là ngu. Tôi nếu tham nước Nam, dẫu có lấy ngay, thì đến đời con cháu tôi liệu có giữ được không? Chẳng bao lâu, anh em tôi về. Các ông nên phò Vua, giữ yên bờ cõi, hai nước kết nghĩa láng giềng, cùng hưởng thái bình là phúc chung cho thiên hạ.

Các quan lạy tạ, lại nghe Nhạc nói:

- Tôi nghe nước ông có ông Nghè là quí lắm. Các ông có phải là ông Nghè không? Tôi sẽ xin với Tự hoàng cho năm ba ông theo tôi về dạy người nước tôi, các ông có đi không?

Các quan lại phủ phục, lí nhí xin tuân mạng, không hiểu anh em Tây Sơn có ý định gì. Riêng Chỉnh, Chỉnh rất ngại vì biết rõ tâm địa Nhạc và tham vọng của Huệ. Nếu quả thật Nhạc về tay không, thì đó là cách Nhạc dùng để tước đoạt thắng lợi của Huệ, sợ cứ để thì uy thế của Huệ như nước vỡ bờ ào ra nhận chìm cái đế vị của Nhạc mà trên thực tế chỉ là làm chủ được thành Qui Nhơn. Trong trường hợp đó, Nhạc làm sao quên được Chỉnh đã xúi bẩy Huệ mang quân ra Bắc Hà? Còn phần Huệ, Huệ sẽ chẳng ngần ngại gì mà không thí Chỉnh cho Nhạc an lòng, thừa biết là dẫu có dùng Chỉnh, Nhạc xưa nay vẫn coi Chỉnh là kẻ giảo quyệt, lúc nào cũng để ý giá ngự.

Tối hôm đó, Chỉnh vào cung Vạn Thọ, tâu với Tự hoàng:

- Tôi đem anh em hắn ra là chỉ để tôn phù, việc đã xong, nay tôi xin ở lại. Anh em hắn về, thì Nghệ An là phên dậu của xã tắc. Vậy xin bệ hạ cho tôi vào đó trấn thủ, mặt Nam tôi xin đương hết.

Hoàng Tự tôn lẳng lặng nghe Chỉnh nói. Nghĩ đến việc Chỉnh giục triều đình thảo hàng biểu cách đây mới vài hôm, Tự tôn không dám trả lời, chỉ nói qua loa cho xong chuyện. Chỉnh ra khỏi điện Vạn Thọ. Ngửng lên nhìn bầu trời dày đặc những vì sao lóng lánh, Chỉnh căng mắt tìm ngôi bản mệnh mình. Mím môi, Chỉnh lẩn vào trong bóng đêm, lặng lẽ dò dẫm như một con sói tìm đường sống trên bờ tai họa.

*

Ngọc Hân gọi nhũ mẫu vào Lân Các. Nhũ mẫu nuôi Hân từ ngày lọt lòng, đầu gối tay ấp thay cho mẹ đẻ ra Hân đã lìa dương gian khi Hân vừa được năm tháng. Mắt nhìn van xin, miệng ngọt ngào, Hân nhắc đi nhắc lại:

- Già vào với bé, bỏ bé một mình sao được? Phú Xuân nào có xa gì? Nhé, già nhé!

Biết là nhũ mẫu còn lo cho gia đình, Hân đưa vào tận tay một gói bạc bọc trong lụa điều, tiếp:

- Già mang về nhà, hôm sau già lại vào đây!

Còn một mình, Hân đứng dựa song cửa, thẫn thờ nhìn xuống khu vườn sau Lượng Phủ. Những cành thược dược xưa nhởn nhơ nay sũng nước chúi đầu xuống đất, chẳng khác gì đám quan lại nhà Lê đang thấp thỏm đợi chờ một biến động chưa ai hình dung ra nổi. Tiếng trống điểm canh bỗng rền rĩ ngân lên ảo não. Những con quạ chừng giật mình quang quác kêu lên. Hân bồn chồn, chỉ muốn sang cung Vua. Nhưng Huệ đã dặn, cấm không cho đi đâu. Tại sao?

Mấy hôm nay, quân Tây Sơn cấm trại, đường phố vắng hẳn, hàng dân xì xào to nhỏ. Đúng là Huệ và Nhạc đang rục rịch lên đường? Nếu thế, ít ra anh em hắn cũng phải thông báo cho triều thần và Hoàng Tự tôn để sắp lễ tiến hành cho đúng nghi thức. Và chỉ hai ngày tới, Hoàng Tự tôn sẽ giáng chiếu chỉ đổi niên hiệu là Chiêu Thống. Nhưng không hiểu sao Huệ và Nhạc vẫn im lìm.

Từ ngày Nhạc đến Thăng Long, Chỉnh không còn dính gì nhiều đến việc quân, hiện chỉ còn lũ người nhà cùng ở với mình trong chùa Thiên Tích. Sáng sớm hai ngày sau khi Chỉnh đưa Nhạc vào làm lễ trong Thái Miếu, Nhạc vời Chỉnh vào, bắt ngồi một bên. Nhạc hỏi:

- Tây Sơn về, Bắc hà sẽ ra sao?

- Bắc hà? Triều đình nhà Lê thành phỗng. Phỗng rỗng ruột, thưa Thánh thượng.

- ...

- Đầu tiên, bọn Dương Trọng Tế ở bên Gia Lâm sẽ mang quân về Kinh. Thứ là Trịnh Lệ ở Văn Giang sẽ kéo về cướp lại ngôi Chúa. Tế không thể chống nổi, sẽ hàng Lệ, lập công.

- Rồi sao nữa?

Chỉnh trầm ngâm:

- Bọn Đinh Tích Nhưỡng, Hoàng Phùng Cơ cũng sẽ kéo vào Thăng Long. Chúng có phù Trịnh không, ta chưa thể biết.

Cầm cái ống nhổ đưa lên, Nhạc thò mồm vào khạc đờm. Chiêu một hớp nước, Nhạc vu vơ:

- Để ông bao nhiêu binh thì ông giữ được nước cho vua Lê?

Chỉnh lòng rúng động, nhưng sợ, không dám trả lời ngay vì chưa rõ bụng Nhạc tính toán thế nào. Thật ra, Chỉnh nghĩ, chỉ với ba ngàn lính thì Chỉnh có thể dường hoàng chiếm Lượng Phủ, và ít thì cũng giữ được một năm, đủ thời giờ gây lực lượng. Nhạc lại nhìn, gặng:

- Độ bao nhiêu? Nhạc nhắc lại.

Vòng tay, Chỉnh nghiêm trang, giọng hơi run:

- Chỉnh vào làm dưới trướng Thánh thượng, xin đi đâu cho Chỉnh theo, chẳng có lòng nào ở lại Bắc hà. Cho nên bao nhiêu lính, Chỉnh chưa hề nghĩ đến!

Nhạc ôn tồn:

- Đấy là nói thế thôi. Có ở Bắc hà, ta giao cho Chiêu viễn hầu Vũ Văn Dũng, họ hàng bên ngoại nhà ta!

Chỉnh mường tượng ra Dũng, năm nay độ trên ba mươi, kẻ từ Hải Dương về Kinh xin ra mắt Nguyễn Huệ. Xưng là cháu đích tôn của Nguyễn Hữu Cầu, tức là bác của anh em Tây Sơn, Dũng phải đổi họ để tránh sự truy nã của những đời chúa trước. Huệ mừng lắm, phong hầu cho Dũng, và thưởng cho đám quân do Dũng đưa về với Tây Sơn. Từ đó, chính Dũng đã dần dần thay thế Chỉnh, nay nắm gần như toàn bộ thủy binh. Chỉnh gật gù, nhưng lòng đau quặn lên, thưa:

449

- Thánh thượng chọn thế là đúng lắm. Chiêu Viễn vừa dũng lực, vừa mưu trí...

Nhạc cắt lời:

- Chuyện đâu còn đó. Ta chưa định gì cả ngoài cái việc phải nhờ ông - Nhạc tươi cười, giọng cợt nhả - Ông lấy vợ cho Huệ, còn ta, ông nghĩ là ta già, không chiều đãi nổi gái Bắc hà hay sao mà ông để ta "phòng không, chiếc bóng" thế này?

Chỉnh cung tay, miệng nói:

- Thánh thượng không chê gái Bắc thì có khó gì. Ai lại chẳng đợi ơn mưa móc của Vua...

Phá lên cười, Nhạc thân mật vỗ vai Chỉnh, rồi bắt rót rượu ra, cứ thế chén tạc chén thù, cùng nhau ôn lại những lần công thành phá ải. Càng uống, Chỉnh càng yên lòng, rồi khi được phép, Chỉnh khật khưỡng bước khỏi điện Chính Tâm, thủ hạ phải dìu mới lên được ngựa.

Trống canh một trong dinh trại Tây Sơn vang lên rộn rã khi Chỉnh về đến chùa Thiên Tích. Sang canh hai, trống chỉ thưa thớt. Lúc đó, Nhạc và Huệ cùng vào điện Vạn Thọ cáo từ Hoàng Tự tôn, rồi đi ra ngay trại quân, phát lệnh xuất hành. Người ngựa ngậm tăm, lẳng lặng kéo nhau đi ngay đêm đó, dân Kinh Kỳ không một ai hay.

Nghe tiếng Huệ giục lên kiệu, giọng cợt nhả "Bây giờ, công chúa về nhà chồng nhé!," Ngọc Hân đau thắt bụng lại, nhưng bề ngoài cố mỉm cười. Nàng lẳng lặng cắn răng, nước mắt ứa ra, khi bốn người phu nhắc bổng đòn kiệu để lên vai. Đằng xa, những mái các của cung Kính Thiên vươn xa như để rồi mất cân bằng đổ xuống gãy vụn dưới ánh trăng lạnh ngắt phủ lên dương gian màu lợt lạt của những xác chết sắp chôn. Kiệu đi, rập rình như thuyền trên sông. Vén bức mành lụa che cửa, Hân nhìn như chọc thủng đêm đen, khe khẽ rên: '' Nhũ mẫu ơi, già ơi, thế là bé phải đi một mình mất rồi!'' Hân biết thân mình nay là bèo bọt trôi dạt. Nhưng cái cơ nghiệp nhà Lê ở đằng sau kia vẫn còn đó, như mặt đất sũng nước của những trận bão bất thần ập xuống Bắc hà.

Mím môi, Hân tự hứa sẽ không bao giờ nhỏ nước mắt khóc gì nữa. Vì mặt đất kia đã sũng nước. Và con cọp lưng vằn vện đã nhảy lên lưng nàng ngày hợp cẩn cũng chỉ là một loài động vật có thể dạy cho thuần. Như voi. Như ngựa. Miễn sao là cái mặt đất đó còn. Còn, rồi sẽ khô đi. Và sẽ vững chắc như mặt đất ngày đức Thái Tổ vừa đuổi được quân Minh ra khỏi Lạng Sơn.

Ngọc Hân thấy miệng mặn mặn. Nàng thè lưỡi ra liếm đôi môi mím đến bật máu. Khi đó, ánh trăng Bắc hà đang chếch về phương Nam như bị nam châm hút, nhợt nhạt, không chống cự, mặc để cho sức mạnh cường bạo đẩy lên dốc ghềnh định mệnh.

*

Một điệu hò Nam Ai vẳng lại từ đâu đó trên sông Hương mơ hồ sương đục buổi đầu đông. Giọng hò mang âm sắc Chiêm Thành, lê thê não nùng, ê a than kể, rồi trách móc, nguyền rủa và tan biến đi như những vạt áo Chàm chợt lẫn vào rừng sâu núi thẳm. Thành

Phú Xuân chơ vơ trên cao, giấu sau những bức tường dày bao nhiêu cơn giận dữ đang làm nổi lên hàng đợt sóng đánh vào xé toạc mặt cát nằm xoài người nơi cửa biển. Huệ ra lệnh bắt lính từ mười sáu đến sáu mươi khắp Thuận Hóa, nghiến răng kèn kẹt, la hét như hóa dại khi thám mã về báo là Nhạc đã đưa quân đến Quảng Nam.

Mẹ anh em nhà Tây Sơn và Chúa Út tất tưởi ra Phú Xuân tìm Huệ. Nguyễn-bà, năm nay thất tuần, vừa khóc vừa nói:

- Bay làm sao mà nát cửa tan nhà, sự nghiệp chưa có gì đã tự mình phá nát ra? Nay còn thằng Toản, thằng Thùy ở Qui Nhơn, động tịnh gì thì nó giết cả!

Toản và Thùy là con trai của Huệ. Tháng trước, Nhạc bắt vợ Huệ mang hai con lên, bảo:

- Mi nói sao cho thằng Huệ nó về đây gặp ta. Của cải nhà Trịnh nó cướp được, cứ chia cho ta một nửa ta cũng ưng. Nó tham, giữ hết, mặc dầu ta đã hạ chỉ phong nó làm Bắc Bình Vương, cho nó đất từ Thuận Hóa trở ra. Bảo nó, nếu không nghe ta sẽ giết cả ba mẹ con bay!

Run lên cầm cập, Phạm-thị ôm lấy hai đứa con, mếu máo:

- Thánh thượng, tôi phận đàn bà làm sao bức bách được chồng. Thánh thượng là anh, biết tính chồng tôi...

- Nó không còn là em ta. Hừ! Làm sao bức bách. Nhạc gầm lên, vẫy tay - Lại đây, lại đây ngay!

Phạm-thị co rúm người lại, miệng van xin ''Thánh thượng thương lấy người trong nhà!'' Nhạc phẫn uất quát:

- Trong nhà? Thằng nghịch tặc đó trong nhà ai?

Nhạc hùng hổ nắm tóc Phạm-thị lôi xềnh xệch, tay phải rút đoản đao, thở khò khè. Mặc cho hai đứa bé khóc ré lên, Nhạc vòng tay ra sau lưng Phạm-thị, lách đao vào áo rạch xuống một đường dài, tay trái nắm xiêm xé ra, tiếng vải rách xoàng xoạc. Phạm-thị mình trần, hai tay để lên ngực, miệng rú lên. Cơn thú tính theo tiếng rú thức dậy khiến Nhạc như điên cuồng, mắt đỏ rừng rực, mồm chảy nhớt nhãi. Lao tới vật ngửa Phạm-thị ra, Nhạc nằm đè lên trên, vừa thúc hạ bộ vừa thét ''Thằng nghịch tặc, thằng nghịch tặc!''

Sau hôm đó, Nguyễn-bà mang ba mẹ con Phạm-thị về nhà, dặn cứ thấy Nhạc đến là bà sẽ tự đâm dao vào cổ để chết. Mặt đanh lại như thép tôi, Huệ nghe mẹ nói, im lặng một lúc, rồi lạnh lùng:

- Mạ đi, ba mẹ con nó chắc lại nguy. ''Vua anh'' loạn luân, không là Vua mà cũng chẳng còn là anh với con. Toản và Thùy cứ coi là chết rồi. Nhưng như vậy, kẻ phải chết sau đó là Nhạc!

Đêm hôm đó, Huệ ngồi tư lự cho đến sáng. Ngày từ Thăng Long về, Nhạc cử Nguyễn Văn Duệ ở lại trấn thủ đất Nghệ mặc dầu đã mạnh miệng nói một tấc đất nhà Lê cũng không lấy. Huệ gài Vũ Văn Dũng đóng quân ngay sau lưng trấn Nghệ, nhưng Nhạc lại sai Nhậm giữ Đồng Hới, làm thành thế da beo. Duệ là tướng của Nhạc, cái đó đã chắc. Nhậm thế nào? Hắn là con rể của Nhạc, làm gì chẳng có lưu tình, dẫu hắn chẳng vừa lòng với cái tham vọng hạn hẹp của bố vợ.

Bấy giờ Huệ mới thấy tiếc Chỉnh. Ngay sáng sớm ngày Tây Sơn rút vào Đàng Trong, Chỉnh hoảng hốt cướp thuyền ở bến Thúy Ái, theo đường biển chạy theo. Khi Chỉnh đến Nghệ An, quân bộ Tây Sơn cũng lục đục kéo tới. Chỉnh xin ra mắt Huệ, nhưng không muốn vào chào Nhạc, biết rõ là Nhạc chẳng có lòng nào cứu mang mình. Huệ bảo:

- Tướng quân ở Nghệ giúp Duệ, Bắc Hà còn Nhưỡng, Cơ là còn loạn.

Nói xong, Huệ để súng ống, một trăm quân và hai mươi lạng vàng cho Chỉnh. Chỉnh lạy tạ, chỉ nhận vàng, giao lại quân cho Duệ nhưng Duệ lờ đi, không giao thiệp với Chỉnh. Chỉ tháng sau, Chỉnh lấy danh nghĩa phò vua Lê tự mình kéo được một vạn quân, về Thăng Long đuổi Đinh Tích Nhưỡng và Trịnh Bồng. Nay Chỉnh đã thành Bình Chương Đại tư đồ, tước Bằng Trung công, thực tế là có quyền như chúa Trịnh thuở trước.

Nhưng dẫu tiếc Chỉnh, nay cũng đã quá muộn. Điều còn lại khiến Huệ băn khoăn là lá bài Nguyễn Lữ. Khi phong Vương cho Huệ, Nhạc cũng hạ chỉ cho Nguyễn Lữ làm Đông Định Vương, cai quản từ ranh giới Bình Thuận cho đến Hà Tiên. Lữ vào Gia Định, cùng Đặng Văn Chân lo ổn định an dân, nhưng vừa rồi lại đích thân dẫn thủy binh về đóng ở cửa Thị Nại. Huệ xưa nay tin Lữ, đứa em gần gũi mình, và thừa biết là Lữ dẫu đối xử có trên có dưới, lòng cũng không hẳn là phục Nhạc. Nhưng đó là khi thường. Lúc biến, liệu Lữ có thế chăng? Lẽ thường, không dụng khi biến. Và ngược lại. Huệ bóp trán, sai quân đi gọi Toàn Nhật vào. Thở dài, Huệ thầm nhủ, Lữ theo ai là người đó thắng. Và nếu Lữ án binh bất động, chỉ lúc cuối mới ra tay làm ngư ông, thì Lữ là người độc nhất thắng, vì cả Nhạc lẫn Huệ đều là trai, là cò. Khi Toàn Nhật bước vào cúi đầu thi lễ, Huệ đứng lên, vỗ vai nói thì thầm:

- Chú em rậm râu mang đội Tiền Kích về Thị Nại, nơi Đông Định Vương trú quân, và...

Huệ thì thầm. mắt xếch ngược.

*

Hai ngày trước khi Nhật lên đường, Nguyễn-bà sai người đến vời vào đãi ăn. Đến nơi, Nhật ngạc nhiên khi thấy mình là người khách duy nhất. Ngày trước, khi Huệ sai khênh Nhật về nhà Nguyễn-bà ở Qui Nhơn, chàng đã giả đau nằm dài cho đến tối. Chỉ hé mắt nhìn, nhưng Nhật vẫn nhớ giọng bà mắng kiểu Đàng Ngoài: "Con gái con ghiếc, cứ huỳnh huỵch như trai. Mày thế thì ế chồng đấy con ạ!" Đăng Vân thút thít, bỗng òa lên khóc, miệng lập đi lập lại: "Con lỡ tay, liệu anh ấy có chết không mạ?" Bà lại la: "Chết được thế nào mà chết. Trẻ sức như voi, yên nào!" Khi Nhật tỉnh hẳn, Nguyễn-bà ra ngồi bên cạnh, hỏi gốc gác. Nghe Nhật kể mình xuất thân ở Bùi Phong xứ Nghệ, bà chớp chớp mắt, rồi bảo thế là cũng có chút giao tình. Lúc ấy, Nhật lờ mờ đoán hiểu mối liên hệ của anh em Tây Sơn với gia đình Hà Công, kẻ đã lên Bùi Phong trên hai mươi năm trước rồi mới đi vào Đàng Trong tìm đất đủ lửa cho rồng bay lên. Từ đó, Nhật vẫn để ý xem có ai là người có cái bớt đỏ sau gáy, nhưng tự mình không dám hỏi thẳng Nguyễn-bà về Thúc Khải.

Vẫn cái giọng đặc sệt miền biển Hải Dương, Nguyễn- bà vẫy tay:

- Tướng quân, xin mời tướng quân ngồi xuống cho già hỏi dăm câu chuyện.

Đăng Vân ra chắp tay đứng sau mẹ, mắt thẹn thùng nhìn xuống đất, chỉ thỉnh thoảng ngửng lên liếc nhanh Nhật. Nguyễn-bà xoay quanh mục đích Nhật mang du binh vào Thị Nại, nhưng Nhật không dám trả lời, chắp tay tạ lỗi, thưa rằng việc quân là việc thố lộ ra tức là bất trung, bất chính. Nguyễn-bà nói thẳng:

- Nhà vô phúc, anh em mới tương tàn. Tướng quân có cứu vãn cho được không?

Nhật cắn môi, im lặng. Nguyễn-bà lại tiếp:

- Cản đừng để Lữ giây vào, rồi làm sao cho Huệ và Nhạc giảng hòa, ấy là cứu cơ nghiệp Tây Sơn. Tướng quân nghĩ thế nào?

Nhật vẫn im lặng. Nguyễn-bà thấy không ép được, lại rơi nước mắt, than vãn, thở dài rồi đi vào chái nhà phía sau. Đăng Vân bần thần nhìn theo mẹ, nét băn khoăn, không biết phải làm gì. Nàng đứng lên rủ Toàn Nhật ra vườn.

Từ góc vườn nhìn xuống dưới, dòng sông uốn quanh như một giải ngọc bích lượn lờ, rải rác điểm dăm ba cánh buồm nâu căng gió trôi xa. Trong màn sương, tháp chùa Thiên mụ khẳng khiu, cô quạnh, trông ngóng một điều gì mông lung bất trắc. Mưa bỗng rơi, dịu dàng và nhẫn nhục. Rơi đi, những giọt nước mắt kiếp đàn bà rõi chồng mang thân lính chiến. Rơi đi, những giọt nước mắt con trẻ hờn khóc đợi cha đi trận, mang về những vết đao kiếm trên da thịt làm quà hồi hương. Mưa bỗng nặng hột, cắm xuống đất như cắm chông, đổ vào lòng sông Hương đang tan thành những mảng nước chập chùng xô đẩy.

Nhật kéo Đăng Vân vào núp dưới tàn cây cổ thụ, đứng ra ngoài chắn những hạt mưa theo gió hắt vào người. Nhìn mắt Vân xa vắng, Nhật nói nhỏ:

- Công nương đứng sát vào gốc, kẻo ướt...

Rùng mình vì lạnh, Vân đáp:

- Sao cứ một điều công nương, hai điều công nương? Gọi bằng tên Vân đi...

Mùi hương trầm quyện trong tóc Vân thoảng cái ẩm ướt như vướng vào hơi thở, theo âm thanh bay đi, len lỏi vào tâm trí Nhật. Chàng bỗng bồi hồi, nhưng quay mặt nhìn về hướng núi Ngự, không nói gì. Mùi hương lại sực vào khứu giác Nhật, như mời mọc, như van xin. Cái thân thể tròn lẳn đúng tuổi dậy thì kia bỗng nép vào, mềm yếu, ngả ra tìm sự che chở, rồi giả như vô tình, buông xa nhưng không hẳn chia lìa, mà là vẫy gọi, đón chờ. Một động lực không biết từ đâu thúc đẩy khiến Nhật chợt nắm lấy tay Vân. Bàn tay đó cũng níu lấy tay chàng, hoảng hốt như sợ mất, rồi nhẹ nhàng để yên, hiền dịu đến mức thụ động. Nhìn sang, Nhật thấy Đăng Vân ứa nước mắt, nhưng miệng thoáng một nét cười vì hạnh phúc.

Đến bữa, Nguyễn-bà ra cùng ăn, nhưng không dấu được sự ưu phiền đang gậm nhấm tâm can. Toàn Nhật thấy mình bất nhẫn, lựa lời nói cho bà yên lòng. Giữa bữa, Đăng Vân bỗng thốt lên:

- Con phải vào Qui Nhơn. Võ tướng quân cho tôi đi theo!

Nhật giật mình, miệng ngập ngừng:

- Công nương hỏi phép Vương thượng. Nếu được, tôi xin hộ giá cho đến chỗ Đông Định Vương.

Ngước mắt nhìn con gái, Nguyễn-bà nhận ra cái nét quả quyết của người anh ruột mình. Quận He, cách dân ven biển gọi Nguyễn Hữu Cầu, cũng có giọng nói như đinh đóng cột. Và cái nhìn lên ngang tàng, kiêu hãnh như chim đại bàng trừng mắt trước con mồi. Thầm nhủ rằng Vân không còn bé bỏng gì, Nguyễn-bà lẳng lặng ra dấu ưng lòng.

Hai ngày sau, khi đến Bồng Sơn, Nhật và đám Tiền Kích gồm năm trăm du binh gặp một người con gái cưỡi ngựa trắng, mặc áo Chàm, đầu đội khăn tía, vai đeo trường kiếm, tay cầm roi, đứng chờ. Nhật chẳng hỏi xem Chúa Út có được mệnh Vương thượng không, chỉ mỉm cười nghiêng đầu chào, rồi vẫy quân đi.

*

Nhìn mặt Huệ xám xịt, mắt đỏ ngầu ngầu màu máu tươi, chẳng ai dám hé răng, chỉ lẳng lặng cúi đầu. Huệ đập bàn thét:

- Không bảo hắn là heo chó, là sài lang làm nhơ nhớp triều chính thì bảo hắn là cái giống gì? Không đánh trước, đợi rồi đánh trả thì lợi gì?

Huệ gầm gừ, nhưng giọng bình tĩnh hơn:

- Ta vào Gia Định hai bận, vừa thắng trận, chưa kịp bình định là hắn gọi về kiềm chế ngay. Ta ra Bắc, tháng sau hắn theo đến, lấy binh phù rồi ra lệnh về, để trống cái đất Đàng Ngoài cho ai muốn làm chi thì làm. Đó, thằng Chỉnh đã ra ''tôn phò'' rồi, nay vào phủ Chúa ở. Nó đang bắt lính, lấy chuông nhà thờ nhà chùa đúc súng, đổ đạn. Bắc hà mạnh lên thì ta nằm giữa hai gọng kềm, tiến thoái làm sao? Chỉnh chưa thể đánh ta, nhưng ta ra Bắc thì Nhạc chiếm Phú Xuân ngay. Ta chỉ còn một đường là truyền hịch vào đánh Qui Nhơn, mặt Bắc còn Nhậm, Dũng thì giặc Chỉnh còn e dè, hắn không dám vọng động. Nếu ta đợi lâu, e tình thế có thể thay đổi bất lợi.

Lúc bấy giờ, Nguyễn Huy Tự đứng dậy, vòng tay thưa:

- Về mặt binh, Vương công hoàn toàn có lý. Nhưng lòng dân Đàng Trong nghĩ thế nào nếu nhà Tây Sơn đổ máu tương tàn? Cái chính danh vừa sắp sửa có, không lẽ lại tự phá nó đi! Rồi chỉ xem binh dịch như thế này, lòng oán hận đã vang ra đầu làng cuối xóm khắp một vùng Thuận Hóa, chẳng lẽ Vương công không nghe thấy hay sao?

Huệ phất tay, gạt đi:

- Ta biết, ta biết. Nhưng còn Nhạc ở đó ''kiềm chế'' thì ta vào Gia Định không được mà ra Thăng Long cũng chẳng xong, cái sự nghiệp Tây Sơn cứ quanh quanh quẩn quẩn ở một vùng lúa gạo không có, đồng, sắt hiếm hoi... Giữ chính danh như vậy để làm chi? Chính danh luôn luôn chỉ giành cho kẻ chiến thắng. Chưa chiến thắng, nói gì thì cũng có đứa bẻ ngược, chính danh là làm sao? Cứ để ta đánh, ta thắng... rồi các thầy khéo nói dùng miệng lưỡi tạo cho ta chính danh, không năm, thì bảy năm, thế nào cũng đặng.

Thật ra, Huệ đánh giá quá thấp sự chia rẽ nội bộ Tây Sơn. Vấn đề chính danh trước tiên đặt ra với lũ quân tướng. Thái bảo Chân ở Gia Định và Trấn thủ Duệ ở Nghệ An được mật lệnh của Nhạc kéo quân về. Trong khi đó, quân Huệ gặp sức phản kháng đáng kể khi vào đến Quảng Ngãi. Ở trận Đồng Tuyên, Huệ bị cầm chân, lại mất Lại bộ Hồ Đồng, kẻ đã viết hịch mắng Nhạc là chó heo. Đồng bị bắt và bị xử cho voi dầy.

Huệ mất gần nửa số quân ban đầu là sáu vạn, lại ra lệnh bắt lính từ mười lăm tuổi trở lên, ngửa mặt than:

- Không có cái khó nào bằng cái khó ta đánh với ta! Chết thế này thì Tây Sơn còn gì nữa!

Nhưng cũng lúc đó, Huệ lại hy vọng. Phái thủy quân từ cửa Đại vào đổ bộ ở Phú Yên, quân Phú Xuân chặn được và bắt sống Chân từ Gia Định đi vào Tiên Châu. Như vậy, Qui Nhơn chịu thêm một áp lực từ phía Nam, khiến Nhạc đã từ từ rút một số quân về để tăng thế phòng ngự. Phía Bắc, Trấn thủ Duệ không dám trực chiến với Vũ Văn Dũng, kéo quân đi theo đường Thượng Lào, chắc chắn không thể nhanh mà tới được. Ở cửa Thị Nại, Lữ giữ khoảng tám nghìn tinh binh, nhưng không động tĩnh gì, vẫn là mối lo ngại.

Huệ cho Tự đến gặp Lữ vì mối giao tình giữa hai người với nhau, nhờ Tự thuyết phục. Nhưng đến nay, Huệ vẫn không có tin tức gì, chỉ phỏng đoán, ngày càng sợ câu chuyện trai cò đánh nhau ngư ông đắc lợi. Trong trường hợp ấy, vai trò của đám du binh Tiền Kích do Nhật chỉ huy trở thành lá bài chìm có thể lật ngược được mọi sự việc. Nhưng khi biết rằng Chúa Út theo Nhật vào Qui Nhơn, Huệ lại đâm lo. Bàn tính với Trần Danh Kỷ, Huệ để Kỷ đi thương lượng với bọn giặc biển Tề Ngôi. Nửa tháng sau, giặc tầu ô đã làng vảng ngoài vịnh, mục đích làm phân tán lực lượng của Lữ. Nhưng đồng thời, hai chiến hạm Tây dương mang súng thần công cũng tiến tới Thị Nại. Hàng dân khổ vì chinh chiến, kháo rằng ông Chủng lại về.

*

Tháng giêng năm Đinh Mùi, đại quân của Nguyễn Huệ đã vượt sông Trà Khúc, chia ra làm hai cánh tiền phong tiến về Bồng Sơn và An Du. Nhạc lùi quân về đóng ở núi Bích Kê và Chà Rang, hy vọng Nguyễn Văn Duệ kịp thời cứu ứng, đánh vào hậu quân của Huệ ở Quảng Nam. Trong khi đó, một đội Tiền Kích của Toàn Nhật đã bất ngờ theo đường biển vào chiếm Gò Bồi ở phía đông Qui Nhơn. Một đội khác lên đổ bộ ở Vũng Dừa, đi ngược lên đóng trên Núi Một và núi Kỳ Sơn, đặt đại pháo hòng ngăn đường thủy từ Thị Nại về Qui Nhơn của thủy binh dưới quyền Nguyễn Lữ.

461

Nhạc cho người vời Lữ về cứu, nhưng Lữ lờ đi, cho một bộ phận quan trọng bất ngờ đổ vào đầm Nước Ngọt, rồi tiến chiếm núi Thốc Lốc. Địa điểm chiến lược này khiến Huệ bối rối. Giả thử Huệ thắng Nhạc, lực lượng trung kích có thể bị Lữ cắt thành hai đoạn, tách rời nó khỏi hậu quân Phú Xuân, làm mất thế liền lạc. Vì vậy, Huệ bắt buộc phải đổi thế tốc chiến vốn là sở trường trong phép dụng binh của mình, cẩn thận tiến từng bước một, chiếm núi Bích Kê, rồi án binh ở Phù Mỹ. Huệ lại phái Danh Kỷ đi thuyền vào Thị Nại gặp Lữ. Đêm ngày ngóng tin, Huệ bực bội quát tháo khiến đám thủ hạ ra vào chỉ nhìn xuống đất.

Chúa Út đi cùng Nhật đến Gò Bồi rồi một thân một ngựa chạy ra Thị Nại. Khi chia tay, nàng nhìn Nhật, dặn dò:

- Chàng bằng mọi cách tránh đụng độ. Chuyện nhà, em cố gắng lo dàn xếp cho ổn thỏa.

Dăm ngày sau, Lữ đích thân cùng Chúa Út và Nguyễn Huy Tự đến nơi Nhật đóng quân. Lữ vừa cười vừa bảo:

- Võ tướng quân nghe binh lệnh của Vương huynh, nhưng có chặn cũng chỉ là chặn người nhà thôi. Nếu ta manh động, lấy bốn, năm lính của ta đổi một du binh của tướng quân là ta mất già một phần ba lực lượng, hắn yếu đi để ta có phò Hoàng Đế, ta cũng chẳng làm gì cản được Vương huynh. Nhưng như thế là Vương lấy bụng mình suy bụng người, và định thí cả tướng quân lẫn đám Tiền Kích.

Nhìn Tự, Lữ tiếp:

- Nay lấy tình xưa, cả ba chúng ta cởi giáp, bỏ đao uống ba chén rượu đã.

Gọi quân sắp rượu, Nhật vòng tay mời. Tự trầm ngâm nhìn triền sóng vỗ trắng xóa dọc theo bờ biển chạy dài ngút mắt, nói:

- Việc ta, Vương công sai ta đã làm. Đông Định Vương sẽ không ngả về phía nào. Nhưng như thế, Bắc Bình Vương sẽ thắng, Qui Nhơn thành một bể lửa. Lửa đó đốt cháy chẳng những Thái Đức hoàng đế, đồng thời tiêu ma luôn cả sự nghiệp Tây Sơn mới dấy, vì ai còn dám tin dám theo mà phò nữa... Cái kỷ nguyên do chính Bắc Bình Vương đã nói sẽ là một đám tro nguội trong dăm ba năm mà thôi.

Tự ngưng nói, tay nâng chén uống một hơi, nhìn vào mắt Nhật:

-Vì thế, Đông Định Vương không ngả về Phú Xuân có nghĩa là Qui Nhơn bị tiêu diệt. Nhưng thế là ngả rồi. Vậy không ngả là gì? Là làm sao ngưng được cuộc tương tàn, và Qui Nhơn không thành một bể lửa. Nay chỉ Võ đệ mới có thể giúp được việc này, không hiểu Võ đệ nghĩ sao?

Đăng Vân chắp tay đứng sau Lữ nhìn Nhật khẩn cầu.

Uống cạn bôi rượu, Lữ nhìn đám mây bồng bềnh nơi chân trời, buồn bã:

- Ta xin Võ tướng quân về với ta để cùng nhau ngăn cảnh nồi da xáo thịt.

Ngần ngừ, Lữ tiếp:

- Quan trọng hơn nữa, một thời chuyên chế dựa trên nông nô sắp tàn vong, chúng ta hãy cùng nhau thay thế bằng một kỷ nguyên của công, thương nghiệp dọc theo Đông Hải, từ Yên Quảng đến Hà Tiên. Tránh được cảnh đổ vỡ tương tàn để không mất chính đạo, nhà Tây Sơn có khả năng gầy nên kỷ nguyên mới này. Vì kỷ nguyên đó là sự nghiệp Tây Sơn mà Lữ này không muốn động quân. Vả lại, nếu muốn thì ta đã chặn Võ tướng quân khi du binh lên chiếm hai núi chốt cửa Thị Nại, chứ chẳng đợi đến lúc này.

Bật cười lên u oán, Lữ nói như than:

- Nhưng làm thế, ta giết thêm một tướng quân và mất một người anh em, nên ta không làm. Thế thôi! Ta biết Võ đệ cương cường, cho nên lấy hết tâm tình ra nói, sau sự thể xảy ra thế nào ta không có gì hối tiếc.

Nhật thần người ra, băn khoăn không biết phải làm thế nào. Theo Lữ, tức là làm trái ý Bắc Bình Vương. Với giáo huấn của La Sơn Nguyễn Thiếp, vừa là thầy, vừa là người nuôi nấng chàng, thế là bất trung, bất nghĩa. Nhật cắn môi, nhìn Lữ. Lữ quả khác hẳn Nhạc và Huệ, vai không u, lưng không rộng, tay chân không cuồn cuộn bắp thịt. Và cặp mắt. Cặp mắt như u hoài, lúc nào cũng như hướng về một điều gì xa xôi lắm. Tự không nói gì, tay cầm quạt phe phẩy, lại tự mình rót rượu cho cả ba người. Gió nồm thổi về, rừng rực, khô khốc, và mặn vị biển. Lữ kéo chiếc khăn quàng cổ cho bớt nóng, đầu quay sang nhìn ra khơi. Nhật nhìn vào gáy Lữ và thấy một vết bớt đỏ to bằng nửa bàn tay. Chàng thót bụng, nhớ lại từng lời mẹ nuôi chàng dặn dò khi chàng vào Đàng Trong. Lữ là Đông Định Vương. Cái bớt đỏ này lại bảo Lữ không là Lữ, phải chăng là Thúc Khải, được phong Vương như lời Hà Công khi rời trại Bùi Phong cách đây ba mươi năm?

Thấy chàng trừng trừng nhìn vào gáy Lữ, Tự ngạc nhiên. Đăng Vân nâng bôi rượu lên cho Nhật. Có phải Thúc Khải chăng? Mà là Thúc Khải, thì cái tình với chàng gần như tình ruột thịt. Nhật chóng mặt, tay cầm bôi rượu, ngửa cổ uống ừng ực. Uống xong, chàng lại chìa ra cho Đăng Vân rót thêm, không thấy vẻ ngơ ngác trong mắt người con gái nãy giờ chỉ lặng im kiên nhẫn chờ câu trả lời của chàng. Lữ quay lại, thủng thẳng:

- Võ đệ. Quyết định đi! Quân Phú Xuân đã rục rịch tiến về Phủ Ly. Và đệ có quyết định thế nào đi nữa, ta vẫn giữ những kỷ niệm tốt đẹp từ ngày đệ vào Qui Nhơn lập ra đội Tiền Kích.

*

Trần Danh Kỷ gặp Lữ, không thuyết phục được, vội vã trở về tâu:

- Đông Định Vương chỉ xin tha cho Thái Đức Hoàng đế, yêu cầu đình chiến, và xin dâng đất Gia Định và ba trấn Biên, Phiên, Vĩnh nếu Vương công chấp thuận cho.

Huệ một mặt lại sai Kỷ trở vào Thị Nại giả như xếp đặt việc hòa hoãn, mặt khác kéo quân đánh vào núi Chà Rang, phòng tuyến cuối cùng của Nhạc. Quân Qui Nhơn quấn cờ vàng, tháo lui nhắm thành rút về, cơ hồ không thể cứu vãn được thất bại. Toàn Nhật bỏ núi

Một và Kỳ Sơn, để thủy binh của Lữ xuôi dòng sông
Côn đi ngược lên bảo vệ mặt Bắc Qui Nhơn. Sai quân
trương cờ nửa vàng kèm nửa đỏ trên đề thêm hai chữ
Đông Vương, đích thân Nhật mang toàn bộ Tiền Kích
đi về phía tây, chiếm chính lộ cản đường tiến của quân
Phú Xuân mang cờ đỏ Tây Sơn. Lúc đó, quân Lữ ở
Thốc Lốc một phần vẫn đóng chốt, phần khác tiến về
Chà Rang, cắt đôi lực lượng quân Huệ, không cho hợp
với đạo quân đã chiếm được Phù Mỹ. Trong hoàn cảnh
này, Huệ khó tiến thoái, chưa tính toán gì được thì Kỷ
lại về. Lữ nhắn Huệ: "Nếu đánh, thì lực lượng Tây Sơn
mười phần sẽ mất tám. Tàu Tây dương đã sáp gần Thị
Nại, và nghe đâu Nguyễn Ánh cũng sắp sửa tiến vào.
Vậy thì anh em trong nhà ai thắng ai, cuối cùng cũng là
thua người ngoài. Xin huynh nghĩ lại cho."

Huệ cắn răng, gọi hổ tướng Phạm Văn Lân đến,
giao cho hai nghìn quân Thượng và năm trăm súng
hỏa mai, hẹn cho hai ngày phải chiếm được chính lộ
dẫn vào Qui Nhơn lúc ấy đã do Toàn Nhật kiểm soát.
Đội Du binh Tiền Kích đóng chính doanh trong nghĩa
địa trên một ngọn đồi, rồi giải từng toán nằm ven
rừng, có khả năng luồn ra đánh sau lưng quân Lân.
Nằm bên cạnh nghĩa địa là am Chúng Sinh. Am nổi
tiếng là thiêng, do một bà vãi chạc dưới tứ tuần giữ. Bà
vãi tóc để xõa, trang phục người Chàm, là một người
đàn bà có nhan sắc, khi xưa cả chồng lẫn đứa con trai
đều bỏ mạng lúc quân Tây Sơn hai lần vào chinh chiến
ở Gia Định. Từ đó, bà nhất định không mở miệng, đến
am giữ đèn hương, sống bằng của bố thí, có thì ăn,
không thì nhịn đã đâu năm sáu năm nay. Từ khi đội du
binh đến đóng, bà vãi ở chái hậu, chỉ đến đêm mới ra

quét dọn bàn thờ am ở mặt tiền. Mỗi lần phải xuất quân, du binh thường đến thắp hương khấn vái.

Quân do Lân chỉ huy phần lớn là người Ra-đê, rất thiện chiến trong rừng, mỗi lúc một thêm đe dọa. Số du binh bị thương phế được cõng về, để nằm la liệt cạnh am, đau đớn rên la có khi suốt đêm. Bà vãi chỉ lẳng lặng ứa nước mắt, miệng lẩm nhẩm đọc kinh sám hối.

Một đêm, không ai đánh mà chuông kêu.

Rồi bao nhiêu cây hương đã rụi trên bàn thờ am bỗng nhiên cùng cháy lên, lửa có ngọn, thổi nhất định không tắt.

Cũng tối đó, một đội ba mươi lính Tiền Kích do chính Nhật dẫn đầu phải cấp tốc đi cứu viện. Họ xin vào am cúng vái trước khi lên đường. Nhật ngồi trên mô đất đối diện với am, lẳng lặng đợi. Trái với lệ thường, bà vãi cất tiếng, giọng lanh lảnh, nghe rợn tóc gáy:

- Lần này chết bảy còn ba. Không đứa nào muốn sống nữa à?

Trong am, bà vãi cười ngặt nghẽo đến chẩy nước mắt, tay nắm bó hương quay vòng vòng, nhưng lửa châm vẫn mãi không chịu tắt. Bất thình lình, bà cởi hết quần áo, trần truồng như nhộng, kéo tay đám lính, nói như mẹ nói với con:

- Ta làm phúc cho, sống cho thỏa thì chết mới yên...

Trong số ba mươi người lính, đêm đó hai mươi mốt người đã làm tình, làm lần cuối cùng, vừa hối hả, vừa tận sức cho cùng kiệt cái sinh lực như bốc lên với khói hương mù mịt. Họ lên đường. Chỉ có chín người sống sót, cộng thêm Toàn Nhật là mười.

Mười người đến rạng sáng quay về nghĩa địa nơi đóng quân.

Cạnh am, trên cây cổ thụ, một người đàn bà trần truồng thắt cổ.

Bà vãi đã chết, mắt mở trừng trừng, không thấy lòng đen đâu, lòng trắng lại phớt xanh như tráng lân tinh. Lạ một cái là bà thắt cổ chết nhưng lưỡi không thè ra. Lưỡi bà vãi rụt lại, đâm sâu vào trong ruột, nên chẳng hiểu bà chết có yên lòng hay không?

*

Nhật ra lệnh hạ xác bà vãi xuống khi vầng dương lừ lừ dâng lên như một cái nia máu từ mặt biển tít tắp cuối chân trời. Với bà, hai mươi mốt lính Tiền Kích vừa tử trận đêm qua là những người cuối cùng chết cho cuộc chiến nồi da xáo thịt Tây Sơn.

Quân của Nguyễn Văn Duệ từ Nghệ An về cứu Nhạc bị đánh tan tành ở Điện Bàn. Bắt được Duệ, Huệ cho voi dầy, trả cái thù Nhạc giết Hồ Đồng tháng trước. Nhạc vô vọng, vào từ đường lạy tro cốt tổ tiên, rồi lên mặt thành Qui Nhơn đứng khóc, kể lể tình anh em ruột thịt. Phần Huệ, đánh được Duệ nhưng tổn hại không phải là nhỏ. Mặt khác, đám tiền phong do Phan Văn Lân tiến chiếm chính lộ bị đẩy lùi, chết quá nửa, trong khi đó đội Tiền Kích vẫn bám rừng cố thủ không thể quét cho sạch được.

Huệ hội tướng lại bàn. Muốn tiêu diệt Qui Nhơn, phải đối đầu với năm nghìn lính dưới quyền Lữ, không kể đội binh ba nghìn người còn giữ từ Thốc Lốc đến Chà Rang, cắt chủ lực quân Phú Xuân làm hai. Nguy hiểm hơn, thám báo về trình là Nguyễn Hữu Chỉnh một mặt sai Trần Công Sán đi xứ vào đòi lại Nghệ An cho Lê triều, mặt khác đang thu chuông chùa, góp sắt, đồng thôi thúc việc đúc súng và bắt lính. Bắc hà như vậy đang trở thành mối lo chính, sợ chỉ một hai năm dưới tay Chỉnh là không còn kiềm chế nổi. Về phần Gia Định, Lữ bỏ đi, rồi sau đó Đặng Văn Chân cũng kéo quân về, nay hoàn toàn bỏ trống. Bọn tàn quân của Nguyễn Ánh đã hợp nhau tiến chiếm Vĩnh Trấn và sai người sang Xiêm đón Ánh về. Hai tầu chiến Tây dương là tầu La Dryade và Le Pandour đang lảng vảng bên bờ biển, gặp thuyền Tề Ngôi là nổ súng tấn công.

Giọng nghiêm trọng, Huệ dằn từng tiếng:

- Nếu tiến đánh, mất bao nhiêu thì thắng?

Ngô Văn Sở, hiện giữ chức Tư đồ, đáp:

- Nếu đánh, thì biến Đông Định Vương thành kẻ đối đầu. Đông Vương đến nay chỉ làm áp lực để giải tỏa chiến trường, chưa khi nào tìm thế công kích quân ta. Và đánh, sẽ không thắng được bởi mất Bắc hà và Gia Định, quân ta bắt buộc phải chia sức ra thành ba mảnh.

Quay sang Danh Kỷ, Huệ hỏi:

- Còn hòa, hòa thế nào? Ông sửa soạn cho ta cái thế hòa, nhưng kể từ nay ta không nghe lệnh của ai nữa.

Để ''Vua anh'' một mảnh đất cũng được, nhưng tước binh quyền, không cho làm ''loạn'' nữa!

Ngay hôm đó, Huệ sai Sở mang kỵ binh một mạch thẳng đến Đồng Hới, rồi hạ lệnh cho Vũ Văn Nhậm ra đóng tại Nghệ An để chặn Nguyễn Hữu Chỉnh. Sáng sau, Huệ vào bản doanh quân Lữ, theo sau là một đội quân cờ đỏ. Từ Qui Nhơn, Nhạc sai rước tro cốt của cha là Hà công lên kiệu vàng khênh đi đầu, sau lục tục đám vợ con Huệ và một đội quân cờ vàng. Lữ sai đặt ba cái ghế, mình ngồi giữa nhưng thấp hơn ghế hai bên dành cho Huệ và Nhạc, và trên cao là bàn thờ tổ tiên. Xin hai anh đến vái tro cốt cha, Lữ mời ngồi, tự mình ra lạy mỗi người ba lạy và vái năm vái, tạ cái lỗi là không làm vừa lòng được một ai. Huệ lên tiếng, lạnh lùng:

- ''Vua anh'' đã hả chưa?

Thấy Nhạc ứa nước mắt nghẹn ngào, Huệ tiếp:

- Xin đừng lấy nước mắt ra làm võ khí, và chớ đụng đến hai chữ cốt nhục. Mắt quắc lên, Huệ gằn từng tiếng - Nay tôi đã sai làm tờ ước, điều kiện để ''Vua anh'' vẫn cứ là ''vua,'' Lữ vẫn là Đông Định Vương, nhưng giới địa và quyền hạn rõ ràng. Như vậy, không ai lấn ai, kẻ lo mặt nam người lo mặt bắc, nhưng giang sơn cả Đại Việt này là một, không chia cắt được.

Trần Danh Kỷ ra để lên tờ hòa ước. Lữ không nhìn, hạ bút ký và đóng dấu ấn ngay. Nhạc biết thế mình không cho phép mặc cả gì, cắn răng bắt chước Lữ. Huệ thu tờ hòa ước, liếc qua, rồi bảo Nhạc, giọng mỉa mai:

- Hai đứa con tôi, tôi mang về Phú Xuân. ''Vua anh'' có xin Phạm-thị ở lại hầu hạ, nói một tiếng, tôi cho...

Ở góc doanh, Phạm-thị bật khóc rồi cắn răng ghìm tiếng nấc. Nhạc cúi đầu không dám nhìn lên lủi thủi đi ra. Đợi cho Nhạc khuất bóng, Lữ mới nói:

- Lời đệ trình với Vương huynh nhờ Kỷ nói lại là tự đáy lòng. Nay đệ xin Vương huynh nhận lấy đất từ Bình Thuận vào Hà Tiên, đệ không nhận tước Vương, lui xuống làm bề tôi cho Vương huynh.

Ngạc nhiên, Huệ nhìn Lữ chòng chọc:

- Chú nói thật? Thế quân vừa rồi chú sắp, ta muốn nuốt chú cũng hóc. Nay có tờ ước, chú ''trả'' ta cả miền nam là lỡm chơi à?

Lữ cương quyết, hai tay dâng Vương ấn và binh phù, lại lạy ba lạy. Huệ chồm lên, đỡ Lữ dậy, kéo ngồi bên cạnh, miệng nói ''Để ta nghĩ đã! ''. Lừ lừ, Huệ đảo mắt nhìn quanh rồi thình lình cất tiếng gọi Nguyễn Huy Tự. Giọng lạnh nhạt, Huệ hỏi:

- Sao ông ở lại với Đông Vương, không về với ta?

Tự mỉm cười, nhìn Lữ. Huệ lại quát:

- Võ Toàn Nhật đâu?

Nhật bình tĩnh bước ra, vái lạy, miệng nhếch lên. Huệ nhìn chòng chọc vào mắt Nhật, gằn:

- Phản chúa, bất trung tội phải chết! Ta để ngươi tự xử!

Lúc đó, Chúa Út Đăng Vân đột nhiên tiến đến cạnh Nhật, run giọng nói:

- Lỗi tại tôi cũng nhiều. Giết Võ tướng quân thì giết cả tôi đi. Anh ba không thấy là máu đã chảy nhiều rồi sao?

Nhìn Huệ như thách thức, Vân đẳng hắng, nói trống không:

- Giết hết đi thì làm Vua với ai?

Không có vẻ ngạc nhiên, Huệ nhìn Chúa Út, bình thản bảo:

- Được, ta sẽ cho cả hai toại ý!

Thình lình, Tự bước ra, đến trước mặt Huệ, rập đầu nói:

- Chữ trung kia cũng có năm bảy đường! Vương công đã từng nói mình là người sẽ mở ra một *kỷ nguyên* mới cho toàn dân Đại Việt. Trung với điều đó, là trung với Vương công, và đi thuận con đường lịch sử. Cả Tự này lẫn Võ tướng quân đều hành xử theo chữ Trung ấy. Thế gọi là phản, không đúng. Tự này dẫu chết cũng không phục!

Ngắt lời Tự, Lữ chen vào:

- Vương huynh! Đệ đã dâng Vương huynh bốn trấn miền nam, nay chỉ xin tha mạng cho những người này. Họ là những kẻ đã đồng sự đồng tâm với đệ. Nếu giết, Vương huynh phải giết cả đệ mới phải!

Huệ bỗng đứng dậy, ngước mắt lên, cười sằng sặc ôm lấy vai Lữ:

- Ta đùa, chú vẫn là Đông Định Vương. Đây, cầm lại Vương ấn và binh phù. Mang quân vào ngay Gia Định,

472

ta để Tự và Nhật theo phò đệ. Quay sang nhìn Chúa Út, Huệ nháy, miệng trêu - còn mi, chắc ta bắt mi về Phú Xuân để còn phụng dưỡng mạ!

Trong khi Đăng Vân chề môi quay mặt đi, Lữ nhìn Huệ nghiêm chỉnh:

- Vương huynh rõ chí hướng đệ, nên thừa hiểu việc đệ trao binh, trao ấn là tự đáy lòng đệ không muốn cáng đáng trọng trách. Đệ nhận là nhận tạm, để Vương huynh yên mặt bắc, rồi cùng với ''Vua anh'' bàn nhau, sai phái bề tôi khác thay đệ...

Huệ ngắt lời Lữ, nhìn về phương Nam:

- Tờ ước nét mực còn chưa ráo, ta cứ y thế mà làm. Nay ta phái Phạm Văn Tham giúp chú việc quân, chắc chẳng có gì đáng lo ngại. Sau trận Rạch Gầm, bọn Xiêm không còn dám bén mảng. Đám Tây dương cho đến nay chưa thấy thực lực, nên bọn thằng Chủng không hơn gì một bó củi khô bẻ là gẫy!

Lữ nhỏ nhẹ:

- Đánh dễ, bình mới là vấn đề của bốn trấn nam bộ. Muốn bình, phải lấy nhân tâm, tạo yên ổn, cho cơm ăn áo mặc đến mọi người.

Nhìn Tự, Lữ trầm giọng nói tiếp:

- Việc này thì phải nhờ sức thầy, xin thầy nhận cho.

11

Thoát kiếp

Sau những ngày tháng đầy khói lửa, Qui Nhơn bắt đầu hoàn hồn, lặng lặng khóc những người chết, và cố chôn sống nỗi xót xa chua cay cứ chực ứa ra cào xé. Những người lính Tây Sơn chém giết lẫn nhau, phần lớn là họ hàng làng xóm với nhau, có khi là anh em ruột thịt, hệt như những kẻ cầm đầu họ. Ở chùa Thập Tháp, dân lập đàn giải oan, cúng kiếng ba ngày ba đêm. Lời tụng kinh thỉnh thoảng điểm đôi ba tiếng chuông ngân nga bay lên với cánh chim trời, xa đi, không đậu lại như bao nhiêu oan hồn vất vưởng giữa trời và đất.

Theo Lữ, Toàn Nhật và Đăng Vân đi vòng mé sau, vào chào Phương trượng. Thằng Thuấn cùng dăm đứa đồng lứa trong đội Tiền Kích được phép về quê trước khi đi hộ tống Đông Định Vương vào Gia Định. Thật ra, Nhật biết chúng đi tìm để chào một đám sơn nhân nửa người nửa vượn. Một lần tập võ, bọn thằng Thuấn gặp đám sơn nhân không biết tiếng người, nhưng khá tinh ranh. Chúng bắt chước xô vào vật nhau, và dần

dần, bọn thằng Thuấn cũng múa may với sơn nhân, miệng khục khặc nhại lại, nô đùa ầm ĩ. Đám sơn nhân đã biết lấy vỏ cây chằng lại che phần dưới thân thể, đập đá nhóm lửa, và dùng lao để săn thú. Bản năng hiền hòa, chúng trở thành thân thuộc với bọn thằng Thuấn, thỉnh thoảng lại mang để bìa rừng một con nai, một con hoẵng làm quà. Sống giữa thiên nhiên, sơn nhân phát huy trực giác đến độ cảm nhậy những nguy hiểm và thay đổi ngay cả một hai ngày trước. Khi bọn thằng Thuấn rời Đập Đá vào Phú Xuân với Toàn Nhật, sơn nhân cảm biết, không hẹn mà đã về gần, mũi khụt khịt như khóc, không đùa nô như mọi khi. Bọn Thuấn cũng quyến luyến, chân không nỡ rời.

Đẩy cổng chùa, Lữ khom người lách vào, miệng kêu:

- A di dà Phật!

Có tiếng reo, và từ bồ đoàn, một người nhổm mình dậy. Đó là sư cụ Từ Tâm, lông mày bạc thếch xụp xuống, móm mém cười:

- Hóa ra Vương công, bần tăng cứ thấp thỏm từ sáng. Hoàng đế đã ngự đàn hôm qua. Bần tăng có hỏi thăm, nhưng ngài chỉ lắc đầu!

- Bạch thầy, cứ gọi là Lữ như xưa, xin thầy chớ lấy lễ nghĩa, lòng Lữ không yên!

- Ôi dào, Vương thì là Vương, có sao. Cứ nghĩ Vương là khác người ta thì mới ra chuyện. Thế, bần tăng gọi Vương bằng Lữ cho Vương yên lòng.

Dí dỏm, sư tiếp:

476

- ... Vì, ha ha, gọi Lữ bằng Vương thì Lữ không yên! Thế còn những vị nào đây, bần tăng giờ mắt kém.

Đăng Vân nhí nhảnh chào. Sư nhận ra tiếng, đủng đỉnh mắng yêu:

- Thì ra bé út, mới năm nào Nguyễn-bà còn ẵm ngửa lên chùa...

Quay sang Nhật, sư nhìn chòng chọc, kêu lên:

- À, Võ tướng quân đây à? A di dà Phật, bần tăng nhìn râu ria mà cứ tưởng như tượng La Hán. Phúc đức thay, tướng quân sẽ dứt được nghiệp sát, ánh giác ngộ đã lóe lên ở con mắt thứ ba, sáng lắm...

Nhật khom mình vái ba vái, miệng nói:

- Đa tạ sư cụ!

Từ Tâm là đệ tử của Đại hòa thượng Từ Chiếu, một trong bốn học trò nổi danh đạo hạnh của thiền sư Liễu Quán, người đã chấn hưng dòng Lâm Tế của phật giáo ở Đàng Trong. Liễu Quán là đệ tử truyền đăng của Nguyên Thiều, kẻ sáng lập chùa Thập Tháp hơn trăm năm nay, để lại bài kệ:

Tịch tịch kính vô ảnh (Lặng lẽ gương chẳng bóng)
Minh minh chân bất dung (Lung linh ngọc vô hình)
Đường đường vật phi vật (Sờ sờ vật chẳng vật)
Liên liên không vật không (Trống tênh không vật không)

Từ Tâm về tu ở Thập Tháp hai mươi năm nay. Sao bài kệ rồi sai khắc lên bốn cái cột cái ở chùa chính, sư dạy đệ tử rằng thấu được lời kệ là đã trên chặng cuối thành Phật. Có kẻ hỏi sư đã đến đâu, Từ Tâm đáp:

''Chữ thứ ba của câu thứ ba, cảm được bằng lý. Đến đấy, thì tâm lại đưa về hai chữ đầu của câu thứ nhất.''

Nâng chén trà lên ngang mặt, Lữ xin phép, nhắp một ngụm rồi vòng tay thưa:

- Bạch thầy, Lữ đến xin thầy vẫn một chuyện xưa, có được không?

Từ Tâm lắc đầu:

- Xưa, bần tăng từ chối bảo Lữ rằng khó lắm, phải đợi. Nay, bần tăng thưa với Đông Định Vương rằng còn khó hơn gấp bội. Phật pháp đối với Vương gia đòi hỏi nhiều lắm. Chẳng hạn như là Vương mà giữ giới sát, thì độ được bao nhiêu là người, cứu được bao nhiêu là mạng! Nhưng làm sao giữ được giới khi tay chỉ ra là có người theo, miệng hô là trăm kẻ làm. Đấy, khó là vì thế...

Hít mùi hương trầm thoang thoảng đâu đây, Lữ mỉm cười, khoan thai:

- Bạch thầy, Lữ nào muốn ở ngôi Vương, nay chỉ đợi khi xuống thì xin...

Khoát tay, Từ Tâm chặn:

- Bỏ ngôi Vương là bỏ cái địa vị có thể độ cho tha nhân để thu về hỉ xả cho riêng mình, ngài đã bỏ khỏi con đường Phật dạy, làm sao bần tăng nhận lễ qui y cho được? Tâm Vương công mà thành, xin ngài hoằng dương pháp Phật từ chỗ ngài đứng ngài ngồi, thế là qui y Phật!

- Xưa Đức Tất Đạt bỏ ngôi báu thì sao?

- Ngài bỏ ngôi để đi tìm đạo. Nay có đạo ba nghìn năm rồi, Vương bỏ ngôi thì đi tìm gì? Đi tìm hay đi trốn?

Lữ ngẩn người ra, không biết đối đáp ra sao. Từ Tâm lại vái, rồi thủng thỉnh:

- Mô Phật, Phật ở mọi chúng sinh. Giác ngộ sẵn trong mọi chốn. Bần tăng kể để Vương công và quí vị nghe cho vui. Tri giáo hỏi môn đệ là thiền sư Thủy Nguyệt, *thân an mạng lập* ở đâu. Đáp:

Trong gió lửa nổi dậy
Trên sóng nước an nhiên

Tri giáo lại tiếp: ''đêm ngày gìn giữ nó ra sao?'' Thủy Nguyệt thưa:

Chính ngọ trăng sao hiện
Nửa đêm mặt trời lên

Ngưng lại, Từ Tâm nhìn Lữ, giọng hiền dịu:

- Vương công đã hiểu chưa?

Lữ phục xuống lạy.

Người tư lự mãi là Toàn Nhật. Khi Từ Tâm đề cập đến thân mạng với Lữ, Nhật liên tưởng ngay đến cái bớt đỏ sau gáy của Thúc Khải, đứa con lưu lạc của vợ chồng Nguyễn Thiếp. Oái oăm chưa, ai sắp ai đặt ra cái thân mạng con người? Thấy Nhật bần thần, Đăng Vân nguýt dài, cười khúc khích rồi nói khi chỉ có hai người với nhau:

- Này, nghe sư mà đi tu làm chú tiểu thì tôi sẽ thành bà vãi tôi vào tôi phá cho mà coi!

Nhật chợt rùng mình. Hình ảnh bà vãi am Chúng Sinh bỗng đâu lại hiện ra như một lời nguyền độc địa. Chàng lẩm nhẩm "Mô Phật" mà không hề hay biết.

*

Từ dinh quân nhìn xuống Cầu Sơn, vài trăm mái nhà rải rác đang mọc lên như những chóp nấm rơm lẫn vào màu cỏ xanh mơn mởn chạy cho đến cuối mắt. Nhìn Toàn Nhật, Lữ lẩm bẩm:

- Hàng dân chuyển từ Chợ Lớn về đây vẫn còn thưa thớt. Người Minh hương có Thiên Địa hội tìm cách bảo vệ không chịu nghe, vẫn ngấm ngầm chống lại. Kể thì cũng dễ hiểu.

Trước ánh mắt dò hỏi của Nhật, Lữ thở dài, nhìn xa xăm:

- Cách đây chưa đến năm năm, "Vua anh" vào Gia Định trả cái thù Hộ giá Phạm Ngạn bị giết, ra lệnh tàn sát tất cả người Tàu. Ở riêng phiên trấn này, có lẽ có đến bốn nghìn người chết, cả trẻ lẫn già. Vì thế, họ thù Tây Sơn. Số còn sống chạy vào Hà Tiên với con cháu Mạc Thiên Tứ, trở thành hang ổ bảo vệ cho Nguyễn Ánh mỗi khi cùng đường.

Tình hình Gia Định sau khi Đặng văn Chân rút quân về cứu Nhạc khá rối rắm. Thái bảo Tây Sơn là Phạm văn Tham mang năm nghìn binh vào, từng bước đẩy lui đám quân chúa Nguyễn, nay mới yên được Trấn Định và một phần Vĩnh Trấn. Nhân thế nước trống không, Võ Tánh kéo quân ở Gò Công, lực lượng chẳng phải là nhỏ, nhưng không biết có phải là phò

Ánh hay có ý đồ riêng tư. Nguyễn Huy Tự cùng Lữ tìm đám xứ sĩ ở Bình Dương, gặp Võ Trường Toản, Trịnh Hoài Đức Rước được Từ Tâm từ chùa Thập Tháp ra Gia Định, Lữ cho liên lạc với thiền sư Viên Quang ở chùa Tập Phước và thiền sư Đạo Trung ở chùa Linh Sơn trên núi Điện Bà.

Giao hết việc binh cho Thái bảo Tham, Lữ thúc đẩy công việc bình định với Tự và Toàn Nhật. Đây là lần đầu Toàn Nhật biết rõ rằng sức mạnh không phải chỉ là sống kiếm nối chủ thể và đối tượng thành một theo phép kiếm của Mishima. Bình định không đơn giản phân ra sống - chết, được - thua. Ngược lại chuyện dụng võ, ở đây dụng tâm nên trong sống đã sẵn có chết, ở mầm mống thua cũng đâm mầm được, luôn luôn trong trạng thái bất khả nhị phân ảo diệu. Lữ sai thêu một bức trướng thêu chữ Tâm bằng chỉ vàng, đặt ngay đại sảnh, vừa tự răn mình, vừa để cho người biết lòng dạ mình.

Đám xứ sĩ phần lớn gốc Minh hương, cách suy nghĩ rập khuôn Chu, Trình, ẩn sau chữ Trung của Nho giáo để mặc cả. Họ khéo léo nhắc đến chính danh của Chúa Nguyễn, giả để cập đến mối lo Xiêm-quân để phô trương một đồng minh quân sự của Ánh, và thắc mắc về Vương vị đặt trên đất Gia Định sau này. Khi họ về, Tự thưa:

- Bọn họ cũng chỉ là lớp thừa kế của đám Tống Nho, nhìn xã hội bằng cái phân định sĩ - nông, tất viện dẫn hệ luân lý xã hội cũ mà căn bản dựa vào nông nghiệp. Lại nữa, đất bốn trấn thẳng cánh cò bay, rút nước cho hết sình lầy sẽ thành một vựa lúa khổng lồ, nên họ vẫn mơ màng quay về đời Nghiêu-Thuấn. Hay là ta trực tiếp liên hệ với đám thương nhân?

Thương nhân gốc Minh hương ở vùng Sài Gòn - Chợ Lớn thời đó đã đã vững mạnh. Thường, họ độc quyền được lúa gạo, và nhất là kiểm soát toàn bộ những thuyền buôn đến từ vùng Lưỡng Quảng, có khả năng buôn được sắt, đồng, lưu hoàng, diêm sinh để phục vụ chiến tranh. Lữ suy nghĩ, hỏi:

- Dùng họ, được. Nhưng cách nghĩ của họ liệu có khác đám xử sĩ không?

Xoa tay vào nhau, Tự nhẩn nha đáp:

- Nếu giống như bọn ''lái'' ở Đàng Ngoài thì có khác. Cơ sở của doanh thương là thuận mua, vừa bán, không ai áp đặt được ai. Vì thế, ý thức về tự do và quyền hạn được nâng lên so với một xã hội nông nghiệp.

Trầm ngâm một lúc, Tự tiếp:

- Ở Đàng Ngoài, các ''lái'' không được tham chính nên mỗi khi cần vì loạn lạc đói kém, triều đình đến trưng thu của cải tư hữu bằng sức mạnh. Vì không bảo đảm được quyền tư hữu, Đàng Ngoài đâm kiềm chế sự phát triển của thương nghiệp, chỉ ăn bám vào nghề nông mà vẫn không đủ vì đất đai nay mỗi lúc một thiếu, một cằn cỗi. Ở Gia Định, tình thế khác. Xuất ra là gạo, nên thương nhân mua đất, khẩn hoang ở tầm cỡ lớn, và có thể bán gạo để mua vào thiết bị công nghệ. Thương nhân như vậy có thực lực. Ta vời vào cho họ tham chính, tức là để họ có phên rào giữ của tư riêng, tất họ sẽ theo. Họ theo ta, Ánh mất một chủ lực để nương tựa!

Đắn đo thêm vài ngày, Lữ gọi Tự, bảo:

- Thầy lo xúc tiến vời đám thương gia vào tham chính. Ta vẫn lo cái mối hận Tây Sơn vì vụ thảm sát xưa, muốn làm sao giải hóa đi. Nay, ta xin với Hòa thượng Từ Tâm cho lập đàn Chiêu Hồn, rồi riêng mình ta xin thí phát làm đệ tử tại gia của người. Mặt khác, thầy nghĩ thêm hai điều. Một là tìm Ánh ở Xiêm La, đề nghị phong làm Nam An Vương, cùng ta giữ Gia Định và bốn trấn. Hai là thông báo tự do truyền đạo Tây dương, và miễn thuế cho tất cả tầu bè từ mọi nơi vào giao thương với Gia Định.

Nghe Lữ nói, Tự hân hoan rập đầu kêu:"Kẻ này tâm phục Vương công nhìn xa trông rộng, nhưng lo chẳng hiểu hai vị"Vua anh" sẽ phản ứng thế nào!" Lữ nghe, chỉ mỉm cười.

Vào buổi trăng tròn tháng sáu năm đó, tất cả chùa chiền lập đàn cầu an cho chúng sinh trong ba ngày ba đêm. Tiếng chuông tiếng mõ rền vang khắp một vùng, trời nước như nối dương gian này vào thế giới bên kia bằng những âm ba của lời kinh sám hối. Trong chùa Giác Lâm, hai hàng tăng sĩ quì dọc theo chính diện, mắt nhắm, tay lần tràng, miệng tụng kinh. Thiền sư Viên Chân và Đạo Trung đã đến từ hôm qua, đang cùng Từ Tâm bàn nhau hoằng pháp thì được báo Đông Định Vương xin vào. Vui vẻ, Từ Tâm vẫy tay, nhấp nháy cặp lông mày bạc thếch, miệng bảo:

- Bần tăng biết Vương từ khi ngài mười ba tuổi. Năm mười tám, sau lần cầm ấn Tiết chế vào Gia Định cách đây mười năm, ngài có vào Thập Tháp, ý nói xin xuất gia qui y pháp. Bần tăng không cho, bắt giữ nhẹm, nhưng cách đây hai tháng, ngài lại nhắc và xin lại. Bần tăng nhủ Vương nghĩ lại, vì Phật pháp cho một vị Vương công khác với cho một kẻ bình thường. Ngài lần này cương quyết lắm, và chỉ xin làm đệ tử tại gia, để vẫn ở thế Vương mà phát huy Phật pháp Có duyên gặp Vương hôm nay, xin hai vị chỉ điểm thêm cho.

Vừa lúc ấy, Lữ bước vào, theo sau là Toàn Nhật và Đăng Vân. Khom mình vái xong, Lữ thưa với Từ Tâm:

- Bạch thầy! Đệ tử đã trai giới cho thanh tịnh, nay xin được thí phát!

Thiền sư Viên Chân ngắt lời:

- Thưa Vương công, thế nào là trai giới?

- Là không ăn thịt, không gần gũi nữ nhân, sáng tụng kinh Hoa Nghiêm, đêm ôn kinh Bát Nhã.

- Đó là sự trai giới của hàng dân. Trai giới của đấng Vương công phải hơn thế.

- ...

Viên Chân thong thả:

- Trai giới cho sạch, đối với Vương công, thì phải sạch cả nơi mình cai trị, nghĩa là không một người nào không ngồi đúng chỗ, không ai chịu oan khiên, đói khổ, tù đầy, ép uổng.

Lữ đập đầu vái tạ. Thiền sư Đạo Trung nhìn Lữ kêu lên:

- Được, được!

- ...

- Vậy Vương công hiểu được cái gì?

- ...

- Không có gì để được. Nên được không có, hiểu làm chi! Đó là *vô sở đắc, vô sở ngộ*, hai phép tu. Với nhân duyên này, bần tăng đọc tặng Vương công bốn câu:

Ưng hữu vạn duyên hữu (Muốn có, gì cũng có)
Tùng vô nhất thiết vô (Muốn không, gì cũng không)
Hữu vô câu bất lập (Có, không khi sụp xuống)
Nhật cảnh bổn đương bô (Mặt trời lên, ánh hồng)

Thiền sư Từ Tâm vái tạ đạo hữu, rồi lẳng lặng bước ra ngoài hành lang, đi giữa hai hàng tượng La Hán vào chính điện. Lữ bước theo các vị sư, lòng bỗng thanh thản. Quì xuống nhìn lên tượng Tam Thế trên bệ cao gần giáp mái chùa, Lữ bỗng nhận ra cả quá khứ, hiện tại và vị lai đang nhập thành một thể. Tượng Văn Thù cưỡi con thanh sư tượng trưng cho trí tuệ và tượng Phổ Hiền ngồi trên con bạch tượng tượng trưng cho chân lý như di động bên cạnh tượng Đức Thế Tôn, vững chắc, hiền hòa, nhìn xuống chúng sinh với sự độ lượng vô bờ. Lữ nhắm mắt, tai nghe tiếng Từ Tâm vẳng lại rành rọt:

- Nhập thế và xuất thế không phải là hai nẻo. Bên Nho, Đường Ngu gọi là Trung, Khổng Khâu cho là Nhất, sách Trung Dung nói là Thành. Danh từ khác, nhưng cội nguồn là một. Đó là gì? Là Tâm mà thôi vậy. Lấy đó mà tu thân, thân tất tu. Tề gia, gia tất tề. Trị quốc, quốc tất trị. Ví như Trời nhờ Nhất mà trong, Đất nhờ Nhất mà yên, bậc Đế Vương nhờ Tâm mà thiên hạ thái bình. Qui nguyên là về đó, nhưng phương tiện lại nhiều cách. Đạo của Nho gia, là pháp hữu vi, kiến lập mà không biện luận. Đạo của Phật giảng giải lẽ vô thường, biện luận mà không kiến lập. Nhưng chỉ có một, nên kiến lập hay biện luận rồi cũng quay về chữ Tâm!

Lữ nhận ba chấm hương đốt cháy da nơi đỉnh đầu, mắt hé ra, lờ mờ thấy Nhật, thấy Tự, thấy cả đám xử sĩ được mời đến dự lễ. Mùi hương xông lên ngào ngạt, và tiếng chuông thỉnh ngân nga làm tê cứng tỉnh thức của não bộ, xô tất cả vào một thế giới mông lung được níu giữ hững hờ giữa những làn khói nhạt trong tiếng kinh tiếng mõ. Chợt tất cả nhòa đi. Và bao nhiêu những khuôn mặt đau đớn, sợ hãi, oán hờn ở đâu ập đến từ tứ phía. Rồi tiếng la hét, tiếng khóc than. Tiếng voi rống. Tiếng ngựa hí, chân đạp rầm rập, hòa vào thanh âm chói tai của đao kiếm loảng xoảng, chát chúa. Cặp mắt Huệ chợt xuất hiện, tóe lửa, đốt cháy một góc thành như hỏa hổ sắp công. Tiếng Nhạc hềnh hệch cười, nhổ bã trầu, và thét: "Cứ giết, thẳng tay mà giết." Chung quanh Lữ, một biển máu dâng lên, mỗi lúc một cao, sắp sửa ụp xuống ăn sống nuốt tươi. Sợ quá, Lữ lẩm nhẩm "Quan Thế Âm bồ tát, cứu khổ cứu nạn" cho đến lúc sư Từ Tâm lay nhẹ:

- Ta ban cho thí chủ pháp danh Chính Tâm, đừng bao giờ sao lãng hoằng pháp, trả cho sạch tiền oan nghiệp chướng để rồi thân tâm như nhất mà về với an nhiên cực lạc.

*

Nửa tháng sau kỳ lập đàn làm lễ ở chùa Giác Lâm, Đông Định Vương ra thông lệnh tự do truyền đạo Kitô và miễn thuế cho tàu buôn vào Gia Định. Sư Viên Chân xin vào gặp, thưa:

- Vương công! Đạo Tây dương là tả đạo, cấm thờ ông bà tổ tiên, lại cho rằng chỉ có một đấng tối cao là Thượng Đế của họ. Ngài cho họ tự do truyền đạo, là đem phá mất cương thường cả ngàn năm trước, xin Vương nghĩ lại!

Lữ chắp tay vái, rồi thận trọng nói:

- Bạch thầy, lời thầy nói quả có đúng. Cũng vì thế, một khi hàng dân thấm nhuần Phật pháp, đạo của Tây dương không xâm nhập được. Thầy xem, ở bên Xiêm, họ tự do truyền đạo nhưng có mấy ai theo! Lý do là Phật tử được dạy dỗ bên Xiêm, không dễ gì lễ giáo ngoại lai xâm nhập được. Ở ta, chùa có, sư có, nhưng liệu giảng dạy Phật pháp có đến nơi đến chốn không? Có bao nhiêu chùa biến thành nơi thờ đồng thiếp, rút sâm, gieo quẻ, bói toán làm mê mị lòng người? Họ tự do truyền đạo, ta cũng tự do hoằng hóa Phật pháp. Vậy bạch thầy, thầy lo gì? Trong mười điều cấm của họ, ta thấy ít ra là có bốn điều trong ngũ giới của nhà Phật, cấm họ là thế nào?

Viên Chân hậm hực ra. Hôm sau, Đạo Trung vào hỏi:

- Vương công! Đạo lớn là gì?

- Là sự giác ngộ cho mỗi người. Và cũng là những điều con người sắp xếp với nhau để cùng nhau giác ngộ.

- Đặt trên đài cao, ta đặt những người mang đến cho toàn chúng sinh hiểu biết và tỉnh thức?

- Bạch thầy, đúng vậy! Chỉ có sự giác ngộ mới mang đến được niềm an lạc. Trên đài cao là những bậc Thánh, Phật. Họ để lại sự hiểu biết để độ chúng sinh!

Đạo Trung miệng niệm A di đà Phật, mắt cười với Lữ. Sư phẩy áo về núi Điện Bà ở Tây Ninh, nói với lại: "Cái pháp danh Chính Tâm đặt cho Vương công đúng là thiện duyên!"

Thời gian đó, Lữ đã phái sứ giả sang Xiêm cầu hòa và liên lạc với Nguyễn Ánh. Đồng thời, Lữ cho đi tìm Thầy cai trường Liot, mời trường đạo trở lại Mạc Bắc. Việc sai đi sứ ai cũng biết. Phạm Văn Tham ở Ba Giòng về Gia Định xin gặp Lữ và tâu:

- Trình Vương công! Chủng tuyệt đường, quân không tướng không. Chẳng có lý gì phong cho hắn vương tước. Vương công làm vậy, e chẳng phải ý Thái Đức Hoàng đế, lại cũng không hợp lòng Chính Bình Vương!

Lữ cười, tay nâng chén rượu đưa cho Tham, nhẹ nhàng:

- Có hai khả năng. Một là Chủng nhận, về Gia Định này, tất không còn sợ lấy cái danh chúa Nguyễn để làm giặc, giặc tất ít đi. Hai là Chủng không nhận. Vậy nếu có chiến tranh, hắn mang trách nhiệm, không phải chúng ta. Người oán hắn sẽ có. Từ nay, bắt được bọn giặc, quan Thái bảo ra lệnh đừng giết mà thả, nói cho rõ sách an dân, bình thiên hạ, để nhà nhà ở bốn trấn hết chiến tranh, yên ổn mà làm ăn. Đó là thượng sách. Nếu một năm nữa mà sách lược của ta không thành, quan Thái bảo sẽ toàn quyền, cứ thẳng tay trừ cho sạch mầm họa chiến tranh!

Thái bảo Tham nghe, bụng bán tín bán nghi, lại quay về Ba Giồng, tiếp tục mở đường tiến chiếm Cần Thơ, một cứ điểm quan trọng để kiểm soát nhánh sông Cửu Long xuôi ra biển. Nhật được lệnh của Lữ, cùng Đăng Vân giăng một mạng lưới để nghe ngóng tin tức trong hai trấn Phiên, Vĩnh. Họ kèm sát đám Thiên Địa hội, không cho lập ra những hội kín có vũ trang, và đồng thời họ phải tổ chức bảo vệ một hệ thống chùa chiền bắt đầu tỏa ra từ Linh Sơn ở Tây Ninh, nơi thiền sư Đạo Trung trụ trì. Linh mục đạo Ki Tô là Lelabousse đòi gặp Lữ. Ông ta nói:

- Chúa của đạo chúng tôi bị người ta đặt lên đài cao để thờ ở Tây Ninh. Đó là một sự xúc phạm!

Lữ hỏi ngược:

- Thờ Chúa là xúc phạm? Sao vậy?

Thấy kẻ đối thoại lúng túng, Lữ giả lả:

- Nay tôi có thể làm gì cho thầy?

- Cấm họ. Cấm họ không được thờ Chúa tôi!

Lữ vờ ngạc nhiên, hỏi ngược:

- Vậy là tôi cho tự do giảng đạo của Chúa các vị, rồi lại đồng thời phải cấm không cho thờ Chúa các vị ư?

Đằng khác, về mặt các thương nhân được phong quan chức để tham chính, họ thoái thác xin đợi ít lâu. Nghi ngờ bị bẫy, họ cẩn thận đứng ngoài quan sát, đồng thời nhân thời cơ chuyển của cải tiền bạc về Vĩnh Trấn. Tự lắc đầu, nói với Lữ: "Phải chờ! Nhân tâm không mua được trong một ngày. Họ chưa tin ta, ta càng xông vào, họ càng lùi! Vả lại, họ cũng là một sản phẩm của xã hội nông nô. Cũng trung hiếu tiết nghĩa như đám xử sĩ vì có chút học hành, nhưng thật ra, họ chỉ đầu môi chót lưỡi!"

Những bước bình định tuy không thể tiến hành nhanh được, nhưng trên thực tế chưa có đối kháng nào đáng kể. Sự đối kháng gay gắt, như Tự dự liệu, sẽ đến từ vua Thái Đức. Trong một cách nhìn nào đó, nó cũng có thể đến từ Bắc Bình Vương, nay đổi hiệu là Chính Bình Vương Nguyễn Huệ. Quả nhiên, một sự kiện quan trọng xảy ra. Ở Ba Giồng, Thái bảo Phạm Văn Tham bắt giữ hai vợ chồng Hộ đốc Lý từ Qui Nhơn đi vào. Vợ Lý là thị Lộc trình lên Tham một bức thư do Nhạc viết, bảo Lữ dùng mưu giết Tham đi vì Tham kiêu hành, không còn nền nếp qui củ gì. Tham hoảng sợ, vội vàng đem ba trăm quân vào Cầu Sơn, trương cờ trắng đi vào. Lúc ấy, Lữ đang ở gò Mụ Lượng. Tham lên gò xin tương kiến, trình bức thư của Nhạc cho Lữ. Lữ đọc, trầm ngâm một lúc, rồi nhẹ nhàng bảo:

- Cầm thơ bảo Lữ giết Thái bảo mà lại đưa cho Thái bảo là người ta muốn Thái bảo giết Lữ đây. Ai? Là bọn Nguyễn Ánh? Ta nghe Chủng đã về, và sắp đổ quân vào Cần Giờ. Nhưng vợ chồng Lý là người Tây Sơn, vậy có thể là ai khác? Quan Thái bảo nghĩ thế nào?

- ...

- Dẫu sao, Thái bảo đã tin Lữ mà lên đây tương kiến, tránh được lầm lỡ, nghi ngờ. Đó là phúc lớn của dân, của lính. Ta định về Qui Nhơn, đích thân hỏi cho ra lẽ. Nên chăng? Một mình, Thái bảo thay ta giữ biên cương có được không?

Cúi đầu ngẫm nghĩ, Tham gật đầu, nói thẳng:

- Vương cẩn thận dẫn một ngàn binh về.

Lữ gạt đi:

- Không! Ta chỉ mang một đám tùy tùng. Tướng quân cần binh hơn ta. Ta có đánh nhau với ai đâu!

*

Nói riêng cho Toàn Nhật biết lý do trở về Qui Nhơn, Lữ dặn giữ kín, kể cả với Đăng Vân. Lữ giao chính sự cho Tự, phao lên là vào chùa Giác Lâm tĩnh tọa dăm bữa nửa tháng, và dặn Tham mang quân về đóng chốt ở Cần Giờ.

Nhật định mang đội Tiền Kích theo hộ giá, nhưng Lữ gạt đi, sai lấy một toán nhỏ để phục dịch. Đăng Vân hí hửng xin theo, và bọn thằng Thuấn hớn hở được về quê cũ, hăng hái lên đường. Trầm ngâm nhìn mọi người, Lữ sai đính lên cờ đỏ một chữ Tâm đồ theo nét bút của sư Từ Tâm, kẻ đã làm lễ thí phát cho mình. Khởi hành vào nửa đêm, đoàn người lặng lẽ từ Cầu Sơn di chuyển đến Đồng Chàm rồi ngược đường sông đi về hướng Bình Thuận. Ở đó, Lữ truyền quan trấn biên cấp ngựa khỏe, ruổi dọc bờ biển đi ra Phú Yên. Trương cờ đỏ Tây Sơn nay có chữ Tâm, đoàn người rong ngựa chạy bên những triền cát trắng xóa dưới ánh nắng chói lòa, áo quần phần phật căng gió nồm.

Cưỡi con Hắc Phong đi đầu cạnh Đăng Vân, lòng Nhật êm ả nhẹ nhàng tựa những sợi tơ mỏng mảnh xoắn tít vào nhau. Thỉnh thoảng Vân lại cười mỉm, nhìn Nhật không nói. Ruổi rong cho đến quá ngọ, cả đám dừng ngựa khi tiếng đọc kinh của người Chàm từ xa vọng lại. Dưới chân đồi, nhìn lên là ngôi tháp bằng gạch nung sừng sững, trên cao rễ cây chằng chịt bám vào những nơi đổ vỡ, cành đâm ra chọc vào trời xanh. Đăng Vân đến bên suối rửa mặt, tinh nghịch tát nước vào người Nhật, không để ý đến Lữ đang tư lự nhìn ra rừng xanh ngun ngút. Nàng dịu dàng:

- Võ tướng quân! Chàng xem... Lần này về Qui Nhơn xin với Hoàng thượng cho em... về nhà chàng.

Nhật trêu:

- Chết, công nương chớ nói thế, kẻ thuộc hạ này đâu dám vô lễ với đấng Đế Vương.

Nhớ chuyện xưa đã mỉa mai Nhật là thuộc hạ, Đăng Vân thẹn đỏ mặt, nhưng vênh váo, trề môi ra:

- Cứ một điều gọi công nương, hai điều gọi công nương. Quả là thủ phận, chắc sau thế nào cũng thành ma không vợ đấy!

Một đàn bướm trắng ngà to bằng bàn tay ở bìa rừng chập chờn bay ra, thấp thoáng bên những ghềnh đá hoa cương long lanh sắc tím đỏ. Tiếng nước rì rào khoan nhặt ru ngủ, đệm vào tiếng sơn ca lanh lảnh từng chập, tấu lên một khúc nhạc của thiên nhiên nửa hư nửa thực, lúc có lúc không. Bên bờ suối, bọn thằng Thuấn bảy đứa nằm lăn quay ra ngủ. Đám lính còn lại, kẻ nhắm mắt, người rê thuốc, hút phì phèo.

Đăng Vân đứng dậy, ngược dòng suối, leo lên đồi. Nhật bước theo, tiện tay hái những bông hoa vàng mọc ven suối. Lên đến chân tháp, hai người nhìn ra xa. Ở tít tắp, thấp thoáng bóng những chiếc áo chùng trắng trên những thửa ruộng vàng tươi. Nhật đưa bó hoa dại vào tay Vân, tim bỗng đập mạnh, miệng tự nhiên ấp úng. Nàng nâng bó hoa lên môi hôn, cười nhẹ, chiếc răng khểnh lại lộ ra như sắp trêu chọc. Nhưng Vân không nói gì. Nhìn Vân, Nhật rõ ràng thấy ánh mắt nàng nửa khiêu khích, nửa mời mọc. Chàng đưa hai bàn tay đỡ lấy mặt Vân, cúi xuống, nhưng Vân chợt đẩy tay ra, khúc khích vừa cười vừa chạy xuống đồi, miệng nói:

- Không biết xấu, mắc cỡ chưa!

Mặt đỏ lên, Nhật nhìn theo Vân rồi xuống theo, thong thả một cách gượng gạo, có cảm tưởng rằng đến cây cỏ xung quanh cũng đang chế nhạo mình. Chàng lẩn thẩn trách ''Thế là nàng còn hờ hững, a được...'' rồi mím môi ''để xem, để xem!'' Đến chân suối, bọn thằng Thuấn đã thức giấc, đang xốc súng điểu thương lên vai, sửa soạn lên đường, hồn nhiên cười nói. Lữ vẫy Nhật lại, từ tốn:

- Võ tướng quân, ta cố đi một mạch. Chắc sáng sau thì tới được Qui Nhơn. Cơm chiều nay xong, cho nghỉ lấy sức rồi lại đi tiếp... Không biết làm sao mà ta nóng ruột, cứ máy mắt!

Nhật cúi đầu nhận lệnh, đáp:

- Vương công yên lòng. Vào đây là đất Tây Sơn rồi, không có gì phải lo. Ở Gia Định, sắp xếp yên cả. Thái bảo lại là dũng tướng, giặc có đánh cũng chẳng thể nguy được!

Đưa tay vuốt mặt, Lữ lắc đầu:

- Không. Ta không lo chuyện đó. Thế nước nay chia làm ba. Nếu Hoàng Thượng ở Qui Nhơn không thực tâm đồng lòng thì lực lượng Tây Sơn mất thế liền lạc tiếp ứng ỷ giốc cho nhau. Cứ thế, lâu dài sẽ dẫn đến đổ vỡ, không yên được lòng người mà chỉ chú tâm cho việc quân là chính. Bọn Nguyễn Ánh kéo quân vì biết cái thế yếu đó, và đoán là Chính Bình Vương phải đối phó với Chỉnh ở Bắc Hà trước.

Nhật ngẫm nghĩ:

- Hoàng Thượng sẽ nhận ra điều ấy. Vương công mang luận bàn, ngài tất hiểu!

Phá lên cười, Lữ nhìn Nhật, cắt ngang:

- Võ tướng quân không biết hai anh ta bằng ta. Anh hai ta thích đánh bạc, có lần đã trắng tay, bán hết ruộng đất. Anh ba ta thì chẳng chịu nhường ai, bất kể trời, bất kể đất!

*

Cuối giờ Dậu, đoàn người đến chân núi Chúa. Trời chạng vạng tối, gió xào xạc trong cây và những người tiều phu cuối cùng đã sách rìu trở về làng xóm. Nhìn vầng ô chếch bóng về tây đang nằm ngả dài xuống đất hắt ráng đỏ lên nền trời tím đậm, Lữ hạ lệnh cho nghỉ ăn cơm. Toán lính buộc ngựa, nhóm củi nấu nước, mệt mỏi tựa mình vào những gốc cây, kẻ về thuốc hút, người nhai trầu. Bọn trẻ kháo nhau là đường chỉ còn đi độ hai ba canh là về đến Qui Nhơn. Thằng Thuấn nhấp nhỏm, nhắc đến mẹ và đám em, để dành đâu được năm, sáu quan tiền mang về làm quà.

Cơm chưa kịp rỡ, bỗng Nhật thấy rờn rợn, mắt đảo nhanh về phía bờ rừng. Một đốm lửa lóe lên, tiếp đó là một loạt súng điểu thương vang rền thình lình phá toạc không gian. Nhật thét:

- Nằm xuống!

Tiếng súng cứ từng loạt, hết loạt này đến loạt khác. Cách bắn này không phải là cách của bọn cướp ngày. Nhật lẩm nhẩm đếm, ước không dưới một trăm tay súng, hô:

- Quân nghe đây. Nấp kỹ. Chưa có lệnh không được bắn. Bắn theo kiểu liên hoàn, không được phí đạn!

Nhật quay nhìn, thấy Lữ nằm sau một gốc cây bên cạnh Đăng Vân, gọi lớn:

- Vương công! Bình yên chứ!

Lữ ra dấu cho Nhật yên lòng. Ép người xuống đất, Nhật trườn đi như một con trăn, chuẩn bị đội hình phòng ngự. Loạt súng bất ngờ lúc đầu đã hạ mất sáu người lính, trong đó có ba đứa trẻ trong bọn thằng Thuấn. Tính nhẩm, Nhật còn hai mươi tay súng, đạn dược đủ để cầm cự, nhưng phá vòng vây thì quả là chuyện không làm được. Tiếng reo hò la thét, lẫn tiếng hô xung phong nổi lên. Nhật hét:

- Chờ lệnh bắn!

Đợt xung phong đầu bị đẩy lùi, nhưng Nhật mất thêm hai du binh. Sau đó, hai đợt xung phong sau bị đánh bật trở lại, dằng dai như vậy cho đến cuối giờ Hợi. Lần thứ ba, quân tấn công dùng thêm hỏa hổ. Cây rừng bốc cháy, soi sáng một khoảnh rừng, đưa đám du binh của Nhật vào thế bất lợi. Nhật bò về phía Lữ, nói:

- Quân Tây Sơn! Dùng hỏa hổ chỉ có Tây Sơn!

Lữ gật đầu, cười chua chát, rồi quát:

- Ta là Đông Định Vương! Quân binh Tây Sơn hãy ngừng bắn. Ai cho lệnh bay làm phản chúa tướng?

Đáp lời Lữ, là một loạt tiếng súng điểu thương kèm vào một quả đại pháo nổ xoáy vỡ lòng đất. Lữ tự hỏi: "Nhạc hay Huệ đây?" Huệ ư? Huệ có thể hận mình cản không cho tàn sát Qui Nhơn, giết đi để Phạm Văn Tham là tay chân Huệ chiếm lấy toàn quyền. Nhưng toàn quyền để làm chi? Chính Lữ đã nhường cả Gia Định và bốn trấn cho Huệ rồi kia mà. Vả lại, Huệ thừa biết năm Lữ mười tám đã có ý xuất gia, khiến chính Huệ đã tìm mọi đường ngăn cản, thậm chí đòi đốt chùa Thập Tháp. Đến khi Lữ lĩnh ấn Tiết Chế trong lúc Huệ chỉ là Long Nhượng tướng quân, Lữ đã trao ấn cho Huệ ngay khi đặt chân vào Gia Định lần thứ hai, có bao giờ tranh giành quyền hành với Huệ đâu.

Vậy là Nhạc? Nhạc oán Lữ đã trái lệnh, không thành đồng minh để cùng Nhạc tiêu diệt quân Phú Xuân của Huệ. Có thể. Nhưng Lữ cũng đã cứu cho Nhạc khỏi bị đánh cho tan tác. Hay Nhạc được mật báo là Lữ có ý định phong Vương cho Nguyễn Ánh?

Nhưng chính Nhạc, khi bị vây hãm, đã chẳng cho sứ giả đi tìm "ông Chủng" để giả lại cơ nghiệp nhà chúa chứ không để đất Nam hà vào tay thằng em "nghịch tặc" là Huệ hay sao? Còn bức thư gửi Lữ, lại vào tay Tham, có phải thực sự là Nhạc viết? Ý đồ là để hoặc trừ Tham, hoặc trừ Lữ? Lữ chết, ắt Huệ phải giết Tham. Tham chết, ấy là khiến Lữ nghịch với Huệ. Khi ấy, Lữ phải bám vào Qui Nhơn, quyền lại về tay Nhạc?

Ba trái đại pháo lại rơi xuống trận địa, khoảng cách xạ thủ chỉ chừng trên dưới một trăm thước. Nhật không còn cách nào khác, giao nhiệm vụ bảo vệ Lữ cho một viên đội, rồi dẫn sáu người toán Tiền kích vòng xuống dưới, bất ngờ xông vào vùng địch tìm phá những khẩu đại pháo. Cả năm nay, Nhật mới phải dùng đến kiếm. Chàng ép người chuyền từ gốc cây này sang gốc cây kia. Mỗi lần di động là lưỡi kiếm lại lóe sáng, chàng nghe tiếng thây người đổ xuống hệt như thân những cây chuối đứt lìa như khi chàng tập kiếm với Mishima ở Phố Hiến. Nhưng lần này, quần áo chàng đẫm máu người, mùi tanh tưởi sực lên mũi khiến chàng chỉ chực nôn mửa.

Nhật là người duy nhất về được lại trận địa mình.

Lửa hỏa hổ vẫn rừng rực cháy, cành khô nổ tí tách, đóm hồng bắn lên như pháo hoa. Bò về, Nhật đến bên Lữ. Tay trái bị thương, tay phải ôm Đăng Vân, Lữ buồn bã:

- Xem kìa, cái kiếp người!

Nhìn quanh, chỉ hai đứa trẻ trong đó có thằng Thuấn là sống, dăm ba người lính bị thương nằm rên khóc, còn viên đội bị hỏa hổ đốt cháy mặt, xương trắng vều ra, mắt lõm sâu vào bầy nhầy máu me. Lữ nói một mình:

- Thoát kiếp! Thoát cái kiếp người khốn khổ này, ai ơi!

Nhật nhìn Đăng Vân, bụng nhói đau, nhảy xổ lại. Đỡ từ tay Lữ, Nhật ôm lấy Vân đang còn thoi thóp, ngực áo ướt đẫm máu, môi cứ run lên bần bật, nhưng hé cười khi nhận ra Toàn Nhật. Giữa lúc tuyệt vọng đó, bỗng có tiếng khụt khịt, tiếng khục khặc, gầm rú của một loài thú, rồi tiếng người la hét từ trận địa phía địch. Thằng Thuấn đánh hơi, mặt tươi hẳn lên, tay níu lấy Nhật reo:

- Sơn nhân. Sơn nhân đến cứu mình...

Nhật không nghe thấy gì, ôm xiết Đăng Vân vào lòng, nước mắt trào ra, miệng rên ri:

- Công nương. Công nương đừng bỏ tôi đi!

Vân hé mắt rên lên:

- Lại công nương. Gọi em bằng Vân đi!

- Em, Vân em. Đừng nói kẻo mệt...

Vân nhếch mép, chiếc răng khểnh lại lộ ra. Nhật ghì chặt lấy Vân, khóc rưng rức. Lữ nhìn, mắt thương hại, khe khẽ lùi ra rồi đứng dậy. Địch bị sơn nhân tấn công bất ngờ, hoảng hốt bỏ chạy, trả về núi rừng sự bình yên của màn đêm lại lặng lờ sau cơn lửa đạn. Nhật nghe Vân thều thào:

- Mình có biết em tiếc gì không?

- ...

- Em chỉ tiếc hôm qua mình chưa kịp hôn em thôi!

Nhật âu yếm đặt môi mình lên đôi môi Vân đang hé ra chờ đợi. Chung quanh, rừng vẫn bốc cháy, nhưng Nhật cảm thấy đôi môi kia cứ lạnh dần, lạnh dần, trong cõi nhân gian khốn khổ tàn rụi đi giữa một cơn bão lửa.

Lữ trầm ngâm nhìn. Đám sơn nhân đã đến gần, lại khụt khịt mũi. Thằng Thuấn đâm bổ ra, vuốt tay sơn nhân, vỗ về, miệng cũng khục khặc. Nó nhìn Nhật, miệng nói, giọng ấm ức:

- Thôi, tướng quân ở lại. Con người ác lắm! Tôi vào rừng với đám sơn nhân bạn của tôi đây!

Bất thình lình, Lữ gỡ Vương miện trên đầu ném xuống đất, rồi cởi đai giáp, cởi bào, cởi ủng, đi đến cạnh xác viên đội chết cháy. Với tay lấy lá cờ đỏ, Lữ quấn vào hạ bộ làm khố, lặng lặng nhìn bọn sơn nhân quây quanh Thuấn. Nhật lại nhận ra vết bớt đỏ sau gáy Lữ dưới ánh lửa. Nhật bảo:

- Vương công. Ngài không phải là Lữ mà là Thúc Khải!

Trước ánh mắt dò hỏi của Lữ, Nhật vắn tắt kể lại lời Đặng-bà đã nói với chàng. Lữ nghe xong, ngửng mặt nhìn mây trời, mỉm cười:

- Lữ cũng vậy mà Thúc Khải cũng thế. Ta là con Hà công hay là con Nguyễn Thiếp thì có gì khác chi nhau? Ảo cả, và cái có thật là cái khổ của kiếp phù sinh khốn nạn này!

Nói xong, Lữ rảo bước theo đám sơn nhân và thằng Thuấn đang lên dốc và dần dần khuất nẻo. Nhật nhìn theo, cho đến khi cái khố chỉ còn là một cái chấm đỏ, cái chấm nhỏ nhoi đánh dấu cho một trang sử vừa lật qua.

Dĩ nhiên, sử quan không ai viết về Toàn Nhật và nỗi đau lòng của những kẻ mất chồng, mất cha, mất người yêu trong trận phục kích ở Núi Chúa. Theo sử quan Tây Sơn, ''Đông Định Vương giao công việc cho Thái bảo Tham rồi về đợi mệnh Vua, chẳng may ốm mà mất ở Qui Nhơn vào tháng tám năm Đinh Mùi.'' Sử quan triều Nguyễn sau này thêm thắt ''Lữ nghe đại quân kéo vào Cần Giờ tháng tám, sợ chạy lên gò Mụ Lượng. Vua dùng kế phản gián, giả thư Nhạc dặn Lữ dùng mưu giết Tham vì Tham kiêu hành, nhưng lại bảo thị Lộc là vợ Hộ đạo tên Lý đưa vào tay Tham. Tham mắc mưu, đem quân về thì Lữ chạy ra Qui Nhơn, sợ mà chết.''

Nhưng lý thú hơn cả là truyện thầy giảng Labrecque. Nguyễn Ánh dặn con cháu đợi đến đời Minh Mạng thì triều Nguyễn mới cấm đạo KiTô khiến sau đó Labrecque phải trốn vào rừng vùng Tây Nguyên chịu đói khát cả tháng. Ngẫu nhiên, thầy gặp một đám sơn nhân và được mang về cứu sống. Trong hang động, Labrecque thấy sơn nhân thờ một mảnh vải màu đỏ đã chuyển sang sắc đen nâu, trên lờ mờ có nét chữ, hình như chữ Tâm viết theo lối cổ tự thì phải. Sau đó, thầy lại tìm ra một chiếc nồi bằng kim loại, trong khi đó thì sơn nhân vẫn dùng đồ đá được đẽo một cách thô sơ. Thấy liền đưa ra một luận đề về sự tiến hóa của nhân chủng, cam quyết rằng con người có thể đi lùi từ thời đồ đồng về thời đồ đá, từ thời có văn tự về thời không còn giữ được cả tiếng nói. Được đưa về Pháp mấy năm sau, Labrecque viết một quyển sách dày ba trăm trang về cái đề án đó và mang trình Hội Truyền Giáo tại Paris vào năm 1838. Hội tịch thu cuốn sách, không hiểu vì sao mang đốt đi cho tuyệt tích. Đó là một điều đáng phàn nàn vì chưa chắc gì đề án đó đã hoàn toàn sai hẳn. Lý do là có những ngoại lệ. Dẫu ít, nhưng ngoại lệ vẫn có, đặc biệt ở trên đất Đại Việt. Hình như đi giật lùi là cách bổ báng của thần linh không những đối với những kẻ tàn bạo mà còn cả với những người để mặc bị bạo tàn khuất phục.

12

Gió chướng

Hai hàng bạch lạp hắt lên vách tường bằng gỗ hương những bóng người, hình dạng và kích thước thay đổi tùy theo vị trí, lúc tản ra rồi khi lại tụ lại, như đang chơi trò cút bắt. Tiếng trống canh vẳng lại, xa vắng, tắt lịm trong cơn gió thốc vào cửa thành Nội, nghe u ú như tiếng kêu bị sặc trong cuống họng. Quấn chăn bông chung quanh cái thân thể bé xíu của Quang Diệu mới được ba tháng, Ngọc Hân nhìn bà nhũ mẫu, cười đắc thắng:

- Già xem, lấy chồng sáu năm, đẻ cho ba đứa. Lại ba đứa con trai. Còn sức, còn đẻ. Càng đông càng tốt. Dẫu mang họ Nguyễn, nhưng một nửa vẫn là dòng máu nhà Lê. Nghiệp nhà không giữ được hết thì giữ một nửa. Mai này vào bình định miền Nam, đất nước gấp hai lên thì dẫu nửa cơ nghiệp bây giờ cũng chẳng mất mát gì so với cả cái cơ nghiệp xưa.

Lẳng lặng đi ra mở cửa sổ, Hân đưa mắt nhìn trời. Xa tít tắp, ngôi sao Bắc đẩu nhấp nháy như chào gọi trong vòm sáng pha lê bí ẩn từ muôn đời vẫn chứa chấp bao nhiêu là toan tính giữa những tình cờ run rủi. Một cơn gió thoáng có chất nồng của muối biển ở đâu thốc vào. Nhũ mẫu đến bên Hân, nói như than:

- Lại gió chướng. Hậu khoác thêm cái áo, kẻo ốm.

Hân cáu bẳn:

- Dặn mãi, già không chịu nghe! Gọi Hân, già cứ gọi là công chúa như xưa. Hậu hiếc gì...

Đặt tay lên bụng, Hân nhắm mắt, hồi tưởng đến cái đêm động phòng ở lầu Tử Các trong dinh chúa Trịnh. Một đêm hung bạo, dẫu muốn cũng không thể quên. Cái đau làm tê liệt phần dưới cơ thể và những giọt máu trinh tiết ứa ra loang lổ trên sàn gạch trắng vẫn ám ảnh Hân như một vết nhục nhã không gột rửa được.

Hai năm sau khi về Phú Xuân, khi nghe tin Lê Chiêu Thống sai Trần Danh Án sang Tầu cầu viện, Hân ôm Quang Cương, đứa con đầu lòng khóc cả đêm. Miệng lẩm bẩm "Thế là hết, nghiệp nhà đến chỗ tuyệt rồi," Hân đã nghĩ đến sự hủy hoại thân mình. Lúc đó, Vũ Văn Nhậm tác oai tác quái ở Thăng Long, đặt Lê Duy Cẩn lên làm Giám Quốc. Cẩn chỉ biết than "Giám gì? Ta chỉ là ông từ giữ bàn thờ tổ nhà Lê, thế thôi!" Sau lại có mật báo của Ngô Văn Sở và Phan Văn Lân, tin cho Chính Bình Vương Nguyễn Huệ về sự lạm quyền của Nhậm. Huệ liền gọi Nhậm về. Nhưng đã hai lần gọi, cả hai lần Nhậm đều viện cớ không nghe. Đồng thời, Nhậm sai bắt lính và vơ vét thiên hạ bằng sưu thuế đến độ dân gian phải trốn, phiêu tán khắp đầu rừng cuối bể để tránh quan quân tróc nã. Hân ôm con, nước mắt ròng ròng, nói với Huệ:

- Bắc hà thuộc nhà Lê, nay nếu không giữ được thì thuộc về Vương. Về sau, đất đó phải về tay Quang Cương, vừa là máu mủ Tây Sơn vừa là huyết thống cựu triều. Thiếp xin theo Vương ra bắc bắt Nhậm, nếu không thì chết không nhắm mắt, chẳng mặt mũi nào nhìn thấy tổ tiên nữa!

Huệ lúc ấy còn phải toan tính nhiều điều. Từ khi Đông Định Vương Nguyễn Lữ chết đi, Thái bảo Phạm Văn Tham ở Gia Định lại bị quân Nguyễn Ánh tấn công mọi nơi. Vào tháng hai năm Mậu Thân, Tham cầu cứu nhưng Nguyễn Nhạc án binh bất động khiến Huệ phải phái Nguyễn Văn Hưng mang thủy binh đi đường biển vào hỗ trợ, đến nay vẫn chưa có tin tức gì. Kéo quân ra Bắc bắt Nhậm là bỏ ngỏ Phú Xuân, biến nó thành một miếng mồi béo bở kích thích sự manh động và niềm hằn thù của Nhạc. Huệ bóp trán, nhìn Hân lắc đầu. Hân gặng hỏi, Huệ không đáp.

Sau khi đã thu xếp để đối phó với sự đe dọa của Nhạc, một tối tháng sau, Huệ bất ngờ gọi Hân vào buồng, bảo: ''Mai ta lên đường!'' Đêm hôm đó, để mặc Huệ dày vò, đánh đá trong một cuộc truy hoan trước khi viễn chinh, Hân vừa rên rỉ, vừa thì thào ''Nữa, nữa đi!'' như thánh thức, đầu chỉ tưởng đến cái cơ nghiệp nhà Lê để quên nỗi đau đớn của thể xác.

Cuối tháng tư năm Mậu Thân 1788, đại binh gồm một trăm năm mươi voi với đoàn hộ giá đủ kiệu xe võng lọng đưa Ngọc Hân và Huệ vào Thăng Long, uy thế khiến Vũ Văn Nhậm không dám chống cự. Ngày mùng năm tháng năm, Nhậm bị trói phơi nắng ngoài pháp trường một ngày rồi bị chém đầu. Mười ngày sau, Huệ ra bá cáo trách Lê Chiêu Thống vô ơn bạc nghĩa, kết tội Nhậm là phản phúc, và trưng cầu dân ý theo Lê hay theo Tây Sơn. Nhưng lòng tưởng vọng nhà Lê vẫn còn khiến Huệ vẫn phải giữ Cẩn làm Giám Quốc, để Bắc hà cho Đại tư mã Ngô Văn Sở trông coi quyền bính với đám tướng là Nội hầu Lân, Đô đốc Tuyết, và một số hàng thần nhà Lê như Ngô Thì Nhậm, Phan Huy Ích, Ninh Tốn... Thời gian đó, quân Thanh dưới quyền chỉ huy của Tôn Sĩ Nghị bắt đầu tập hợp ở Quảng Đông, sẵn sàng kéo qua can thiệp theo lời cầu của vua Lê. Huệ trưng mộ lính, định lập một đạo quân trên dưới hai mươi vạn người. Đồng thời, Huệ bắt chở tất cả đồ đạc, cột kèo ở phủ Chúa về Nghệ An. Sai xử sĩ Nguyễn Thiếp xem đất để xây dựng Phượng Hoàng trung đô, Huệ có ý muốn bỏ kinh thành Phú Xuân để rời ra trông nom trực tiếp tất cả lãnh thổ Đàng Ngoài.

Về Phú Xuân đầu tháng sáu, Huệ đưa Ngô thì Nhậm vào theo. Nhân dịp, Ngọc Hân khi đó mới đón được nhũ mẫu cùng đi, đỡ cho những lúc một thân cô quạnh nơi tha phương. Thái úy Hưng từ Gia Định cùng đi với Nguyễn Huy Tự ra báo việc quân, và thay Tham xin với Huệ cho thêm lực lượng để chống giữ. Trước tình thế Đàng Ngoài đang bị hai mươi vạn quân Thanh đe dọa, Huệ không xoay sở được, sai người vào cầu Nguyễn Nhạc ở Qui Nhơn trợ giúp. Tin rằng Huệ không chống nổi quân Thanh, Nhạc án binh, chủ ý sẽ tập kích sau lưng quân Phú Xuân khi lính Thanh đánh vào miền Bắc, đẩy biên giới mình kiểm soát đến sông Gianh rồi sau đó cầu hòa với Tôn Sĩ Nghị.

Thời gian đầy bất trắc đó cũng lại đúng đầu mùa gió chướng. Gió lắm khi dựng dậy, giần giật quay vòng, bốc tung bụi đất lên trời như thách thức với những đấng thần linh trong đám mây trắng trên cao sững sờ nhìn xuống.

*

Người lão bộc cúi đầu bước vào. Nhìn Trần Danh Kỷ, ông ta lầu bầu trong miệng:

- Hắn chỉ nói là cố nhân, có hẹn cách đây quá năm năm rồi mà không gặp.

Nhăn mặt, Kỷ bước ra. Hé cửa bên quan sát người khách lạ đứng trên thềm, nét phong sương vương vất trên mái tóc đã chớm bạc búi ngược ra sau, Kỷ bỗng giật mình. Đẩy cửa, Kỷ nhìn chòng chọc vào mặt khách. Nhận ra vết sẹo đâm xuống chân mày, Kỷ hỏi, giọng ngập ngừng:

- Có phải huynh là Trọng Thức?

Khách gật đầu, miệng nhếch lên cười. Kỷ nắm lấy vai, lôi vào nhà, vui vẻ reo:

- Đúng là hơn năm năm rồi! Huynh đài già dặn đi, nhưng nhìn kỹ thì vẫn vậy. Dịp hội ngộ này ở Phú Xuân là kỳ duyên. Có cả Ngô Thì Nhậm và Nguyễn Huy Tự ở đây nữa.

Thức ngửng lên:

- Tự ở Trường Lưu, có phải không?

Gật đầu, Kỷ đẩy cho Thức ngồi xuống trường kỷ, rồi gọi người nhà nấu nước pha trà.

Thức kể lại những ngày lênh đênh, xô giạt đến Thổ Châu với Nguyễn Ánh, rồi qua Pondichery với Bá đa Lộc và Hoàng tử Cảnh. Hồi tưởng lại không khí cách mạng háo hức mong đổi thay một thời đại, Thức nhắc đến Sieyès, đến Condorcet, đến câu lạc bộ Jacobin trên phố St-Honoré. Kỷ hỏi kỹ về cái Đề Ước Liên Minh ký kết giữa vua Louis XVI và Bá đa Lộc, người toàn quyền đại diện cho Ánh. Thức cặn kẽ phân tích cho Kỷ nghe về tình hình nước Pháp, và cho rằng dẫu có ký kết gì thì khả năng viễn chinh vẫn không có trên thực tế. Tuy nhiên, Thức vẫn cùng một số người tiến bộ lập mưu bắt Cảnh, rắp tâm gây ra một sự rùm beng bất lợi cho triều đình Louis XVI, cản mọi ý đồ xâm lược. Nhắc đến Hồ văn Nghị, Thức bâng khuâng:

- Trên cầu Nghị cứ bước, mặc cho Lộc la thét gọi lại, không sợ tôi nổ súng hại tính mạng Cảnh. Ông ta bình tĩnh nhìn như cầu khẩn "Cứ bắn, bắn đi!" Có lẽ lúc đó ông ta cũng sẵn sàng để tôi bắn ông ta chết, hầu gây ra sự cố để ép Louis XVI bỏ ý định ký Đề Ước.

Ngưng nói, Thức nhắp một ngụm trà, tiếp:

- Lao mình xuống dòng sông Seine, tôi lặn xuống, triền người bơi về điểm hẹn đã định trước, hết hơi mới nhô lên thở rồi lại lặn xuống, tiếp tục... Lên bộ, bạn bè người Pháp tức tốc đưa tôi vào một căn nhà ở ngoại thành Paris do Hầu Tước Condorcet đã sắp đặt trước, và hai ngày sau họ di chuyển tôi về miền nam. Ở cảng Marseille, tôi phải đợi hai tháng mới có chuyến tầu đi về Á Châu. Lênh đênh gần bốn tháng, tầu cặp Hương Cảng. Ít lâu sau, tôi tìm được thuyền buôn đi Hội An, về đến nơi mới nửa tháng nay.

Kỷ nhìn Thức, giọng tiếc nuối:

- Huynh quả thật vất vả. Lỗi cũng ở tôi, tôi nào ngờ ''người'' ta chặn bắt huynh ở Qui Nhơn trước ngày Chính Bình Vương vào Gia Định, lại mưu giết bằng cách trói cho hổ vồ. May mà Chúa Út cứu kịp!

Nhân tiện, Kỷ kể việc Toàn Nhật xưa đến Qui Nhơn tìm Thức, sau lại xung quân Tây Sơn và cùng Chúa Út theo Đông Định Vương Nguyễn Lữ vào Gia Định. Tháng sáu năm ngoái, cả ba cùng về Qui Nhơn nhưng gặp ''bọn giặc'' phục kích trên đường, bị hỏa hổ đốt, mười phần chắc chết đến chín, và sau đó chẳng ai nghe biết tin tức gì nữa. Kỷ cũng nhắc rằng Đặng thị Mai vào tìm Thức một lần cách đây năm năm, hiện bế con về Thanh Hóa, chỗ trú ngụ chính xác thì phải về hỏi gia đình Nguyễn Thiếp trên trại Bùi Phong.

Thức bàng hoàng hỏi:

- Con trai hay con gái?

- Trai. Năm nay cháu chắc lên sáu lên bẩy rồi!

Thức cắn răng, lòng ngổn ngang mừng vui lẫn thương xót, nước mắt rưng rưng. Còn Toàn Nhật. Phải chăng người em kết nghĩa của chàng đã lìa cõi dương gian bấp bênh trắc trở này? Hình ảnh Nhật với chiếc cằm bạnh và hàm râu quai nón mới ngày nào trong dinh Khương Tả hầu ở Thăng Long lại hiện ra, sinh động.

Còn Mai, cuối cùng nàng thoát được kìm kẹp rồi lại cho chàng một đứa con trai. Lạy trời, thế là cả mẹ lẫn con đều sống. Nhưng tại sao nàng không về ở Bùi Phong với gia đình Nguyễn Thiếp, người chẳng những là chú, là thầy mà còn là dưỡng phụ của Thức? Nàng ở đâu trong trấn Thanh Hóa, làm gì, và liệu có còn đợi chàng không? Thức bồn chồn, nhìn Kỷ nói:

- Huynh giúp cho đệ về ngay Bùi Phong, có được không? Từ đây ra Nghệ, đệ nghe rằng phải có phép, không tự tiện mà đi được!

- Quân Thanh đã vào sát biên giới phía bắc Đàng Ngoài, sửa soạn xâm lăng... Rồi thì ta sẽ cùng nhau đi, huynh đừng vội vã nóng lòng, sớm muộn một hai tháng nữa thôi.

*

Nghe Kỷ nói rằng chỉ dăm bữa nữa Ngô Thì Nhậm phải ra Đàng Ngoài, Thức xin gặp Nhậm cho bằng được mặc dầu Kỷ có ý ngần ngừ, cứ dùng dằng khi nói có, khi nói không. Rốt cuộc, chính Nhậm đến tìm Thức. Nhậm lưng nay hơi gù, mớ tóc túm ra đằng sau đã ngả muối tiêu, lưỡng quyền nhô cao như che cặp mắt sáng long lanh ẩn sau một lớp đắp gồ ghề xương thịt. Hai người nắm tay nhau. Một lát sau, Thức bùi ngùi ''Ngô huynh già đi một chút, nhưng trông rắn rỏi lắm.''

Sau câu chuyện hàn huyên, hai người đề cập đến thế sự. Nhậm chua xót:

- Ta ra Phú Xuân, dẫu Chính Bình Vương bảo với quần thần rằng ta là môn khách, nhưng vẫn có kẻ diễu cợt ta là loại hàng thần lơ láo. Mỉm cười, Nhậm tiếp - Nhưng kẻ sĩ xưa nay chỉ có hai lối, xuất hay xử. Xuất, ta đâu có vì cái chức Tả bộ thị lang của một guồng máy non choẹt đến nay vẫn còn cố xoay sở tìm cho có chính danh. Ta xuất, vì quân Thanh sẽ vào lãnh thổ, mang tiếng phù Lê để xâm lăng. Chúng lại quên rằng ''Nam quốc sơn hà nam đế cư. Tuyệt nhiên định mệnh tại thiên thư'' rồi. Khi Chiêu Thống đi cầu viện nhà Thanh thì chẳng phải riêng ta mà bọn Ích, Tốn, Lãm... cũng bỏ Lê theo Tây Sơn. Chính La Sơn Phu tử cũng đành thế, ai nấy đều biết nhà Lê đến đây là tuyệt. Ngay nhà Mạc, vào lúc quẫn cùng nhất, cũng chưa bao giờ làm cái việc ''cõng rắn cắn gà nhà'' như Chiêu Thống, thì hỏi cái Đế nghiệp ba bốn trăm năm nhà Lê giao vào tay một đứa bất nhất đó nay có còn gì?

Thức trầm ngâm:

- Nhưng liệu Tây Sơn có chống được bọn xâm lăng không?

- Chống được. Vấn đề là trong bao lâu, thế thôi! Nếu quân Thanh vào từng bước, dùng lối sâu gốc bám rễ thì năm, mười năm. Nếu chúng ồ ạt, thì một vài tháng. Bề nào, chúng cũng tạo chính danh cho Tây Sơn khi lấn qua biên giới Đại Việt. Đức Lê Thái Tổ xưa dựng đế nghiệp khi quân Minh vào nước ta cũng vậy!

Bỗng Nhậm nhìn vào mắt Thức, chậm rãi hỏi:

- Đệ phiêu dạt mấy năm nay mới về, đi xa nhìn rộng, liệu có định mang cái biết của mình giúp đời lúc này không?

Thức không trả lời, hỏi lại:

- Huệ là người thế nào?

- Ông ta là một thiên tài về mặt quân sự. Thời chiến, ông ta là con giao long trong nước, vẫy vùng mặc sức.

Thức nhăn mặt:

- Thời chiến nếu phải có cũng không thể cứ mãi mãi. Thế thời bình ông ta ra sao?

Nhậm lắc đầu, trầm ngâm:

- Trước mắt, là thời chiến, ở Đàng Ngoài cũng như sau này ở Đàng Trong. Sau, thời bình thì không còn chỉ tùy thuộc ở một mình ông ấy nữa. Thời đó tùy cái thế hệ sau ta gầy dựng nên.

Nhậm nhìn ra xa, tiếp:

- Ông ta có nói chung quanh ông đều là bọn võ tướng quen sự mạnh bạo, đẩy ra phiên trấn là phên là dậu. Nhưng ông thiếu kèo, thiếu cột để xây rường mối, cần văn quan có tâm có tài. La Sơn phu tử dùng dằng mãi không nhận giúp, đến thế này rồi cũng sẽ xiêu. Nguyễn Huy Tự vừa từ Gia Định vào, chắc chắn sẽ góp một tay. Thêm vào, có Trần Danh Kỷ và đám Bùi Đắc Tuyên. Họ đều là người Đàng Trong nhưng chia ra thành phe thành cánh. Tuyên là phe Phạm hoàng hậu, đã dấy lên cùng Tây Sơn từ lúc khởi nghiệp. Kỷ có đỗ đạt, chỉ đến khi Nhạc xưng là Thái Đức mới theo, mà lại phò Nguyễn Huệ. Vì Kỷ cần Nguyễn Thiếp, tìm ta, tìm Tự và tìm cả đệ để lôi kéo vào nên Tuyên rất ghét, ngấm ngầm canh chừng. Kỷ nay có một kẻ đồng minh là Tư khấu Dũng, họ ngoại của anh em Tây Sơn, người Đàng Ngoài, thế mỗi lúc một vững. Gần đây, Kỷ cũng bắt đầu sợ mình mất ảnh hưởng với Huệ, dùng cái địa vị Trung thư lệnh không cho mọi người tự do gần gũi Huệ.

- Huệ có biết không?

- Biết. Và Huệ tản quyền Kỷ bằng cách dùng ngay Bắc cung hoàng hậu Lê ngọc Hân trong những việc thảo chiếu, biểu... Ta nói để đệ biết mà cư xử. Dĩ nhiên, ta mong đệ đồng thuận để cùng nhau tìm cách xây lại cương thường!

Ngần ngừ một lát, Thức chân thành nói:

- Đệ cám ơn Ngô huynh. Nhưng quan niệm về một nền cương thường của đệ dã có những thay đổi không nhỏ. Nói gọn, ''ý dân là ý trời,'' và vì vậy thiên mệnh chính là thể hiện của dân ý…

Nhậm gật gù, lẳng lặng nghe Thức trình bày về những tư tưởng làm nước Pháp đang sôi sục sửa soạn một cuộc vần xoay vĩ đại. Nghe xong, Nhậm thân mật vỗ vai Thức, nhỏ nhẹ:

- Mười năm nay, ta mới lại được nghe những tư tưởng vàng ngọc. Xã hội Đại Việt có những giới hạn đặc thù của nó về kinh tế, lịch sử và văn hóa. Tất nhiên xã hội này có cưu mang nổi những tư tưởng mới mẻ trên để biến nó thành hiện thực hay không là một vấn để phải đào sâu. Ta tạm khất, lần sau sẽ thảo luận. Đệ đi tìm Huy Tự đi. Tự có một số suy nghĩ về tương quan giữa kinh tế và tổ chức chính trị rất đặc biệt. Ta cũng khất hắn, ngày nào giữ vững được cõi bờ phía bắc, ta mới có thể cùng hai vị động não trên những vấn để quan thiết đó. Nhưng ta chỉ dặn đệ một điều: kẻ hiểu đệ nếu có một thì số người không hiểu cả trăm cả ngàn. Số người không hiểu đệ có thể là bạn, là thầy, là anh em... Vậy đệ cẩn trọng!

Hai người từ giã nhau buổi tối trước khi Nhậm lên đường. Thức chỉ nói, giọng buồn bã:

- Trên đường ra Đàng Ngoài, Ngô huynh nhắn lên trại Bùi Phong là Thức còn sống, và xin cho đi tìm Mai bảo rằng ngày đoàn tụ hẳn không còn xa lắm.

*

Lên đến đầu dốc, Tự ngừng chân đợi Thức. Lau mồ hôi trên trán, Tự nhìn xuống ven sông Hương, nói nho nhỏ:

- Hồi Toàn Nhật ở đây, thỉnh thoảng hai anh em lên chỗ này đứng ngắm sông cả buổi. Ai ngờ được rằng sau cái tướng tá võ biền, bộ râu quai nón và ba đường kiếm chiêu hồn, Nhật thật sự lại là một nghệ sĩ!

Thức bâng quơ:

- Mà thế nào là nghệ sĩ?

- Là kẻ sống thực tại không chỉ bằng ý thức mà còn bằng cả một thứ vô thức vượt bỏ mọi lý lẽ để vươn xa. Khối vô thức ươm hạt mầm ấy đợi đúng dịp sẽ nẩy nở ra cái toàn mỹ, toàn hạnh..

Giòng sông lặng lờ chuyển sang màu xanh tím dưới ánh tà dương. Một giọng hò từ con đò lênh đênh trên bờ nước vẳng lại như than khóc. Tiếng ngân trong không quyện vào nhau, xếp những nỗi đớn đau, nỗi nọ đè lên nỗi kia, nặng nề, lê thê trong gió chiều. Tự ngậm ngùi:

- Hò này là "hò mái nhì," nhịp hai, ăn với nhịp mái chèo khi đò trôi. Huynh có nghe ra không?

Thức lắng tai:

"Thuyền từ Đông Ba, thuyền qua Đập Đá
thuyền về Vĩ Dạ, thẳng ngã ba Sình
Lờ đờ bóng ngả trăng chênh
Giọng hò xa vọng, nhắn tình nước non.
Bên phú Văn Lâu,
ai ngồi ai câu, ai sầu ai thảm
Ai thương, ai cảm, ai nhớ, ai trông
thuyền ai thấp thoáng ven sông
Đưa câu mái đẩy chạnh lòng nước non..."

Thức thở dài. Đột nhiên, Thức hỏi:

- Huynh có nghĩ là Nhật chết rồi không?

Lòng Thức như cánh chim run rẩy, nhìn chỉ mong Tự lắc đầu, mặc dầu Thức biết đó cũng là một sự dự đoán không có căn cứ đúng sai nào thỏa đáng. Tự im lặng. Lát sau, Tự nói, giọng đanh lại:

- Sống chết ở ngoài ta. Cho sống hay bắt chết, ta nào định được. Huynh cứ tự trói mãi ở trong vòng tình lụy đó mãi sao? Với ta, dẫu thế nào thì Nhật vẫn đó. Thế nghĩa là Nhật sống "trong" ta. Để ta kể cho huynh nghe việc Nhật không nghe lệnh Nguyễn Huệ, giúp Lữ tránh cho Huệ cái án "giết vua, giết anh."

Giọng Tự chậm rãi, không cao không thấp, nhắc lại vai trò của Nhật trong thế dàn quân khiến Huệ không thể tiến lên thanh toán Nhạc, nhưng cũng không để Nhạc nhân cơ hội đánh ngược lại Huệ. Tự kết luận:

- Nhật làm thế vì Nhật tin là Huệ có khả năng tạo ra một *kỷ nguyên* mới. Để Huệ vấy máu Nhạc, là mặc cho

Huệ tự kết thúc sự nghiệp đó. Ta cũng vậy, và vì thế mới có mặt ở đây hôm nay...

Thức ngỡ ngàng, đầu như bốc lửa giữa muôn vàn câu hỏi. Một kỷ nguyên mới? Một thời đại mới? Thức bồn chồn:

- Huynh nói cho đệ, Huệ định gì để tạo ra một *kỷ nguyên* mới?

Nhìn ra mặt sông, dăm ngọn đèn chài ai đốt lên đã loáng thoáng từ ngã Đông Ba hắt lên vàng vọt, ánh xuống nước thành những giải sáng lấp lánh ẩn hiện. Tự nói như nói thầm:

- Cái cũ thì rõ rồi. Gần hai trăm năm nội chiến trên một mảnh đất cằn cỗi với một lượng người sinh đẻ càng lúc càng đông. Con đường Nam tiến sắp xong, nhưng ta lại mang cái xã hội cũ ở Đàng Ngoài vào áp đặt lên Đàng Trong, sớm muộn cũng sẽ rơi vào những giới hạn và mâu thuẫn cũ. Và thế là lại sẽ bế tắc. Không năm mươi thì một trăm năm nữa, vẫn vậy: hết đời nay qua đời kia, lịch sử là sự cướp bóc giành giựt quyền lực và tiền tài giữa những bạo chúa trên xương máu đám nông dân thuần hòa như gia súc trong chuồng!

Tự nhìn lên trời sao, giọng bỗng cứng cỏi:

- Bây giờ cái cũ, nó phải đối mặt với thương thuyền đến từ Tây dương, với đám thương nhân ngày một mạnh, với tầm nhìn vượt qua sự tự cung tự cấp của một xã hội nông nghiệp. Quan trọng hơn hết là cái mới. Nó đến như thế nào? Dĩ nhiên, nó ''có mặt'' qua thuốc súng Tây dương, đại pháo, súng tay, khinh khí cầu. Ta mua ta dùng, ta xuýt xoa là tốt, là đẹp. Vậy là ta chấp nhận những kẻ tạo ra những mặt hàng kia có cái gì đấy ''khác'' ta, và thậm chí ''hơn'' ta ở những mặt hàng ấy. Tự nhiên, ta cũng muốn ''làm'' như vậy. Làm được, nhưng thế là đồng thời tiếp thu được cách nhìn, cách nghĩ, và những giá trị mới. Sự đổi mới đó tất có ý nghĩa tổng hợp và toàn diện. Nó không phải chỉ đơn giản là làm ra mặt hàng giống người ta. Trò đó chỉ là sự bắt chước của loài khỉ. Khỉ bắt chước người vẫn là khỉ, chưa phải là người. Cách nhìn và nghĩ là nền tảng cho phép đi xa hơn sự bắt chước. Đổi mới là một vấn đề văn hóa, trong đó kinh tế chỉ là một mặt, và là mặt sơn. ''Tốt gỗ hơn tốt nước sơn!'' *Kỷ nguyên* tới tùy thuộc sự đổi mới đó.

Thức chăm chú nghe Tự nói. Chàng ngẫm lại lời Xuân Quận công khi luận về danh sĩ Bắc Hà: ''Về đạo hạnh, có Nguyễn Thiếp ở La Sơn. Còn văn tự, thì là Oánh. Duy thiếu niên đa tài đa năng thì chỉ có riêng một Nguyễn Huy Tự làng Trường Lưu thôi.''

Thức bước theo Tự. Đẩy cửa, họ bước vào một căn nhà đã lên đèn. Trên sàn, dăm chiếc bàn kê dọc xung quanh có xếp những cái ghế đẩu làm bằng gỗ mộc. Tự kéo Thức ngồi, bảo:

- Quán cơm này gọi là quán Âm Phủ. Cơm hến ở đây tuyệt diệu. Ta có thể ngồi cả đêm nói chuyện với ma qui. Huynh vẫn chưa nói gì cho ta nghe về chuyến phiêu dạt qua Pháp quốc...

Thức chưa kịp trả lời, tai nghe văng vẳng hai tiếng hò tức tưới dài dằng dặc:

''*Một vũng nước trong, mười dòng nước đục*

Một trăm người tục, chưa được một người thanh
Ai đâu tâm sự như mình
Mua tơ thêu lấy bóng Bình nguyên quân
Con chim chuồn nhởn nhơ trên mặt nước
Tiếng ve ve vang vang khắp một phương trời
Lòng vòng dại lắm ai ơi!
Còng lưng xe cát sóng đôi lại tan"

*

Nhìn xuống sân thành, binh lính xếp thành đội ngũ đứng im phăng phắc, gươm giáo sáng lòe dưới ánh mặt trời. Theo tiếng trống trận, du binh tiến ra theo thế chữ nhất, cờ đỏ buộc trên đầu kích phất phới bay, chân thình thịch nhịp vào lòng đất đang rung chuyển cùng lòng người. Tiếng Huệ sang sảng như chuông đồng cất lên:

"Trong vũ trụ, đất nào sao nấy, đều đã phân biệt rõ ràng, phương nam phương bắc chia nhau mà cai trị. Người phương bắc không phải nòi giống nước ta, bụng dạ ắt khác... Nay người Thanh lại sang mưu đồ lấy nước Nam đặt làm quận huyện, không biết trông gương mấy đời Tống, Nguyên, Minh ngày xưa. Vì vậy, ta phải kéo quân ra đánh đuổi chúng. Các người đều là những kẻ có lương tri lương năng, hãy nên cùng ta đồng tâm hiệp lực để xây dựng lên công lớn. Chớ có quen theo thói cũ, ăn ở hai lòng, nếu như việc phát giác ra, sẽ bị giết chết ngay tức khắc, không tha một ai, chớ bảo rằng ta không nói trước!"

Tiếng dạ vang rền, sau đó là tiếng quân hô, và tiếng trống lại từng hồi thúc lên hăm hở và hung hãn. Thức nhìn đội du binh cuối cùng ra khỏi cửa thành, rồi quay vào ngồi.

Thình lình, cửa chính mở ra, một người bước vào chân đi như có gió cuốn, theo sau là Trần Danh Kỷ. Thức đoán, đứng dậy khom lưng:

- Hạ dân Nguyễn Trọng Thức xin kính chào Vương thượng!

Huệ phất tay, tươi cười:

- Thôi thôi, thầy ngồi xuống đi. Quay nhìn về phía sau, Huệ kêu - Cho ta miếng nước, ta nói đến khô cổ rồi. Nào, bây giờ thì ta nghe thôi, không nói nữa!

Nhìn Thức, Huệ nháy mắt:

- Thầy nói đi. Đến lượt thầy.

- ...

Kỷ chen vào, đỡ lời Thức:

- Trình Vương thượng, đây là Nguyễn Trọng Thức, người vào Qui Nhơn năm Quí Mão để cùng đại quân đánh Gia Định. Nhưng chẳng may...

Huệ ngắt lời, nhìn Kỷ:

- ... Ta biết, ta biết. Thức lạc vào đám tàn quân tên Chủng, ra Thổ châu rồi lưu lạc đến Pháp lan Tây, ông đã nói ta nghe rồi.

Quay sang Thức, Huệ đưa tay lên như mời, mồm nói:

- Thầy về Phú Xuân này, hẳn đã thấy là Tây Sơn đang thi hành sách "tận xuất vi binh" để đối phó với họa quân Thanh xâm lăng Đàng Ngoài. Ta sẽ thắng hay thua?

- Vương thượng thắng.

- Tại sao?

- Vì Vương làm đúng ý hàng dân. Cả hai miền Nam Bắc, hàng dân một lòng sẽ chỉ có thể thắng, thua làm sao được!

Nhướng mắt, Huệ ngắt:

- Không có ta, hàng dân cũng thắng được à?

- Cũng thắng, nhưng chắc lâu hơn. Cuối cùng vẫn thắng.

- Vậy có Huệ hay không, chỉ là mau hay chậm mà thôi ư?

- Dạ. Nhưng mau, thì dân đen đỡ khổ. Đó là hồng phúc, không phải đời nào cũng có. Cái chính là làm dân đỡ khổ!

Huệ đứng lên, lẳng lặng ra đứng bên rèm cửa nhìn xuống. Lúc này, Huệ mất hẳn vẻ bỡn cợt, mắt đăm đăm, mũi phập phồng làm những cơ bắp trên khuôn mặt co lại cứng ngắc như kim loại. Quay vào, Huệ nhìn Kỷ, rồi nhìn Thức, nét căng thẳng làm da mặt sần sùi kéo lên thành gò đống. Huệ hỏi, giọng lạnh như nước đóng băng:

- Thầy nói vậy, nhưng cái lý ở đâu?

Thức nhỏ nhẹ:

- Bẩm Vương thượng, giả như chỉ ngài đánh quân Thanh mà không ai nghe hiệu lệnh, chắc là không đánh được. Ngài gọi một tiếng, quân dân Trong, Ngoài đều thuận lòng ào lên theo. Theo vì hai lẽ, một là Nam Bắc xưa vẫn nước nào biên cương ấy, gương tiền nhân như Trần Hưng Đạo, Lý Thường Kiệt, Lê Thái Tổ đã in vào gan mật hàng dân. Hai là đến nay ngoài Vương thượng thì có ai lúc này để hàng dân tin vào chiến thắng? Thiếu lòng tin đó, lại phải đợi sự xuất hiện của một người khác hội tụ đủ những yếu tố mà Vương thượng đang có, có thể mới chậm đi vài năm…

- Không có Huệ này, thì sẽ có Huệ khác sao?

Thức dập đầu, tiếp:

- Xưa tôi ở Kinh bị tù trong vụ án năm Canh Tý, gặp được Dương Quang là thủ hạ của Quận He Nguyễn Hữu Cầu. Quang kể đã đến ven Thăng Long và chỉ tiến quân vào là chiếm được. Cầu ngừng quân không tiến. Quang hỏi, Cầu đáp ''Ta không muốn làm Vua. Làm Vua bây giờ phải làm gì? Ta không muốn làm Chúa. Làm Chúa bây giờ người ta chửi cho!'' Quân rút đi, lúc ấy Quang mới bảo nếu Nguyễn Hữu Cầu làm Vua thì Quang chỉ xin đi đắp đê sông Nhị để hàng năm đỡ lụt lội, cứu mùa màng cho dân. Cầu mắng tại sao vào lúc chiếm Thăng Long dễ như trở bàn tay Quang lại không nói ngay.

Ngừng nói, Thức nhìn vào mắt Huệ, chậm rãi:

- Thưa Vương thượng, ngài đừng đợi đến lúc làm Vua rồi mới hỏi làm Vua để làm gì. Đó là ý của kẻ hạ dân này, xin tâu lên để ngài rõ.

Nghe Thức nói, Huệ mường tượng ra Nguyễn Hữu Cầu, người cậu ruột đất Hải Dương đã một thời vùng vẫy dọc ngang theo lời kể của Nguyễn-bà. Huệ bỗng nhác thấy bóng giáo Hiến qua hình ảnh Thức, với cái cung cách của một ông đồ giảng đạo nghĩa. Nhưng đạo nghĩa của Thức hình như có khác với những câu Huệ đã từng nghe ở cửa miệng đám quì gối ở cửa Khổng sân Trình. Huệ bất giác nhếch miệng lên cười, hỏi lại:

- Sao thầy biết ta sẽ làm Vua? Và muốn biết cái phải làm gì khi làm Vua thì làm sao biết được?

Thức cúi đầu đáp:

- Muốn biết, phải thử sống một cuộc sống bình thường, từ đó mới thông hiểu được niềm hạnh phúc của những kẻ bình thường, thưa Vương thượng!

Huệ tái mặt, bụng bỗng như hụt hẫng, để mặc cho một nỗi cay đắng tưởng như đã nguội lạnh lại trào lên tựa nước âm ỉ nóng bỗng sôi lên sùng sục. Văng vẳng đâu đó lời nói của An, người đàn bà ám ảnh Huệ vào những lúc phải làm những quyết định về hạnh phúc ở đời. Huệ bỗng nhiên thèm được lui vào một mình một chốn. Đó là cách Huệ để cho quá khứ nguyên vẹn trở lại cõi tâm tư. Nó có lúc hệt như khi Huệ câu được cá, rồi trái với thói quen, động lòng trả nó về lại với dòng sông Côn trong mùa lũ tuồn tuột trôi xuống hạ nguồn.

Cắn răng, Huệ đứng dậy bước ra. Không nhìn Thức, Huệ nói với lại:

- Thầy thảo cho ta một tờ chiếu lên ngôi. Ta lấy hiệu là Quang Trung. Viết sẵn, khi ta lên làm Vua, biết đâu ta sẽ dùng!

Đến bậc cửa, Huệ ngưng bước, quay lại:

- ... và chớ quên là viết rõ cả điều Vua phải làm gì nhé. Đừng có phụ lòng ta!

Trái với thói thường, giọng Huệ lần này không có vẻ gì là châm biếm mà lại có phần nghiêm trọng.

*

Quân Thanh xuất phát vào cuối tháng mười năm Mậu Thân. Gồm ba đạo từ Vân Nam, Long Châu và Quảng Đông - Quảng Tây kéo sang uy hiếp Tuyên Quang, Cao Bằng và Lạng Sơn, số lượng quân bộ trên hai mươi vạn, không kể gần hai vạn lính ''cần vương'' do cựu thần nhà Lê tập hợp lại làm nhiệm vụ tiên phong. Lập tức, Tây Sơn cử một phái đoàn gồm quan lại cũ của nhà Lê đem bức thư của Giám quốc Lê Duy Cẩn và một tờ bẩm văn của hào mục Bắc hà lên biên ải dâng cho Tôn Sĩ Nghị, Nguyên soái đại quân Thanh, xin nghị hòa để làm thế hoãn binh.

Ngô văn Sở gọi đám tướng lĩnh về hội bàn tìm cách chống giặc. Nhìn Ngô thì Nhậm, Sở nói, giọng diễu cợt:

- Phiền ông làm một bài thơ để đuổi quân giặc. Nếu giặc không chạy, thì túi đao bao kiếm vẫn là phận sự của lũ võ biền chúng tôi!

Nhậm nghiêm nghị:

- Tướng quân nói đúng một nửa, sai một nửa...

Sở hềnh hềnh hệch cười:

- Xin nói cho tôi rõ cái phần sai.

- Đánh giặc phải dụng lực và dụng mưu. Lực từ tay chân, gươm giáo. Mưu từ đầu óc, tầm nhìn. Vì thế, văn võ chẳng qua là hai mặt một đồng tiền, có cái này tất có cái kia. Bỏ đi một mặt là hỏng!

Sở thót bụng, nhìn Nhậm nghiêng mình rồi mời ngồi. Quân Tây Sơn khi ấy chỉ non một vạn, nhưng nửa số tướng lĩnh vẫn đòi đánh. Có kẻ nói:

- Lấy nghỉ đánh mệt, lấy gần đánh xa, lo gì không thắng!

Nhậm bình tĩnh hỏi:

- Tướng quân chắc biết quân Thanh cứ năm mươi dặm lại lập ra một đồn lương. Đại quân chúng vừa đi, vừa xẻ rừng xây đường, phạt bụi phát cỏ. Chúng lại đẩy cho tàn quân nhà Lê ra trận địa, từ từ phía sau, xem có cần mới xuất chiến. Vậy sao gọi là chúng mệt được? Lại xem tám điều quân luật của chúng, biết chúng đã sửa soạn kỹ lưỡng. Điều một, chúng viết: ''Đại binh ra ải, vốn để dẹp giặc an dân. Hễ qua các nơi đều phải nghiêm chỉnh đội ngũ mà đi, không được quấy nhiễu nhân dân, cướp bóc chợ búa.'' Rõ ra thế là chúng tính kế lâu dài, chiếm lòng người để rồi chiếm đất đai, lại mưu việc sát nhập Bắc hà thành quận huyện. Còn lòng người nay ra sao? Kẻ làm nội ứng cho giặc phao tin khiến tiếng tăm thanh thế chúng to thêm hầu lòng người sợ hãi lay động. Quân ta sai phái đi đâu, vừa ra khỏi thành là đã bị bắt giết. Số người Bắc hà thuộc sổ quân, cứ sơ hở ra là bỏ trốn!

Ngưng lại, Nhậm nhìn Sở, rồi tiếp:

- ... đem quân ấy đi đánh thì như xua dê vào miệng cọp. Đem quân ấy giữ thành, thật chẳng khác bỏ một con chạch vào giỏ cua. Rốt cuộc, đánh chẳng được mà giữ cũng không xong. Cả hai chước đánh và giữ đều không phải là kế hay.

Bọn tướng lĩnh nhao nhao lên, có kẻ đứng dậy mạnh bạo:

- Đánh. Tuần vừa rồi, dân kháo là Rùa thần đã nổi lên mặt hồ Thủy Quân, bơi vòng vòng một ngày một đêm rồi mới lặn đi. Đó là điềm thắng.

Sở đưa tay chận lại, quay về phía Nhậm hỏi:

- Thế kế nào là kế hay?

- Như đánh cờ, chịu thua nước trước để ăn nước sau là tay cao cờ. Đánh giặc cũng vậy, tùy tình thế mà làm, lường thế giặc để hễ đánh là chắc thắng. Tôi thiết nghĩ: truyền cho thủy binh chở thuyền lương thuận buồm ra vùng Biện Sơn mà lánh. Quân bộ thì lui về giữ núi Tam Điệp, hai mặt thủy bộ liên lạc chiếm đóng nơi hiểm yếu, rồi cho người về bẩm Chúa công, chờ đại binh ra. Lúc ấy, quyết chiến cũng chưa muộn. Nay ta bảo toàn lấy quân lực, không bỏ mất một mũi tên, một hòn đạn. Cứ cho chúng ngủ trọ một đêm, rồi lại đuổi đi, đâu mất mát gì...

Chưởng cơ Nguyễn Văn Dụng đứng lên, miệng chậm rãi:

- Quan Tả bộ thị lang nói thế dễ, nhưng bọn võ tướng chúng tôi thấy giặc mà chạy là mang tội, ai chịu cho đây.

Nhậm rõng rạc:

- Việc này, một mình Nhậm xin cáng tội, không ai phải lo gì nữa.

Lúc ấy, mọi người mới đồng lòng, rải du binh ra tập kích cản việc bắc cầu qua sông của quân Thanh. Phan Văn Lân xin mang một ngàn tinh binh ra thử lửa ở sông Thị Cầu, mưu đánh thẳng vào núi Tam Tằng là đại bản doanh của Tôn Sĩ Nghị. Đồng thời, Sở gọi quân từ Kinh Bắc, Thái Nguyên, Lạng Sơn về đắp lũy sông Như Nguyệt nhưng tình thực là bí mật rút tất cả về Thăng Long. Trấn Hải Dương và Sơn Tây mang quân về hội, trong khi đó tiền quân của giặc đã tiến tới Phượng Nhãn. Lân giữ bờ nam sông Thị Cầu, chặt hết cầu, cho đặt đại bác bắn phá khiến quân Thanh không tiến lên được. Qua khúc sông Như Nguyệt vừa hẹp vừa nông, Lân tập kích Tam Tằng. Khi đó một cánh quân Thanh đã sang bờ nam đốt đồn Thị Cầu. Thấy lửa cháy, Lân biết không thể giao chiến lâu, thu quân về xuôi, làm lực lượng cản hậu cho toàn thể bộ binh trên đường rút về Tam Điệp. Tây Sơn giải quân thành một chiến tuyến chạy dài suốt từ ven núi Tam Điệp cho đến bờ biển Biện Sơn, nơi tướng Đặng Văn Chân mang thủy binh về hợp với quân Sơn Nam đóng đồn phòng thủ.

Biết Sở rút quân, Lê Chiêu Thống sai các tướng của mình đến chiếm đóng, chỉ giữ một nghìn lính túc vệ và đi về Kinh Bắc. Được tin, Tôn sĩ Nghị quở bọn quan nhà Lê: "Sao mà nhu nhược để chúng chạy trốn một cách rảnh rang? Đại binh đã đến, các người vẫn tuyệt nhiên không nên cơm cháo gì! Như thế, gọi là nước có người được chăng?'' Nghị nghênh ngang đem quân thẳng từ Tam Tằng xuống Thăng Long. Qua Kinh Bắc, Chiêu Thống sai quần thần ra đón. Nghị cho quân đóng trên hai triền sông Nhị, lập bản doanh ở cung Tây Long. Đội quân ''nghĩa dũng'' của Sầm Nghi Đống được lệnh đóng ở Khương Thụy bảo vệ mặt đông bắc Thăng Long, Cánh quân Vân Nam do Ô Mã Kính thống lãnh vào đóng ở Sơn Tây. Như vậy, từ khi Nghị xuất quân đến lúc vào Thăng Long vào ngày hai mươi tháng mười một, thời gian tất cả là hai mươi hai ngày. Khi Vua Càn Long nhà Thanh nghe tin, tướng sĩ đều được thăng quan tước và Nghị được phong là Mưu dũng công. Hắn quả quyết: ''Quân giặc chỉ như hạng trâu dê, sai một người đem thừng buộc lấy cổ lôi về, hắn cũng không khó gì. Đợi quân ta vào Thăng Long rồi nhổ nước bọt xoa tay là làm xong việc.''

Đêm đầu ngủ ở Tây Long, Nghị nằm mơ thấy một vị thần mặt đỏ như son hiện ra quát: ''Lại mày, thằng ăn cướp.'' Hôm sau, hàng dân ở trong nội thành kháo rằng Rùa thần nghiến răng ken két cả đêm, nhưng không ai thấy bóng dáng Rùa đâu cả.

*

Ngồi sau lưng Huệ, Hân liếc mắt nhìn xuống đám bề tôi đang chăm chú đọc ''Chiếu lên ngôi'' đã sao ra làm bốn bản. Chính Hân là người đã du hợp ý kiến để tu bổ cho bản gốc do Ngô Thì Nhậm thảo ra cách đây hai tháng. Viết đi viết lại cho đến khi ưng ý, Huệ mới gọi Danh Kỷ, Bùi Đắc Tuyên, Thức và Tự vào để tham khảo một lần cuối. Huệ lên tiếng:

- Quân thám báo cho biết hôm qua Tôn Sĩ Nghị đã vào Thăng Long. Các vị có buổi hôm nay để bàn thêm. Lễ đăng quang ta định là ngày mai, rồi ta sẽ lên đường đánh giặc. Nào, các vị nói đi. Mời Thái sư...

Một ông lão sấp si tuổi bảy mươi chống gậy bằng gỗ mun đỏ sậm chậm rãi đứng dậy, rồi khom người, giọng run run thưa:

- Kính tâu Vương thượng, thần xưa nay chưa được tham khảo nhiều chiếu biểu có tầm quan trọng, nên không dám mạo muội nói liều. Xin để quan Trung Thư nói trước!

Huệ cười khẩy, nhìn Danh Kỷ, chờ đợi. một lát, Kỷ cao giọng:

- Trình Vương thượng, ''Chiếu lên ngôi'' là việc hệ trọng mở ra một triều đại, chẳng chỉ do người mà một phần còn là do trời định. Điều này là gốc, sách vở thánh hiền đã lập thành khuôn mẫu. Chiếu có nhắc chuyện phù Lê- diệt Trịnh, rồi trách Lê tự quân ăn ở vô ân bạc nghĩa, bỏ nước bôn vong, nhưng lại không đả động đến giòng dõi chúa Nguyễn cũng đang tâm cõng rắn vào nhà. Thần thiển nghĩ: Tên Ánh vừa rồi sai mang năm mươi thuyền lương đến cống Tôn Sĩ Nghị, vỗ tay reo mừng kẻ xâm lăng. Sao ta không phô trương việc lên ngôi là để giữ gìn bờ cõi từ Nam quan cho tới Gia Định? Đó là một mũi tên bắn cả hai, một đằng là Lê, đằng kia là Nguyễn, kẻ cõng rắn vào chuồng gà, người lo đút cho rắn ăn...

Thình lình, Ngọc Hân lên tiếng:

- Quan Trung Thư đọc kỹ, chiếu có viết: "Về phần đại huynh có ý mỏi mệt, tình nguyện giữ một phần Qui Nhơn, tự nhún xưng là Tây Vương, mấy nghìn dặm đất về phương nam thuộc hết về trẫm." Câu cuối, nghĩa là bây giờ không còn có gì gọi là nhà cựu Nguyễn nữa.

Nguyễn huy Tự cúi đầu, mắt khẽ ngước nhìn Huệ. Tại sao Huệ mãi lúng túng về vấn đề chính danh? Tại sao không dùng ngay việc chống xâm lăng để xóa bỏ danh nghĩa cả vua Lê lẫn chúa Trịnh chúa Nguyễn như Danh Kỷ vừa bàn? Tại sao không im đi cái vị "Vua anh" thực ra cũng không có hậu thuẫn gì của nhân dân, ngoài cái phủ Qui Nhơn cỏn con? Trong khi đó, vừa từ Gia Định về, Tự thừa biết là Ánh không phải tay vừa. Khi gặp Huệ lúc vừa chân ướt chân ráo đến Phú Xuân, Tự đã thưa: "Vương công! Kẻ bị Vương đánh ngã ba, bốn lần mà vẫn cứ đứng dậy, lại còn kéo thêm được người vào chống lại Vương công, tất không phải là đứa tầm thường." Tự nhớ Huệ cắn môi, rồi trầm ngâm: "Lo việc Bắc hà là phải lo đầu, làm sao lo cho nhanh để còn quay về đối phó với hắn. Ta cũng biết vậy, nhưng không có cách nào làm hơn." Có lẽ "Chiếu lên ngôi" không đả động đến nhà Lê là vì bàn tay Ngọc Hân. Nhưng Ngô thì Nhậm thừa sắc bén để chẳng những kể Ánh đưa thuyền lương vào tiếp tay quân Thanh xâm lăng, mà còn gợi cả chuyện Ánh đã đẩy hai vạn quân Xiêm vào Gia Định và ký Đề Ước Liên Minh bán đất đai và quyền tự chủ cho nước Pháp. Sao lại thiếu đi những luận điểm này trong tờ chiếu?

Huệ im lìm, mặt sắt lại, trừng trừng nhìn trước mặt như không có ai. Bỗng nhiên, Huệ gằn giọng:

- Ta ra đánh quân Thanh, các thầy ước lượng bao nhiêu ngày nữa ta mới về lại Phú Xuân? Nếu là hai tháng, Nguyễn Ánh không làm gì được. Nếu lâu hơn, nó đánh thì ai giữ được Phú Xuân? Ta kể tội nó, tất nó phải đánh ngay. Lờ đi, lỡ mà không chiến thắng quân Thanh ngay, ta giữ khả năng chủ hòa, phong Vương rồi tạm giao cho nó đất từ Bình Thuận - Phú Yên trở ra. Các thầy đã hiểu chưa? Còn nhà Lê, ta nói thêm nữa thì hơn gì? Chuyện đã rành rành, nói ra chỉ bất lợi cho mấy đứa con ta mà nửa dòng máu là máu họ Lê đó!

Danh Kỷ cúi đầu không nói gì. Bùi Đắc Tuyên chắp tay vái, miệng trọ trẹ:

- Bẩm Vương thượng! Vương nói ra, nên mọi việc đều rõ sáng như gương, Tuyên tôi muôn vàn cảm phục, không có ý gì thêm!

Trọng Thức hắng giọng, vết sẹo đâm xuống chân mày giựt lên, ngửng đầu nói lớn:

- Làm Vua để làm gì? Chiếu bảo là để dẹp loạn, mang lại một thời thái bình thịnh trị như thời tam vương ngũ đế cho toàn dân. Trình Vương thượng, thời đó đã xưa cả ba nghìn năm nay. Có thể nào lấy quá khứ để làm mốc cho tương lai không? Phải chăng ta đang lập lại lối nói sáo mòn của bọn hủ lậu.

Tự đoán Huệ sẽ nổi trận lôi đình. Lạ thay, Huệ chỉ nhìn Thức với cặp mắt buồn bã, nói như thở than với Thức:

- Thầy biết, chỉ có một câu là thực bụng ta vì do tay ta viết: "Trẫm sẽ dùng xiêm thêu hài đỏ ngao du làm vui mà thôi." Còn ngoài ra, láo toét hết. Làm Vua để làm gì? Từ ngày nghe thầy hỏi, ta nghĩ cũng nhiều. Thầy viết chiếu lên ngôi cho ta, ta đọc xong, về câu hỏi làm gì thì ta gần như đồng tâm với thầy đến tám phần mười. Duy có hai phần, ta chưa chịu. Một là thời gian, lúc này nói ra như thầy nói, ai biết, ai nghe? Hai là nhân sự, nói như thầy thì có ai là người cộng tác với ta, cả quan văn lẫn quan võ? Mà một mình, ta làm chi được! Nghĩ kỹ, chiếu lên ngôi thầy viết chỉ dùng được đến thời con ta, cháu ta. Cho đến lúc đó, nếu chẳng có gì đổi thay mà cứ như lúc này thì cũng không dùng nó được. Phải đổi mới. Đổi mới nhân tâm. Tức là đổi mới toàn diện. Thầy đọc kỹ, tay ta viết: ''Trời vì hạ dân đặt ra Vua, đặt ra thầy. Trẫm nay cùng dân đổi mới, vâng theo nhân nghĩa trung chính là đạo lớn của người, đem dân lên cõi đài xuân.''

Nhìn chòng chọc vào mặt Thức và Tự, Huệ dõng dạc:

- Sự nghiệp đổi mới, ta trông cậy vào các thầy. Nhưng trước mắt, ta phải lo việc yên dân đã. Tóm lại, ta sống làm cái gạch nối từ hiện tại vào một tương lai tươi sáng hơn...

Quay sang Kỷ, Huệ dặn:

- Bốn ngày nữa lên đường ra Bắc như đã định. Quan Trung thư làm cho ta hịch tướng sĩ trong cuộc bình Thanh sắp tới.

Khi bước vào sảnh đường, Huệ không để ý đến gương mặt lầm lỳ của Bùi Đắc Tuyên sầm xuống như khúc củi lạc lõng cuối dòng. Ngọc Hân bước theo Huệ, miệng cười mỉm, tự hỏi không biết ''Chiếu lên ngôi'' do Thức viết thế nào mà lại chỉ dùng được cho con cho cháu Huệ. Nàng chạnh nghĩ đến Quang Cương, đứa con đầu lòng của Chính năm nay mới lên ba, mang một nửa dòng máu nay và có kẽ gần Lê có lẽ phải gần gũi những kẻ đến từ Đàng Ngoài như Thức và Tự. Nhưng họ chỉ là những cá nhân tay không một tấc thế! A, có lẽ phải làm thân với vợ Tư khấu Vũ văn Dũng. Phải đấy, Dũng người Hải Dương, lại là anh em con cô con cậu với Huệ, và hiện đang nắm quân đóng từ Bố Chính trở ra.

Hân nhìn bước Huệ, thấy dấu chân mình bước theo hằn lên những vết chân cọp.

*

Nguyễn Huệ nâng chiếu lên, mắt đảo nhìn một lượt hai hàng quan văn võ quì gối cúi đầu, rồi đọc từng tiếng chậm rãi:

"Trẫm là người áo vải ở Tây Sơn, không có một thước đất, vốn không có chí làm Vua, chỉ vì lòng người chán ngán đời loạn, vì vậy trẫm tập hợp nghĩa binh, mặc áo tơi đi xe cỏ để mở mang núi rừng, giúp đỡ hoàng đại huynh rong ruổi việc nhung mã, cố ý quét sạch loạn lạc, cứu vớt dân trong vòng nước lửa, rồi sau trả lại nước cho họ Lê, trả đất về đại huynh, trẫm sẽ dùng xiêm thêu hia đỏ ngao du hai nơi làm vui mà thôi. Nhưng việc đời dun dủi, trẫm đã không theo được cái ý xưa đã định. Trẫm nay ứng mệnh trời, thuận lòng người, không thể khăng khăng cố giữ sự khiêm nhường. Trẫm chọn ngày 22 tháng 11 năm nay lên ngôi thiên tử, đặt niên hiệu là Quang Trung. Trời vì dân đặt ra Vua, đặt ra thầy, cốt là để yên vỗ bốn phương. Trẫm nay có thiên hạ sẽ dìu dắt dân vào đạo lớn, đem dân lên cõi đài xuân. Vậy tất cả thần dân đều yên chức nghiệp, chớ có theo đòi những việc sai trái; người làm quan giữ đạo công liêm, người làm dân vui theo tục lệ, giáo hóa thấm nhuần, đi đến con đường chí thận, để vãn hồi lại thịnh trị của năm đời đế ba đời vương, để kéo dài phúc lành của tôn miếu xã tắc, không có bờ bến, chả là tốt đẹp lắm ru!''

Niên đại Quang Trung năm thứ nhất hứa hẹn hòa bình cho toàn dân được đánh dấu bằng một cuộc hành quân ba ngày sau đó. Chiến sách ''tận xuất vi binh'' khiến Nam - Ngãi và khắp Thuận Hóa chỉ có đàn bà trẻ con ở lại. Huệ đưa mười vạn quân đến Nghệ An hôm hai mươi chín tháng giêng, lại ra lệnh cứ ba xuất đinh bắt một lính, xung vào làm trung quân. Chỉ năm ngày sau, Huệ có thêm gần sáu vạn lính. Hiệu lệnh nghiêm ngặt, Huệ bắt tân binh hàng ngày tập trận, tiếng reo hò từng chập vang dội núi rừng.

Ghé lần này, Huệ không còn nhường nhịn gì đám nho sĩ xứ Nghệ, sai vời La Sơn Phu tử Nguyễn Thiếp vào chầu chứ không dùng lễ vấn an như khi Huệ ra Bắc bắt Vũ văn Nhậm cách đây hơn một năm. Trên ngai, Huệ đợi đến khi Thiếp quì gối chào mới đứng dậy, miệng bảo ''miễn lễ'' rồi vẫy tay trỏ chiếc kỷ bên cạnh cho ngồi. Chỉ Trọng Thức đứng đằng sau, Huệ bảo:

- Học trò Phu tử đây, quả nhân đang gây dựng cho. Phu tử có nhận ra không?

Ngước mắt lên, Thiếp hấp háy nhìn, khe khẽ lắc đầu. Lòng bồi hồi, Thức thấy thầy mình già hẳn đi, mình mẩy ốm o trong chiếc áo nhiễu lam rộng thùng thình, đi đã phải chống gậy. Bước đến gần, Thức cúi xuống, nghẹn ngào:

- Con đây! Thức đây.

Thiếp nói nho nhỏ:

- À, anh đấy à. Thầy lại cứ ngỡ là Toàn Nhật.

Thức nắm bàn tay xương xẩu của thầy, hiểu là thầy vẫn chưa biết Nhật đã mất tăm mất tích không biết sống chết thế nào. Huệ lên tiếng, giọng rắn rỏi:

- Phu tử xem, giặc đã vào chiếm Thăng Long rồi. Kỳ này ta ra đuổi chúng, cơ được hay thua sẽ ra làm sao?

Thiếp bóp tay ngẫm nghĩ rồi thủng thẳng đáp:

- Thế này hẳn phải tốc chiến. Quân quan thần tốc, Hoàng thượng đánh chỉ mười ngày là thắng.

Huệ khoan khoái, chẳng phải vì lời dự đoán chiến thắng của Thiếp mà chính là vì Thiếp đã gọi mình là Hoàng thượng, nhận cái đế vị nay là của Tây Sơn chứ không còn là của nhà Lê như từ ba trăm năm nay. Có Thiếp làm bề tôi, Huệ sẽ thu phục dễ dàng đám nho sĩ xứ Nghệ và Bắc hà, đoạt lấy chính danh, không còn có gì ngăn trở.

Giọng dịu xuống, Huệ nhẹ nhàng:

- Quả nhân đã xuống chỉ cho Phu tử xem đất để xây dựng Phượng hoàng trung đô, nhưng sao vẫn dùng dằng, đến nay Trấn thủ Nghệ An vẫn chưa tiến hành cho được việc? Vậy Phu tử gấp lo cho, kỳ nay đánh giặc xong rồi về Phú Xuân, trẫm mong là Phu tử sẽ làm cho xong.

Nhìn Thức, Huệ tiếp:

- Thầy ở lại Nghệ, đã lâu không có dịp hàn huyên với Phu tử nên nay chẳng cần phải đi cùng trẫm, cứ phụng dưỡng cho đủ đạo thầy trò đã, rồi sau trở lại Phú Xuân. Ta đồ chỉ nửa tháng là thu xếp Bắc hà xong mà thôi!

Hôm sau, Huệ kéo quân vào Tam Điệp và Biện Sơn. Đến ngày ba mươi tháng chạp, Huệ điểm binh, cho sĩ tốt ăn tết Nguyên Đán trước, và hẹn ngày mùng bảy tháng giêng năm Kỷ Dậu sẽ mở tiệc lớn mừng cuộc đại thắng ở ngay tại Thăng Long.

Chính sử ghi lại khá chính xác chiến công hiển hách phá tan hai mươi vạn quân Thanh của Quang Trung Nguyễn Huệ, duy thiếu có một điều. Đó là Huệ có thể vào ngay Thăng Long hôm mồng sáu, nhưng quyết định đợi thêm một ngày để khớp với lời hẹn bọn sĩ tốt khi xuất quân tiến công đám quân binh của Tôn Sĩ Nghị.

Ngô Ngọc Du, một nhà thơ sống ở ven đô, kể lại chiến công đó trong bài Long thành Quang phục Ký thực::

''Lửa rồng một trận tan tành giặc
Bỏ thành, thuyền cướp, trốn cho nhanh''

Ngọc Du chú thích thêm rằng ''Quân Tây Sơn tiến công thành Thăng Long, nhân dân chín xã ngoại thành

sôi nổi bện rơm cỏ thành hình rồng, tẩm dầu đốt, đánh
trận rồng lửa". Bài thơ kết như sau:

"Ba quân đội ngũ chỉnh tề vào
Trăm họ chật đường vui tiếp nghênh
Mây tạnh, mù tan, trời lại sáng
Đầy thành già trẻ mặt hân hoan
Chung vui sát cánh cùng nhau nói:
Cố đô trở lại nước non ta"

Áo bào đen thuốc súng, Nguyễn Huệ từ cửa Nam
cưỡi voi vào, nhìn thấy hàng dân reo hò múa may như
vỡ chợ. Huệ chợt hiểu. Đúng thế, kẻ chiến thắng thực
sự là những người dân kia đang cười nói như mở hội,
mặc dầu xác người còn đầy ra ở đầu đường cuối phố,
và gươm giáo cờ quạt ngả nghiêng khắp nơi. Đúng
vậy. Không có Huệ này thì có Huệ khác. Nhưng nhân
dân kia thì chỉ có một.

*

Dìu thầy bước trên dốc lên trại Bùi Phong, Thức tự
nhiên thấy mình nhỏ bé hẳn lại. Cỏ cây trên ngọn Lạp
Đính buổi chớm đông co ro trong cơn gió bấc đến hẹn
lại về với nhân gian. Đằng xa, rặng Giăng Màn trong
sương mù ùn lên thành một khối âm u, trông tựa lưng
những con voi xám bất động. Sương che lấp những
chỏm núi Thiên Nhận, dọa ụp xuống đè những cánh
rừng lá rạc chĩa ra như đám nhím xù lông rúc vào bụi.
Suốt mười năm nay, Thiếp không lên cơn động kinh
nào như thời còn trẻ, nhưng mắt ngày một kém, đi
phải lấy gậy dò đường. Từ ngày chiếm Phú Xuân rồi ra
Bắc hà, Huệ đã ba lần viết thư cầu Thiếp giúp. Thiếp

vẫn tránh, khéo léo chối từ, rồi trả lại tặng vật, không nhận bất cứ thứ gì. Lần cuối, Thiếp chỉ xin giảm sưu thuế cho dân Nghệ vừa lại mất mùa, dân chết đói xác nằm đầy đồng. Nhưng nay, Thức biết là thầy mình không còn có thể tránh né mãi được.

Mở cửa bước vào, Thiếp lớn tiếng gọi:

- Bà ơi! Thức nó về đây này.

Nhà trống không một ai, nhưng than trong bếp còn hồng. Thức lách tấm liếp bước ra vườn chè. Đặng-bà đang với tay hái những chiếc lá non, tai giờ ù chẳng nghe thấy gì. Thức chạy ùa lại, run run nắm lấy cánh tay, nước mắt ứa ra. Đặng-bà sững sờ, tay bíu lấy tay Thức, nghẹn ngào:

- A, con đấy à! Khốn khổ. Đi đâu mà bây giờ mới về? Vào nhà, vào mợ pha chè...

Nâng bát nước chè xanh biếc, Thức đưa tay lên miệng nhấm nháp chất chát đang từ từ chuyển sang vị ngọt. Nhìn Đặng-bà co ro têm trầu, Thức hỏi tin Mai và đứa con Thức chưa biết mặt. Đặng-bà chậm rãi:

- Mai có lên Bùi Phong, rồi vào Phú Xuân tìm con. Không được, nó lại ra, cắp con về Thanh Hóa theo mấy người nữ tu KiTô. Cách đây hai năm, nó có ghé chào thầy và mợ, rồi bặt tin...

- Mai hiện ở đâu?

Đặng-bà ngần ngừ:

- Mợ không rõ lắm, đâu như ở miệt thượng nguồn sông Mã.

Đặng-bà lảng chuyện, hỏi Thức:

- Thế anh trôi nổi đến những đâu, kể lại cho mợ biết với!

Thức nhẩn nha thuật lại bước phiêu lãng năm năm qua, từ việc vật vờ trên biển cho đến lúc giạt vào bờ, gặp Ánh, rồi theo Bá đa Lộc sang Paris. Thiếp hỏi:

- So Huệ và Ánh, ai là kẻ đáng làm Vua?

Thức ngẫm nghĩ:

- Huệ đánh được xâm lăng nhà Thanh, thì là Huệ đáng. Nếu không, chưa biết được. Về quân sự, Ánh không bằng. Nhưng xem những cải cách mới đây ở Gia Định, quả Ánh có tầm nhìn rộng rãi hơn người.

Thiếp gãi cằm, lắc đầu:

- Giá họ đừng đánh nhau, thì tốt. Gia Định mở mang, thì đất từ Bình Thuận, Phú Yên trở ra Huệ cũng phải lo gầy dựng. Nhưng tiếc thay, họ mở mang gầy dựng là nhắm vào thế thắng quân sự như mục tiêu tối hậu. Ta chỉ sợ khi một trong hai thắng rồi, cả cái công trình gây dựng mở mang cũng sẽ bị ách lại vì không còn mục đích nữa. Nhưng đánh quân Thanh, Huệ chắc thắng và thắng to, thắng nhanh!

Những ngày sau đó, trong khi đợi tin chiến trận ở Bắc Hà, hai thầy trò ngồi bàn chuyện. Nghe Thức tường thuật về tư tưởng cách tân bên Pháp, Thiếp bảo:

- Dân vi trọng, quân vi khinh, đó là tư tưởng thầy Mạnh, có chi gọi là mới? Sách ta cũng bảo ý dân là ý trời!

Thức đáp:

- Ý có, nhưng nó chỉ là ý nên thực tại vu vơ, diễn đạt tùy tiện. Hàng sĩ nương vào cách diễn đạt, tạo ra quyền lực của đẳng cấp mình. Cái mới ở nước Pháp là họ tìm ra cơ chế để thể hiện dân ý. Quan niệm Quốc hội, Hiến Pháp và cơ chế Tam quyền phân lập là những điều mới. Khẳng định mỗi con người, không phân biệt đẳng cấp, đều có những quyền công dân cơ bản đặt ra một nền tảng mới cho cơ sở quyền lực.

Thiếp đưa tay ngăn Thức, chậm rãi:

- Xã hội nào, qui củ nấy. Lấy râu ông nọ cắm cằm bà kia thế nào được.

Thức ngẩng lên:

- Xã hội Pháp hiện là xã hội quân chủ. Họ cũng có Vua như ta, và Vua cũng lại dựa vào thiên mệnh. Nhưng ở nước họ, thiên mệnh đó do tổ chức tăng lữ tôn giáo đảm bảo cho, trong khi đó ở ta thì giai tầng sĩ phu làm cái chức phận đó từ thời nhà Hán đến giờ. Hai trăm năm vừa rồi ở Âu châu, tôn giáo lùi dần trước trào lưu tư tưởng đặt con người làm trọng tâm, lấy lý trí làm cơ sở. Cùng một lúc, công thương nghiệp phát triển và tạo ra một lớp người mới - lớp tư bản. Họ có khả năng kinh tế, ủng hộ trào lưu này, và tất nhiên là muốn đổi cái cơ cấu quyền lực cố hữu. Đó là tiến trình vận động xã hội. Thưa thầy, biết được qui luật tiến trình này, ta hẳn không thể xem qui củ của xã hội ta là điều bất biến. Nếu nó đổi, thì nhiệm vụ của kẻ sĩ là làm sao cho sự thay đổi đó tốt đẹp nhất cho hàng dân. Dân có yên, mới giàu. Dân có giàu, nước mới mạnh. Dân giàu nước mạnh mới sinh lễ, nhạc, nghĩa là mới có văn hóa. Dân có văn hóa, biết mình là ai, mới giữ được gốc gác, không sợ mai một như bọt biển trên cơn sóng mà những thương thuyền từ Âu châu đang xô giạt vào bờ đất Đại Việt.

Thiếp để học trò nói, bụng tự nhiên xót xa như kẻ đi chậm bị rơi về phía sau. Lẽ nào cái trật tự cũ đang bắt đầu rồi đây thay đổi? Thế thì tam tòng tứ đức lộn lạo ư? Còn cái đạo quân tử, nó sẽ đi về đâu? Thiếp dằn lòng, biết mình chẳng có thể mang những luận điểm xưa ra tranh cãi, chỉ quơ cái điếu cày lên châm lửa rít xòng xọc. Trong khói thuốc xanh mơ hồ, vừa thật vừa ảo, Thiếp nhắm mắt không nhìn Thức nữa.

Hôm Thức rời Bùi Phong, chàng nắm tay Đặng-bà nói:

- Con ra Thanh Hóa tìm Mai và cháu!

Hốt hoảng, Đặng-bà líu nghíu:

- Không được, không được!

Thức ngạc nhiên không biết vì sao, lòng chợt ngại rằng Mai đã có chồng, gặng hỏi. Đặng-bà cuối cùng vừa khóc vừa nói:

- Mai nó ở trong trại hủi.

Cổ nghẹn lại, mắt hoa lên một nghìn con đom đóm bảy màu, Thức ngã vật xuống đất như một con trâu vừa bị búa tạ bổ vào đầu, vết sẹo trên trán từng hồi giựt lên như sắp lại toác ra để rồi không bao giờ liền lại nữa.

*

Dặn dò Ngô thì Nhậm về việc cầu hòa và bang giao với nhà Thanh xong, Quang Trung giao tướng ấn cho Ngô văn Sở ở lại Bắc Hà, rồi cấp tốc kéo quân về Phú Xuân hôm mười chín tháng giêng, chỉ ở lại Thăng Long đúng bảy ngày. Bấy giờ, Phạm văn Tham ở Gia Định đã vào thế cùng lực kiệt, đành tự đóng gông xin hàng với Ánh. Quân Ánh cũng nhân thời cơ Huệ bận mặt Bắc tiến chiếm Trấn Biên và trực tiếp uy hiếp Bình Thuận.

Tuy thế, ngày khải hoàn ở Phú Xuân vẫn được tổ chức long trọng. Đứng trên lưng voi, Huệ nhìn tứ phía, ngửng mặt cười, tay vẫy đám quân dân chen chúc dọc bờ sông Hương, miệng hò lên mỗi khi ngơi tiếng chiêng tiếng trống.

Ngay hôm sau, toàn thể các quan văn võ vào triều nghị họp để chia công cắt việc. Huệ sai Trần Quang Diệu làm trấn thủ Nghệ An, một mặt canh chừng vương quốc Ai Lao đang bắt tay với hoàng tôn Lê Duy Chi vẫn còn mộ quân mưu khôi phục, một mặt làm hậu thuẫn cho Bắc hà trù bị trường hợp cầu hòa với nhà Thanh không mang đến kết quả tốt đẹp. Dựa theo ý Nguyễn Thiếp và Ngô thì Nhậm, Huệ tổ chức lại hành chính theo kiểu nhà Chu, nhà Hán, cắt đất dành cho các con, lấy quan võ phong làm Trấn thủ, quan văn phụ tá làm Hiệp Trấn. Thiên tai, nạn đói lại hoành hành. Huệ ra lệnh miễn thuế ruộng, và xá cho thuế còn thiếu ở bốn trấn. Tháng ba, Huệ xuống chiếu cho khắc in sách Tứ Thư, Ngũ Kinh và các bộ sử để lưu hành trong dân chúng. Tháng năm, Huệ lại ban chiếu ''khuyến nông'' và ''lập học.''

Chiếu ''khuyến nông'' kêu gọi dân phiêu tán trở về làng mạc, cấp thiết khẩn hoang, nhằm khôi phục sản xuất nông nghiệp trên những vùng đất bị bỏ phí. Huệ cấp tín bài ''Thiên hạ đại tín,'' bắt làm lại sổ đinh, sổ điền hòng quản lý chặt chẽ nhân đinh. Thuế má cũng đơn giản đi nhiều. Ruộng công hay tư đều phải nộp thuế theo ba hạng, bỏ hết phần phụ thu, chỉ giữ lại tiền thập vật, khoán khố và cước mễ. Về nhân đinh cũng vậy, bãi hẳn thuế điệu, chỉ giữ thuế dung.

Chiếu ''lập học'' do Thức và Tự đề ra, gặp rất nhiều đối kháng của quan lại chẳng những ở Phú Xuân mà còn ở khắp các trấn. Lúc bấy giờ, Thức đã hoàn chỉnh cách phiên âm tiếng ta bằng mẫu tự La-tinh và gọi là chữ ''quốc ngữ.'' Như vậy, có chữ Hán, chữ Nôm và chữ Quốc ngữ để chọn cho việc học.Thức tâu:

- Chữ viết làm sao cho giản tiện, hàng dân học cho dễ dàng, nhanh chóng, tất nghĩa lý được ban ra vừa rộng vừa xa. Thần xưa đã bỏ chữ Hán, dạy học dạy bằng chữ Nôm, ý là phân biệt ta hẳn ra với nước Tầu phương Bắc, giữ lấy tinh thần độc lập. Nhưng thật ra, chữ Nôm phức tạp, phần hình tượng của chữ Hán vẫn có, lại đèo phần âm vận đặc thù, nên muốn học cho nhanh, truyền cho rộng vẫn là chuyện khó khăn. Chữ Quốc ngữ đơn giản, tiện lợi hơn, hẳn là nên chọn.

Trong triều, Bùi Đắc Tuyên chống lại, đề nghị giữ chữ Hán. Tuyên khấu đầu thưa:

- Xưa nay, từ Đàng Trong ra Đàng Ngoài, phép tắc thi cử học hành mấy trăm năm nay vẫn vậy. Tân triều giữ lệ cũ, không mắc tiếng ''nôm na,'' lại chẳng dấy vào điều thị phi là chạy theo Tây dương và bọn tà đạo Ki Tô.

Trần Danh Kỷ không đồng lòng với Tuyên, tâu Vua nên đổi sang dùng chữ Nôm. Kỷ nói:

- Từ thời Hàn Thuyên, chữ Nôm đã có, nhưng cái tinh thần bảo thủ đời Trần đời Lê thời trước còn nhiều nên không đổi được, vẫn lấy chữ Hán làm mẫu mực. Cứ mỗi lần đuổi được giặc Nguyên giặc Minh, những triều đại trước đây một khi dành được độc lập rồi đều muốn tránh việc phải tiếp tục binh đao. Chứng tỏ rằng nước ta có lòng thần phục để hòa hoãn, các vị Tiên Vương đều triều cống rồi ban hành luật lệ giống Trung Quốc, bắt chước sự học cũng như về tổ chức chính trị. Lấy thí dụ luật Hồng Đức chẳng hạn…

Nhìn Huệ, Kỷ khích:

- Nay Hoàng thượng đuổi hai mươi vạn quân Thanh như một đàn ruồi, thế ta khác hẳn, đâu có thể nào bị ràng buộc o ép như xưa.

Quay sang Trọng Thức, Kỷ tiếp, giọng bực bội:

- Còn về chữ Quốc ngữ, tôi đồng lòng với Thái sư, và xin thêm rằng sự học cho nhanh, hơn kém thế nào chưa biết. Vả lại, giả thử như ai cũng biết đọc biết viết, lãng chuyện làm ăn, lời ra tiếng vào thì chỉ ''lắm thầy thối ma,'' lẽ lợi hại cũng không phải là không đáng bàn.

Câu cuối Kỷ nói làm Tự nhăn mặt. Ngước lên nhìn Huệ, Tự chậm rãi:

- Kính tâu Hoàng thượng, thần trộm nghĩ nước muốn mạnh, dân phải hiểu biết. Xưa nay, dân ngu mà nước mạnh là điều chưa có. Cái học càng quảng bá, càng hay, chữ nào tiện thì dùng. Việc chính là quảng bá gì? Dĩ nhiên, có đạo nghĩa, rồi đến những điều thực dụng, nhằm canh cải nông nghiệp và công thương nghiệp…

Tự khôn khéo, nói tiếp:

- Nay thần cúi đầu xin Hoàng thượng xét việc chạy theo Tây dương và đạo KiTô, mặc dầu là chọn thứ chữ nào thần vẫn còn lưỡng lự. Giả thử ta chọn chữ Hán và cùng cách nghĩ như Thái sư, vậy là ta chạy theo Tàu chăng? Nếu thế, thần đồng ý với Quan Trung thư Danh Kỷ. Lại xin thêm vào: theo đúng như lệnh Hoàng thượng, thần đã gặp thầy Labartette và De la Bissachère bàn về việc tự do truyền đạo, và nhất là qua sự trung gian của họ, nước ta sẽ giao thương với Pháp quốc và các nước Bồ đào Nha, Ypha Nho, Hòa Lan và Anh quốc. Như vậy, thế là ta đã chính thức giao thiệp với Tây dương và các giáo sĩ đạo Ki Tô, đâu có gì mà gọi là điều thị phi nữa. Vậy tóm lại, sự chọn lựa thì cứ chữ nào tiện là ta dùng. Tiện, dễ, tất học nhanh. Muốn biết không phải là việc khó. Cứ lấy ba đứa trẻ cùng lứa, dậy mỗi đứa một thứ chữ rồi cho thi với nhau là xong.

Huệ giơ tay ngắt lời Tự, thủng thắng:

- Phải, cứ cho thi thì biết ngay! Nhưng việc học, ta muốn rộng rãi, đến tổng đến xã, chỗ nào cũng phải lập ra trường. Chọn chữ, ta sẽ hỏi thêm đám bề tôi ở mọi nơi đã rồi mới định được.

Đắc thắng, Tự nháy mắt với Thức, không để ý cặp mắt đục ngầu của Tuyên nhìn trộm mình hằn học. Tan triều, Huệ giữ Thức và Tự lại, bảo:

- Việc lập trường, ta bắt làm ngay. Hiện nay giáo thụ nào mấy ai biết Quốc ngữ? Lại sách vở đã chuyển ra Quốc ngữ đâu mà lấy để học? Về việc chọn chữ, ta sẽ hỏi ý La Sơn Phu tử, khiến không ai nói gì nữa. Nhưng thi, ta cứ chọn ba đứa trẻ bắt học cho thi với nhau để mọi người cùng biết, sau này không còn dị nghị. Nhưng hai thầy phải sửa soạn, cho chép lại Tứ Thư, Ngũ Kinh bằng Quốc ngữ và tìm ra người dạy học. Chắc cũng năm bảy năm nữa mới chuyển đổi được!

Quay sang Tự, Huệ tiếp:

- Còn học cái gì, cũng vậy. Thầy và Thức lo bổ túc kinh nghĩa bằng các thứ sách về kiến thức thực dụng, và cấm ngặt sách bói toán, mê tín, đồng bóng chỉ rặt làm hư con người.

*

Ngọc Hân được Huệ giao cho việc tìm ba đứa trẻ bắt học ba thứ chữ rồi thi với nhau. Nàng dò hỏi mãi mới kiếm được một gia đình sinh ba, hai trai một gái, nay đều lên bảy tuổi. Tư chất chúng gần như nhau, song Danh Kỷ và Bùi Đắc Tuyên giành chọn hai đứa trai, để cho Thức đứa con gái. Ngọc Hân hỏi cần dạy bao lâu để những đứa trẻ đó có thể chép lại một bài văn, hay dăm câu thơ mà nàng sẽ giữ kín. Tuyên đòi tám tháng, Kỷ đòi cũng tám tháng, nhưng Thức chỉ xin đúng ba tuần trăng. Đến ngày thi, Tuyên và Kỷ đều vào chầu nhưng không mang hai đứa trai theo. Hỏi ra, Tuyên bắt một đứa học ngày học đêm, đánh đập đến độ nó hóa câm. Về phần Kỷ, Kỷ chịu thua, nhưng giao hẹn là nếu đứa bé gái không chép được mấy câu thơ thì coi như là Thức khoác lác, không tiếp tục thi nữa.

Hân dâng lên bốn câu thơ mình làm ca tụng Huệ. Huệ đưa lại, bảo đọc. Giọng Hân thánh thót:

"Nghe trước có đấng vương Thang Võ
công nghiệp nhiều, tuổi thọ càng cao
Mà nay áo vải cờ đào
giúp dân dựng nước xiết bao công trình..."

Đứa bé gái hí hoáy chép bằng chiếc bút lông ngỗng chấm mực, xong lại hai tay đưa lên cho Ngọc Hân. Khốn nỗi không đọc được, Hân lại phải trao lại cho Thức đọc. Danh Kỷ lắc đầu:

- Không! Nhỡ thầy Thức nghe, nhớ mà đọc lại thì sao?

Huệ cười, giọng mỉa mai khen:

- Quan Trung Thư tinh tường thật. Thầy Thức ra ngoài ngay, đợi gọi mới được vào.

Đợi Thức ra xong, Huệ ra lệnh:

- Quan Trung Thư đọc cái gì thì đọc đi, Thức không ở đây, không nhớ được gì hết!

Kỷ ân hận, biết mình quá lố lăng, nhưng đặng chẳng đừng phải nói:

- Đấy là thần nói vui, đâu có ý gì. Nhưng Hoàng thượng đã dậy, xin tuân lời.

Nói rồi, Kỷ đọc:

''Thiên địa phong trần
Hồng nhan đa truân
Du du bỉ thương hề thùy tạo nhân''

Đứa bé gái lại hý hoáy chép. Ngọc Hân trong bụng bực mình, nhưng vẫn nhỏ nhẹ nói:

- Đó là thơ là của Đặng Trần Côn. Đoàn phu nhân đã dịch nôm là:

''Thuở trời đất nổi cơn gió bụi
Khách má hồng nhiều nỗi truân chuyên
Xanh kia thăm thẳm từng trên
Vì đâu gây dựng cho nên nỗi này''

Bé, chép đi!

Đứa bé lại cắm cúi viết. Thức được gọi vào, và đọc rành rọt hai đoạn thơ. Mọi người đều trầm trồ. Bỗng Thức nói, giọng có chút châm biếm:

- Dịch nôm thế, Quan Trung Thư thấy thế nào?

Kỷ ngượng ngập, cúi nhìn xuống, không nói gì. Thức cười, tiếp:

- Dịch thoát lắm, nhưng có một điều là âm vận không phải như nguyên bản Hán văn. Để mua vui hầu Hoàng thượng và nhị vị Hoàng hậu cũng như chư quan, tôi xin dịch lại thế này:

''Đất trời gió bụi
Má hồng nổi trôi

Nỗi đắng cay ai chuốc phận người''

Vừa dứt lời, Thức nghiêng mình cảm ơn những tiếng khen, miệng mỉm cười. Nhìn Ngọc Hân vỗ tay, Phạm-thị thầm rủa: "Con mẹ mi, năm nào cũng đẻ, như heo nái!" rồi đứng lên theo chân Bùi Đắc Tuyên đi ra.

Đến ngoài cửa điện, Phạm-thị chợt dừng bước hỏi:

- Cậu ơi! Việc phong Thái tử và Vương tước tới đâu rồi?

Tuyên nhăn mặt, nói nhỏ:

- Chưa định gì! Nhưng đám quan võ Tây Sơn đã chịu làm hậu thuẫn để xin với Hoàng thượng. Chắc nội nhật năm nay là thành. Trần Quang Diệu cũng đồng tình, nay chỉ đợi tin Ngô Văn Sở.

Huệ truyền cho Phạm-thị hôm sau đặt tiệc đãi món "óc nghé" cho bọn quan văn võ đến từ Đàng Ngoài, trong đó có Phan Huy Ích đích thân mang thư của Nguyễn Thiếp vào Phú Xuân cho Huệ. Món "óc nghé" là một món chỉ Phạm-thị làm mới mang đủ hết cái hương vị đặc biệt của vùng An Cựu phủ Qui Nhơn. Nghé không được quá non, quá già, phải đúng năm tháng, và là nghé đực. Óc lấy ra làm thế nào cho nguyên lành, được ướp bằng những loại rau thơm ép thành nước, trộn với sả và những gia vị mà Phạm-thị nhất định không chỉ dẫn cho một ai biết. Ngày trước, Phạm-gia đãi Huệ món này sau chiến thắng Phú Yên cách đây một giáp. Huệ khen ngon thì Phạm-lão gọi con gái ra, bảo: "Nó làm đấy. Tướng quân thích, lão cho nó về hầu, muốn ăn lúc nào cũng được!" Huệ gật đầu chịu. Sau này thoát được bàn tay Nguyễn Nhạc ở Qui Nhơn, Phạm-thị về Phú Xuân nhưng chỉ gặp Huệ mỗi lần Huệ thèm món ''óc nghé.'' Có lần trộn gia vị, Phạm-thị bỏ cả các chất khích dương, nhưng ăn xong Huệ lại hấp tấp bỏ về ngay, chuyện chăn gối ăn nằm với Phạm-thị từ ba năm nay không có. Trong khi đó, Ngọc Hân đẻ cứ ba năm đôi, nay lại có mang, nhìn đã thấy bụng. Phạm-thị than thân trách phận, rồi đem dạ căm thù chẳng những chỉ Ngọc Hân mà còn tất cả những ai đến từ Đàng Ngoài. Và Đàng Ngoài đối với nàng là kể từ Quảng Ngãi trở ra, vì đó là nơi chôn rau cắt rốn của họ Bùi bên ngoại nhà nàng.

Trong bữa tiệc ở Tây cung, Huệ gọi Ngọc Hân đi theo, cho vời cả Danh Kỷ và Bùi Đắc Tuyên, cùng với bọn Dũng, Tự, Thức và Phan Huy Ích. Huệ cầm bức thư của Nguyễn Thiếp, nốc một chén rượu, nói lớn:

- Tốt thay! La Sơn phu tử đã nhận làm đề điệu kỳ thi tháng tám năm nay ở Nghệ An. Lần này thi, thi bằng chữ Nôm. Ngoài ra, ta phong Phu tử làm Viện trưởng viện Sùng Chính, phải huy động người dịch ngay ra Nôm các sách Luận ngữ, Đại học, Trung dung.

Nheo mắt nhìn Kỷ, Huệ gật gù:

- Chữ Nôm, ấy là ý quan Trung thư, mà cũng là ý ta và ý Phu tử. Thái sư thấy có gì phải bàn lại không?

Tuyên cúi mặt lắc đầu. Huệ nhìn mái tóc bạc của Tuyên, lòng bỗng thương một ông già đã thi bốn lần cho đến năm sáu mươi tuổi mà vẫn không đỗ, suốt đời bực dọc về chuyện cử nghiệp dở dang. Gắp vào bát Tuyên một miếng óc rán cháy xém, Huệ thân mật:

- Tháng nào Thái sư được thất thập, chen vào cái lớp người cổ lai hy nhỉ? Dịp đó, để ta làm lễ thượng thọ cho, đừng từ chối phụ lòng ta...

Huệ vui, lại uống rượu ừng ực, đùa bắt Ngọc Hân phải nếm "óc nghé." Phạm-thị cười tươi như hoa, xẻ vào bát Hân, miệng nói:

- Nào, mời Bắc cung Hoàng hậu, xem bọn người man rợ chúng tôi ăn uống làm sao!

Hân không biết Phạm-thị chợt nghĩ đến một miếng óc nghé có thêm chút thuốc độc của bộ lạc Sa Huỳnh, uống vào không chết ngay mà cứ chết từ từ, chết không cứu được. Nhưng Phạm-thị cũng chẳng ngờ là Hân ngọt lời vâng dạ, nhưng trong bụng lại thầm nhiếc: "Bắc với Tây, cung với điện. Ta là công chúa nhà Lê tên Ngọc Hân, trả cho bọn mọi rợ bay cái ngôi Hoàng hậu!"

*

Huệ tự mình chống sào đẩy thuyền ra, rồi lấy mái chèo chọc xuống nước, bẩy lên, chân đạp vào chiếc then gỗ ngang, thái dương hằn lên những gân máu chạy chéo xuống tai, phập phồng theo nhịp tay đều đặn. Nắng đã lên ngang đầu những ngọn cây, nhuộm một màu vàng tươi trên những mái dạ thấp thoáng nằm an bình tựa những thớt voi còn ngủ. Thôn Vĩ xanh mướt như một viên ngọc nằm ngoan ngoãn trên lồng ngực phập phồng một nàng ca kỹ vừa quá đi cái tuổi chỉ mơ mộng. Nhưng người thành Phú Xuân đã hết lãng mạn sau những chiến thắng hiển hách, bắt đầu biết tính toán, mưu đồ, biết ngó trước nhìn sau, và biết nghĩ đến những điều xa xôi qua từng bước cụ thể, từng liên minh quyền lợi, gốc gác. Phần Huệ, Huệ không chỉ còn là một ông tướng bách chiến bách thắng. Huệ nay là Vua. Là Quang Trung Hoàng Đế với mọi cái rối rắm của quyền lực nội bộ. Lắm lúc, Huệ bực mình, dọa rằng sẽ đòi Lưỡng Quảng bằng đường quân sự, gây sự can qua với bên ngoài để yên bên trong. Vả lại, Huệ nhắc, miền Nam vẫn còn dưới tay bọn giặc Ánh. Những dịp ấy, Huệ gắt với đám bề tôi: ''Thế mà các ông chưa dẹp xong giặc, lại chỉ toàn nghĩ đến tranh giành nọ kia với nhau, liệu có phải không!''

Hôn nhân gán ghép giữa đám quân tướng Qui Nhơn bơ vơ đi tìm một ý thức hệ và bọn sĩ phu vẫn chênh vênh trên bờ vực. Sĩ phu dưới trướng, chỉ trừ Kỷ là người Đàng Trong, đều gốc từ Bắc hà. Ngay giữa họ với nhau, cách nhìn chung cũng đòi hỏi nhiều nhượng bộ từ mọi phía. Huệ bảo với Ngọc Hân:

- Về văn thần, Nhậm và Thiếp giúp ta giữ bờ cõi, dựng nên nghiệp đế. Chuyện mười, mười lăm năm sau giữ được nghiệp là nhờ tay Nguyễn Huy Tự. Còn Đế nghiệp Tây Sơn từ đó có thêm một vài trăm năm nữa hay không, cái đó tùy vào trí tuệ của Trọng Thức.

Ngọc Hân ngước lên, mắt dò hỏi. Huệ trầm giọng:

- Thức đề ra chế độ gọi là Quân Chủ Lập Hiến. Dân ý phải làm thế nào phản ánh trong Hiến Pháp, và Vua dẫu có, nhưng chỉ có để thể hiện dân ý, có như biểu tượng một quốc gia. Một khi thiên hạ yên ổn, thể chế đó có khả năng giữ được rường mối thái bình cho hàng dân. Có Hiến Pháp là quan trọng, rồi có tinh thần thể hiện Hiến Pháp, tạo điều kiện cơ bản để thực sự tạo ra một kỷ nguyên mới. Vua trở nên thứ yếu. Một kẻ quá nhiều cá tính, như ta chẳng hạn, không phải là một vị Vua tốt trong kỷ nguyên đó. Vì thế, ta mới chọn Quang Toản làm thái tử. Nó kém nhất trong đám anh em!

Hân nghe Huệ nói, thấy bóng cha mình là Lê Hiến Tông lại chập chờn đâu đây, buồn bã thốt lên:

- Thế thì như Phụ Vương tôi à? Là Vua nhưng suốt đời người chỉ mong thực sự thành Vua. Nhớ đến nhà Trịnh, Hân rơi nước mắt, tiếp - Vua mà bị ức hiếp thì làm Vua làm gì?

Nhìn Hân, Huệ chậm rãi:

- Ở kỷ nguyên mới thì khác, làm gì có chuyện đó. ý dân nào ức hiếp ai? Vua tốt là vì Vua không tùy tiện làm gì thì làm.

Hân xin phép lui ra, cắn răng nghĩ đến con mình là Cương, thầm nhủ: "Không, không thể! Nhà Lê dẫu chỉ có nửa dòng máu, con vẫn sẽ là một ông Vua, như đức Lê Thái Tổ. Không cần Chúa, và cái Hiến pháp gì đó..."

Huệ ngừng tay bơi, nhớ lại lời mình nói với Ngọc Hân, bất chợt hiểu rằng muốn thành một vị Vua tốt - một minh quân - thì phải biết làm gì để định ra cái giới hạn giữa quyền lợi của mỗi người dân. Mặc cho con thuyền lênh đênh không định hướng, Huệ ngả mình xuống nằm, ngửa mặt nhìn lên trời xanh lồng lộng.

Hồi tưởng lại hai năm vừa qua, Huệ nghiêm khắc đánh giá lại chính bản thân mình và những quyết định đã làm. Cắt đất phong cho Quang Thùy, Quang Bài? Danh thế nhưng thực là để thưởng công cho Trấn thủ Bắc thành và Trấn thủ Thanh Hóa. Không sao. Chính quyền trung ương mạnh, không thể có vấn đề. Đuổi quân Ánh khỏi Phan Rí? Chuyện đó phải làm để lấy lại lòng tin cho đội quân Nhạc chỉ huy. Sai Diệu đánh đến Ai Lao? Đó là phá tan ý đồ của em Lê chiêu Thống là Duy Chi cầm quân Cần Vương ở Cao Bằng. Thế là vừa dẹp cho sạch mầm mống, vừa nhân tiện bắt voi, cướp vàng bạc, ngọc ngà mang về. Giao thiệp với Tây dương? Chưa đến đâu! Việc Nhạc đánh phá Hội an khi xưa cũng như lần tàn sát người Tầu ở Gia Định vẫn còn làm cho họ ngần ngại. Đến nay, chỉ có dăm ba thuyền Bồ đào Nha vét hàng ở Quảng Châu mang đến bán mà thôi! Mở cửa thông thương? Phía biên giới Bắc hà, chợ búa đã mở lại tại bốn nơi, hàng hóa lưu thông. Chính sách khuyến nông? May được mùa, dân khí có hưng lên, nhưng nạn đói năm nào cũng đe dọa vì lụt lội! Có lẽ phải thẩm xét việc thủy lợi cho vùng đồng bằng sông Nhị. Chính sách lập học? Việc học là lâu dài, nhưng Sùng Chính viện đã dịch được bộ Tiểu học và Tứ thư gồm ba mươi hai tập ra chữ Nôm, và nay đang tiếp tục dịch Kinh Thi, Kinh Thư và Kinh Dịch. Đồng thời, Trọng Thức cũng chuyển tất cả ra chữ Quốc ngữ, mặc dầu đám nho sĩ vẫn ngấm ngầm tẩy chay.

Trong triều, nội bộ Phú Xuân vẫn chưa vào thế thống nhất. Văn quan người Đàng Trong quá ít, trong khi đó thì ngược lại, võ quan quá đông. Gia đình họ Phạm, đứng đầu là Phạm công Hưng, liên minh chặt chẽ với Bùi Đắc Tuyên. Trần Quang Diệu có người vợ họ Bùi, tên thị-Xuân, hẳn là hậu thuẫn cho hai nhà Phạm - Bùi, đang dần dần kéo về phía mình những hổ tướng như Lê Trung, Nguyễn văn Hưng.

Chính dưới áp lực của đám võ biển này mà Huệ đã lập Quang Toản mới chín tuổi lên làm thái tử vào cuối năm Canh Tuất. Việc này, Trần Danh Kỷ và Vũ văn Dũng đã can gián hết lời. Sau lễ tấn phong, Ngọc Hân có vẻ giận, xin được lui về Bắc cung không dính dáng đến việc thảo chiếu biểu như xưa. Về phần Tự và Thức, họ dẫu khôn ngoan tránh né, nhưng vẫn là hai cái gai dưới con mắt Bùi Đắc Tuyên, lúc nào cũng bị coi như người "nước ngoài," và có dịp là dè bỉu ra mặt, chẳng nể nang gì.

Ngoài cõi, việc bang giao với nhà Thanh thành công qua sự khôn khéo của Ngô Thì Nhậm. Vấn đề phải giải quyết là miền Nam còn dưới tay Nguyễn Ánh. Không phải là tay vừa, Ánh tổ chức lại Gia Định một cách chặt chẽ, mộ dân lập các nậu, đồn điền, mở xưởng đúc súng, đóng tầu, xây lại thành Gia Định, thi hành lệnh khuyến nông và tập hợp được đám xử sĩ Gia Định thành một khối đoàn kết. Dùng chính sách "tự thực kỳ lực" bắt lính lập đồn điền cày cấy, rồi lại mang kỹ thuật quân sự Tây dương do Bá đa Lộc và đám đánh thuê du nhập vào, Ánh tạo được một lực lượng khá hùng mạnh, nhất là đội thủy binh rõ ràng có khả năng áp đảo được Tây Sơn. Để đối phó, Huệ cho chiêu dụ bọn thủ lãnh cướp biển Tề Ngôi, tục gọi là Tầu Ô, phong làm Thống binh. Ra công làm những "Đại hiệu thuyền" chở được voi, trọng tải lên đến một trăm năm mươi tấn, rồi loại thuyền "Địch quốc" có trang bị đại pháo, Huệ nhằm khắc phục yếu kém của mình trong một trong một thời gian ngắn. Đến tháng hai năm Nhâm Tý, Huệ chuẩn bị được hai mươi vạn quân, sẵn sàng vào đánh Gia Định. Lực lượng Ánh lúc đó quân bộ có mười một vạn và thủy binh có hai vạn sáu nghìn người. Tháng trước, Ánh đánh trước, bất ngờ mang một trăm hai mươi tám chiến thuyền đột kích đốt thủy trại Thị Nại, thu vũ khí, lương thực rồi rút về. Nhưng lần này Huệ sợ. Sợ chẳng phải là vì lực lượng của Ánh mà là vì Nhạc viết thư báo rằng quân dân hai phủ Quảng Ngãi và Qui Nhơn không dám phản công, thấy giặc là bỏ trốn.

Huệ ngồi dậy, tay với lấy mái chèo, khuấy vòng cho thuyền quay mũi, nhắm bờ chèo vào. Quân dân hai phủ sợ giặc? Không có lý, dân Qui Nhơn xưa nay vốn là dân thượng võ, chuyện sợ chắc là không! Hay họ mất tin tưởng vào Nhạc. Có thể. Nhưng đất là đất Đại Việt, đâu phải chỉ là đất của Nhạc. Hay họ ngỡ là Nhạc thua, Huệ sẽ không cứu. Đúng, chắc thế. Và vì vậy họ mất tinh thần. Nếu Huệ để mặc cho Nhạc chết, thì việc gì đến họ mà họ phải liều mình.

Ngẫm nghĩ, Huệ càng thấy thấm thía hậu quả của việc nồi da sáo thịt hơn ba năm trước. Tướng Tây Sơn có kẻ đi hàng Nguyễn Ánh, có người xin lui về cày ruộng. Đông Định Vương Nguyễn Lữ, Tiền kích Du tướng quân Võ Toàn Nhật và cả Chúa Út chắc cũng đều chết oan vì vụ tương tàn nhà Tây Sơn. Huệ cắn răng, chèo mỗi lúc một nhanh, môi mím chặt, mặt bạnh ra, những sợi tóc quăn cứng ánh lên như giây thép dưới ánh mặt trời.

Khi đã quyết những việc phải làm, Huệ như mũi tên bật tới phía trước, có phương có hướng chứ không để như con thuyền lênh đênh không lèo lái trên dòng sông Hương mới cách đây chừng dăm khắc.

Đợi đến khi Ngọc Hân đọc xong, Huệ nhìn Thức và Tự, giọng diễu cợt:

- Thế nào? Các vị thấy thế được chưa?

Tự vui miệng:

- Bắc cung Hoàng hậu chữ nghĩa tôi luyện đã công phu lắm, thần không thêm được gì.

Ngọc Hân cười:

- Không phải tôi viết. Chính tay hoàng thượng đã thảo ra hịch này.

Mới năm trước, Huệ viết lách còn như người ta vật lộn, sáng sáng vẫn ngồi học chữ, đọc những bản dịch Nôm, sách Tiểu Học và Tứ Thư do Nguyễn Thiếp đưa vào. Thức và Tự đều ngỡ ngàng, chưa biết nói gì thì Huệ cất tiếng:

- Các thầy xem lại, đoạn ta viết: Như tên Chủng đê hèn kia đã phải lẩn trốn sang những nước tầm thường phương Tây, thì có gì là đáng kể. Còn như đám dân ươn hèn Gia Định, nay dám ngóc đầu dậy mộ binh, tại sao các người sợ hãi chúng như vậy, tại sao tinh thần các người khiếp đảm đến thế?

Thức hắng tiếng:

- Mắng thế, nhưng sau lại khích lên, cũng được! Duy có đoạn sau - Thức xin phép rồi đọc - "Trẫm sẽ đập tan bọn giặc cựu Nguyễn dễ dàng như bẻ một cành củi khô, đập một cây gỗ mục... Như thế để ai nấy hiểu rõ là trẫm cùng Hoàng đại huynh là hai anh em ruột, là cùng chung một dòng máu. Trẫm không bao giờ quên điều đó..."

Ngần ngại, Thức hạ giọng:

- …liệu có nên nhắc lại chuyện tương tàn khi xưa, khơi ra ân oán?

Huệ cúi đầu ngẫm nghĩ, rồi chặc lưỡi, thở dài:

- Ta chỉ muốn cho quân dân hai phủ rõ rằng nhà Tây Sơn là một. Bất trung với Nhạc cũng là bất trung với ta. Điều làm cho ta lo hơn cả là lần đầu quân dân Qui Nhơn hèn nhát bỏ trốn. Sự khiếp đảm ấy phải chăng là dấu hiệu đầu tiên của tinh thần suy nhược? Vì thế ta không thể chần chừ được. Dẫu mùa này gió chướng không thuận lợi cho đường tiến quân của thủy binh, ta vẫn phải đánh ngay.

Huệ ngưng nói, nhìn vào khoảng không, rồi nghiến răng:

- Cũng vì sợ quân dân hoang mang, ta thêm ''Các người chớ nhẹ dạ nghe những lời phao đồn về bọn người Tây dương. Tài giỏi gì bọn chúng? Mắt chúng là mắt rắn xanh, chúng chỉ là những xác chết trôi từ biển Bắc về đây, các người nên hiểu như thế! Những tầu bằng đồng, những khinh khí cầu của chúng thì có gì kỳ lạ mà phải đệ trình lên trẫm biết?''…

Thức nhìn Huệ, ngập ngừng:

- Đúng là tầu bằng đồng của chúng lợi hại, và nhất là thuốc súng Tây dương bắn mạnh và có tầm xa hơn của ta. Hoàng thượng đợi thêm dăm tháng cho đến mùa thuận gió, chỉnh đốn lại thủy binh vừa bị thiệt hại ở Thị Nại, dùng thời giờ đó tìm cách chế thuốc súng tốt hơn, thế có phải là diệu sách không?

Mắt cau lại, Huệ nắm thành ghế bóp như muốn nghiến vụn ra, quay hỏi Tự:

- Thầy nghĩ sao? Thầy đã từng chạm trán với chúng ở Gia Định, nói cho ta nghe.

Tự đáp, giọng trầm tĩnh:

- Thủy quân của chúng mạnh, nhưng bộ binh không phải là đối thủ của ta. Duy có thành Gia Định, bề ngoài hình thể theo bộ vị bát quái, nhưng ở trong chúng phòng ngự theo cách Tây dương, chưa biết đánh phá có nhanh được không? Nhưng giả thử ta vây để tuyệt lương, thì chỉ ba bốn tháng cũng lấy được Gia Định. Đám đánh thuê Tây dương nay bỏ đi khá nhiều, chỉ còn Bá Đa Lộc và dăm tên, không đáng kể. Đánh lần này, Hoàng thượng phải như đánh rắn, đánh cho dập đầu. Thần thiển nghĩ, quân bộ ta chia làm hai đạo, một từ Bình Thuận xuống, và mượn đường Chân Lạp đi vào biên giới, đạo thứ hai đánh thốc lên, hai mũi kìm tiến vào vây Gia Định thì chỉ sáu bảy tháng là bình định được!

Huệ mừng rỡ reo:

- Đúng như lời Ngô thì Nhậm, văn và võ là một. Thầy chuyên cầm bút mà nghĩ hệt như ta là kẻ chỉ biết cầm gươm. Vì quân bộ là chính nên xuất thủy binh mùa gió chướng là nhằm tạo bất ngờ, giặc không tính đến nên ta mới có cơ thắng...

Ra lệnh truyền hịch đến quân dân hai phủ Qui Nhơn và Quảng Ngãi, Huệ chỉ cho Thức chiếc kỷ bên cạnh bắt ngồi. Huệ nhỏ nhẹ:

- Thầy Thức, xưa thầy xin dùng Quốc ngữ, nay thầy đề nghị đợi đến gió mùa mới xuất quân. Cả hai sách ta đều bác đi, thầy có oán ta không?

- ...

- Hai tháng nữa, hết gió chướng nhưng lại đúng gió ngược, ta để thủy binh đi trước rồi mới cho bộ binh xuất trận. Từ nay đến lúc đó, ta sẽ nghe thầy, và lại nghe một việc quan trọng nhất. Thầy từng bảo ta, đừng đợi đến lúc làm Vua rồi mới hỏi làm Vua để làm gì? Thầy còn nhớ không?

Thức gật đầu. Huệ lại cười, tiếp:

- Rồi khi ta hỏi làm sao để biết cái phải làm gì thì thầy đáp ''Phải sống một cuộc sống bình thường, từ đó mới thấu hiểu được niềm hạnh phúc của những kẻ bình thường.'' Bây giờ ta muốn thử một cuộc sống bình thường, ta phải làm thế nào?

Thức nhìn lên, ngẫm nghĩ rồi đáp:

- Người ta quí nhất là tính mạng. Kẻ bình thường sợ đao binh, nhưng Hoàng thượng thì lại thừa biết chuyện sống chết với binh đao rồi. Kẻ bình thường còn sợ mất mạng vì đói. Chắc Hoàng thượng không biết thế nào là sợ chết đói, và có biết thì mới hiểu miếng ăn thực sự là gì!

Gật gù, Huệ lẩm mhẩm:

- Được, ta nhịn ăn ư, được...

Ngọc Hân bật cười:

- Nhưng khi Hoàng thượng muốn ăn lại gọi. Thế thì làm sao biết được cái sợ chết đói?

- Đúng! Đói đến có thể chết mà không làm gì được thì mới là sợ chết đói.

Nhìn Tự cầu cứu, Huệ tiếp:

- Nhưng ta, ta làm thế nào?

Ngẫm nghĩ một chặp lâu, Tự cúi đầu thưa:

- Làm thế này! Hoàng thượng nhịn, nhưng không được gọi ai, giao tính mạng mình vào tay một người như kẻ bị đói phó thác sự sống chết cho cơ may do trời định. Cứ đánh một cái chìa khóa nơi Hoàng thượng nhịn ăn, giao cho một ai đó. Khi đến cái giới hạn của sự sống và cái chết, chỉ có người đó có thể cứu Hoàng thượng, hoặc để mặc cho Hoàng thượng chết đói...

Cười lên ha hả, Huệ nhìn Ngọc Hân, nói lớn:

- Thế thì Hoàng hậu giúp ta làm việc này nhé! Đừng có phụ lòng ta.

*

Giao Quang Cương vào tay nhũ mẫu, Ngọc Hân lẩm bẩm: "Ta xuống cung Long Chính. Hoàng thượng đã nhịn ăn được năm ngày rồi!" Nói xong, Hân biết mình hở miệng, dối:

Nhịn ăn để chữa bệnh mà!

Chỉ có Thức, Tự và Hân biết việc Huệ nhịn ăn để hiểu thế nào là nỗi sợ chết đói của những kẻ bình thường. Ngay cả với Phạm Hoàng hậu, Huệ nói thác là

Thái Y mách cách trị những cơn đau ruột thỉnh thoảng Huệ lại bị. Hân bước ra ngoài, tay nắm chặt chiếc chìa khóa, chân men theo ven hồ, thầm nhủ cả tính mạng mình lẫn ba đứa con đều nằm trong tính mạng của Huệ ở Phú Xuân này. Thức đợi sẵn, đi đến mở một ô vuông trên cánh cửa bằng gỗ gụ, rồi lách sang đứng một bên.

Nhìn qua ô cửa, Hân thấy Huệ bất động, lưng dựa vào tường, hai mắt nhắm nghiền dưới ánh sáng ngọn bạch lạp hiu hắt vàng bệch. Ngước lên, Hân nghe tiếng Thức thì thầm:

- Hai hôm trước, Hoàng thượng còn bò đi lùng dán, thạch thùng... trong điện. Ngài bắt được, ăn sống, nhưng lại nôn mửa ra. Hôm qua, ngài chỉ uống nước, cả ngày chỉ đủ sức chửi có ba câu, không như mấy hôm đầu la hét quát mắng!

Hân bỗng thỏa mãn, miệng nhếch lên cười. Thức tiếp:

-Tâu Hoàng hậu, hôm nay Hoàng thượng ngồi một góc, chỉ thỉnh thoảng tay chân mới đụng đậy. Tôi nghĩ chắc thế là đủ rồi...

Bỗng Huệ như trực giác thấy Ngọc Hân ở đâu đây, quơ tay lên vẫy, rồi lại mệt nhọc lả ra, miệng mấp máy cầu khẩn. Hân thầm nghĩ, thế là hết oai phong nhé! Nhớ lại đêm động phòng ở lầu Tử Các và cái đau đớn tủi hổ khi Huệ đẩy mình chúi xuống, xách cho chổng mông lên rồi đâm vào như thúc kích để trả thù, Hân trả lời Thức, giọng ráo hoảnh:

- Tôi lại không mang theo chiếc chìa khóa!

Huệ bỗng cựa mình, lết dần về phía cửa, hổn hển, cứ được dăm ba thước lại phải nghỉ để thở. A, cái đói. Bây giờ mi là địch thủ của ta. Xưa nay, ta luôn luôn nhủ mình rằng khóc nhục, than hèn, rên yếu đuối. Đến ngày thứ tư, ta khóc, than và rên rỉ. Ta lại còn sợ nữa. Ta biết là ta chết thì cả triều đại Tây Sơn này cũng sụp, và bọn chúng bay phải chết theo ta. Vậy, đứa nào dám giết ta? Không. Không một đứa nào! Nhưng ta vẫn sợ. Sợ chúng bay nhân ta vắng mặt, gây gổ can quan, đánh lộn bậy, đốt phá, để mất chiếc chìa khóa. Sợ con mụ họ Phạm nổi cơn ghen và giết Ngọc Hân. Ta lo. Ta lo nhỡ Hân để cho đám con ta là Cương, là Quí chơi, lỡ tay vứt mất chiếc chìa khóa thì sao.

Ô, đầu ta, cái đầu ta bắt đầu loạn rồi. Này, có chất gì ứa ra làm xót ruột thế này. Quan thị y đâu? Thị dược đâu? Bay để Quang Trung Hoàng Đế khổ thế này à? Thôi, cho ta đánh đổi. Ta đổi Vĩnh Trấn lấy một đĩa óc nghé. Không à! Vậy thì Cao Bằng - Lạng sơn lấy ba bát cơm trộn mắm. Còn Thanh - Nghệ, ta không đổi đâu! Ta định xây Đế đô ở Nghệ. Đất đó là đất tổ ta họ Hồ, sau đổi ra Hà, và lưu lạc vào Tây Sơn thì lại thành họ Nguyễn. Họ mẹ ta. Bác ta là Quận He đấy. Cũng công hầu nhà Lê, có kém ai. Còn ta, ta là phò mã, lấy Ngọc Hân về hầu hạ, quắc mắt lên là cha con Lê Hiển Tông xám mặt cúi đầu.

Thanh - Nghệ và thêm cho cả Quảng Bình, đổi lấy một miếng cháy bôi mỡ nhé! Thế mà bay cũng nói không à? Ta sắp chết sao? Bớ Ngọc Hân. Chìa khóa đâu, mở cho ta ra. Hay mi cũng phản ta rồi. Tự và Trọng Thức lập mưu giết ta với mi chăng? Đúng, đúng rồi. Thị vệ, có bọn tạo phản, giết chúng cho ta! Nhưng giết chúng để làm gì? Huệ mơ màng tự hỏi mình thì mắt hoa lên, thấy Vũ văn Nhậm bị trói ở bãi Tây Long. Nhậm trọn mắt:

- Giết ta để làm gì?

Huệ nghiến răng:

- Để từ rày ta chỉ lo một mặt phía nam Phú Xuân vì bố vợ mi ở Qui Nhơn. Còn mi là chàng rể, mi còn sống ở phía bắc là ta còn phải lo thế gọng kìm. Vì thế ta phải giết mi!

Nhậm hét lên, và Chỉnh ở góc phòng, mặt mũi máu me hỏi:

- Thượng công sai Nhậm giết tôi. Tôi phản hay chính Thượng công phụ tôi?

- Mi không phản lúc đó, nhưng để mi ở Bắc hà hai năm sau thì mi cũng sẽ phản. Còn ta phụ mi? Biết mi sẽ phản thì ta có phụ cũng là luật chơi mà thôi. Giá khi mi dẹp được Trịnh Bồng, mi đừng chịu nhận tước Quốc công của nhà Lê, vẫn cứ nhân danh Hữu quân Tây Sơn rồi đợi lệnh ta, thì ta lấy danh nghĩa gì mà giết mi được? Giết mi, ta tiếc lắm chứ. Giả thử có mi, thì về thủy binh ta có lo gì thằng Chủng. Thủy binh ta mạnh, tiếp ứng được Gia Định thì ta đâu có mất Thái bảo Phạm văn Tham. Chính mi, mi chết là phụ ta... Mà ta đói thế này, chắc cũng sắp gặp mi ở dưới tuyền đài rồi.

Huệ lại thở, nước mắt ứa ra đầm đìa, tay cố vẫy, giơ lên rồi lại rơi xuống tuyệt vọng. Thức nói lớn, giọng hoảng hốt:

- Hoàng hậu đi lấy chìa khóa đi. Không đợi được thêm nữa đâu! Có mệnh hệ gì thì chúng ta đều chết hết.

Nhìn Huệ lả người trên mặt đá hoa lát điện, mắt đã nhắm nghiền, thở thoi thóp, Hân lạnh lùng:

- Hoàng thượng muốn đến ranh giới sự chết, để hiểu cái đói và nỗi bấp bênh của sinh mạng đám hàng dân. Ngài chắc sẽ được như ý. Tôi về, sáng mai quay lại, bây giờ khuya rồi đi tới đi lui sợ điều tiếng dị nghị.

Một đứa thị nữ nấp sau bức trướng nghe rồi vội vã chạy về Tây cung báo. Phạm hoàng hậu nghe xong, rủa "Con khốn nạn, được rồi!"

*

Sau bảy hôm không được ăn, Huệ rạc người đi, nhưng chỉ được uống cháo có đổ sâm trong hai ngày liền. Ngày thứ ba, Huệ mới bắt đầu ăn cơm, dần dần lại sức, sai người qua Tây cung bảo Phạm hoàng hậu làm cho món óc nghé. Huệ nhìn Thức, trầm ngâm:

- Bài học đói là bài học lớn nhất của trẫm, cám ơn thầy. Từ nay, trẫm biết bụng hàng dân, hiểu ra cái lẽ thịnh, loạn. Khi đói, quả người ta mất hết nhân phẩm và lý lẽ. Thầy biết không, trẫm đói đến độ quẫn trí oán cả thầy, cả Tự, rắp tâm sẽ chém cả hai. Thế thì nói gì đến dân chúng. Họ đói, họ oán trời, rồi tất nhiên oán trẫm, có làm loạn cũng không lấy gì làm khó hiểu! Họ lại đâu chỉ đói một mình. Cả nhà đói. Cả làng, cả huyện đói. Ghê thật, và trẫm hiểu được những cái quyền dân thầy từng nói, không còn lờ mờ như trước.

Đúng. Cái quyền tối thượng của mỗi người dân là quyền sống. Và sống có nhân phẩm thì không phải đói, phải xin, phải cầu cạnh gì ai. Câu thầy bảo làm vua phải biết là để làm gì nay trẫm đã hiểu...

Huệ đứng dậy vái, nhưng Thức đã vội nghiêng mình chắp tay vái lại, miệng kêu:

- May thay. May cho thiên hạ!

Thời gian sau đó, mắt Huệ bớt rừng rực lửa, cung cách độ lượng, không bàn chuyện vào Gia Định dẹp lực lượng Nguyễn Ánh, bỏ ra mấy buổi liền để bàn với Tự về cách chống đói và tiềm năng kinh tế của Đại Việt. Về phần Thức, Huệ giao cho trách nhiệm tìm những kẻ còn trẻ cầu học cầu tiến, dự định gửi họ sang Pháp lan tây và Anh quốc. Gọi Kỷ và Tuyên vào, Huệ ướm hỏi họ về vấn đề cho giáo sĩ tự do giảng đạo, và để cho giáo hữu mở trường dậy học ở mọi huyện.

Xế chiều, Huệ sang Tây cung, cho Tự, Thức và Ngọc Hân đi theo. Trầm tĩnh hẳn, Huệ nhẹ nhàng phủ dụ Phạm hoàng hậu chứ không hắt hủi như xưa, gọi đám Toản, Thùy và Bàn ra hỏi việc học, lòng có chút ân hận đã sao nhãng con cái những năm vừa qua. Đến khi dọn tiệc ra, Phạm hoàng hậu chắp tay thưa:

- Vì Hoàng thượng gọi gấp, lại chỉ tìm được có một con nghé, cho nên tôi làm thêm món miến gà là món Đàng Ngoài để khoản đãi Bắc cung hoàng hậu và các vị văn thần Bắc hà. Xin cứ tự nhiên.

Đang mải nghĩ ngợi về phản ứng của đám quan võ đối với sự hòa hoãn khoan nhượng các giáo sĩ Ki Tô, Huệ chẳng nói chẳng rằng, cắm đầu ăn ngấu nghiến, nhưng mắt đăm đăm nhìn vào khoảng không. Chưa thấy Huệ cho phép, mọi người cúi đầu lẳng lặng đợi. Miệng khô, Huệ với một bát miến, húp nước. Tiếp tục ăn được dăm ba miếng, Huệ bỗng kêu nhức đầu. Thế là không một ai đụng đến những bát miến gà còn nóng, và cũng chẳng có người nào để ý thấy Phạm hoàng hậu mặt tái mét, cúi mặt không nhìn lên.

Về đến cung vua, Huệ sai đóng cửa lại, kêu:

- Gió chướng độc lắm. Khéo không lại bệnh đấy!

Trên thành Phú Xuân, gió khi thổi khi ngừng, không có phương hướng nhất định, lắm lúc lại xoắn vào nhau quay cuồng gào lên điên dại.

Quả gió chướng là gió độc. Huệ ngã bệnh tối hôm đó, đầu nhức, người ra mồ hôi như tắm. Y quan vào bắt mạch, cho thuốc. Thuốc uống xong, Huệ đỡ. Nhưng mấy ngày sau, những cơn nhức đầu lại quay lại. Rồi kèm với nhức đầu là những trận đau bụng. Y quan không chẩn được bệnh, cầu cứu bọn đồng cốt. Huệ đuổi ra. Mấy ngày sau, Phạm hoàng hậu treo cổ tự vận nhưng ai cũng dấu, không cho Huệ biết. Lúc đó, có những cơn đau làm Huệ bất tỉnh, mặt cứ sạm dần đi, miệng lở, môi khô, hai con mắt lồi ra nhìn như hai cục máu đông lại. Cho người về Qui Nhơn tìm An, người bạn gái thuở niên thiếu, Huệ đợi từng ngày. Có lẽ lúc đó, Huệ biết mạng của mình đã đến chỗ tuyệt.

Phạm hoàng hậu rắp tâm đánh thuốc độc giết cả bọn "nước ngoài" vào chiếm chồng, chiếm vua nước Đàng Trong, mê hoặc triều đình bằng những luận điệu huyễn hoặc. Mưu ấy, chỉ một mình Bùi Đắc Tuyên biết.

Nhưng oái oăm thay, chút nước trong bát miến gà ngay tầm tay Quang Trung trong bữa ăn ở Tây cung không hại được một ai khác ngoài vị Hoàng Đế cầm hết vận mệnh nhà Tây Sơn. Có lẽ Huệ biết mình bị đánh thuốc độc vì một hôm Huệ hỏi Tự:

- Cùng đi ăn ở Tây cung, có ai làm sao không?

Nghe Tự nhắc lại là hôm ấy chẳng có ai kịp đụng đũa, Huệ chỉ à lên một tiếng rồi không đả động gì đến nữa.

Huệ sai gọi Trần Quang Diệu ở Nghệ An và Vũ văn Dũng đang trên đường đi sứ sang Trung Quốc về gấp. Ngọc Hân ngày đêm bên cạnh Huệ, khóc thưa:

- Hoàng thượng có mệnh hệ gì thì mấy mẹ con thiếp trông cậy vào đâu?

Ngậm ngùi, Huệ nhỏ nhẹ:

- Trông vào Dũng, về Bắc Hà, đừng ở đây nữa!

Gọi Thức và Tự vào đứng bên giường, Huệ gượng cười:

- Đến ranh giới cuối của sự sống với cái đói, nay ta ghé lẫn mức đầu tiên của sự chết bằng mấy miếng óc nghé và chút nước miến gà. Thầy thấy có buồn cười không? Cái quyền lực ta còn đây, ta cũng chẳng biết làm gì với nó? Ta giết kẻ hại ta, cũng chẳng thay đổi được gì, chỉ phá cho nát ngay cái sự nghiệp Tây Sơn mà thôi!

Ngừng lại để lấy sức, Huệ tiếp như than van, mắt nhìn Tự:

- Có cứu lấy gì được không?

Tự ngẫm nghĩ rồi đáp:

- Rút về Đàng Ngoài, có Thiếp, Nhậm và bọn quan võ như Dũng, Huấn, Sở, Lân thì còn giữ được lâu! Đàng Trong chưa đủ sức để đánh ta ngay...

Huệ buồn bã ngắt lời Tự:

- Kẻ làm được việc này là Diệu. Chỉ Diệu mới khiến được đám cựu thần Qui Nhơn thôi. Nhưng để làm chi? Không nhẽ lại phân ra Trong, Ngoài, Nam, Bắc đánh nhau thêm một vài trăm năm nữa? Bài học về cái đói đã dạy ta điều ngược lại, nghĩa là phải tìm cách cứu vãn hòa bình, chứ không phải là tiếp tục cuộc nội chiến đã manh nha từ thuở Mạc triều. Còn cắn cấu lẫn nhau, còn nghèo, còn đói!

Ngừng một lát, Huệ dặn Tự và Thức:

- Ta đi rồi, cả hai vị phải rời ngay Phú Xuân tránh nạn. Chúng sẽ ăn sống hai vị ngay!

Trần Quang Diệu về tới Phú Xuân, vội vào cạnh Huệ. Huệ thều thào:

- Ngươi gấp xây Trung đô ở Nghệ rồi kéo ra đó, nếu không thì bọn giặc Gia Định vào, lũ các ngươi chết không có đất mà chôn. Việc tang ma, lắng lặng làm cho nhanh, và hai ba tháng sau hãy báo cho thiên hạ rõ.

Gọi Ngọc Hân đến bên giường, Huệ ứa nước mắt:

- Duyên ta với nàng có thế. Nghĩ lại, tội cho nàng. Ta không nghĩ là nàng yêu ta. Nhưng dẫu sao, nàng cũng cho ta mấy mụn con đáng mặt vương đế. Phần ta, ta chỉ quí nàng, và cũng xin nàng quí ta là đủ. Người ta yêu - Huệ bật cười - chỉ muốn ta là một kẻ bình thường. Suốt đời, từ năm mười bảy đã làm tướng cầm quân cho đến nay là trên hai mươi năm, ta mới sống được bảy ngày nhịn đói có thể tạm gọi là bình thường. Nhưng khi chết, tất là ta chết như mọi người. Gọi người ta yêu đến để nàng thấy lúc cuối cùng này ta cũng trở thành bình thường như mọi người trước cái chết, nhưng sao nàng vẫn không đến...

Bỗng từ ngoài không biết bao nhiêu là những con dán cánh vàng mật ong ở đâu bay vào điện nơi Huệ đang thoi thóp thở. Dán bay, cánh đập rào rào như tiếng mưa, khiến Huệ mở mắt, thều thào trong cơn mê sảng:

- Ai đấy! An, An phải không?

Chỉ có mái tóc Ngọc Hân run rẩy dưới ánh bạch lạp đang ngả nghiêng hắt lên tường bóng những con dán bay toán loạn. Tiếng Huệ nhỏ dần:

- An xem, chết thế này bình thường chứ hả...

Đêm hôm ấy là đêm hai mươi chín tháng bảy âm lịch năm Nhâm Tí. Trên trời Phú Xuân, sao lấp lánh rồi từng trăm vì sa xuống. Đó là những vì sao chết cách đây hàng vạn năm ánh sáng, chờ đúng lúc rủ nhau về đón một linh hồn vừa rời thế gian. Như mọi người, rất bình thường. Kể cả chuyện đến phút cuối cùng vẫn chỉ chờ đợi bóng người yêu. Nhưng nàng không bao giờ đến.

Ngọc Hân lủi thủi về Bắc cung, lấy bài thơ làm dở cho Huệ ra ngắm nghía. Nàng nhanh tay thảo ba chữ Ai Tư Vãn, rồi viết tiếp:

"Công dường ấy mà thân nhường ấy
Cõi thọ sao hẹp bấy hóa công
Rộng cho chuộc được tuổi rồng
Đổi thân ắt hẳn bõ lòng tôi ngươi"

Đó là bài văn tế chẳng phải cho riêng Quang Trung mà là cả cho triều đại Tây Sơn. Cái kỷ nguyên mới kia chỉ còn là một giấc mơ bám bụi.

Ngay sáng hôm sau, Bùi Đắc Tuyên ra lệnh vây bắt Nguyễn Huy Tự rồi mang dìm xuống sông ở ngả Ba Sình. Tự cười ẳng ặc, chẳng phải là chỉ vì bị sặc nước. Hai trăm năm sau, một học giả tìm ra nguyên bản Hoa Tiên do Tự trước tác, một tập thơ truyện bằng chữ Nôm đặt tình yêu lên trên vòng ràng buộc của luân lý phong kiến. Sau đó, một dị thuyết cho rằng Tự trốn chứ không bị Tuyên bắt, rồi già mà chết.

Phần Nguyễn Trọng Thức, bặt vô âm tín từ ngày ấy, và không một ai biết Thức trốn đi đâu.

13

Đòn thù

Chợ Hương-qua sau mười năm binh lửa nay chỉ còn là một mảnh đất ven sông rải rác trên dưới độ hai chục hàng quán. Sáng tinh mơ, chợ còn thưa. Đâu đây, tiếng chửi bới dành chỗ của những người gánh hàng, tiếng can gián, trộn vào tiếng ê a rao bán quà rong, là khúc mở đầu của một bản giao hưởng họp chợ ở nơi nào cũng có. Dòng sông Lam uốn vòng như ôm lấy bến Lịch dưới kia lững lờ trôi. Dăm ba con thuyền cặp bến, rồi nào là tiếng gà quang quác, tiếng chào hỏi, tiếng cười, tiếng nói bỗng chốc nhộn nhạo hẳn lên. Qua những tàn cây cành lá xum xê, ánh dương ló ra, ngần ngừ, uể oải như người đêm trước uống rượu say sáng phải dậy sớm.

Ngay chân chiếc cầu nối dùng làm chỗ buộc neo thuyền, nhà sư ngồi đó như một pho tượng làm bằng đất thó. Chân đất, tay bưng bình bát, sư nhìn sông, nhìn nước, miệng mủm mỉm cười, hàm râu quai nón ngả mầu bạc phập phồng trên khuôn mặt thanh thản hồn nhiên. Một lũ trẻ từ góc chợ vừa reo vừa chạy lại.

Đợi sư ngồi xuống, bọn trẻ con đến bâu chung quanh, mắt hau háu nhìn, rồi xô đẩy tranh chỗ, cãi nhau chí chóe. Vân vê bộ râu quai nón, sư khẽ rầy:

- Này, cứ cãi nhau đánh nhau là ta không kể đâu. Có yên đi, ta mới kể.

Khoác tấm áo sòng màu xám, người dềnh dàng nhưng tay thoăn thoắt, sư xếp hai cái bát không bên cạnh chỗ ngồi, rồi lần tràng, mắt nhắm lại. Đợi đến lúc đám trẻ con đâu đã ngồi vào đấy, sư mới mở mắt ra, miệng chậm rãi, ề à:

- Hôm qua, kể đến đâu nhỉ. À, có phải là Hứa Sử đang hỏi Diêm Vương không? Đúng, có đứa nào nhớ hỏi thế nào không?

Trong số bọn trẻ đang nhao nhao lên, một đứa cao giọng đọc:

Xà vương giết hại vua cha
Qui y niệm Phật đặng tha tội này
Có một tội, tội phụ thầy
Phật không cứu đặng, ta rầy khó bênh
- Đúng rồi. Thế là Hứa Sử hỏi:
Làm tôi buông thói chẳng ngay
Làm con không thảo giết, đầy vua cha
Lẽ thời tội ấy chẳng tha
Qui y sao lại thoát ra tội này?
Đệ tử nếu phụ ơn thầy
Phật không cứu đặng lệnh rầy chẳng tha

Sư ngừng đọc, đưa mắt nhìn lũ trẻ, rồi ê a, tay nhịp vào mõ:

- Vậy thì thầy hơn vua, cha

Tôi nghe lẽ ấy lòng mà chưa thông?

Bọn trẻ con lại kêu lên hỏi tại sao. Nhà sư giơ tay cho chúng im, bảo:

- Diêm vương trả lời Hứa Sử thế này:

Tớ thầy, tôi chúa, con cha
Cả ba điều ấy thật là trọng thay
Sinh con nhưng chẳng có thầy
Lấy ai giáo hóa cho rày nên thân
Cùng là tiết nghĩa phò vua
Trạch dân trí chúa cơ đồ đặng yên
Vua cùng cha mẹ rõ ràng
Có cơ thành tựu nhờ ơn của thầy.

Lúc ấy, người đi chợ cũng đến đứng xung quanh nghe nhà sư kể chuyện. Có kẻ hỏi:

- Thế là lộn tùng phèo Sư, Quân, Phụ chứ không phải Quân Sư Phụ nữa à?

Sư chỉ ngoác miệng ra cười hiền lành, không trả lời, tay chỉ vào hai cái bát không. Người ta bỏ cho ăn, sư niệm Nam Mô, rồi đứng lên cầm đồ ăn ra bờ sông Lam. Bọn trẻ con đi theo, sư lại vẫy tay đuổi, nhưng dịu dàng nói:

- Truyện còn dài, còn dài mà...

Lặng lẽ ngồi cạnh bụi rậc nhìn ra sông, sư lẩm nhẩm một mình không biết nói điều gì. Nhìn ra xa, ngọn Hồng Lĩnh đâm lên trời ngạo nghễ đùa cợt với những cụm mây trắng theo gió lềnh bềnh trôi xa. Ăn xong, sư đứng dậy men bờ đi ngược lên, nải vắt lưng, tay chống gậy. Gặp thuyền đi cùng hướng, sư vẫy, miệng kêu:

- Làm phúc cho quá giang với!

Ngồi đầu mạn thuyền, sư nhìn về hướng Nghi Xuân, hỏi:

- Nhà thuyền có lên đến Tiên Điền không?

- Có.

- Nam mô a di đà Phật. Cho tôi xuống đấy nhé. May quá.

- Sư đi tìm ai?

- Một người em họ, tên là Nguyễn Du.

- A, vậy thì tôi biết, tôi chỉ đường cho.

- Nam mô a di đà Phật!

Thuyền trôi đi, nửa ngày sau cặp vào bến. Mặt trời lúc đó đã đứng bóng, tiếng gà gáy trưa buồn nản vang lên trong những cơn gió nóng như đổ lửa. Sư lau mồ hôi, lững thững bước, miệng lẩm nhẩm lời dặn của người lái thuyền. Qua lũy tre đầu làng, rẽ vào tay trái. Căn nhà thứ năm, hàng dậu có dàn bìm bịp. Đến nơi, sư ngừng bước, hỏi lớn:

- Có ai trong nhà không?

Cánh cửa hé mở, rồi một giọng ồ ồ như vỡ tiếng cất lên:

- Mời sư ngồi sơi chén nước. Để cháu đi tìm cha cháu về!

Nói xong, cậu bé chặc mười lăm tuổi chạy vụt ra ngoài. Một lát sau, có tiếng chân người và tiếng bản lề cánh cửa nhọc mệt nghiến răng như rên rỉ. Sư đứng dậy.

Một người lưng hơi gù, quần sô, áo vải, tay còn cầm chiếc cuốc chim, bước từng bước lại, dáng e dè. Sư chào, miệng cười:

- Nam mô a di đà Phật! Du đấy à?

Người vừa vào mừng rú lên, chạy lại nắm tay, reo:

- Nhật huynh! Cháu nó bảo là một vị sư. Đệ cứ ngỡ là ai chứ, vì thỉnh thoảng cũng có một vài vị quanh đây đến chơi trò chuyện.

Hai người ôm chầm lấy nhau. Nhật đẩy Du ra, ngắm nghía, lắc tay nói:

- Thấm thoát từ lần ở Quỳnh Côi đến giờ là bao nhiêu năm rồi nhỉ?

- Gần mười năm. Nhanh thật! Mỉm cười, Du tiếp - may ra chỉ có sự chết chứ ngoài nó ra có gì chống được thời gian không nhỉ?

*

Lần Toàn Nhật gập Du ở Quỳnh Côi là vào năm Quí Sửu, sáu tháng sau ngày vua Quang Trung băng hà. Ở Phú Xuân, Quang Toản mới gần mười tuổi lên ngôi, lấy hiệu Cảnh Thịnh, nhưng quyền hành nằm hết trong tay cậu ruột là Thái sư Bùi Đắc Tuyên. Lập tức, Tuyên giết Nguyễn Huy Tự, truất Trần Danh Kỷ đánh xuống làm lính, đầy ra trạm Mỹ Xuyên. Mâu thuẫn Bắc - Nam ngấm ngầm cho đến khi đám quan văn võ gốc Bắc hà lần lượt bị mưu đẩy ra Đàng Ngoài, kể cả

575

những trọng thần như Vũ văn Dũng. Tuyên đi ngược lại mọi chính sách của Quang Trung, ra lệnh ngăn giao thương ở Hội An, và gây khó dễ cho những người truyền đạo KiTô trong suốt hai vùng Thuận Hóa và Nam - Ngãi. Sau, Tuyên công khai đàn áp giáo hữu, để lại những vết tích khủng bố khá tàn bạo đã gây mầm mống cho sự sụp đổ của Tây Sơn sau này. Vì thế, "xứ xứ tịnh khởi," cả Đàng Trong lẫn Đàng Ngoài giặc dã nổi lên, không còn ai e dè gì.

Nhà sư Toàn Nhật, một thời đã là vị tướng cầm đầu đội Tiền Kích của du binh Tây Sơn, khi đó đi hoằng pháp ở Thái Bình. Vào đến huyện Hải An, Nhật gặp lại huyện quan vốn là một tướng cũ dưới quyền mình. Huyện quan than rằng ngay chính ở Quỳnh Côi cũng đã có một số người tạo phản, tập hợp hào mục đánh lại, cứ như cái dằm đâm vào ngón tay mà không nhổ ra cho được. Nhật hỏi, biết người kêu gọi khởi nghĩa Cần Vương chính là Nguyễn Du. Tối hôm đó, Nhật bảo huyện quan:

- Ông có muốn tôi nhổ cho ông cái dằm đâm tay không?

Huyện quan còn ngơ ngẩn, Nhật tiếp:

- Phiền ông đi với tôi đến Quỳnh Côi!

Dĩ nhiên Huyện quan giẫy nẩy lên từ chối, sợ bị giặc bắt. Nhật lảng chuyện, mượn một chiếc xe bò, và mua lại ít lương thực mắm muối, để chở vào chùa Trí Ấn. Khi việc đã xong xuôi, Huyện quan cáo từ, vái Nhật. Miệng đáp "A di đà Phật," Nhật thình lình đưa tay điểm huyệt, rồi nhanh như cắt vật Huyện quan xuống trói lại. Bỏ vào chiếc bao tải, Nhật ôm Huyện quan đặt lên xe bò, dặn đám người nhà đang sợ đến ngây người:

- Tôi là kẻ tu hành. Đừng động tĩnh gì, mai tôi lại xe ông ấy về đây.

Nhật đánh xe bò thẳng đường đến Quỳnh Côi, tìm ra chỗ ở của Du vào nửa đêm, gõ cửa nói:

- Ta nghe đệ dấy quân Cần Vương, nên có chút lễ mang đến, gọi là góp vào nghĩa cử.

Du mừng rỡ. Uống được dăm chén trà, Nhật hỏi:

- Thế kế hoạch Cần Vương của đệ thế nào?

Du thưa:

- Đánh phá huyện, chém huyện quan ra oai, rồi từ đó tiến lên trấn Sơn Nam.

Nhật vỗ đùi kêu:

- Hay. Tuyệt lắm. Chiếm Sơn Nam rồi làm gì?

Du hăng hái:

- Có thanh thế, ta kêu gọi các trấn Kinh Bắc, Hải Dương, Sơn Tây... cùng nổi lên, tìm con cháu nhà Lê lập lại, rồi vây Thăng Long. Thế huynh giúp cho một tay nhé?

Lắc đầu, Nhật thủng thẳng:

- Đi tu rồi, ai còn muốn tay mình vấy máu. Người nào có mệnh nấy. Trời cho thanh cao, ai lại thích bụi bậm phong trần?

Miệng cười tủm, Nhật hỏi:

- Du đệ. Đệ đã chém ai chưa?

- Chưa!

- Đệ chắc đã chọc huyết heo, cắt cổ gà?

- Cũng chưa!

- Thế à! Vậy thì phải tập. Văn ôn võ luyện, con nhà võ mà không biết máu me thì không được.

Tay chỉ vào chiếc bao tải, Nhật bảo:

- Còn món quà này.

Du hỏi:

- Gì đấy?

- A. Đấy là món quà Du đệ đang trông đợi. Chuyến này chẳng cần đánh huyện Hải An làm gì. Ta cứ trẩy thẳng lên trấn Sơn Nam nhé!

- ...

Nhật bất ngờ vòng tay rút thanh kiếm Du đeo ngang lưng rồi chém vào chiếc dây buộc bao tải, vừa nhanh, vừa gọn, và chính xác đến độ chỉ có sợi dây đứt làm hai đoạn. Xé chiếc bao tải thành hai mảnh, Nhật cười, giọng tỉnh khô:

- Đây, Huyện quan Hải An đây.

Tội cho quan huyện, miệng bị nhét giẻ không kêu được nhưng tai nghe thấy hết, sợ đến độ run như đỉa phải vôi, mắt ngước lên nhìn sợ sệt. Nhật lại tiếp:

- Du chém kiểu nào. Để hắn đứng lên hay bắt hắn quì đưa cổ ra. Không đợi Du trả lời, Nhật tiếp - Quì chém ngọt tay hơn.

Đẩy Huyện quan quị xuống, Nhật ấn cho đầu cong ra, thuận tay xé chiếc áo ngoài, khiến cổ Huyện quan lộ ra trắng hếu như một khoanh giò lụa. Tay đưa kiếm cho Du, Nhật lại cười:

- Đây. Chém đi ta xem.

Lúc ấy, năm sáu đứa con Du và Đoàn-thị, là vợ Du, đã ra đứng vây quanh, mặt mũi tái mét không còn đến một giọt máu. Đứa con gái bé nhất khóc thét lên. Du cầm kiếm, vụng về, thõng tay bỏ xuống. Nhật quát nhỏ:

- Chém đi. Còn đợi gì?

Du nhìn vợ con, ném cây kiếm xuống đất, lắc đầu. Bấy giờ, Nhật mới nhẹ nhàng:

- Cái nghiệp máu không phải là nghiệp của đệ. Ta vẫn còn nhớ những câu văn tế cô hồn đệ đọc khi mình đến viếng mộ lão Hài năm xưa. Đệ sinh ra là để làm những câu văn cho cuộc đời đẹp đẽ hơn, cho con người yêu thương nhau hơn. Năm xưa, chẳng phải chính đệ đã đọc:

"Bắt phong trần, phải phong trần
Cho thanh cao mới được phần thanh cao"

cho Trọng Thức nghe à? Nay, ai bắt mà đệ muốn giây vào bụi bậm? Đệ sinh ra, tâm hồn được cái đẹp cứu rỗi. Đời này có thể cứu rỗi bằng cái đẹp. Cho nên muốn cứu thiên hạ, đệ cứu bằng cái đẹp. Cứu như thế là cứu cả thiên hạ không những chỉ đời này, mà cho cả những đời sau!

Nhìn Du ngẩn ngơ như còn mộng mị, Nhật ôn tồn:

- Cứu thiên hạ chúng sinh ư? Là làm sao cho chúng sinh phải biết tự cứu mình. Cứu bằng sự hiểu biết, nhà Phật gọi là tỉnh thức. Đã gọi là tỉnh thức, thì không có gì là mệnh nữa...

Cởi trói cho Huyện quan, Nhật quì xuống vái:

- Đã xúc phạm đến ông, thật có lỗi. Mong ông quên đi cho!

Huyện quan mừng, nhưng vẫn sợ. Cái tăm tiếng sấm sét của Du binh Tiền Kích tướng quân Võ Toàn Nhật vẫn còn đủ sức làm kinh hoàng một viên võ tướng Tây Sơn. Huyện quan vái lại, miệng lắp bắp, tay chỉ Du:

- Ông đây, tôi muốn thì đã bắt từ lâu rồi! Khốn nỗi là quan Thượng Thư Ngô Thì Nhậm đã cấm quan Trấn Thủ Sơn Nam động đến, lại lệnh cho chúng tôi phải dè chừng bảo vệ!

Du vỡ lẽ ra, bấy giờ mới hiểu chẳng phải là quân Tây Sơn trở thành vô dụng. Nhật tươi cười:

- À, là thế. Ông nói trước, có lẽ tôi đã chẳng dám manh động đưa ông đến Quỳnh Côi. A di dà Phật! Nhân tốt thì quả lành.

Khi Nhật và Huyện quan từ giã về Hải An, Du vái rồi nói ''Ơn mở mắt cho Du, Du không quên!''

*

Nhìn đám trẻ nheo nhóc, Nhật bùi ngùi:

- Lần này, ta chẳng có gì mang đến cho các cháu.

Du cười, miệng đùa:

- Ai lại đi ăn hớt của sư. Huynh đến thăm đệ, đệ chỉ có cơm chay, rau dưa là chính, thế đã gần mười lăm năm nay rồi.

Vừa nghe kể rằng Thiếp sai Nhật xuống tìm mình, Du đưa ngay ra một tờ chỉ bắt Du đến gặp Trấn thủ Nghệ an, dưới đề Gia Long năm thứ nhất. Nhật dí dỏm ''Hà hà... thế là sắp hết chay tịnh rồi!,'' Du mặt đăm đăm, thở dài, nói nhỏ:

- Chắc thầy dặn là đệ phải nhận!

Nhật gật đầu, chậm rãi:

- Thầy bảo ta kể lại cho Du nghe chuyến gặp gỡ giữa Ánh và thầy. Tháng năm năm ngoái, thầy tuân mệnh Cảnh Thịnh ra Phú Xuân. Bất ngờ, quân Ánh đánh vào chiếm kinh, thầy bị kẹt ở lại đó. Ánh gọi thầy vào sẵng giọng: ''Người làm thầy bọn giặc Tây Sơn, sao lại để ta vào đến đây?'' Sau đó, thầy buộc phải chứng kiến Ánh quật mả Quang Trung, lấy hài cốt bỏ vào ngục và cưa sọ làm đôi dùng làm bô nước tiểu!

Nhăn mặt, Du quay đi. Nhật từ tốn, nói như nói một mình:

- Thầy bảo, xưa Nguyễn Nễ theo Tây Sơn bị Trấn Thủ Nguyễn Thận bắt giam nhưng được đệ giải cứu. Song ngư nước đã cạn rồi, đất nhà Nguyễn về lại chủ cũ. Lê triều nay đã mạt, đệ nhận quan là cứu Nễ, và biết đâu còn cứu cả được đám nho sĩ Bắc hà đã theo Tây Sơn. Đó là lý do thầy không đưa đệ vào làm Sùng Chính viện dưới thời Quang Trung đấy!

Du lắc đầu:

- Việc ai nấy đều biết, là từ một thiếu niên mười sáu tuổi được Đỗ Thành Nhân cứu vớt tới lúc trưởng thành, Ánh đã lập kế phục người giết ân nhân mình ba năm sau. Rồi mới đây, con của Đệ nhất công thần Nguyễn Văn Thành tên là Thuyết bị Ánh xử tử hình vì đã làm thơ xướng họa với bọn danh sĩ xứ Nghệ. Đó chỉ là cái cớ để sau đó Ánh nhẫn tâm bỏ Thành, một trong Gia Định tam kiệt đã phò mình suốt mười mấy năm, bị vây hãm ở Vân Sơn, cuối cùng phải tự tử để khỏi chết nhục với quân Tây Sơn.

Mân mê tờ chỉ trong tay, Du thở dài. Lát sau, Du nhìn Nhật, hỏi:

- Huynh nghe gì về cái chết của Đông cung Cảnh?

- Ta bôn tẩu khắp nơi, nghe thì có nghe, nhưng tin thì biết thế nào mà tin!

- Huynh nghe gì?

- Ta nghe Cảnh sang Pháp, bị Bá đa Lộc huyễn hoặc theo KiTô giáo, về không chịu lạy bàn thờ tổ tiên, cho thế là lạy xác, một hủ tục mê tín. Bá đa Lộc bị bọn quyền thần bảo thủ trong triều ghen ghét, tìm cách kéo Cảnh khỏi tay, nhưng việc nhập nhằng vì Ánh còn cần đến Lộc. Sau khi Lộc chết rồi, triều thần vẫn tiếp tục dị nghị. Chiến thắng càng kề, thì Cảnh là Đông cung càng thành một vấn đề đưa đến chia rẽ, đổ vỡ trong nội bộ Ánh. Bỗng nhiên Cảnh lăn ra chết, phao là bị bệnh đậu mùa. Vì thế hàng dân xôn xao, đồn là cái chết có gì mờ ám!

Du lại lắc đầu. Nhật trầm tĩnh, nhìn Du, tiếp:

- Những kẻ đoạt được Đế vị chỉ biết có quyền lực. Muốn có quyền lực, phải nhẫn tâm, phải sẵn sàng dày xéo lên mọi sự và mọi người. Người đời muốn sống yên với quyền lực, thì nên tránh nó cho xa. Nhưng khi không còn tránh được, thì lại phải lăn vào mới có thể tồn tại.

Hai người bước ra vườn. Tiếng côn trùng nỉ non than khóc văng vẳng tứ bề. Bỗng Du xa vắng:

- Huynh còn nhớ hôm chúng mình rời Thăng Long, qua sông Nhị không? Huynh nhảy xuống sông bơi rồi hỏi đệ ''Xem ta đã sạch bụi chưa?'' Những ngày tới, đệ sắp phải vấy bụi rồi…

Thở dài, Du ngậm ngùi:

- Nhà đệ ba đời ăn lộc nhà Lê. Bây giờ, cái phận đệ là phận hàng thần…

Nhật chưa biết nói gì thì Du, giọng ai oán, than:

''*Bó thân về với triều đình*
Hàng thần lơ láo phận mình ra sao?''

Im lặng một lúc lâu, Nhật nắm lấy cánh tay Du lắc nhẹ rồi bảo:

- Mai ta lên đường. Thầy bảo ta ra Thăng Long xui Ngô Thì Nhậm trốn đi thì mới sống được! Quân Nguyễn Ánh sắp sửa tấn công Bắc hà rồi. Ta cũng lo cho Trọng Thức. Không hiểu lúc này anh ấy thế nào?

Du kể là năm năm trước Thức có ghé về Nghệ An thăm. Lúc đó, Thức ở trong trại hủi với Mai trên bờ sông Mã, và dẫu cường thần Bùi Đắc Tuyên đã chết,

583

Thức vẫn từ chối không ra giúp Tây Sơn dưới đời Cảnh Thịnh. Du buồn bã:

- Anh ấy đã đi quá xa rồi, và thành ra một người cô đơn nhất trong tất cả chúng ta. Anh ấy về Thanh Hóa, đệ có làm một bài thơ tiễn, nhưng vẫn chưa đưa đến tay được!

- Thơ thế nào?

Du chậm rãi đọc bài "Biệt Nguyễn đại lang":

Tiễn người về chốn cũ
Sang sông, ta sang sông
Trùng xa, tin chẳng đến
Ngổn ngang, sóng ngập lòng
Đêm về, beo hổ tới
Trăng lên, cánh nhạn hồng
Đôi nơi, cùng trông ngóng
Mây nổi trời mênh mông.

Nhật ngậm ngùi thở dài:

- Gần hai mươi năm rồi ta không được gặp Thức. Bây giờ lại phải đi gấp kẻo không kịp báo Ngô thì Nhậm. Đệ hãy đến và mang thơ cho Thức, bảo là ta nhớ lắm!

- Xin vâng. Và cũng nhờ huynh cám ơn Nhậm ngày xưa đã lưu tình ở Quỳnh Côi!

Nhật nhìn lên, rưng rưng nước mắt, rồi bỗng phá ra cười:

- Ô hay, ta sao còn trần gian thế nhỉ? Nam mô a di đà Phật.

Thiên tài của Nguyễn Ánh ở chỗ Ánh là kẻ biết đợi.
Muốn được vậy, phải có hai thiên chất bẩm sinh. Một
là sự kiên nhẫn. Và hai, là biết nhát. Nhát, dễ lắm.
Nhưng biết nhát thì khó. Kẻ biết nhát, lúc cần có thể
chủ động. Chỉ nhát không thôi thì đó là người lúc nào
cũng bị động. Vì thế, suốt thời gian Bá đa Lộc sống kề
kề bên cạnh, Ánh đã đi ngược lại sự tính toán vội vã,
lòng háo chiến của Lộc, nhất định trù trừ không xuất
quân đánh Tây Sơn. Chán nản, một số không nhỏ bọn
đánh thuê Tây dương đã bỏ đi một năm trước ngày
Huệ chết. Sau đó, Lộc năm lần bảy lượt dụ Ánh, dọa
bỏ đi mấy bận, nhưng Ánh vẫn cương quyết giữ thế
thủ, củng cố quyền lực đã nắm được, và chờ. Ánh nói
với quần thần, mặc dầu bụng vẫn bán tín bán nghi,
rằng "bất chiến, chiến công thành," không đánh mà
thắng, mới thực sự hiển hách.

Dĩ nhiên, nếu Huệ sống thì khác. Nhưng khi ông lão
gần tám mươi Bùi Đắc Tuyên dọn ra ở chùa, rồi một
mình chỉ trỏ tác oai tác ách, đuổi Danh Kỷ, giết Huy Tự
và truy lùng Trọng Thức thì Tây Sơn đã tự tay châm
lửa đốt cháy triều đại của mình. Đám quan võ quen
chiến trận bực bội xì xào rằng Tuyên có thể sẽ phế
Quang Toản để lập con đẻ của mình lên ngôi. Lập tức,
Ánh cho người vào mật xin với Tuyên chỉ giữ bốn trấn
Gia Định, và chịu làm Vương, nhường Đế vị cho Tây
Sơn. Tuyên đắc chí, mũi dùi chính trở thành ra Qui
Nhơn hất Nguyễn Nhạc. Sau đó, Vũ văn Dũng cùng hộ
giá Huấn vào bắt Tuyên giết đi, và thế là phải triệt hạ
cả Ngô Văn Sở và hàng chục võ tướng khác. Đang vây
quân Nguyễn ở Diên Khánh, Trần Quang Diệu được
tin, quyết định rút về đánh Dũng. Hai bên đã dàn quân

hai bờ sông Hương, may có Phan Huy Ích thay Quang Toản viết chiếu giảng hòa nên việc binh biến mới thôi. Ánh nghe tin, hậm hực bảo Nguyễn Văn Thành "Giá ta giả thua Diệu ngày trước để cho quân nó mạnh, thì chắc nó đã đánh thằng Dũng rồi, tiếc quá!."

Nhưng Ánh đã hiểu. Tây Sơn là một con trăn lớn ngu ngơ với ba bốn cái đầu rắn hổ không có cái nào nghe cái nào. Để lâu, chính con trăn tự kẹp lấy mình, đuôi lộn lên đầu, để chết rục, chết ngạt. Đó, thiên tài của Ánh là đợi. Đánh ư? Chắc thắng mới đánh. Đánh xong, phải giữ. Giống như loài sói, đã cắn là không nhả. Ánh đã làm như vậy mười năm liền từ ngày Huệ chết.

Tháng giêng, Quang Toản và Quang Thùy xua quân Tây Sơn đánh lũy Trấn Ninh. Đó là trận đánh cuối cùng của hai con cừu trước chủ tể loài sói. Ánh chặn đường Trần Quang Diệu tìm cách ra Bắc hà, bắt sống được Diệu và cả Bùi Thị Xuân, nữ tướng chỉ huy đội tượng binh. Ánh đuổi Vũ Văn Dũng. Đến đường cùng ở Nông Cống, Dũng tự sát. Về Phú Xuân, Ánh lên ngôi lấy Đế hiệu là Gia Long, sửa soạn ra Bắc hà bấy giờ chỉ còn cái thây tàn Tây Sơn đang thoi thóp, yếu ớt, đợi giờ vĩnh viễn cáo chung.

Trên đường từ Thanh Hóa ra, hàng dân xôn xao biết là sắp chiến tranh để cho một con rồng mới bay lên ngôi chí tôn. Họ giấu gạo khoai, trữ mắm muối, và mang con em trốn vào những cánh rừng. Lúc này, thà ở với dã thú còn yên lành hơn là chung đụng với những con người gươm giáo đã mài sắc cho một chuyến viễn chinh.

Toàn Nhật đi cùng Du đến sông Mã rồi chia tay. Quày quả quay bước, cắm cúi xuôi về hướng Ninh Bình. Qua các dinh trấn, phủ, huyện trên đường, cờ đỏ Tây Sơn nay ủ rũ buông xuống như cờ tang. Lính trốn tiệt, đám còn lại thưa thớt lơ ngơ nhìn ra ngoài đồn canh, mắt hoảng hốt sợ sệt. A, thời oanh liệt nay còn đâu? Cái thời quân Tây Sơn, hàng dân gọi là quân ó vì mỗi khi ra trận họ cùng nhau hét lên dũng mãnh. Cái thời quân ó là đội quân kỷ luật, lấy của nhà giàu chia cho dân nghèo. Cái thời xuất trận thần tốc, chỉ tiếng quân đi là đủ làm tan tành những binh đội nào là của Mãn Thanh, của Xiêm La, Ai Lao, của vua Lê chúa Trịnh ! Thời đó mớin đây chưa được mười năm sao nay chỉ là chút bụi bậm nhạt nhờ quá khứ.

Ánh truyền hịch:

''Trước để sanh hồi miếu xã- sau là chửng cứu sinh linh
Khuyên người trung nghĩa ngoài này - rõ ý khuông phù trong ấy.
Nghe rõ hịch một lòng ứng Hán, giúp cơn đông lạc trùng hưng
Dựng can kỳ bốn mặt công thành, từ thuở sơn man thất thế.''

Nhắc chuyện bạo Tần, ý gán cho Tây Sơn là giặc. Nhưng tuyên xưng một phía cho nhà Hán, có nghĩa là mở ra một triều đại mới, chấp nhận rằng nhà Lê bây giờ chỉ còn là vết bụi mờ của lịch sử. Giả nhân hậu, Ánh nhắc ''Bắc hà vốn là đất nhà Lê'' để bọn quần thần gốc Đàng Ngoài vội vã ton hót ''Đất Bắc hà của Tây Sơn rồi. Lấy là lấy của Tây Sơn chứ có lấy gì của nhà Lê!''

Ba ngày ở cạnh Thức, Du nói và Thức chỉ nghe lơ đãng, thỉnh thoảng lại cười mỉm, mắt nhìn Du trìu mến như khi Du đưa tặng bài thơ "Biệt Nguyễn đại lang." Như một hòn đá bị nước mài đến phẳng lì, Thức co mình vào cô đơn như nham thạch. Thỉnh thoảng lắm, Thức mới bật lên một tiếng, lắm khi vu vơ, lắm khi không một ai hiểu nổi. Ngày thứ tư, bất thình lình, Thức bảo:

- Này Du, hay là ta cùng đi tìm Toàn Nhật?

- ...

Thức bật cười:

- Chuyến này "xuống núi" là lần cuối cùng. Sau, muốn cũng chẳng được! Đi, đi ra Thăng Long với ta!

Du ngẫm nghĩ rồi lắc đầu, chỉ xin tiễn một đoạn đường. Thức không ép, sáng hôm sau đã sẵn sàng khoác tay nải lên vai. Chào Mai xong, Du theo Thức lên đường. Hai người đi bộ lên Cẩm Thủy rồi lại ngược sông Mã xuôi xuống Hà Trung. Những bông hoa dại ven sông bay như bươm bướm mỗi khi gió lên, nhẹ nhàng đáp xuống mặt nước, rồi trôi ngược phía thuyền đi. Thức khe khẽ đọc:

'*Buồn trông mặt nước mới sa*
Hoa trôi man mác biết là về đâu''

Du cười, buồn bã:

- Thế ra huynh cũng nhớ mấy dòng chữ quê mùa của đệ!

Thức nhìn ra xa, trầm ngâm rồi nói hẳn một câu chứ không ừ à như những ngày qua:

- Nhớ chứ, nhớ gần toàn bộ ''Đoạn trường tân thanh'' của đệ. Ba trăm năm nữa, người sau này vẫn nhớ!

- Chẳng chắc! Du ngập ngừng - Không biết được! Nhưng có hề gì, lúc đó đến mộ cháu chắt chúng ta cũng xanh cỏ từ lâu rồi.

Hai người lại im lặng. Một lát sau, Du nhút nhát hỏi:

- Còn việc của huynh? Đến đâu rồi?

Thức nhìn Du, trầm tĩnh:

- Cái việc làm sao xã hội có được một cơ chế để nắm bắt dân ý và thể hiện nó? Chỉ thuần dựa trên lý luận, chắc không đủ. Phải kèm thêm vào hệ thống lý luận về quyền lợi mỗi công dân một số khái niệm về sự tương tế, tương trợ và tương tác của xã hội. Ta vẫn chưa nghĩ được cách giải quyết thỏa đáng. Nhưng đó là vấn đề tư tưởng về lâu dài, còn trên thực tế của thời ngay trước mặt, việc cấp bách là làm thế nào những kẻ nắm được thế quyền không thể trở thành những bạo chúa!

Du ngước mắt, hỏi:

- Làm thế nào?

Thức cắn môi, mắt nhìn xa xăm, chậm rãi:

- Không tập trung quyền lực vào tay một mà phải có nhiều vị tiểu chúa. Quan trọng là không một ai trong những vị đó kiểm soát được quân đội. Quân đội đứng ngoài mọi vòng cương tỏa, chỉ có nhiệm vụ bảo vệ biên cương, và làm trọng tài giữ hòa bình ….

Du thở dài:

- Mà thôi... Thời thế này, điều huynh vừa bàn sẽ không thể có được. Bạo chúa nào, dân tộc nấy. Nghiệp phải chịu nằm ở chính tầm vóc của chúng ta.

Thức ngẩn ngơ nhìn dòng sông, khẽ nói:

- Trôi đi mãi sao nước ơi...

Đến cuối sông, hai người nhìn nhau, kẻ đi ra Đàng Ngoài, người xuôi vào Đàng Trong. Thức mỉm cười, giọng ngậm ngùi, tạm biệt Du. Nhìn cho đến khi Du khuất bóng, Thức mới quay người mải miết đi trên con đường cái quan dẫn lên Biện Sơn. Qua Sơn Nam, Thức quá giang thuyền buôn trên sông Nhị xuôi vào Kinh. Thời gian đó là lúc Nguyễn Ánh đã ra lệnh xuất quân Bắc phạt. Để diễu võ giương oai, Ánh cho hai mươi vạn quân bộ và năm vạn quân thủy, với năm mươi tầu chiến, tám trăm chiến thuyền có đại bác và năm trăm thuyền nhỏ, ồ ạt kéo ra Đàng Ngoài. Quân đi đến đâu, hịch dán đến đó, và hầu như không gặp một sức chống cự đáng kể nào.

Đầu tháng bảy âm lịch, Thức vào tìm nhà Ngô thì Nhậm ở phường Bích Câu. Trong thành Thăng long, hàng dân rủ nhau chạy loạn, không khí nhốn nháo, tiếng đồn chỉ ngày một ngày hai là đại quân của Nguyễn Ánh sẽ tới. Thái úy Tây Sơn là Nguyễn văn Thọ ra lệnh cấm dân chạy. Họ tập hợp nhau tấn công những trạm canh ở năm cửa ô.

Lần mò một ngày, Thức mới hỏi ra được chỗ ở của Nhậm. Gõ cửa hỏi thăm, một bõ già ra mở, nhìn Thức từ đầu đến chân rồi đáp:

- Không có ai tên như vậy. Ở đây là chỗ tu hành của thiền sư.

Thức gặng:

- Vậy bõ có thấy một nhà sư có râu quai nón ghé đây không?

Bõ già chớp mắt, gãi đầu rồi nói:

- Có, sư đến cách đây hai hôm, không gặp ai nên đi ngay.

- Sư có hẹn gì không? Nay ở đâu?

Bõ già ngần ngừ, lại gãi đầu, giọng có thiện cảm hơn:

- Chắc mấy hôm nữa sư sẽ quay lại. Nhưng sư ở đâu, tôi không rõ! Ông thử ra chùa Quan Thánh mà xem.

*

Hỏi chùa Quán Thánh, vị sư ông tiếp khách thập phương chỉ nói rằng sư Toàn Nhật có ghé vào thỉnh Phương Trượng rồi lại đi. Thức không thể biết gì hơn, định cứ một hai hôm lại ghé phường Bích Câu. Trong thời gian chờ đợi, Thức nhẩn nha đi lòng vòng trong Kinh. Ra chợ Hôm, Thức đi về phía cửa Nam, rồi vòng lên phủ Chúa. Bây giờ phủ Chúa chỉ còn dấu vết những nền đá bị cậy lên từ dăm năm nay. Ra Thăng Long lần thứ nhất, Huệ mang kho tàng nhà Trịnh về Phú Xuân. Lần thứ hai, Huệ cho dỡ mái, cột kèo, cửa chạm phủ Chúa chở hết về Nghệ An để xây Trung đô. Ra lần thứ ba, sau khi đại thắng quân Thanh, Huệ rỡ

điện Vua, chất ngai vàng và đồ đạc quí báu, phần đem
ra Phú Xuân, phần để lại trấn Nghệ. Cung vua điện
chúa nay xác xơ tiêu tụy, gạch ngói còn bao nhiêu hàng
dân tranh nhau đến hôi về làm của tư riêng.

Đứng giữa hoang tàn, Thức chạnh tưởng đến bao
nhiêu cung điện, đền đài từ ba trăm năm nay đã bị tàn
phá chỉ trong có trên dưới mười năm. Xây khó, nhưng
phá thì dễ. Xây rất lâu, nhưng phá chỉ chớp mắt. Dấu
tích văn hóa cứ mất đi, tàn lụi đi, và cứ như thế, không
đảo ngược được. Xưa là những con đường sỏi trắng
chung quanh trồng những loài hoa hiếm. Nay, đường
lỗ chỗ bùn đất. Hoa tàn không biết tự bao giờ, nay chỉ
còn cỏ dại, bìm leo, và loài *hoa xấu hổ* không biết ở đâu
bay tới, mọc đầy rẫy như muốn phỉ nhổ một thời mạt
vận vô văn hóa. Sự tổn thất đó là tổn thất chung, chẳng
phải cho một thế hệ này, mà còn là cho tất cả những thế
hệ mai hậu. Con em ngày sau ngỡ ngàng chẳng thấy
ông cha mình đã xây dựng được gì, đã tích tụ được gì,
ngoài những trang sử tô hồng chiến thắng này, nhuộm
đỏ chiến thắng kia.

Có gì gọi là chiến thắng mà chỉ để lại đằng sau có
đổ vỡ, nghèo đói? Có gì gọi được là vinh quang khi rút
cuộc cả nước có được đôi ba nét thủy mạc của cái tập
hợp trí tuệ mỗi ngày một mai một đi vì kìm kẹp tư
tưởng, bị đánh lận đến độ mất cả quá khứ? Trên bước
đường tương lai, những kẻ mất quá khứ thường là đặt
chân dẫm lại những bước lầm lẫn đáng lẽ ra có thể
tránh được. Lịch sử lặp lại? Có thể. Lần đầu, hay lần
thứ hai: đau xót lắm! Nhưng khi lặp lại lần thứ ba, thứ
tư, nó thành một trò hề nhạt đến độ làm cho kẻ nào vô
tâm cố lắm thì mới cười gượng được.

Thức lần bước đi về dinh Khương Tả hầu. Đó là nơi Đặng thị Mai đã thụ thai đứa con với Thức trong một đêm đánh dấu cuộc đời lẽ ra êm đềm nhưng rốt cuộc lại đầy sóng gió của nàng. A, đàn bà! Họ là những người kỳ lạ. Ngày xưa, nếu Mai muốn thành một bà Hoàng Hậu, nàng chỉ gật đầu là xong. Ngược lại, nàng đến trao thân xác mình cho một anh đồ kiết xác, rồi sau cắn răng chịu cảnh tù ngục, nhất định dâng hiến cả đời mình vào một cuộc tình rõ là trắc trở. Là kẻ phát hiện ra tình yêu, chỉ đàn bà mới hiểu và dám sống dám chết cho tình yêu. Còn đàn ông, phần lớn họ lẫn lộn cả. Lẫn lộn như vậy, đến nay thú thật họ chưa chắc đã biết thế nào là tình yêu. Khốn khổ thay cho họ! Và có thể vì thế mà họ chạy theo danh vọng, tiền tài, quyền uy với tất cả cái mù quáng mà hiếm có người đàn bà dại dột như vậy.

Đẩy cánh cổng nay đã mục nát, Thức bước vào. Vết sẹo đâm xuống chân mày bỗng giựt lên, chàng cất tiếng gọi. Hồi hộp đợi bóng người từ hàng hiên bước ra, Thức ngập ngừng:

- Ngày xưa tôi ở đây, nay ghé lại, phiền cụ!

Bà cụ già chống gậy nhìn Thức, rồi nói:

- Không sao! Mà lạ thật, hôm qua có một nhà sư cũng nói như vậy!

Thức mừng quá, hỏi:

- Thưa cụ, thế nhà sư đi đâu rồi?

Bà cụ già bảo, tay chỉ vào vườn:

- Trong kia kìa, sư xin trú lại dăm bữa!

Thức giật giọng rú lên:

- Toàn Nhật, Nhật ơi...

Chạy vội vào, Thức thấy một nhà sư bước nhanh ra, bộ râu quai nón nay đã tua tủa chớm bạc, hai tay giơ lên trời.

*

Hai người dẫn nhau ra ngồi ở ven ao, dưới gốc một cây sung cành lá rườm rà, đâm chồi về phía mặt trời mọc. Cá quẫy làm ao sủi bọt, và vào đúng hè, trời nóng đến độ bọt sủi như là nước ao đang sắp sửa sôi. Cởi chiếc áo ngoài, Thức ngả mình dựa gốc cây, lặng lẽ ngắm Toàn Nhật, lòng rộn lên một niềm vui nhẹ nhàng. Mắt Nhật hõm sâu, không còn ánh lên lòng đam mê quyết liệt của một võ tướng, nay hình như lúc nào cũng mơ màng đến một cõi hiền hòa tịch mịch như thế giới thảo mộc. Ném một hòn sỏi, Thức lặng lờ nhìn những gợn nước hiện lên rồi tan đi, trả lại mặt ao phẳng lặng cho những con chuồn chuồn kim màu xanh lá cây đang chờn vờn với đám bèo giạt ven bờ. Mùi ẩm ướt sực lên lẫn với mùi bùn. Trong gió thoang thoảng hương những bông sen mọc ở giữa ao, cánh hoa trắng tinh khiết ấp nhụy vàng dật dờ xao động.

Hai mươi năm xa cách! Người em nuôi của Thức đã thành thiền sư Toàn Nhật, lang thang khắp nơi hoằng Phật pháp, ngủ bờ ngủ bụi, ăn cơm thừa canh cặn, nhưng mặt lại sáng lên một niềm an bình hạnh phúc. Ai ngờ được là con người đó đã từng chỉ huy đội Trung Kính và Thị Nội của phủ chúa Trịnh, đã từng cầm đầu quân Tiền Kích khét tiếng của du binh Tây

Sơn, và chỉ suýt nữa là thành em rể của Quang Trung Hoàng Đế. Nhật bỗng cất tiếng:

- Nghe anh kể lại những bước luân lạc, Nhật chỉ xin hỏi một câu. Sống cật lực bằng trí uệ, vắt óc ra tìm lấy lối đi cho cả một xã hội hiện đầy những hận thù, ngu dốt, lại bảo thủ và tàn bạo, anh có phút nào thấy mình hạnh phúc và thấy cuộc đời anh là đáng sống không?

- Đáng sống? Đáng chứ. Còn hạnh phúc...

Thức ngần ngừ, thở ra:

- Hừ... Đôi khi thôi. Hồn nhiên chan hoà với đời sống có lẽ là hạnh phúc chăng…

Thức bâng khuâng:

- Ngày còn ấu thơ, cho cả đến những năm mười sáu, mười bảy, những phút hạnh phúc huyền diệu đó có. Nó chợt hiện ra, khi thì với nắng gió, khi thì với giọng hát câu hò của thợ gặt, có khi thì ngay cả lúc đi bắt cào cào, châu chấu. Trong những phút thần tiên đó, cái bản ngã Ta như nhập vào thành Một với thiên nhiên, và hòa đồng để tan biến vào vũ trụ. Càng lớn, những phút đó càng hiếm hoi. Già đi, hình như nó đã biệt tăm hơi!

Nhật dịu dàng:

- Phải chăng nó biến đi cùng với sự hồn nhiên? Chính sự hồn nhiên là trạng thái để trực giác nhận biết Chân, Thiện, Mỹ. Nhà Phật gọi thế là đốn ngộ.

Thức mỉm cười, hỏi bâng quơ:

- Còn Nhật? Yêu gì nhất, ghét gì nhất?

Nhật nhìn những quả sung chín đỏ nằm trên đầu, vắt vẻo ở đầu cành, chậm rãi:

- Đệ nay không yêu gì. Còn ghét, cố mãi cho đến nay để không ghét gì nữa, nhưng vẫn chưa được. Đệ còn ghét một điều duy nhất!

-???

- Quyền lực!

- Tại sao?

- Chắc anh còn nhớ Trịnh Bồng?

- ...

Nhật mỉm cười, hồi tưởng lại ngày còn ở Kinh hai mươi năm trước, tiễn Trịnh Bồng trên con đường đi ra sông Nhị. Bồng đi để tránh sự đồn đãi là Kiêu binh đang tính phế Trịnh Tông để lập Bồng vào ngôi Chúa. Chia tay, Bồng nhìn Nhật, nói "Còn duyên là còn gặp."

*

Đời Bồng là một cuộc đời không bình thường. Là cháu gọi Trịnh Sâm bằng chú ruột, một người đã giết cha mình để tiếm ngôi chúa, nhưng Bồng chẳng thù oán gì. Ăn ở hiền lành đến độ khi Sâm phế con trưởng là Tông, Sâm đã có ý cho Bồng nối ngôi chúa khi thấy con thứ là Cán cứ ốm đau chữa mãi không khỏi. Biết vậy, Bồng đột nhiên bỏ Kinh đi về vùng Yên Quảng - Hải Dương, tu trong một ngôi chùa hẻo lánh. Sau loạn Kiêu binh, Tông lên ngôi chúa, gọi mãi Trịnh Bồng mới chịu về giúp Tông định đặt lại công việc Phủ Liêu lúc bấy giờ bị bọn Kiêu binh khống chế. Thấy Bồng lành,

Kiêu binh lại rắp tâm phế Tông lập Bồng. Bồng vào thưa với Tông, rồi trốn đi ngay.

Khi Tây Sơn ra Bắc lấy tiếng là phù Lê - diệt Trịnh, giết được Tông rồi bỏ về Đàng Trong, Bồng sống ở Chương Mỹ lẫn trong dân gian nên ít ai biết, trừ đám thủ hạ xưa nay trong Phủ Chúa. Chúng xui, rồi viết sẵn một tờ tâu lên Vua Lê ''Đến đời gần đây, nhà thần dần dần cậy thế chuyên quyền, làm trái lẽ thường khiến mất cơ nghiệp tổ tông. Nay thánh thiên tử lấy lòng trời làm lòng mình, thần thẹn là phái trưởng nhà Trịnh, lánh nạn nấp trong dân gian, cái bụng mến nhớ tông miếu khắc khoải, chỉ vì chưa được chiếu chỉ nên chưa dám vào thành. Vậy xin mạo muội mấy hàng, dâng trước ngai rồng, cúi chờ tiến lên ngự lãm.''

Triều thần đình nghị, vì Bồng là kẻ nhân hậu nên đều một lòng ủng hộ, Lê Chiêu Thống giáng chỉ cho vào. Tiếp được chỉ, Bồng ngần ngừ mãi rồi mới lên đường. Nhưng cùng lúc đó, Trịnh Lệ là em Trịnh Sâm, vai chú của Bồng, được một võ quan là Thì Trung phù tá, và có Dương Trọng Tế cầm quân ở Gia Lâm trợ giúp. Về đến bến Tây Long, Lệ thảo một từ tâu ''Mồng mười tháng này thần sẽ vào ở Chính phủ. Cúi xin ban hạ sắc dụ cho thần được nối ngôi Chúa, đời đời tôn phù để giữ cái nghiệp duy đế duy vương trong muôn năm.''

Cuộc tranh chấp giữa Lệ và Bồng xảy ra nhưng kết thúc rất mau chóng. Tế phản Lệ theo Bồng nên quân của Thì Trung bị phá tan ở Nam Đồng, Lệ phải cắm đầu chạy ra phía ô Ông Thánh. Bồng kéo quân vào

Thăng Long, thanh thế rất lớn, đến ra mắt vua ở điện Vạn Thọ. Lê Chiêu Thống bảo:

- Nhà Chúa trải hai trăm năm tôn phù, cái công không nhỏ. Trẫm xét trong nhà Chúa, không ai hiền như ông, lại ngành trưởng, nên việc nối dòng tế tự vẫn để dành cho ông.

Bồng thưa:

- Thần vốn ươn hèn, tính lại ưa tịch mịch, chẳng may gặp lúc suy bĩ, đã cam phận bỏ đi tìm một nơi chùa chiền mà sống cho hết tuổi thừa. May nhờ hoàng ân, vận hội đất trời xoay lại, thần lại thấy bóng mặt trời. Nặn đúc cho thần kiếp này là ơn của Hoàng Thượng.

Chiêu Thống vui lòng hỏi:

- Thế đã chọn nơi nào để ở hay chưa?

- Tâu Hoàng Thượng, tòa Lượng Phủ còn có thể che mưa gió, thần xin về đấy.

Sau đó, Bồng đến Thái miếu, thắp hương, nước mắt ràn rụa rồi định về Lượng Phủ. Bọn thủ hạ kêu:

- Thiên hạ đón ông về là mong ông làm Chúa cho họ công danh. Nay ông không về Chính phủ, nhân đinh sẽ nản, đại binh sẽ tan, không còn thế nào mà thu lại được. Về Lượng Phủ, chẳng bằng cứ ở Chương Mỹ mà làm một người an nhàn, cần gì phải dìu dắt bao nhiêu người đến đây cho nhọc!

Nói xong, chúng cứ rước kiệu Bồng về Chính phủ. Chiêu Thống bực bội, bảo tả hữu "Ở Phủ thì làm Chúa. Tiếc rằng khi Tây Sơn đi, ta không cho mở lửa cho rảnh.'' Hôm sau, Vua sai triều thần bàn việc sắc phong cho Bồng, ý Vua chỉ muốn phong làm Quốc công. Chưa bàn định xong, có tin báo Liễu trung hầu Đinh tích Nhưỡng vâng sắc đã tới. Bồng mời Nhưỡng, nhưng Nhưỡng từ, nói rằng tránh mang tiếng, không muốn gặp trước khi việc phong tước chưa xong. Vua Lê mừng lắm, xuống chỉ phong cho Nhưỡng tước Quận Công. Nhưỡng lạy tạ, từ chối nói rằng việc nối ngôi Chúa chưa xong, công nghị sẽ xì xào nếu Nhưỡng chịu nhận tước. Cuối cùng, Vua Lê phong cho Côn quận công Trịnh Bồng tước Quốc Công, nhưng tờ sắc nói rõ từ nay về sau đời đời chỉ nối làm tước ấy.

Nhưỡng giận, cho là không công bằng, làm một tờ yết thị ''Nay vâng sắc chỉ cho lập Quốc công để nối dòng dõi nhà Chúa. Nếu như lòng người đều thuận, thì đến phủ lạy mừng. Bằng không, xin đến cung Tây Long họp để thảo biên dâng lên Hoàng Thượng cúi nhờ xét định cho thỏa lòng thiên hạ.'' Quan triều sợ Nhưỡng, thảo biểu xin cho Quốc công tước Vương như xưa. Chiêu Thống chửi ''Chúng coi ta là con trẻ, vừa ban lệnh xuống đã đòi đổi. Nếu yên phận thì ''Vương'' hay ''Công'' có khác gì! Nếu không, chắc lại lấy Chúa hiếp Vua à?'' Sợ cái gốc sinh loạn đã nẩy, có người đến khuyên Bồng tự mình lui xuống. Bồng đáp:

- Việc này là do Liễu trung hầu, tôi không can dự. Xử trí thế nào tùy lượng bề trên, xin soi xét lòng đó cho tôi.

Mấy hôm sau, Chiêu Thống nhượng bộ, phong Bồng làm Nguyên úy phụ Quốc Chính, tước Án-đô Vương. Lúc ấy, Nguyễn Hữu Chỉnh ở Nghệ An đùa, nói lái là "đố an" Vương. Quả thế, Hoàng Phùng Cơ đã mang hai vạn quân từ Sơn Tây về đóng tả ngạn sông Nhị. Trong dinh nhao nhao tiếng đồn Cơ vào bè Vua, Nhưỡng ở phía Chúa, chắc sẽ đánh nhau to.

Bồng quyết định bỏ ngôi Chúa trốn đi để tránh việc binh đao. Một mình lần ra bến Thúy Ái, Bồng bị bọn thủ hạ chạy theo níu lại rồi báo cho Nhưỡng. Nhưỡng sai đưa Bồng về Phủ rồi cắt người canh giữ. Về phần Hoàng Phùng Cơ, vì thấy là dù sao ngôi Chúa cũng đã định rồi, Cơ liên minh với Nhưỡng chia thực quyền. Hai người cùng nhau sắp đặt bổ nhiệm các quan, khiến vua Lê chỉ biết than trời, và có ý vời Nguyễn Hữu Chỉnh ở Nghệ An về giúp.

Chỉnh lúc đó đã bị Tây Sơn bỏ rơi, chỉ còn vài chục thủ hạ. Mạo là có chiếu của Vua phong Chỉnh làm trấn thủ Nghệ An, tước Bằng lĩnh hầu, Chỉnh giả làm lễ bái mạng rồi truyền hịch hiệu triệu hào mục và quân lính. Trong vòng mươi ngày, Chỉnh mộ được hàng vạn quân, tuyên cáo: "Bọn Nhưỡng cầm quân ngầm mưu việc đại nghịch. Nay vâng mật chỉ đem quân về triều để quét sạch giặc đang hiếp chế nhà Vua," rồi kéo quân lên đường. Quân Chỉnh mới mộ nhưng đội ngũ tề chỉnh, hiệu lệnh nghiêm ngặt, đụng với quân nhà Chúa ở khúc sông Hoàng Mai huyện Quỳnh Lưu, đánh một trận toàn thắng dễ dàng.

Ở Thăng Long, Nhưỡng kéo quân chạy về Yên Quảng. Cơ thấy vậy, rút lên Sơn Tây, ý nuôi oai dành sức, từ từ coi thiên hạ ngả về Vua hay về Chúa. Trịnh Bồng gọi Dương Trọng Tế, hốt hoảng hỏi:

- Làm thế nào?

Tế mang quân ra cản Chỉnh, nhưng đến bến Thanh Trì lại chạy thẳng sang hạt Kinh Bắc. Bồng khóc:

- Ta chẳng may đẻ vào nhà Chúa, lại bị một lũ tiểu nhân xui khôn xui dại, làm lỡ mọi chuyện, ngay đến chuyện làm một ông sư già chống gậy dạo trong vườn thiền cũng không được!

Bồng cùng tả hữu bỏ Thăng Long chạy. Nguyễn Hữu Chỉnh vào, được Vua Lê phong làm Bằng trung công, nắm mọi việc. Vua Lê lại sợ Chỉnh lấn ép. Khi Chỉnh định xuất quân đánh Bồng, Vua sai người bảo:

- Hãy làm lời dụ bảo hắn đường họa phúc, tránh tuyệt tự họ Trịnh đã nhiều đời tôn phù. Hắn cứ mê muội, thì hãy kéo quân đánh. Ta cứ giữ niềm trung hậu, không ai nói vào đâu được!

Chỉnh sẵng giọng:

- Anh hùng làm việc há theo cái nhân đức của đàn bà?

Mang quân qua Nhị Hà, Chỉnh bắt giết Dương Trọng Tế. Bồng chạy thoát, ra miệt Hàm Giang nương tựa vào Đinh Tích Nhưỡng, thủ hạ chỉ còn độ một trăm người. Nhưỡng tiếp, nhưng ý bạc bẽo, không nói gì đến việc quân, việc nước, lại thưa:

- Trời thanh, trăng sáng, vẻ thu rất đẹp. Thần đã đem rượu lên thuyền, xin Chúa đi chơi ngắm nhìn phong cảnh cho khuây khỏa.

Bồng nghẹn lời:

- Phong cảnh vẫn xưa nhưng non sông khác trước. Bơi thuyền uống rượu, ta chẳng có lòng nào. Xin tướng quân cứ đi chơi.

Đêm hôm đó, Bồng thảo một bức thư cho Trương Đăng Quĩ, nhờ tâu lên Vua "Lúc mới đến Kinh chỉ lo giữ lấy công việc thờ cúng cho trọn đạo hiếu, thật không có bụng chuyên quyền. Chẳng ngờ thế sự đẩy xô, lại gặp các tướng ép uổng, thành ra trái ý Vua. Chỉnh vào, cung khuyết đã bị đốt tiêu, nên thần như con chim cháy tổ bay quanh không chỗ nương thân, xiêu bạt nay Quế Ổ, mai Hàm Giang, hóa ra mang tiếng kháng mệnh, tấm lòng kính thuận không còn cách nào bày tỏ được!" Vua sai Quĩ đi đón Bồng về triều, nhưng vì sợ Nhưỡng thông đồng với Chỉnh bắt mình, Bồng đã cùng mấy người hầu cận thuê thuyền buôn giương buồm chạy xuống Sơn Nam. Sáng ra, Nhưỡng biết chuyện, liền kéo thuyền chạy theo, bụng bảo dạ nếu không theo Chúa, thiên hạ sẽ bảo mình là loài phản tặc.

Hợp với quân chủ lực của Lân, một thổ hào, Nhưỡng đánh lại tướng của Chỉnh là Hoàng Viết Tuyển, nhưng vì ô hợp nên thua tan tành. Lân cướp thuyền đưa Bồng chạy về Bái-Hạ. Ở vùng ấy, Khuông dấy quân Cần Vương, cùng Lân ra sức chống giữ. Bị Chỉnh vây chặt, quân đói phải đào củ chuối để ăn. Bồng nói với Khuông và Lân để Bồng tự trói ra hàng, tránh đổ thêm máu. Không chịu, Khuông và Lân phá vòng vây mang Bồng chạy về được Hải Dương rồi lên Yên Quảng. Lân xin về, rồi Khuông chết bệnh!

Trốn thủ hạ, Bồng một mình lên núi. Đêm ấy, Bồng kể cho đệ nghe là nằm mãi, cứ nửa ngủ nửa thức, mơ mơ màng màng, bỗng thấy một góc núi sáng rực. Giọng đàn bà ở đâu cất lên, bảo Bồng từ nay tên là Đạt Hải thiền sư, đã sắp tận được nghiệp rồi. Bồng tỉnh ra, nghĩ "Cõi phù sinh chỉ là giấc mộng, sao chúng sinh cứ chìm đắm vào bể khổ. Thôi, quay về là hơn, về cái thuở chống gậy dạo cửa thiền."

Lấy kiếm gọt đầu, Án đô Vương Trịnh Bồng thỏa giấc mộng trở thành một vị thiền sư, từ đó lang thang hết chùa này đến chùa nọ. Nhưng nghiệp vẫn chưa dứt. Ở chùa Tam Giáo, có kẻ tên Vũ Kiều, đã từng là học trò ở trong Kinh, nhận ra Đạt Hải chính là Chúa Án đô. Bảo với bọn phiên thần là Kỳ và Trân, Kiều đến lạy Bồng năm lậy, và xin tôn phù. Bồng kêu "Các vị nhầm rồi!" nhưng họ không đứng lên, khóc kêu đòi dựng lại cơ nghiệp nhà Chúa. Bồng mềm lòng, nước mắt ràn rụa, nói "Cái cảnh "thử ly," "mạch tri" trông mà nát lòng. Ta không phải gỗ đá, lẽ nào lại không đau xót? Nhưng đã kiệt sức, ta vẫn chẳng tranh lại với trời nên phải nín nhịn giữ mình, không mưu tính để lại lầm lỡ thêm một lần. Gầm trời này ai Vua ai Chúa đã có chân mệnh, ta đã định chống gậy trong chốn sa môn mà rồi cũng chẳng được!"

Chưa đánh chác được gì, bọn Kỳ và Trân đã ngỡ là con đường công danh sắp đạt được, xin phong tước. Bồng lúc ấy cảm thấy cái bóng danh lợi vẫn là cái động cơ của sự mê muội, nên rắp tâm bỏ đi. Chưa đi được, cả Bồng lẫn Kỳ và Trân lại bị đám nông dân bắt nộp để lấy tiền thưởng. Chỉnh đích thân xuống trấn Kinh Bắc tra xét, sai chém đầu Kỳ và Trân ra oai!

Nghĩ đến Chỉnh, một kẻ người đời gán cho hai chữ gian hùng, và là kẻ đã từng đối đáp chèn ép mình ngày Chỉnh còn phò Hoàng Tế Lý ở Nghệ An, Thức ngạc nhiên hỏi Toàn Nhật sao đã bị bắt mà Bồng không bị giết? Nhật xuề xòa cười, rồi thủng thắng:

- Anh đoán chắc không ra! Chỉnh hỏi Bồng: ''Sao mi chửi ta là giặc?'' Bồng đáp: ''Nam mô a di đà Phật, quả bần tăng đã phạm khẩu nghiệp.'' Chỉnh lại trêu: ''Rước về làm Chúa, mi có nhận không?'' Bồng cười hềnh hệch: ''Eo ôi, cái nghiệp ấy thì chịu. Xưa, bần tăng như khúc gỗ tròn, cứ bị bọn mê muội thèm muốn danh vọng xô đẩy nên mới lăn lóc thế. Nay, chẳng dại nữa, làm Vua làm Chúa thì thà chém chết ngay đi còn hơn!'' Chỉnh hỏi tại sao? Bồng nhẹ nhàng ''Nghiệp quyền lực là cái nghiệp của Quỉ Vương. Nó sai khiến hằng hà sa số ma quỉ, căng chặng bẫy ở ngay nhân tâm. Bây giờ nay bần tăng đã hiểu mà tránh được, dại gì lại dính vào nữa!'' Chỉnh ngẫm nghĩ rồi quát thủ hạ ''Sao chúng mày bắt nhầm ông sư gàn gàn ương ương này vào đây?'' rồi ra lệnh đuổi Bồng ra ngoài. Sau đó, Chỉnh làm tờ cáo, bảo rằng Trịnh Bồng đã chết và cấm không cho ai được nói thêm để làm náo loạn lòng người!

Thức mỉm cười:

- Làm thế, Bồng sau này khỏi cứ vất vả trốn tránh bọn tham tiền lừa bắt để lấy thưởng. Kể ra, thế là Chỉnh cũng có chút lòng...

Nhật chợt buồn bã, nhớ đến cái chết của Chúa Út, nhẹ nhàng:

- Đấy, cái nghiệp quyền lực nó thế. Bồng thoát ra, phải trả giá bao phen, sống đi chết lại mới thành được Đạt Hải thiền sư. Chỉnh chạy theo quyền lực, nhưng tha Bồng. Đến lượt Vũ Văn Nhậm, Nhậm ra giết Chỉnh. Rồi sau, Huệ lại ra giết Nhậm. Bao nhiêu sinh mạng khác, cũng chỉ vì quyền lực, chết tức tưởi. Và chết vô nghĩa.Vì vậy, đệ cố gạt mọi chuyện yêu ghét, nhưng vẫn chưa thể nào chấp nhận được một thứ quyền lực nào!

*

Quay lại phường Bích Câu hai ngày sau, Toàn Nhật vừa gõ cửa thì bõ già đã vui vẻ nói:

- Ông tôi về rồi, rước sư vào!

Nhìn thấy Thức bên cạnh, bõ có vẻ ngần ngại, nhưng Nhật biết ý, lên tiếng:

- Mô Phật, vị này là anh tôi, cũng quen biết ông nhà...

Bỗng một giọng khàn khàn cất lên:

- Bõ mời các vị vào, xin vào!

Nhận ra Thức, tiếng như reo, nghe vẫn khàn khàn:

- Trọng Thức, có phải không?

- Chào Ngô huynh. Bao nhiêu năm rồi!

Nắm tay Thức, Ngô Thì Nhậm nhướng mắt nhìn vào tận mặt. Lưng gần như còng xuống, tóc nay bạc phơ, Nhậm gầy như hạc, mảnh mai trong tấm áo thụng màu xám nhạt. Mắt sáng lên nhìn Thức, Nhậm tươi cười:

- Phải nói bao nhiêu đổi thay rồi! Chứ không có đổi thay, năm tháng chỉ hệt nhau, bao nhiêu ta cũng chẳng để!

Quay sang nhìn Nhật, Nhậm từ tốn:

- Nam mô a di đà Phật!

Thức nhỏ nhẹ giới thiệu:

- Võ Toàn Nhật, đồng môn với đệ, lại như anh em một nhà.

Nhậm à một tiếng, rồi cười:

- Có phải Võ tướng quân của đội Tiền Kích không? Người ta lại đồn là chết rồi, thế có lạ không?

Nhật thủng thắng:

- Lạy Phật, đúng đấy chứ! Bây giờ chỉ có một vị sư đi cầu của bố thí của thiên hạ thôi, Võ tướng quân gì đó chết hẳn rồi. Đệ ra tìm Ngô huynh vì thầy đệ có một lời nhắn...

Nhậm cắt lời Nhật, nhại lại:

- Vô lượng thọ Phật! Ngô huynh gì đó cũng không còn. Bây giờ chỉ có một vị sư già tên là Hải Lượng đây!

Nhậm bước vào, gọi bõ già nấu nước pha trà, tay đẩy Thức và Nhật vào chái bên, rồi kéo xuống ngồi trên bồ đoàn. Lấy bộ chén chè ra lách cách lau chùi, Nhậm tươi tắn:

- Này, ở đây đến xế trưa là gặp cả Phan Huy Ích và Vũ Trinh. Họ nghe bần đạo từ Thanh Oai về, chắc sẽ lục tục kéo đến chuyện vãn.

Nhìn Toàn Nhật, Nhậm tiếp:

- Nào, nói ta nghe xem La Sơn Phu tử nhắn gì?

Nhật thuật lại lời Nguyễn Thiếp. Nhậm trầm tĩnh:

- Ta về làng, lạy tổ miếu. Mấy hôm sau, quân Nguyễn Ánh đánh lấy Thanh Hóa. Khi ta từ Sơn Nam về, thì quân Nguyễn đi phía sau chừng một hai ngày đường, nay mai sẽ vào Thăng Long chấm dứt triều đại Tây Sơn!

Thở dài, Nhậm đổ trà vào chén chuyên, tay rót, miệng khẽ nói:

- Trốn, ta không trốn! Nhìn Thức, Nhậm trầm ngâm - ta trốn thì còn gì cái tiếng danh giáo của Ngô thì Nhậm? Ta trốn thì sau này ai hiểu làm sao cho được cái việc chấn hưng Trúc Lâm Thiền Pháp của Hải Lượng?

Thức hỏi, Nhậm nói rằng từ mấy năm nay, Nhậm đang cùng môn đồ hoàn thành ''Trúc Lâm Tông Chỉ Nguyên Thanh.'' Tập này gồm hai mươi bốn thanh, tương ứng vào hai mươi bốn khí của trời đất, là những giáo lý tổng hợp Nho và Thiền thành một khối. Nho và Thiền theo đó là cùng nguyên tắc, chỉ khác về cách ứng phó ''Xử thế bằng Nho, xuất thế bằng Thiền, ung dung thoải mái trong cái lý ấy mà cũng vượt lên trên và ra ngoài cái lý ấy.''

Cuối giờ Thân, Ích và Trinh đến. Sau đó có thêm Nguyễn hữu Đàm, Ngô thì Hành và Nguyễn đăng Sở, đều là những nhà nho nhưng nay mang pháp danh Hải Điền, Hải Huyền và Hải Hòa. Cuộc đàm đạo xoay quanh giáo lý, nhưng tất cả đều cuối cùng qui về Nho học. Đề cập đến "không" và "ngộ," vấn đề được trình bày như mối quan hệ giữa "lý" và "dục" trong hệ thống Tống nho. Khi nói về "minh tâm" và "kiến tính" của nhà Phật, họ qui trở lại "chính tâm" và "thành tính," cho rằng đều là "đạo người quân tử rộng khắp và kín đáo."

Hải Lượng thiền sư không vất bỏ nổi Ngô thì Nhậm. Dấn thân vì có ý thức xã hội, nhưng vốn là một nho gia theo dòng danh giáo, Nhậm dẫu muốn hóa ra Hải Lượng nhưng vô hình chung vẫn bó buộc tư tưởng của mình trong một khuôn khổ nhất định. Chẳng hạn, Hải Lượng cho rằng: "Đại bồ tát vô lực lượng không xuất gia mà tế độ được vô số trăm nghìn chúng sinh." Khi bàn "Tinh thần cất giấu ở trong thân thể, thân thể là đồng một chất với trời đất," Hải Lượng thừa nhận sự tồn tại của thân và sự phụ thuộc của tinh thần vào cái thân vật chất đó. Nói về "luân hồi" trong sáu cõi của nhà Phật, các vị thiền sư ở phường Bích Câu lại xem như là luật "Tuần Hoàn" của nhà Nho. Đề cập đến "Thiền" là một cách tu tập, họ cho là "Thiện Vị," tức là nhường ngôi kiểu Nghiêu - Thuấn. Tóm lại, việc động não ở phường Bích Câu thể hiện sự tìm kiếm lý lẽ giải thích những bế tắc xã hội, chỉ ra thái độ cần có và vạch rõ con đường đi tới. Dựa trên cơ sở "Tam giáo đồng nguyên" đã có từ 10 thế kỷ trước, Nhậm và những người đông môn, đồng chí, vô hình chung mang Nho ra thay cả Phật lẫn Lão học, không đề ra được sự tương hỗ của ba cách nhìn có thể bổ sung cho một thế giới quan toàn diện hơn, tinh tiến, ảo diệu hơn cách nhìn của Nho giáo.

Chiều tối, Thức và Nhật kiếu từ. Ngô thì Nhậm tiễn ra tới cửa, nói với Nhật:

- Ta có nghe đệ kể ''Hứa Sử truyện vãn'' trong nhân gian, hôm nào đệ ghé, có dịp cùng nhau bàn thêm..

Nhật buột miệng nói theo kiểu Trịnh Bồng:

- Còn duyên là còn gập...

Trên đường về, Nhật chép miệng nói với Thức:

- Ngô huynh vẫn đời lắm, có đạo được chút nào đâu!

Thức không trả lời, bước đi trong im lặng. Lòng chàng nặng chình chịch sự thất bại và niềm tuyệt vọng của những người có lòng, nhưng tư tưởng lại chỉ hạn hẹp trói buộc trong cái hệ tư tưởng phong kiến. Hệ tư tưởng đó nay quá lạc điệu, khi mọi con người trên thế giới này đã đến gần nhau hơn bằng những con tầu vượt đại dương gắn đại lục này vào những đại lục khác.

*

Hạ tuần tháng tám năm Nhâm Tuất, Thái Úy Nguyễn văn Thọ mở cửa thành Thăng Long ra hàng. Năm ngày sau Nguyễn Ánh đặt chân vào thành. Quang Toản cùng với hai em là Thùy và Thiệu, cùng Đô Đốc Tú, Đô Đốc Dụng vượt sông Nhị chạy sang Kinh Bắc. Đêm ở Xương Giang, dân đến vây, Thùy và Tú tự vẫn. Toản bị dân Phượng Nhỡn bắt mang về nộp lấy thưởng. Sự nghiệp nhà Tây Sơn cáo chung sau khi Nguyễn Huệ xưng đế được đúng mười bốn năm.

Nguyễn Ánh tiến hành một loạt biện pháp để bình định Bắc hà. Như cô gái giang hồ đã quá tuổi, Bắc hà lại ỏn ẻn ton hót về sự trinh bạch, sắc đẹp, và gốc gác quí phái lương thiện của mình. Ánh chiêu dụ cựu thần nhà Lê, đặt lại các chức quan văn võ, dùng luật Hồng Đức thời nhà Lê trị dân. Đối với đám quan theo Tây Sơn, Ánh cho truy nã, bắt bớ, và đặt các trạm canh khắp nơi để thu hồi quyền uy.

Sau đó, Ánh mang quân thù ra xử. Tài liệu do giáo sĩ De la Bissachère lưu ở Hội Truyền Giáo Paris kể lại như sau:

"Vị Vua Tây Sơn là Quang Toản phải chứng kiến một cảnh đau lòng. Thi hài của cha, mẹ, ông bà đã chôn đều bị khai quật, xương cốt mang xẻ vụn ra để, theo dị đoan, không có thể mang lại phúc đức cho con cháu. Sau đó, những xương cốt đó đem đổ vào một cái chiếc vại sành rất lớn để cho quan quân đến đái vào. Tiếp theo, xương cốt lại bị nghiền thành bột đổ vào một cái uôm để trước mặt vị Vua trẻ. Người ta mang đến một mâm cơm thịnh soạn, một phong tục đối xử tử tù ở đất nước này trước khi thi hành quyết. Người em vua, can đảm hơn, trách anh đã ăn. Sau bữa, người ta bịt miệng Vua, để tránh vị này có thể chửi vị Tân Vương. Rồi họ cột tay và chân Vua vào bốn con voi để xé xác. Hai con chạy, làm rách toạc một chiếc đùi, gân lòi ra. Vị Vua bị hành quyết vẫn còn sức quay lại nhìn cái uôm có xương cốt của cha mẹ mình. Đám hành hình dùng một thứ dụng cụ không thấy ở Âu châu, xẻ xác Vua ra làm năm mảnh, đem cắm trên những chiếc cột cao đặt ở năm cái chợ đông người, và đợi thịt rữa ra hay là bị diều quạ ăn hết.

Về phần Đại tướng Thiên Phổ Trần Quang Diệu, người mà ai biết cũng quí mến, ông ta xin vị Tân Vương tha chết cho mẹ ông nay đã tám mươi tuổi, không có thể làm gì hại đến chính quyền mới. Ông bị xử chém.

Ông ta có đứa con gái độ mười bốn, mười năm tuổi, nay đã đúng độ thiếu nữ, bị xử voi dày. Khi cô ta thấy một con voi lù lù tiến lại để cuốn lấy, cô ta quay nhìn mẹ, thét lên thảm thiết:''Mạ ơi, cứu con!'' Mẹ cô, nữ tướng Bùi Thị Xuân, đã từng chỉ huy đội tượng binh đáp ''Làm sao cứu con khi chính mạ, mạ chẳng cứu được mạ. Thà con chết với cha với mạ còn hơn là sống với lũ người như chúng nó!'' Trong số những người chứng kiến, nhiều kẻ quay mặt đi không dám nhìn. Con voi cuốn cô bé hất lên cao, rồi ngửng lên lấy ngà đâm vào thân xác cô rơi xuống, hai lần tất cả.

Khi đến lượt hành quyết vị nữ anh hùng, vợ của Đại tướng Thiện Phổ, bà ngang nhiên đi vào, dáng kiêu hãnh, đến ngay trước mặt voi. Bọn hành hình hét bắt quì, nhưng bà không, cứ đứng sừng sững. Con voi không làm gì, hình như nhận ra chủ, mãi sau bị thúc nó mới cuốn lấy bà. Bọn hành hình, để có được sự can đảm của bà, đã móc tim, gan, phổi, và tay của bà để ăn... ''

Có một chi tiết nhỏ còn chút nghi vấn. Giáo sĩ De la Bissachère kể là Trần Quang Diệu bị xử chém, trong khi đó, sử ta lại viết là Ánh chỉ bắt Diệu uống thuốc độc, vì xưa Diệu đã đối xử với bọn tướng của nhà Nguyễn là Võ Tánh và Ngô Tòng Chu một cách cao thượng. Một điều không có nghi vấn gì là Diệu trước khi chết, sắc mặt không đổi. Và hình như Diệu có cười một tràng dài.

Về phía bọn văn thần phò Tây Sơn, Ngô Thì Nhậm, Phan Huy Ích, Nguyễn Gia Phan và khoảng mười lăm người bị đóng gông mang bêu. Hôm đó, trời đã sang đông, đêm xuống rất sớm và không hiểu ở đâu chim cuốc bay về đậu trên những hàng cây bàng trong Kinh. Sáng hôm sau, họ điệu đám văn thần sang Văn Miếu. Đàn chim cuốc bay theo, tiếng kêu quốc, quốc vang động khắp một vùng hồ Thủy Quân. Những kẻ tò mò lũ lượt kéo nhau đi xem. Trong đám đông, Toàn Nhật cùng Trọng Thức chen vai thích cánh, nghe hàng dân bàn tán cách hành tội rồi đánh cược với nhau. Cứ như là đi xem hội, họ nói cười, thản nhiên, nhìn đám văn thần nay đã lụ khụ, còng lưng dưới những chiếc gông làm bằng gỗ lim, bước im lìm, mắt nhìn xuống đất. Duy một mình Nhậm, Nhậm ngửa mặt lên trời, miệng tủm tỉm, thỉnh thoảng đưa mắt hiền hòa nhìn thiên hạ.

Bọn lính đưa đám tội đồ vừa bước vừa dọa nạt, tay cầm roi vút vào không khí, mở đường đi trong tiếng chiêng trống ầm ĩ. Nhậm quay lại nhìn đồng bọn. Thấy họ vẻ ủ rũ, Nhậm bỗng chạnh lòng. Đấy, tinh anh của đất nước cả đấy! Bây giờ, họ là gì? Mình là gì? Tặc loạn? Phản quốc? Không! Mình chỉ là kẻ đứng về phía cái quyền lực bị đánh sụm. Thế thôi. Cái quyền lực chiến thắng kia làm ra danh nghĩa bằng chiến thắng. Vì đã chiến thắng, nó có thể sắp xếp lại hết, kể cả lịch sử. Và kết tội kẻ chiến bại thế nào thì kết, ai làm gì được!

Bị điệu vào sân Văn Miếu, bọn văn thần đứng lơ ngơ, đợi nghe chiếu hạch tội của Vua Gia Long. Dưới thời Cảnh Thịnh, Nhậm khuyên Quang Toản không được, đành rời chính sự, lui về coi sóc Văn Miếu này. Biết từng con ngựa đá cho đến hòn gạch, viên ngói và những tấm bia Tiến Sĩ sắp hàng từ mấy triều đại nay, Văn Miếu là nơi Nhậm tôn kính còn hơn Từ đường của gia đình mình. Trên những cành cây đại, chim cuốc lại đến đậu đông nghịt, thỉnh thoảng ùa nhau cất cánh bay, tiếng đập cánh như gõ cửa một mùa xuân không chịu đến.

Từ một chiếc ghế bành phủ gấm, Đặng Trần Thường, kẻ được Gia Long dành cho cái niềm vui gặp lại bạn đồng liêu ngày xưa, loắt choắt kiễng chân đứng dậy. Lời hạch tội đám văn thần khá tầm thường, đại khái cho rằng biết lễ nghĩa mà lại theo ngụy Tây Sơn, tội đáng nọc ra đánh để lấy đó làm gương cho thiên hạ. Nhậm lại cười! Ai chả biết được làm vua, thua làm giặc. Kẻ nào thua, tất là ngụy. Lời hạch lại nhiếc móc bọn văn thần là tiếm nhà Lê để tâng công. Nhậm tự hỏi, thế bay đang làm gì đây? Khi xưng đế hiệu, bay không tiếm ngôi đấy à?

Bọn văn thần từng người một phải ra quì nhận tội rồi nằm dài mặt úp xuống sân để cho bọn hành hình đánh vào lưng. Nguyễn Gia Phan, rồi Phan Huy Ích. Tiếng roi vun vút quật xuống. Tiếng rên hừ hự. Hàng dân im lặng, không còn ồn ào. Chỉ có tiếng chim cuốc kêu. Rồi tiếng quát.

Đến lượt Nhậm, Thường trừng trừng nhìn, rồi vênh váo:

- *Ai công hầu, ai khanh tướng, trong trần ai, ai dễ biết ai*

Nhìn những cánh chim chao ngang đảo dọc trong bầu trời ẩm đục buổi đầu đông, Nhậm bỗng chỉ thấy một sự thương hại tràn ngập tâm tư. Giọng tự mãn, Thường mỉa mai "Theo giặc, Hy Doãn quên hết chữ thánh hiền rồi sao?" Cười hiền hòa, Nhậm rành mạch:

- *Thế Chiến Quốc, thế Xuân Thu, gặp thời thế, thế thời phải thế.*

Khinh khỉnh, Thường vẫy tay ra lệnh bắt quì. Nhậm vẫn đứng trơ trơ, khẽ lắc đầu. Viên quan có nhiệm vụ hành pháp quát:

- Quì xuống!

Nhậm điềm tĩnh, lại lắc đầu. Một tiếng bốp vang lên. Đó là tiếng cây côn đập vào đầu gối Nhậm. Nhậm cắn răng, chúi người ngã, nhưng lại cố đứng dậy. Lại một tiếng bốp nữa. Nhậm lại ngã, rồi xiêu vẹo, vùng người lên. Đến lần thứ năm hay thứ sáu, Nhậm không đứng được, nằm trên sân đá, nhưng không rên la, kêu ca gì cả. Không nghe thấy tên pháp quan la hét những gì, Nhậm lẩm bẩm một lời tự vãn khi xưa:

"Tiên? chẳng thể thành tiên
Phật? cũng không đắc đạo
Chí theo hướng Thi, Thư
Khỏi trái đường danh giáo"

Một trận mưa roi ập xuống mình mẩy Nhậm. Pháp quan quát:

- Không sợ à?

Nhậm lại cười:

- Thuận lý mà sống thì có dẫm lên đuôi cọp cũng chẳng có gì là đáng sợ!

Tiếng roi, tiếng gậy lại vang lên. Trong hàng dân, có kẻ la khóc. Vẫn tiếng chan chát, tiếng bôm bốp, và tiếng chim cuốc kêu lên thất thanh. Vết sẹo đâm xuống chân mày trên trán lại giựt lên, Thức nghiến răng nói nhỏ vào tai Nhật:

- Đòn thù!

Nhắm mắt niệm Phật, Nhật nói thầm:

- Trời cao đất dày! Tham là cái nền, tàn bạo là kèo cột, và xương máu là đồ trang trí của tất cả những lâu đài quyền lực.

Nhậm bị đánh như vậy cho đến lúc thình lình cả đàn hàng trăm con chim cuốc vỗ cánh bay lên, không ngớt kêu *quốc, quốc,* và bay về hướng biển. Đúng lúc đó, Nhậm thở hắt ra, giẫy nhẹ, rồi bất động.

Chuyện chim cuốc kêu ngày xảy ra trận đòn thù trong sân Văn Miếu được truyền tụng đi khắp nơi. Hàng dân kháo rằng chim kêu *ác, ác* chứ không phải là *quốc, quốc* như thường lệ. Thật ra, rất dễ nghe lẫn tiếng quốc ra tiếng ác, hay ngược lại.

Kẻ nào nọc người ra đánh cho đến chết cũng sẽ chóng chầy bị quả báo. Chỉ hai năm sau, chính Gia Long đã bắt giết Đặng Trần Thường.

Triều đại nào nọc kẻ sĩ của đất nước ra đánh là triều đại không thể khá được. Quả nhiên, chỉ xấp xỉ năm mươi năm sau trận đòn thù, hậu duệ của Nguyễn Ánh đã khờ khạo làm mất nước Việt Nam trong gần một thế kỷ.

Chương kết

14

Bọt nước sông Mê

Ánh nắng mai vừa đậu cánh óng ánh vàng trên những tàn cây muốt màu ngọc bích. Mây lưng chừng hòn núi chắn cuối sông lững lờ tách ra thành những sợi bạc mỏng mảnh tan vào màu da trời. Ngược dòng sông Mã, Toàn Nhật theo lời Thức dặn đi lên tìm trại hủi, nơi hai mươi năm trước Mai đã tìm đến nương thân. Bắn tin từ tháng trước, Mai hẹn sẽ ra đón Nhật. Gặp nhau, hai người không cất lên lời, nước mắt Mai ứa ra đầm đìa.

Vết sẹo dài trên má Mai khơi nhắc Toàn Nhật thuở sống ở Kinh Kỳ, trước buổi loạn kiêu binh lập Tông phế Cán thời Chúa Trịnh. Vết sẹo ấy do chính bàn tay Tuyên phi Đặng thị Huệ quào vào mặt em mình vì Mai trốn khỏi Cấm cung, nhất quyết không chịu lấy Thái tử Lê Duy Cẩn, một lòng dâng hiến đời mình cho Trọng Thức.

Khi vừa lên ngôi Chúa, Tông bắt giam Huệ. Cán lên sáu, sợ quá cấm khẩu, lại nóng sốt li bì, chỉ khóc ư ử trong họng. Rêu rao thưởng một trăm lạng vàng cho ai chữa được Cán xong, mẹ Tông là Ngọc Hoan vào, thò hai tay ra bóp mũi Cán. Rồi Hoan bắt Huệ đến quì trước mặt. Huệ cắn răng đứng lên, bị đánh vỡ đầu gối, nhưng ngậm miệng nhất định không rên rỉ. Sau, Ngọc Hoan bắt Huệ lên lăng Thịnh Phúc, nơi chôn cất Chúa Trịnh Sâm. Ngày Huệ vào lạy bài vị, đồ thờ bằng vàng chảy ra như bị thiêu, đồ thờ bằng gỗ mủn đi hóa thành bụi. Ba ngày sau, Huệ tự thắt cổ, chết lưỡi thè ra dài chấm đến bụng dưới.

Bước theo Mai men sông, Nhật thấy lòng mình lắng xuống. Nhìn kìa, những bọt nước giữa dòng kia vỡ thành nghìn hạt li ti, mỗi hạt đều phản chiếu hình ảnh núi, rừng, cây cỏ, và cả hình ảnh Mai lẫn Nhật. Có hạt rơi trên đá, bốc hơi thành mây, mây bay đi gặp lạnh hóa mưa, mưa rơi trên núi cao, trên đồng ruộng. Có hạt rơi trên nước, theo dòng luân lưu, về sông Nhị hay sông Đà, lúc bồi vào đất, khi ra biển rộng. Hạt nước đó đã có từ nghìn vạn đại, mang vô số hình tướng trong cái lẽ biến dịch vô thường từ những duyên khởi vô thủy vô chung. Chỉ một hạt nước, đã là vạn vật. Như vậy, hạt nước làm gì có tự ngã. Không có gì là ngã, thì tranh giành bao nhiêu chỉ là tạo nghiệp bấy nhiêu. Rồi nghiệp sinh nghiệp. Cứ thế vòng vô minh rộng ra, phủ xuống cõi nhân sinh u mê đắm đuối.

Đi được một chập, Mai dừng chân, ngồi nghỉ. Nhật mỉm cười nhìn Mai đang vén áo ngồi xuống mỏm đá chênh vênh bên bờ sông. Mai nhỏ nhẹ:

- Ở khúc sông này, nước xô vào ghềnh, bọt sủi trắng gào như người giận đến sùi bọt mép. Thời gian anh Thức chưa về đây, cứ vào ngày nghỉ, tôi bế cháu Thư ra ngồi lắm khi từ sáng đến tối. Cứ thế năm này đến năm nọ, tôi sống với quá khứ, và chờ đợi... Cho đến một hôm, tôi tỉnh ra. Ôm cháu Thư vào lòng, tôi nhủ rằng sống là sống với hiện tại...

Tay chỉ, Mai đứng lên tiếp:

- Từ đó, sự sống đối với mẹ con chúng tôi ở trong kia là cái cưu mang được phần hồn. Chú vào với tôi, chú sẽ thấy. Cháu Thư đã vào thưa với Mẹ-bề trên rồi.

*

Quanh co sau hai cái dốc, những mái nhà lợp lá cọ thấp thoáng hiện ra trong tầm mắt. Chạy lên đón Mai và Nhật, chàng thanh niên tên là Quốc Thư, có cái miệng giống hệt miệng Trọng Thức, tươi cười:

- Chú với mẹ đến vừa lúc ăn sáng. Con đã xin thêm một xuất và báo là cha con hôm nay nghỉ không lên trại được!

Đưa tay đỡ cái giỏ cho mẹ, Thư hồn nhiên:

- Chú đến đây là thật là hi hữu, lần đầu một nhà sư vào thăm trại đấy! Giê-su-ma, Mẹ-bề trên cứ hỏi đi hỏi lại, sợ cái này cái nọ - Thư cao giọng, vừa cười vừa nói - lại còn bắt cả trại quét dọn cho sạch sẽ để tiếp khách. Con có thưa là chú Nhật sẽ thay cha làm việc thường nhật nhưng Mẹ-bề trên không bằng lòng đâu.

Thân ái vòng tay ôm vai Thư, Nhật xuống dốc, nghe Thư láu táu:

- Biết con từ ngày con còn trong bụng mẹ con - Thư ranh miệng, đùa - chú có thấy con lớn lên không?

621

Nhật vui vẻ, đùa lại:

- Có, nhưng hình như chỉ một tí! Cha con đi đâu?

- Cha con có chú vui hẳn lên. Cha con ở nhà viết lách cái gì cho chú đấy.

Vào đến trại trong, một người đàn bà đã cao tuổi mặc áo thụng màu xám, đầu đội mũ rộng vành kiểu các bà sơ, chạy ra đon đả:

- Xin chào thầy. Thầy quá bộ đến thăm thật là quí hóa. Trại chúng tôi nghèo, chẳng làm sao tiếp thầy cho trịnh trọng, thầy đừng lưu tâm, bỏ qua cho.

Nhật chắp tay, cúi đầu:

- Cám ơn Mẹ. Kẻ xuất gia đâu có ai giàu hơn ai. Mẹ đừng bận lòng. Cũng xin phép Mẹ cho được làm cái việc của anh tôi là Trọng Thức hôm nay không lên trại!

- Úi giào! Cái đó thì thầy để khoan cho. Xin thầy dùng bữa sáng với chúng tôi đã.

Bước theo Mẹ-bề trên, cả bọn vào một căn nhà sáu gian, nơi trại dùng làm phòng ăn. Nhật thót bụng nhìn. Trên những dãy bàn là những người mà xã hội xua đuổi. Kẻ mất mũi chỉ còn hai lỗ thở sâu hoắm. Người bị rụng ngón, bàn tay bàn chân nay chỉ còn hai ba ngón, chống nạng lết đi. Họ đứng cả dậy để chào, ngượng nghịu cười, rồi lại lục đục ngồi xuống.

Trại có lẽ có đến gần hai trăm người. Bệnh còn nhẹ, mặt họ chỉ sần sùi, mắt sưng lên, da dẻ như bị ban ửng đỏ rồi thâm sịt lại sau một thời gian. Nặng hơn, bệnh đục vào ăn xương ăn thịt, làm lở loét, khoét vào mồm vào mũi, rồi chân tay. Trại tự lực cánh sinh. Những người bệnh nhẹ có sức phải canh tác, phạt rẫy trồng trọt ngô, khoai, cấy mười mẫu ruộng nằm ở tả ngạn sông Mã. Những người sức đã yếu thì thêu may hoặc đan rổ đan rá, gộp lại nhờ mang bán ở chợ trên vùng Nghĩa Bình không ai biết đến trại hủi ở xa mãi tít sông Mã. Còn lại, người bệnh nặng kiệt sức chỉ lo những việc nhẹ, nấu nước, lau chùi. Khi lập gia đình, họ ở riêng. Nếu không, họ tụm vào cứ năm sáu người một nhà. Tất cả đều ăn chung với nhau, việc củi lửa nấu nướng tập trung cho toàn trại để tiết kiệm nhân lực và thời giờ.

Thuốc men thật không có gì, chỉ toàn là lá và rễ cây theo những bài thuốc Nam nhặt nhạnh được. Không hy vọng khỏi, họ yên phận, hẹn với nhau là có đau đớn thì tìm chỗ riêng mà rên rỉ để khỏi làm nhụt lòng những kẻ đồng bệnh. Và họ sợ nhất là tuần trăng lên. Trăng lên khiến họ có cố nhịn mà vẫn không kìm được, tiếng rên la kêu đau và tiếng cầu kinh om lên một vùng. Mai vào Hương Sơn tìm Hải Thượng Lãn Ông, tạ ơn đã cứu cái bào thai trong bụng mình ngày còn bị giam hãm ở kinh kỳ, rồi xin Lãn Ông một bài thuốc. Lãn Ông đích thân vào trại, ở suốt một tháng, đi quanh kiếm cỏ kiếm lá rồi sao rồi sắc, hì hục cả ngày. Bài thuốc tìm ra xong, Lãn ông giao cho Mai, dặn dò kỹ lưỡng rồi về. Từ đó, dẫu bệnh chưa chữa khỏi, đã bớt đi dăm phần đau đớn, những tuần trăng lên không còn là một nỗi kinh hoàng cho cả trại.

Mẹ-bề trên kéo ghế mời Toàn Nhật, rồi thì thào:

- Bệnh phong cùi này nếu biết chống thì không lây được - Nắm tay Mai, Mẹ nói tiếp - đấy, dì Mai ở đây đã gần hai mươi năm nay mà có sao đâu! Thầy đừng sợ, cứ ăn nhé!

Nói xong, Mẹ bề - trên cúi đầu, mắt nhắm lại, miệng đọc kinh:

"Lạy Cha chúng con ở trên blời, chúng con nguyện danh Cha cả sáng, nước Cha trị đến, ý Cha thể hiện dưới đất cũng như trên blời vậy..."

Mọi người đều lắng lặng, nghiêm trang. Nghe xong, họ đưa tay làm dấu thánh giá.

*

Với tay cầm một khúc sắn luộc nóng, Nhật từ tốn ăn, mắt nhìn Mai, lòng cảm phục pha với chút ngậm ngùi. Sau khi sinh hạ Quốc Thư ở quê nội làng Phù Đổng, Mai gửi con cho một bà cô rồi lên đường lặn lội đi tìm Thức. Thời gian đó, Thức đã lưu lạc qua Pondichéry bên Ấn Độ, rồi phiêu dạt đến Paris, nhưng chẳng một ai biết tin. Ngày Mai gặp được Trần Danh Kỷ ở Phú Xuân, Kỷ không nỡ kể chuyện Thức bị đẩy ra biển, chỉ nói là đã gặp Thức, sau đó thì bặt vô âm tín. Mai khóc, nhưng linh tính rằng còn có ngày thấy mặt Thức. Về Phù Đổng được ít lâu, Mai bế con lên trại Bùi Phong chào gia đình La Sơn Phu tử. Sau đó, Mai lại quay lại Đa Phạn, vùng Thức đã lẩn trốn sau ngày bị Tế Lý lùng bắt. Giáo hữu đón tiếp mẹ con Mai như ruột thịt. Ai cũng gọi Mai bằng "cô," nhắc đến "thầy" Thức bằng những lời trìu mến trang trọng, mặc dầu không phải không có người biết Mai là em Đặng thị Huệ và Đặng Mậu Lân, kẻ bàn dân Kinh Kỳ gọi là ''hung thần mắt cú'' đã từng thiêu sống những người cùi hủi.

Giáo hữu ở Đa Phạn tản đi, có kẻ tạt xuống Hải Hưng, có kẻ suôi vào miệt Bùi Chu, phần để tránh bị vây hãm bởi đám quân quan thời Nam đoan Vương, phần muốn tạo thế ỷ giốc để nương tựa vào nhau. Từ khi giáo sĩ Seiyès đã tử vì đạo, chỉ còn có Thầy Xứ dẫn giắt giáo dân trong vùng kéo vào Hưng Nguyên. Thời đó, số người bị bệnh hủi từ Kinh Kỳ bị đẩy đi vẫn còn sống tụ tập ở thôn Bùi Ngõa phía đông kênh Sắt. Mẹ bề-trên, thuở còn trẻ tên gọi là dì Phước, một mình cưu mang đám người tật bệnh, tất bật từ sáng đến tối. Khi Mai vào thăm trại hủi, một thằng bé chừng mười hai mười ba, hai bàn tay ngón bị rút cụt hết, xỉa xói vào mặt, thét: ''Thằng anh mi đã thiêu sống cả gia đình nhà tao,'' mắt trợn trừng đỏ ngầu màu máu. Mai sợ run bắn lên, ôm chặt con vào lòng, lùi ra. Đêm hôm ấy, Mai không chợp mắt, thao thức tưởng tượng ra cái cảnh Đặng Mậu Lân quây người hủi đem đốt sống. Sáng ra, Mai nói với dì Phước ''Cho tôi ở lại đây giúp dì một tay!'' Dì ngần ngại cười: ''Nhìn thấy bệnh tật mà ''cô'' không hãi à?'' Mai lắc đầu. Dì làm dấu thánh giá, rồi nói ''Giê-su-Ma lạy Chúa, khi nào ''cô'' không chịu được nữa thì phải nói ra nhé!''

Ở trong trại phục dịch được nửa năm, Mai vất vả nhưng lại cảm thấy mình đâm gốc mọc rễ chứ không như thuở trước, cứ lênh đênh dẫu là sống trong nhung lụa ở Kinh Kỳ. Bé Thư nay đã đi chập chững, bập bẹ hỏi mẹ cha đâu. Những lúc đó Mai chỉ tay lên trời bảo con là ''Cha ở trên cao kia kìa!,'' lòng lại gợn lên những ngậm ngùi. Đùng một cái, trại nhốn nháo. Nghe đâu tiền quân Tây Sơn từ Đàng Trong đi đường biển đã vào chiếm lấy Vị Hoàng. Chưa thấy bóng dáng quân bộ, lính nhà Trịnh ở huyện Hưng Nguyên vừa vội tháo chạy, vừa cướp bóc hết một đàn chó đói vô chủ. Những người cùi hủi bỗng nhiên biến thành nạn nhân của những cuộc chém giết dã man phát xuất từ sự tự ti của những kẻ đào binh hèn nhất. Dì Phước bàn với Mai mang cả trại chạy về phía tây bắc. Đến bờ sông Mã, họ gom góp tiền mua được sáu chiếc thuyền, rồi chặt cây đóng bè, theo triền sông đi ngược lên thượng nguồn.

Thuyền bè cứ thế chống đi hai ngày đêm. Gió đông se sắt đầu tháng chạp trên sông lạnh thấu xương. Trăng thượng tuần đã xế đầu trải một lớp sáng xanh ma quái lên bìa rừng âm u. Thỉnh thoảng, những cặp mắt hươu nai xanh lè, những cặp mắt hổ báo đỏ rực, vàng khè, thấp thoáng ẩn hiện cạnh bụi cây, bờ cỏ. Mai ôm bé Thư, ấp hơi nóng của mình cho con, răng đánh cầm cập. Nàng bỗng nghe tiếng rên, rồi tiếng khóc thút thít. Men đến cuối bè, nàng thấy thằng bé độ nọ đã thét vào mặt mình, nhắc chuyện Đặng Mậu Lân đem thiêu sống không biết bao nhiêu người hủi năm Canh Tý ở ven đô. Nó nhìn Mai, răng nghiến lại, nhưng lạnh quá, lại lập cập đánh vào nhau nghe lách cách. Mai ngồi xuống bên cạnh nó. Hình ảnh những thân người bốc lửa lên như đuốc, mỡ cháy xèo xèo, mùi thịt nướng, tiếng la hét hãi hùng, tiếng gào thét thất thanh, cùng một lúc ập về làm đầu óc Mai căng ra đong đưa như cái màng nhện mảnh mai trước gió. Mắt Mai cay sè, cổ họng nghèn nghẹn. Nàng cởi chiếc áo bông, đưa cho thằng bé. Nó vẫn run cầm cập. Đặt bé Thư xuống một bên, Mai nằm vào giữa, đắp thêm chiếc chăn rồi một tay ôm con, một tay ôm thằng bé. Ủ hơi nóng thân thể mình vào cái thân thể cùi hủi bệnh hoạn bên cạnh đang run rẩy co quắp, nàng nhắm mắt quên đi những vết ghẻ lở tàn phá, miệng nho nhỏ nói ''Ngủ đi, ngủ đi!''

*

Thư vất chiếc cuốc vào gốc cây, mồ hôi nhễ nhại, đến với ống nước tu ừng ực. Nhìn lên trời, Thư vui vẻ:

- Sắp Ngọ rồi, chú nghỉ tay đi. Ta bới cơm ăn.

Phạt nốt cho xong đám cỏ tranh, Toàn Nhật lững thững xuống suối rửa tay. Vừa ăn, Thư vừa rủ rỉ kể cho Nhật nghe về cuộc sống gia đình mình. Trốn khỏi Phú Xuân cách đây đâu gần mười năm, Thức trở lại trại Bùi Phong. Sau đó Thức ngược dòng sông Mã đi tìm mẹ con Mai. Thư gặp cha lúc đã lên mười, vẫn còn nhớ cảnh mẹ mình cuống quít lên gọi tên cha rồi ngã bất tỉnh. Từ đấy, cuộc sống an vui cho đến ngày Thức nhận được tin đến từ Pháp qua một linh mục ghé thăm giáo phận Tây Đàng Ngoài. Người bạn Thức rất quí là hầu tước Condorcet - kẻ đã cưu mang và giúp Thức từ Paris trở về nước - nghe đâu bị chém cổ. Một số những người lãnh đạo Cách Mạng Pháp cũng lần lượt lên đoạn đầu đài. Nước Pháp hỗn loạn rồi từng bước được ổn định dưới thời Tam đầu chế, nhưng bao nhiêu lý tưởng xã hội Cách Mạng cứ dần dần tiêu vong. Sáu bảy năm trở về đây, Thức trở nên thầm lặng, có khi cả ngày không mở miệng. Nhiều hôm, thình lình Thức nói một mình cả buổi bằng tiếng Pha Lang Sa. Mẹ bề - trên đến lắng nghe ở cửa, lắc đầu không hiểu gì.

Từ ngày nghe tin Nguyễn Ánh chiếm lại được Phú Xuân, Thức thỉnh thoảng nổi cơn lên đập phá, miệng quát "Thế thì còn hy vọng gì!." Sau thời gian đó, hễ có dịp là Thức lại dọ hỏi tìm tin tức của Toàn Nhật.

Nhìn ra xa, Thư cười:

- ... mà chú thì như cánh nhạn đầu trời cuối bể. Lạy Chúa tôi, mẹ cháu cầu xin với Đức Mẹ mãi, cho đến ngày biết rằng chú về Thăng Long là bố cháu đòi lên đường đi gặp chú ngay.

Toàn Nhật nhắm mắt, hồi tưởng lại ngày mình bỏ Qui Nhơn, ôm xác Chúa Út chạy một mạch vào rừng cho đến lúc chân nhũn ra khuỵu xuống. Khi Nhật tỉnh lại, Nhật thấy cặp mắt một nhà sư hiền lành nhìn mình, không nói, không hỏi, thản nhiên như chẳng có chuyện gì. Nhật bật khóc hu hu. Nhà sư ngồi yên, vẫn nhìn hiền dịu.

Đợi Nhật khóc xong, nhà sư hỏi trống không: "Đỡ khổ chưa?" Chẳng đợi trả lời, nhà sư đứng dậy lấy một cây thuổng ra lặng lẽ đào huyệt. Cởi bộ áo giáp võ quan ra bọc lấy xác Chúa Út, Nhật ôm đặt vào lòng huyệt, quơ tay vun đất. Nhà sư giọng đều đều, tụng kinh cầu siêu trong tiếng khóc rấm rứt của Nhật. Một lúc sau, nhà sư lên tiếng hỏi "Vợ của thí chủ?" Nhật lắc đầu. "Vậy sao lại khóc thảm thiết thế?" Nhật nhìn nhà sư, không biết nói gì, gật đầu. "Đỡ khổ chưa?" Nhật lại lắc đầu. Nhà sư đứng dậy vừa đi vừa hỏi "Có muốn dứt được khổ không?" Nhật bước theo, từ đó trở thành vị pháp tự truyền đăng thứ hai mươi hai của Diệu Nguyên thiền sư. Sau hai năm tu tập cạnh thầy, Nhật xuống núi đi hoằng pháp. Nay đây mai đó đã mười lăm năm, lấy gió trăng làm bầu bạn, thiên hạ làm anh em, và đất trời làm nhà cửa, Nhật chẳng đậu ở chùa chiền nào hơn dăm ba tháng.

Tưởng Toàn Nhật ngủ, định đứng lên, bỗng nghe hỏi về quyển từ điển Việt - Pha Lang Sa - Latinh ngày xưa Thức đã bỏ công ra tu sửa. Thư đáp:

- Quyển ấy thì xong lâu rồi, cháu không nghe thấy cha cháu nhắc. Từ ngày ở trại đây, cha cháu soạn quyển từ điển Pha Lang Sa -Việt - Pha Lang Sa. Riêng phần cháu, cha cháu bảo cháu dịch quyển *Về tinh thần luật pháp*" của Montesquieu và quyển "*Công ước Xã hội*" của Rousseau, mười phần nay đã được bảy.

Nhật trầm ngâm:

- ... còn cha cháu cặm cụi viết lách cả ngày, chắc cháu biết viết gì chứ?

- Vâng, cha cháu đang hoàn thành một trước tác gọi là "Tề Nhân Thế Đạo," chỉ thỉnh thoảng mới nói đến với mẹ cháu. Cha cháu thảo ra cả mấy thếp giấy, nhưng cháu chưa được đọc!

- Sao lại "Tề Nhân"? Con người như nhau, bằng nhau là thế nào?

Thư lắc đầu:

- Chú phải hỏi cha cháu - Thư cười - Ngày rộng tháng dài, chắc cha cháu chỉ đợi chú hỏi là nói. Mấy năm nay cha cháu có nói được với ai đâu.

Chợt có tiếng chân người bước lại. Mẹ - bề trên cùng Mai bước lại, miệng tươi cười:

- Thầy vất vả, làm chúng tôi không yên tâm. Lên đây xin thầy giúp cho một việc. Trong trại chúng tôi, vừa có con chiên của Chúa, lại cũng vừa có người bên lương. Người lương vẫn theo đạo Phật, nhưng cho đến nay không có duyên được gặp một nhà sư nào viếng thăm. Run rủi thế nào mà có thầy ở đây, vậy tôi xin thầy gặp họ giúp họ tu tiến phần tâm linh... Nếu được như thế thì quí hóa lắm!

Nhật ngạc nhiên đứng sững người ra. Bỗng dưng, những lời đồn đại về sự hẹp hòi của người bên giáo không có cánh mà bay tuyệt tăm hơi. Trước mắt, Nhật chỉ thấy một người đàn bà độ lượng mỉm cười chờ câu trả lời. Chắp tay, cúi đầu, Nhật vui vẻ:

- A di đà Phật, kẻ tu hành này xin hết sức mình.

*

Một trong ba gian nhà dùng làm thư phòng, là nơi Trọng Thức viết lách sau công việc ở trại hủi. Sau khi Mai và Thư cầu kinh rồi đi ngủ, Thức pha nước, nhắc Nhật kỷ niệm vào trà thất uống trà với Koji Mishima ở Phố Hiến đã hơn hai mươi năm trước. Tiếng thác đổ sau nhà nhặt khoan như ru như hát trong âm thanh rủ rỉ của muôn vàn loài côn trùng hòa tấu đón buổi đông về. Đêm co lại dưới những cơn gió bấc lạnh lùng. Khêu đèn lên, Thức lẳng lặng rót nước vào ấm trà nhỏ bằng nắm tay. Đợi một lát, Thức đổ sang chén tống, sau đó san trà qua chén con đưa cho Nhật. Hai tay đỡ lấy, Nhật nhắp uống, mũi phập phồng hít hương trà ngan ngát xông lên. Nghe Nhật hỏi, Thức chậm rải:

- Thế nào là Tề Nhân ư? Con người ta dĩ nhiên là khác nhau. Từ trong bụng mẹ, cái bào thai đã có cái mạnh, cái yếu, cái khôn, cái dại. Sinh ra, có đứa sinh trong nhung lụa ngọc ngà, có đứa mới vào đời đã chịu ngay số phận cơ cực cùng với cha mẹ mình. Mạnh, yếu, khôn, dại phát triển trong những điều kiện dị biệt, ắt chúng lớn lên, lại càng khác nhau. Nhà nghèo thì chết non, thất học, sau làm thân tôi mọi để có mà ăn. Nhà giàu, ngược lại, bệnh thì có thuốc, được học hành, rồi sau thi cử đỗ đạt, thành quan thành tướng, tự xưng mình là phụ mẫu, cha mẹ bàn dân để đè đầu cưỡi cổ. Ngẫm cho cùng, xã hội phân hóa như vậy thành những đẳng cấp. Nếu cứ thế, những đẳng cấp đó tiếp tục tồn tại, bất dịch, cho nên đại thể "con vua thì lại làm vua ...."

- Nhưng phải chăng thân mệnh khác nhau là từ đấng Hóa Công mà ra? Nhật ngắt lời - Cái bào thai trong bụng mẹ có là từ duyên nghiệp!

Thức khẽ giơ tay, chặn ngang:

- Khoan vào vòng siêu hình vội. Này nhé: mẹ cái bào thai cũng từng đã là một bào thai, nó có mẹ nó, rồi mẹ nó cũng từng đã là một cái bào thai. Cứ thế đi ngược lên, số người ít dần, cho đến khi có đúng một cặp đàn ông đàn bà thuở nguyên thủy. Con cái họ chắc là cũng khác nhau. Nhưng khác bao nhiêu? Hắn là phần dị biệt nếu có không thể có nhiều như xã hội bây giờ. Đám con cái đó cùng một giống di truyền, sinh hoạt trong cùng một điều kiện vật chất lẫn tinh thần, dẫu có phát triển khác nhau thì sự khác biệt trên cùng một cơ sở vẫn ít hơn là sự khác biệt trên những cơ sở đối chọi nhau như giàu nghèo chẳng hạn. Từ Hóa Công sinh ra ở lúc khởi đầu, con người gần như nhau, gần bình đẳng như nhau, đó là lẽ Tề Nhân từ nguyên thủy.

Về sau, con người tổ chức thành xã hội với nhau, tạo ra thế sự bằng luật lệ thì mỗi ngày con người một khác nhau, phân chia ra, đối kháng, đàn áp nhau, đi ngược hẳn lại sự bình đẳng nguyên thủy. Thế sự là do người, không phải do Hóa Công. Vậy, có thể quan niệm một thế sự nào đó có khả năng trả lại và thể hiện ý thức công bình không? Đó là vấn đề đặt ra trong "Tề Nhân Thế Đạo..". Chữ "Thế" là hàm ý đó.

- Theo lẽ biến dịch, người ta phát triển tiến hóa không thể cứ như nhau. Dị biệt là tất yếu. Vậy công bình là ý niệm không loại bỏ, thậm chí phải chấp nhận tính dị biệt - Nhật điểm tĩnh hỏi - Thế thì công bình cho đồng loạt chúng sinh là thế nào?

- Công nghĩa là chung, vậy ý thức công bình là một ý thức chung về sự bình đẳng đặt ra như một ước lệ được mọi người chấp nhận. Ước lệ đó tự thân là một Công ước: nó dựa trên ý chí của mỗi con người tự do nhận mình là một thành viên xã hội. Xã hội đó, mỗi người ở vị thế tư riêng có hoàn toàn tự do trong sự chọn lựa tự ràng buộc mình vào người khác qua cái Công ước nói trên. Chính cái Công ước là nền tảng của ý thức công bình được xác định.

- ...

- Trước hết, mỗi người khi sinh ra đã có một số quyền căn bản không ai xâm phạm được. Bất luận sang hèn, giàu nghèo, trai gái, lương giáo, họ đều tự do và bình đẳng về quyền hạn trước pháp luật. Một số quyền cơ bản là quyền được sống, quyền tự chủ, quyền bất khả xâm phạm về tinh thần cũng như thể xác... Để phát huy tính công bình xã hội, lại phải khẳng định thêm một số quyền cho tất cả mọi người như quyền đi học, quyền có công ăn việc làm, quyền tự do tư tưởng, tự do tín ngưỡng, quyền chuyển hoán bổ nhiệm những kẻ được cử ra quản lý guồng máy xã hội!

Thức chậm rãi, nói như thì thầm:

- Công ước xác minh những quyền hạn ấy làm khung cho luật pháp. Nhưng làm sao biết đó là từ ý bàn dân và do chính bàn dân định? Làm sao ư? Phải nghĩ ra cái cơ chế để thể hiện ý bàn dân hầu có một xã hội mà luật lệ ràng buộc là do dân định. Nhưng dân đông, lại ở rải rác khắp nơi. Hội ý dân bằng cách nào? Rousseau, một triết gia, đề xuất một nền dân chủ trực tiếp…

Thức đứng dậy ra đứng cạnh cửa sổ. Sương núi buông xuống mờ mịt như vây hãm thế gian trong vòng đen đặc của kiếp phù sinh. Đóng cửa xong, Thức quay vào ngồi, tiếp:

- Người bạn quá cố ta là Condorcet cũng mang vấn đề này ra bàn trên mặt lý học.

Trầm ngâm, tay chấm vào chén nước trà, Thức vẽ lăng quăng lên mặt bàn, rồi chậm rãi:

- Chẳng hạn như bầu người đại biểu dựa trên sự chọn lựa của mỗi cá nhân hợp với nhau thành một tập thể. Dùng toán học, Condorcet chứng minh rằng sự chọn lựa tập thể dựa trên bầu bán theo đa số có thể đưa tới những trường hợp không xác quyết được! Nhưng không phải xã hội nào cũng rơi vào những trường hợp trên để biện minh cho sự độc đoán độc tôn. Một xã hội chấp nhận sự độc đoán độc tôn nắm quyền của một người, hay một tập đoàn, rồi tô vẽ sự sắp xếp đó như thiên mệnh theo kiểu quân chủ phong kiến, tuyệt đối và vô thời hạn, là việc không thể làm mãi được. Sớm muộn cũng có người đặt câu hỏi, thậm chí chống lại. Nhưng nếu chống lại sự độc tôn độc đoán ở xã hội này, thì chỉ có một cách là nổi loạn! Đấy, đất nước ta là như vậy đấy. Mấy trăm năm rồi, giặc dã liên miên là vì thế...

Nhật ngửng đầu nhìn lên những chiếc kèo ngang dọc trên trần nhà, lặng lặng nghe tiếp hệ tư tưởng Thức dày công đặt từng viên gạch xây nền đắp móng. Uống một ngụm trà, Thức gõ nhẹ lên mặt bàn, rồi trầm giọng:

- Ở mức độ trừu tượng vừa đề cập, bài toán chọn lựa tập thể đã khó. Vào thực tế, lại càng khúc mắc. Tập thể bắt đầu là gia đình. Lúc ấy, sự chọn lựa là ăn chung, ngủ chung, nuôi con dạy cái. Sau gia đình là thôn xóm, rồi làng xã. Sau làng xã là tổng, là huyện, là tỉnh rồi đến trấn, đến vùng cho đến cả nước. Ở mỗi mức, sự chọn lựa tập thể lại khác. Làng có việc làng, tỉnh có việc tỉnh. Nước có việc nước. Làm sao để trong mọi việc, từ việc làng xã đến việc đất nước, mỗi người đều có một tiếng nói bình đẳng với mọi người? Cái cơ chế đó phải được định đoạt thế nào trong Công ước?

Ngập ngừng, vết sẹo đâm xuống chân mày giụt lên, Thức thở dài rồi thầm thì như chỉ để cho mình nghe:

- Cái mẫu hình Công ước lý tưởng có cơ cấu chồng chất lên nhau, sắp xếp trong nhau như dạng một bài toán đố... Một bài toán đố ta vẫn chưa giải được!

*

Thư đến tìm Nhật vào buổi xế chiều, vừa đúng lúc Nhật làm xong nghi thức tụng niệm cầu an cho Phật tử trong trại hủi. Với những con người mà thể xác bị đày đọa cùng cực, phần tâm linh tự nhiên trở thành cái phao cứu độ trong dòng nước trầm phù của cuộc sống. Luận về luân hồi mở ra cho họ con đường chấp chế khổ đau, thôi oán thán, mở tâm thức đón nhận từng ngày từng giờ niềm an lạc ở trong điều kiện của họ. Niết bàn ở ngay đây, và Phật là chính trong ta, sao hoài công kiếm gì ở những đâu xa, như kẻ trên thuyền trôi đi mà vẫn lao tâm khổ trí nhìn trời hỏi tìm ra nước?

Hai chú cháu thư thả xuống dốc về nhà, vừa đi vừa đợi Mai còn bận bịu chút việc. Nhật điềm đạm:

- Cháu ạ, bố cháu lao tâm vào cái việc viết Tề Nhân Thế Đạo, vận trí tìm cho xã hội một phương thức điều hành dựa trên công bình bác ái. Nếu thành, thì con người ta sẽ sống với nhau yên vui hài hòa hơn, thôi ức hiếp, cướp bóc lẫn nhau, và hắn sẽ bớt giặc dã chiến chinh. A di đà Phật, cái tâm lớn thế, chú cầu xin cho bố cháu đủ trí lực để hoàn thành mãn mỹ quan niệm xã hội cộng hòa đó cho thế nhân... Nhưng chú ngại vì thế nhân trong tư tưởng của bố cháu khác xa với người đời trong thực tế!

Nhật tiếp, giọng trầm xuống như nói cho chính mình nghe:

- Người đời xử thế không hẳn thuần lý. Cho nên dẫu sự công bình và lòng bác ái đến từ lý lẽ, nó chưa đủ là mẫu mực cho hành vi con người, vốn còn bị chi phối bởi hỉ nộ ái ố lạc dục. Hành vi đó phát xuất từ lục căn, ngũ uẩn nên tham - sân - si làm bức màn vô minh ngăn sự tỉnh thức.

Thư xen vào, giọng đầy phấn khởi:

- Cũng chính vì thế mà giáo dục là một thứ quyền hạn cơ bản cho mỗi con người. Có biết, làm mới tốt. Làm tốt dân sẽ giàu. Dân giàu, nước phải mạnh. Lẽ tư riêng và lợi ích chung dựa vào nhau, không có cái nọ là chẳng có cái kia...

Nhật mỉm cười, nhớ rằng việc Thư nhận là cứ mỗi tuần dạy ba buổi học cho những người cùi hủi trong trại. A, cái tuổi trẻ kỳ diệu, như trồi cây non tìm ánh sáng mặt trời, nhú ra và vươn lên như lẽ tất nhiên. Dịu giọng, chàng hỏi:

- Nhưng còn cái quyền hạn tự do. Giả thử có một người không chịu sự giáo dục, cháu làm thế nào? Bắt người ta đi học à?

- Vâng. Quyền hạn đi đôi với bổn phận. Cái học để biết, biết để không nhiễu người khác, là bổn phận. Pháp luật nhằm bảo vệ lẽ chung khi cái riêng tư của mỗi con người đối chọi lại nó. Tự do cá nhân ngừng ở ngưỡng cửa quyền lợi của tha nhân. Kẻ canh cửa là pháp luật định trong Công ước.

Nhớ buổi nói chuyện tối qua, Nhật nhủ thầm rằng Thư chắc hẳn chưa rõ hết vấn đề thuần lý khúc mắc để xác định ra cái Công ước kia đang dày vò Trọng Thức. Chàng bỗng rùng mình. Một nỗi sợ ùa đến. Sợ những khẳng định cực đoan về cái cơ chế chi phối nhân và thế. Sợ những nề nếp con người đặt ra để trói buộc con người trong cách tư duy giản lược rút về một mối. Ngừng chân, Nhật nhìn vào mắt Thư, hỏi:

- Dạy người, cháu dạy đọc, dạy viết, dạy nghĩa lý, dạy trồng trọt... Cháu có dạy họ yêu thương được không?

Thư lạc quan, nhanh nhảu đáp:

- Thưa được! Yêu người rút cục là một cách yêu mình. Đắc nhân tất đắc kỷ.

- Tất cả là do vị kỷ mà ra?

Ngần ngừ, Thư gật đầu. Nhật trầm giọng:

- Chú nghe Mẹ-bề trên giảng: ''Chúa Giê-Su dạy: Ta không bảo các người chỉ yêu cha, mẹ, anh em, vợ con. Ta bảo các người hãy yêu lấy kẻ thù của các người. Hãy thi ân, cho vay mượn cho dù không có báo đền. Các người sẽ là những người con của Đấng Tối Cao, vì người nhân lành với những kẻ vô ơn độc ác. Các người hãy biết thương xót, như Cha các người là Đấng thương xót!''

Thư lặng im, vẻ bần thần. Nhật đẩy cửa vào nhà đi rửa tay, lòng bâng khuâng. Một lát sau, Mai cũng về, miệng nói:

- Không hiểu sao cứ máy mắt.

Ánh nắng tà giữa mùa đông nhuộm cây cỏ một màu vàng pha sắc tái trông như nước da người sốt rét. Thư lúi húi nhóm lửa trong bếp, xuýt xoa kêu lạnh. Bỗng nhiên, Mai thét lên. Nhật chạy vội vào chái nhà bên cạnh. Mặt tái nhợt, Mai không nói được, tay quơ quơ một tờ giấy, rồi ngã chúi xuống chân giường. Thư cũng vội vã chạy vào đỡ lấy mẹ. Nhật đưa tay lấy tờ giấy. Nhìn nét chữ của Thức, mực chắc vừa khô, Nhật thảng thốt. Không nói không rằng, Toàn Nhật bung cửa chạy sổ ra ngoài. Như một vết khói màu xám khổ hạnh, chàng thoắt biến thoắt hiện trong rừng cây xào xạc gió.

Cứ thế, Toàn Nhật chạy lên núi, theo con đường chàng đã nhiều lần đi dạo với Trọng Thức, như bị hút tới phía trước bằng một sức kéo vô hình. Manh áo sồng bay về đằng sau như cánh chim giạt gió, chàng co chân sải như hươu nai, đầu óc tê liệt đến trống không, mặc cho linh tính dẫn dắt. Nhật chạy, cứ chạy, rồi bỗng nhận được ra một cái cây bị chặt cành, nhựa ứa trắng chỗ dao chém. Thêm vài bước, lại một cái cây khác cũng hệt như vậy. Theo những thân cây có vết chém, Nhật tiếp tục chạy, mũi bỗng ngửi thấy mùi củi đốt. Chàng bỗng chột dạ. Phải thế chăng? Theo mùi củi cháy, Nhật leo lên. Trên cao, trong tầm mắt Nhật, khói bay lên lững lờ rồi loãng dần, tan biến trong cơn gió bần bật. Lúc này, Nhật không còn nghi ngờ gì nữa, trống ngực đánh như muốn phá bung cơ thể, tim nhói lên một niềm đau đớn xé ruột xé gan. Rẽ vào khúc ngoặt dẫn lên đỉnh núi, một con chim bàng ở đâu xổ ra, bay lên, rồi lượn vòng trên đầu. Mùi củi đốt nồng hơn. Đến chỗ chàng thường ngồi trò chuyện với Thức những ngày vừa qua, Nhật ngừng chạy, nhìn chằm chặp vào mỏm đá cao quay ra phía cuối sông. Cạnh đấy, những nhành cây đã cháy thành than vẫn còn bừng đỏ lách tách nổ. Nhật hiểu, gào lên gọi tên Thức, tiếng vọng xô qua những vách đá dựng ngược chống trời. Nhật đâm bổ tới, mắt trợn trừng. Thức đã hóa thân thành đống tro tàn nằm kia, lặng lẽ không một lời, đón Nhật từ nay cho đến mãi mãi sau này bằng cách trả lại tịnh không cái nín im ở phút giây đầu tiên tạo thiên lập địa.

Nhật hổn hển, chúi chân xuống đất, miệng mặn chát, chẳng hiểu là vì mồ hôi hay vì nước mắt. Gió, lại gió. Cứ từng cơn thốc tháo vào cõi nhân gian. Bụi, lại bụi. Ta cũng là cát bụi. Bụi mịt mù xoáy tròn một cơn lốc phù sinh. Nhật quì xuống xếp chân tọa thiền, nhập vào cõi không, miệng niệm:

''Sắc bất dị không, không bất dị sắc. Sắc chẳng khác không, không chẳng khác sắc, sắc tức là không, không tức là sắc. Thụ, Tưởng, Hành, Thức cũng đều như thế... .Tướng không của vạn pháp, không sinh, không diệt, không nhơ, không sạch, không thêm, không bớt cho nên không có sắc, không có Thụ, Tưởng, Hành, Thức''

Như một hòn giả sơn, Nhật bất động, mặt hướng về mỏm đá nơi Trọng Thức đã chặt cây xếp củi, sửa soạn lưu huỳnh và diêm sinh rồi tự mình châm lửa, cháy bùng lên như một ngọn đuốc cô đơn trên đỉnh núi cao. Con chim bàng vẫn lượn đi lượn lại thảng thốt buột tiếng kêu thương. Nắng đã tắt trên đầu những chòm cây lặng lẽ. Sương muối thấp thoáng ẩn hiện dần dà bốc lên lơ lửng. Thinh không bỗng nhầu nát quặn mình qua tiếng hát giọng đàn bà kéo dài dằng dặc. Mở mắt ra, Nhật thấy Mai mình dựa vào gốc cây, miệng hát, tay giơ cao lên trời, mặt chan hòa nước mắt, không biết đã đến mỏm đá này từ lúc nào. Thư hai tay ôm vai mẹ, miệng mím chặt, mặt căm lại như khắc vào đá.

Gió, lại gió. Cơn gió bần bật thổi tung đống tàn than đang cháy, thổi những tàn tro còn đốm lửa bốc lên cao, kết thành những bông hoa rực đỏ bay tản ra, tắt dần, rắc trên sông Mã chút bụi xót lại của một cuộc đời. Từ tro bụi mà ra, sẽ rồi lại trở về với tro bụi. Sống ở, chết về. Trên bước về, dấu vết mà làm chi? Danh vọng mà làm gì? Phú quí ư, rồi cũng đến thế! Sự nghiệp ư, có hơn chi một cơn gió giữa bao la.

Thư lên tiếng đọc kinh. Mai ngưng hát, đọc theo:

"Con lậy Chúa con, con ở dưới vực sâu kêu lên Chúa con, xin Chúa con hãy thẩm nhận lời con kêu van: hãy lắng nghe tiếng con cầu xin. Nếu Chúa con chấp tội, nào ai được rỗi bởi Chúa con hằng có lòng lành cùng vì lời Chúa con phán hứa. Con đã trông cậy Chúa con. Linh hồn con cậy vì lời hứa ấy, vì đã trông cậy Chúa con... Lậy Chúa! xin ban cho linh hồn chồng con được nghỉ ngơi đời đời và được sáng soi vô cùng"

Trời tối dần. Thư dìu mẹ đến cạnh, tay đưa cho Nhật một bọc vải có buộc phong thư. Nhật dịu dàng nhìn Thư, nhìn Mai, đỡ lấy rồi đứng lên. Chàng khẽ nắm lấy bàn tay Mai vẫn run run như một cánh chim non lìa tổ. Gió, lại gió. Đám tro tàn lại bốc lên bay về phía sông Mã đang gầm gừ khúc biệt hành. Trong vũ trụ này, thực ra vật chất bất sinh, bất diệt. Những tàn tro nay không còn đốm lửa nào, dẫu có xóa chỉ xóa đi hình hài, nhưng hắn giữ Thức nguyên lành trong bao la.

*

Phong thư của Thức gửi Nhật vẻn vẹn:

''Duyên anh em mình có vậy, đến lúc cuối còn gặp được nhau là đã thỏa lòng ta. Nhờ Nhật chu toàn cho mấy việc. Thứ nhất là lên Bùi Phong tạ từ thầy hộ cho ta. Thứ nhì, giúp cho chị và cháu về giáo phận Bùi Chu. Nguyễn Ánh hàm ơn giám mục Bá đa Lộc chắc không hại đến giáo hữu ở đấy, hẳn chị và cháu đặng an bình. Dặn Quốc Thư rằng chỉ đến đời vua sau, tất nếp cũ lập lại, người giáo phải lo trước để cẩn thận giữ gìn. Thứ ba, ta gửi phiến đá Băng Vân và sách Tê Nhân Thế Đạo. Sách chỉ một mình Nhật được mở ra, xong rồi đem cả đá lẫn sách chôn vào huyệt tổ họ Hà trên bờ sông Mê thuộc bản Mê Hạ, dưới rặng Giăng Màn, từ Bùi Phong đến mất ba ngày đường. Thứ tư, xin dặn lại rằng ai nhớ ta, hãy ném một cánh hoa xuống dòng sông Mã là đủ đẹp. Khi ném, chớ quên nhắc ta *đừng lấy trí nhân ra mà kiêu mạn!*'' là đủ tình. Trí nhân dẫu cần, nhưng không đủ để con người đạt hạnh phúc. Cái cần, cả đời ta, ta cũng chưa đạt, nói chi đến đủ. Vì vậy, ta đành khất nợ kiếp này, cúi lạy chư vị Chúa, Phật, Thánh thần trên trời, cùng lạy toàn thể chúng sinh trên trái đất này mà ta hằng yêu quí!''

Nhật thẫn thờ, đọc đi đọc lại. Ở gian bên, Thư trằn trọc sột soạt đi đi lại lại. Nhật khêu đèn, tay mở bọc vải Thức trao lại. Quyển sách được bọc kỹ càng trong giấy có thoa sáp chống nước, để dưới một phiến đá to bằng nắm tay. Nhật cầm hòn đá lên. Nó lạnh một cách không ai tưởng tượng ra nổi, ánh lên mầu xanh nhờn nhợt như mặt mũi người thiếu máu. Thắp hương, Nhật thì thầm khấn rồi mở bọc giấy. Quyển sách gáy da xông lên mũi một mùi hương âm ấm. Trang đầu, tựa đề Tề Nhân Thế Đạo viết theo kiểu đại tự bằng son, nét có đôi phần ẻo lả chứ không rắn rỏi chắc chắn như nét chữ của Thức. Nhật hồi hộp. Nhớ lại những buổi luận bàn với Thức, Nhật chắc rằng những dòng chữ trong mấy chục trang sau là những công thức gom hết trí lực một đời người bỏ ra để tìm kiếm những cơ chế an sinh và công bình xã hội, điều kiện Thức cho là cần để mỗi người trong đó đạt được hạnh phúc. Nhật giở trang sau, rồi trang sau nữa. Mắt trợn lên, môi run bần bật, cứ thế Nhật vội vã giở cho đến trang cuối cùng. Trong nước mắt nhạt nhòa, chỉ vỏn vẹn đúng bốn chữ đú đởn, nhẩy múa với nhau:

"TỀ NHÂN THẾ ĐẠO"

齊
人
世
世

NAM DAO

"TỀ NHÂN THẾ ĐẠO"

齊
人
世
世

"TỀ NHÂN THẾ ĐẠO"

齊人世世

Đưa quang gánh xuống con thuyền đang dập dềnh quay quanh sợi chão neo vào chiếc cầu gỗ ven bến, Nhật lại chạy lên đón lấy hai tay nải Mai khệ nệ tay xách nách ôm. Ở đầu dốc, Thư ngả người về phía sau, tay ghìm đòn xuống giữ thăng bằng, chân từng bước đi xuống. Mai ngửng đầu nhìn lên. Bên kia, mặt trời đã ló ra khỏi mỏm núi. Trời xanh vắt điểm dăm ba đám mây nhè nhẹ trôi dài ra kéo thành những sợi lụa trắng dần dần mất hút vào tít tắp xa xôi. Khi Thư xuống đến bến thì có tiếng gọi. Mẹ-bề trên cùng hai ba người phụ việc trại tất tả xuống dốc:

- Đừng đi đâu mà vội... Đợi chúng tôi một tí nhé!

Đến ven bến, Mẹ chạy đến, đưa hai tay nắm lấy tay Mai, vừa lắc vừa nói:

- Khổ thân, chúng tôi đến giúp gồng gánh thì đã đi cả rồi!

Lấy tay lau vệt mồ hôi trên thái dương Mai, Mẹ xuýt xoa:

- Đi đường xa, còn là mệt - Quay nhìn nhà đò, mẹ tiếp - thư thư cho nhé, ngày rộng tháng dài mà.

Quay sang nắm lấy tay Thư, Mẹ nhìn Toàn Nhật:

- Xin Chúa ban phúc lành. Dịp tiễn thầy, tôi lại xin mời. Bao giờ thầy lên được trại thì xin cứ lên. Thầy chăn dắt chính quả chính giác giúp người trên trại chúng tôi thì chúng tôi đội ơn vô cùng!

- A di đà Phật.

645

Mai nhìn quanh. Nàng biết là những người cùi hủi trong trại không ra bến vì có lệnh cấm họ gần gũi người lành lặn. Thật ra, chẳng cấm họ cũng tránh để khỏi lại ngậm ngùi về thân phận mình. Mai nhìn Mẹ-bề trên, búi tóc bạc xòa ra dưới chiếc mũ rộng vành, nước mắt rưng rưng. Mẹ-bề trên lắp bắp:

- Cấm dì khóc. Dì khóc tôi cũng khóc. Già mà khóc người ta cười cho...

Mắt đã đỏ hoe, Mai ôm lấy Mẹ- bề trên, nói nhỏ:

- Mẹ chào tất cả anh chị em trong trại hộ con. Rồi con cũng sẽ về thăm. Ơn Chúa, thế nào con cũng về.

Mai quay sang các dì phụ việc trại, nắm lấy tay từng người, cổ họng tắc lại. Có dì khóc rưng rức, có dì cứ níu chặt tay, không chịu bỏ ra, Mẹ-bề trên phải gượng mắng bằng giọng yếu ớt cũng đã chớm vị mặn của nước mắt.

Nhà thuyền chống sào đẩy ra, theo triền sông xuôi xuống. Trên bờ, Mẹ- bề trên lại tất tả leo lên dốc. Thuyền đi được vài trăm sải, Nhật vỗ nhẹ vào vai Mai rồi đưa tay chỉ. Bìa rừng dọc ven sông, thấp thoáng bóng người. Nhìn kỹ, có cả bóng áo chùng xám của Mẹ-bề trên, của các dì. Vang lên trong không trung lời câu kinh của hàng trăm người cùi hủi đã bỏ trại kéo nhau ra:

"Lậy ơn Đức Chúa Blời, xin ban bình an trong đời chúng tôi, vì đừng kể một chúa tôi, chẳng ai cứu giúp bênh vực chúng tôi... Chúng tôi cầu xin cùng Đức Chúa Blời là Đấng hay ban lòng muốn thanh sạch, trí luận ngay chính

cùng sức làm việc công bình, xin rủ lòng thương ban cho chúng tôi được sự bình an thế gian chẳng thể ban được... ''

Nhìn xuống mặt sông, muôn vàn cánh hoa dại màu vàng được thả trôi theo dòng nước lờ lững trôi, trôi đến cho Trọng Thức, trôi xa để sang một thế giới nào đó, có thực đấy, nhưng nào ai hay biết. Mai nắm tay con, nước mắt chan hòa. Hai mẹ con đọc theo:

'... thì lòng chúng tôi mới dễ chiều về đàng lành mà giữ cho nên các điều Chúa tôi răn dạy. Chúng tôi xin bấy nhiêu sự vì Đức Chúa Giê-Su Kirixitô là Chúa chúng tôi. Amen''

Nhật dõi mắt nhìn. Người trong trại đưa bàn tay cụt ngón lên vẫy. Họ kẹp những chiếc khăn trắng lắc qua lắc lại, thả hoa vàng xuống nước, đọc kinh xong lại cùng nhau hát những bản Thánh ca. Giọng họ cao vút lên đến đỉnh trời, xa đến tận cuối đất, chở đi niềm ước vọng đầu thế nào cũng không bao giờ mất được trong mỗi cuộc sống.

Nhật ngồi xuống bên cạnh Thư, lặng lẽ ngắm những cánh hoa vàng. Một lát sau, Nhật dịu dàng:

- Cháu ơi, cha cháu tự thiêu mình đi như vậy là vị kỷ hay vị tha? Nếu chỉ vị kỷ, làm sao có được những cánh hoa trên sóng nước?

Thư lặng người đi. Chàng biết là Nguyễn Ánh xưng đế và chính quyền mới lập chắc chắn sẽ truy nã cha mình. Chàng biết là cha mình chết đi thì mẹ con chàng sẽ an lành. Chàng hiểu ý cha, mẹ con chàng về Bùi Chu là tạo cơ hội cho tương lai của chính chàng, khỏi phải chôn vùi trong rừng sâu núi thẳm. Vả lại, dưới mắt chàng, những cánh hoa vẫn bập bềnh trôi theo mạn thuyền. Thư lẩm nhẩm "Lạy vong linh cha, tha cho con tội lầm lẫn" rồi nắm lấy tay Nhật.

Nhìn Thư, Nhật bỗng thấy đó chính là Thức. Vẫn chiếc hàm cương nghị bạnh ra và đôi môi lúc nào cũng hơi mím lại. Vẫn cặp mắt có chút lo lắng dọ hỏi. Vẫn nụ cười bướng bỉnh như thách thức. Thiếu chăng, nhưng may thay, là vết sẹo đâm xuống chân mày, dấu vết của tù ngục để lại trên trán Thức trong vụ án năm Canh Tý. Mầu nắng giữa trời cao lồng lộng vàng óng như mầu lụa mỡ gà dệt mẻ đầu mùa, vừa tươi vừa thơm tho. Bất giác, Nhật muốn ôm cả vũ trụ này vào lòng mình bỗng nay chẳng còn bất cứ một giới hạn nào nữa.

*

Rời Bùi Chu, Toàn Nhật xuôi về phía sông Lam bằng đường bộ, trực chỉ trại Bùi Phong trong rặng Thiên Nhận. Đã cuối đông, trời vẫn rỉ rả trút xuống những cơn mưa kéo dài cả tuần lễ. Đường đi lầy lội, làng xóm vắng lặng, mỗi lần ghé vào Nhật chỉ nghe thấy tiếng chó sủa và những cặp mắt trắng dã thập thò ngó ra từ những cánh liếp đóng không chặt. Nhưng không ai mở cửa cho một nhà sư. Năm nay, nước sông tràn lên làm úng lúa, mót về được hột đực hột cái, bở bùng bục, sấy lên không đầy được một vốc.

Dân đói lại lũ lượt hàng đàn lê chân về phía bắc. Quan quân của tân triều nhà Nguyễn chặn lại, hỏi "Định đi làm giặc hả?" Đó là dân Thanh - Nghệ, đất "tắm gội" của vua Lê - chúa Trịnh, xưa nay xung quân đều thuộc những đội quân ưu tú được cựu triều tin tưởng. Dân kêu "Đói thì đầu gối phải bò!" Quan quân, phần lớn là người gốc Bình Thuận được phái vào trấn giữ và chia cắt Đàng Ngoài ra làm hai, nạt nộ "Bò ra để rồi quay vào giết chúng tao hả?" Quan ra lệnh cho lính từ đằng sau lũy bắn quàng ra. Có kẻ trúng đạn, rú lên "Mới lên ngôi vua đã bắn vào dân đen, ối trời ơi, trời có mắt không hả trời!"

Thế là lại giặc dã. Đã hơn hai trăm năm đánh nhau, tưởng yên, nhưng rồi lại phải làm giặc, trước tiên là để có miếng mà ăn. Ăn chỉ cần cơm, cơm hẩm ăn với những con cá đẽo bằng gỗ. Cá gỗ chấm nước mắm ớt để mút. Phải thật cay, cá gỗ mới ngon, cay đến cháy rát lưỡi khiến chẳng cần ăn nhiều cơm. Quan quân binh lính cười bảo nhau "Bọn ăn cá rô cây! Cấm chúng vào Nam, bọn ma đói đó cái gì cũng ăn... ." Người chết đói, xác còng queo nằm rải rác trên đường. Không ai còn sức mà nghĩ đến chuyện chôn cất. Có khi cả làng cùng ôm nhau chết đói chết lạnh, lấy ai mà chôn. Quan quân sợ dịch, ra ruộng đào đất úng, rồi chở hàng xe bò xác người, vừa quẳng xuống vừa chửi "Làm các ông một phen khó nhọc, bón thế này thì sang năm lúa tốt, tha hồ mà ăn!"

Luồn lách tránh né đám quan quân, Nhật cuối cùng đến sông Lam, xin nhà đò cho xuôi xuống Tiền Khẩu, định từ đó men sông Ngàn Cả về Thanh Chương. Ngồi góc khoang thuyền, Nhật ngửng lên. Người lái đò tay cầm đĩa khoai lang luộc chìa ra:

- Sư ông, mời sư ăn khoai.

Nhật nhìn đám năm đứa con ông gày gò hốc hác mắt đang hau háu, mỉm cười:

- A di đà Phật, sáng nay tôi đã ăn lót dạ rồi. Ông mời bà và các cháu ăn đi, cám ơn ông.

Bụng Nhật bỗng cồn cào chất chua. Thứ phản ứng của thân thể đang cần chất sống làm chàng khẽ nhăn mặt, rồi vừa cười vừa nhủ lòng "Thân ơi, xác ơi. Mi đừng dày vò ta nữa!" Nhật tưởng đến những vị sa môn ngồi kiết già trên những rặng núi Hy Mã Lạp Sơn chót vót cao, tê tái lạnh. Họ không ăn cả tháng. Họ thấy gì? Cảm gì? Biết gì? Tìm ra được gì? Mũi Nhật đánh bắt mùi bát sữa dê nóng bốc mùi hôi nồng nặc, thấy rõ ràng sữa đang trôi qua cổ họng chàng như đã đang trôi qua cổ họng Sa môn Gotama sau ngày đắc quả thành Phật. Nhật soi mắt xuống nước. Dòng sông xanh dập dềnh những bóng mây trắng bay ngược phía thuyền trôi, lâu lâu lại điểm dăm cánh én nháo nhác đi tìm mùa xuân muộn màng không muốn tới. Bóng mây lúc vỡ thành muôn vàn xoáy nước, lúc lại hợp lại thành những khuôn mặt người, nào là Huệ, là Lữ, là Chúa Út, nhưng chỉ thoáng sau đã tan ra, giạt theo dòng nước chở về đủ mọi hình tướng từ thời vô thủy vô chung.

Tự bản thể, đến hay đi, đi hay đến, là một. Từ Chân Như đi, về lại Chân Như, chẳng quá nửa sát na. Từ không thành có, rồi có lại hóa ra không, chỉ là chuyển động về Chân Như - *tathatha*- vốn là tự thân nhiệm mầu của vạn pháp. Tùng vô sở lai, diệc vô sở khứ. Vậy còn lấy gì để phân biệt ra sướng - khổ, ân - oán, trắng - đen, phải - trái, quân - thần, phụ - tử?

Cảm thấy lòng thư thái, Toàn Nhật bất giác mỉm cười. Gió lại thổi. Lá rừng rơi xào xạc, rồi chim cất cánh bay. Nắng lên huy hoàng. Có phải những chiếc lá kia chính là lá Pippola đã giúp sa môn Gotama tỉnh thức? Chỉ một chiếc lá Pippola đã đủ mang cái thực tại mầu nhiệm thể hiện trùng trùng duyên khởi. A, một chiếc lá tưởng như nhỏ nhoi mà quán chiếu được chân lý vô ngã trong cõi vô thường.

*

Đứng dưới chân đồi, Nhật ngửng lên nhìn trại Bùi Phong, lòng lắng xuống một niềm bình thản. Trên kia là nơi Nhật trải qua cả một thời niên thiếu. Vẫn mái tranh lợp ẩn dưới vòm cây đề nay đã thành đại thụ xum xuê lá. Vẫn những gốc chè thoai thoải lưng đồi đang trồi nụ. Vẫn con đường đất nện, hai bên hoa dại trắng xóa, dẫn lên cái thiên đường của tuổi thơ đầy bươm bướm, chuồn chuồn, cánh cam, bọ ngựa... Vẫn mùi hương của đất, của cây, của cỏ, tỏa ra ướp thơm vạn vật, nhắc nhở cho con người sự có mặt của cuộc sống bùng lên từ những mảnh đất dẫu là khô cằn sỏi đá nhất.

Nhật hít đầy hơi vào lồng ngực, hình như có nỗi nỗi hân hoan nào đó bỗng ùa đến phá sự an nhiên vô tư lự của chàng. Tự cợt mình, chàng cười ha hả, ừ thì thế, có sao đâu! Vắt chân lên cổ, Nhật vừa chạy lên đồi vừa gọi ''Mợ ơi! mợ..'' như một đứa trẻ con. Tiếng guốc lẹp kẹp, rồi tiếng xô cửa. Lưng còng, búi tóc bạc xổ tung, một người đàn bà mắt đã lòa, tay chống gậy chạy vội ra, rồi rít:

- Ai, ai đấy?

651

Nhật đứng sững lại, hai tay nắm lấy bàn tay lão bà, miệng reo:

- Con đây mợ, Nhật đây.

Lão bà quơ tay lên sờ vào mặt, vào mũi, vào cổ, vào vai Nhật, miệng líu ríu:

- Mắt mợ lòa rồi, chẳng thấy được con nữa. Mợ biết là con đi tu, nhưng lắm lúc lại quên mất, lẫn rồi con ạ!

- Thầy đâu mợ? Nhật quay sang hỏi.

- Trong kia, nhưng thầy không khỏe, còn nằm...

Nhật bước theo Đặng-bà vào một căn phòng kín cửa, bước đến cạnh giường, nhìn xuống. Phu tử nay chỉ còn da bọc xương, cặp mắt lờ đờ bỗng sáng lên, miệng chậm chạp từng chữ:

- Anh về, thầy mừng lắm. Có nhắn được lời thầy cho Nguyễn Du và Ngô Thì Nhậm không? Còn Thức, anh có tin gì của Thức không?

Nhật nhói đau trong dạ, nhìn thầy, nhỏ nhẹ:

- Thưa thầy, Du sẽ nhận ra làm quan với Tân Triều. Nhậm bị đánh chết ở Thăng Long. Anh Thức con cũng mất rồi. Mất cách đây hai tháng...

Nghe một tiếng như tiếng nấc, rồi Phu tử lả người ra, thở dốc. Đặng-bà nhìn xuống cái ghế đầu, lặng lẽ không nói, nước mắt rỉ qua cặp con người trắng dã, méo mó nhướng lên, cứ giật giật từng chập.

Tối hôm đó, Nhật kể lại cho gia đình Phu tử những chuyện xảy ra trong trại hủi nằm ở thượng nguồn sông Mã ngoài Thanh Hóa. Bức thư tuyệt mệnh của Trọng

Thức gửi vợ con rất ngắn, vẻn vẹn như sau: "Suốt đời vì anh mà em khổ. Khổ chia ly. Rồi lại khổ cả đoàn tụ. Nhìn cảnh Hy Doãn Ngô Thì Nhậm bị đánh đến chết trên sân Văn Miếu, anh hiểu là tân triều nhà Nguyễn sẽ truy lùng tróc nã anh. Để lụy cho em và con, anh nào đành lòng. Sức anh so với điều anh mong thực hiện quả là không tương xứng. Than ôi, lực bất tòng tâm. Vậy xa em và con bây giờ, hay một vài năm nữa có lẽ không khác gì được.

Quốc Thư con, cha mong con về giáo phận Bùi Chu là để con thêm điều kiện học hỏi và khỏi bị gạt ra rìa đời. Chí tiến thủ, đừng sờn. Điều cha không đạt, con - hay là sau này, con của con - sẽ có cơ thành. Đẻ con trai, con đặt tên nó là Nguyễn Trường Tộ. Tộ có nghĩa là vận may cho cả quốc gia xã hội. Vận may đó các con hãy vun đắp lên, làm mát lòng ta nơi chín suối."

La Sơn Phu tử nghe, không một lời, cười mếu máo rồi vẫy tay bảo Nhật dìu mình lên giường nằm. Đặng-bà dựa lưng vào vách, lẩm bẩm một mình, thỉnh thoảng lại thở dài. Một lát sau, Đặng-bà lên tiếng hỏi tin Mai và Quốc Thư. Nghe Mai nhắn là qua tết hai mẹ con sẽ lên thăm, Đặng-bà tươi lên, rồi hỏi:

- Mẹ con nó chắc có giữ được tập sách Trọng Thức lao tâm lao lực viết từ gần chục năm nay? Tên tập sách là "Tề Nhân Thế Đạo."

Nhật ngạc nhiên, lần mở tay nải.

- Tựa tập sách là do chính mợ đề cho Thức bằng mực son đỏ...

Những vết nhăn chi chít ở đuôi mắt hằn lên như vết chân chim, Đặng-bà lim dim chìm vào một cõi xa vắng. Bà hồi tưởng lại thuở Hoàng đế Quang Trung mới băng hà, Trọng Thức trốn khỏi Phú Xuân, lật đật trở về Bùi Phong, cùng Nguyễn Thiếp xì xào to nhỏ ba ngày liền. Thức kể cho thầy nghe về đạo Tề Nhân mang cách nhìn lẽ công chính trong xã hội đã nhen nhúm từ cuộc cách mạng của những nước Âu Tây. Thiếp hỏi:

- Huệ có định đổi đạo, theo phép Tề Nhân không?

Thức đáp:

- Thưa, không hẳn là rõ rệt, nhưng chỉ bảo "Đừng vội, lịch sử đi bước của lịch sử, chậm nhưng chắc. Lớp kẻ sĩ thường to miệng, nói ra là đốt giai đoạn, nhưng khi đưa việc cho làm thì lại trì hoãn neo kéo về phía sau. Nếu không tiến, thế là lùi đấy. Chẳng dân tộc nào dậm chân tại chỗ được nữa!"

Thiếp hắng giọng, vẻ khó chịu:

-Tề nhân? Thế nào mà tề nhân cho được? Thượng hạ bằng đẳng, quân thần phụ tử lộn xòng, ông cũng như thằng à?

Thức giải thích. Thiếp nghe, bàn cãi, lời qua tiếng lại hai ngày. Đặng-bà lo, cứ nhấp nhổm bên ngoài. Tối hôm cuối cùng, Thiếp mở cửa phòng, giọng buồn rầu:

- Anh nay khôn lớn, có cánh cứ bay. Bay cho đến cái xã hội cộng hòa gì gì đó, nào có cần chi đến tôi nữa!

Tiếng sập cửa sắc gọn như tiếng sập của lưỡi dao treo trên máy chém. Nó quyết liệt cắt đứt những gì khiến Thức chảy nước mắt. Đặng-bà nhìn Thức ngậm ngùi. Bà vào, tìm dưới gầm giường, lục lọi một lúc rồi ra ngồi cạnh Thức. Bà kể chuyện nàng Mây, con gái Hà Công, đã trộm mật kíp, quyển sách tiên tri mọi việc nơi trần thế của bản Mê Thượng, giúp Đèo Kha tìm đường ''kíu'' nước cho Mê Hạ thế nào ba mươi năm về trước. Kha trúng độc chết. Mây đến Bùi Phong. Mở ra thì cuốn mật kíp chỉ toàn giấy trắng, trừ một trang có vẽ cái đồ bản đập chặn nước mà Thiếp đã bỏ công tìm ra. Rồi đập bị phá, sau đó Hà Công đến Bùi Phong bắt Thúc Khải vào Đàng Trong, đợi rồng bay để tạo nghiệp đế. Trên đường, Hà công vứt xác Mây khi đi qua chân núi Bạch Tượng. Từ đó, dân xã Nam Hoa hàng đêm nghe tiếng đá rền rĩ như than khóc trong hai mươi năm liền.

A, thì ra đó là chân núi Bạch Tượng, nơi Thức đã gặp Băng Vân, người con gái muốn thoát kiếp đá trở về làm người, nhưng nay đã bị chôn chặt vào những tinh thể nham thạch chàng vẫn đeo theo trên mọi bước đường luân lạc. Nhìn Thức nước mắt lại rưng rưng, Đặng-bà đặt cuốn mật kíp lên phản, nhẹ nhàng bảo:

- Để con ghi chép cho đời sau những điều con ấp ủ!

Bà nắn nót tô bốn chữ ''Tê Nhân Thế Đạo'' rồi hai tay đưa cho Thức, tiếp:

- Thầy không làm được việc của con. Ai có thời người nấy! Thở dài, Đặng- bà nói như than - Và ai rồi cũng có phận nấy, con ạ!

Nghe kể xong, Nhật cầm sách ''Tê Nhân Thế Đạo'' trân trọng đưa gần mắt Đặng-bà. Lấy tay sờ soạng rồi đưa lên mũi ngửi mùi mực, Đặng-bà mắt lòa nên không biết sách vẫn như xưa, chỉ cứ là một thếp giấy trắng chưa có thêm đến một chữ.

*

Xuống trại, Toàn Nhật nhắm phía rặng Giăng Màn thẳng bước. Chiếc áo nâu sồng thấp thoáng trong rừng cây rạc, lá nhọn tua tủa chĩa ra như những vạt dao sắc, xanh nhờn nhợt thứ màu đến từ nơi không có sinh khí. Sau hai ngày đường, bản Mê Thượng hiện ra trong tầm mắt. Bản vắng hẳn người từ thời Nguyễn Nhạc xưng là Thái Đức Hoàng đế ở Qui Nhơn. Dạo sau này, một số người vùng đó lại kéo về, hẳn để tránh tai vạ từ ngày triều Tây Sơn sụp đổ. Hỏi thăm, Nhật lần đến đập Cheo Reo. Đập nay chỉ còn là những phiến đá ngổn ngang trong dòng nước sông Mê đã nối liền Mê Thượng và Mê Hạ, cuồn cuộn xuôi xuống hạ lưu, nước nổi bọt trắng xoá hai bên bờ.

Nhật lần bước trên ven sông, nghe trong đáy nước có lời than khóc, oán hờn, căm giận của đám tráng đinh bỏ mình, kẻ để *"chặn* nước," người để *"kíu"* nước, tất cả chỉ vì ai đó trong tộc họ Hà năm xưa đã táng mả vào hàm rồng. Nhưng đất phải cần, cần đến độ đạp chân vào là tóe lửa, để rồng bay lên. Thế là để rồng bay, đập Cheo Reo xây ra để chặn nước. Nước đã *"chặn"* rồi, tất có kẻ *"kíu"*! Tất có Đèo Kha. Tất phải đoạt mật kíp mới tìm được phép phá Cheo Reo. Phá rồi, xương cốt ông tổ họ Hà, từ họ Hồ, rồi lại thành họ Nguyễn phải mang vào Đàng Trong. Vùng Tây Sơn chọn chỗ đất cần không khó. Nắng đổ lửa làm cháy tóc. Rồng bay, Biện Nhạc reo lên. Đúng, kia kìa, rồng bay trong mây đó. Khổ thay, sông Ngư nước sắp cạn rồi. Con rồng ấy lại sà xuống. Để con rồng khác bay lên. A ha, con cháu nhà rồng vốn đâu có phải chỉ một. Những con rồng con cùng giống với giun sán trong bụng mọi người lúc nào mà chẳng toan tính bay lên. Từ Đàng Trong cho đến Đàng Ngoài, ở trên rừng, ở dưới biển, rồng con mai phục với giun sán trong cả đại tràng lẫn tiểu tràng. Rồng muốn gặp Tiên nên thập thò, chỉ đợi dịp là tung cánh đập vào bầu trời bỏ ngỏ.

Nhật men đến cồn sông, đảo mắt tìm một ngọn đồi trọc phía tay phải nhìn từ phía thượng nguồn. Từ gốc một cây đề, sáu bộ về phía đông và tám bộ phía nam là nơi họ Hà xưa để mả. Giữ chắc tay nải, Nhật cẩn thận tuột xuống dò dẫm. Đúng là đây. Một hõm đất rộng bằng hai lần cái nia. Lạ chưa, đất như đất sình lõm sâu xuống, chung quanh lá rạc xỉa ra như chĩa dao canh gác.

Bật hồng thắp hương, Nhật mở tay nải, để phiến đá Băng Vân lên trên sách Tề Nhân Thế Đạo vẫn còn trắng chữ. Phiến đá đổi màu, từ xanh sang trắng bệch, rồi trong suốt, ở giữa là một giọt máu đỏ lồng lộn như muốn phá chạy. Trời bỗng tối sầm xuống. Lá rạc mọc quanh mả sao bỗng ngả nghiêng xô đẩy dẫu chẳng có lấy một cơn gió. Có tiếng gầm gừ hầm hè lạ hoắc. Rồi một tiếng sét. Trời rách toạc làm hai mảnh. Ở giữa ánh xanh lè, lân tinh từng đợt nối nhau chớp lóe lên từ cuối đất. Nhật hoảng sợ. Lần đầu chàng mất tự chủ, hai tay nắm chặt, chân cứng ra như bị vọp bẻ. Nhật khẽ niệm:

- A di đà Phật.

Dứt lời niệm Phật, Nhật tập trung tinh thần, trân trọng tưởng đến lời tuyệt mệnh của Trọng Thức, hai tay nâng phiến đá và sách Tê Nhân lên ngang mày, rồi ném xuống lỗ huyệt. Một tiếng cười đinh tai nhức óc bỗng vang lên lanh lảnh.

*

Nhật mở choàng mắt, nhìn xuống. Giữa lỗ huyệt, trên mặt đất sình, một người đầu đội mũ đỉnh nhọn có đính hồng ngọc, thân phủ mấy lớp áo choàng đủ màu, cái nọ so le với cái kia, cổ tay đeo vòng dát vàng, cầm một chiếc roi cá đuối quật vùn vụt vào một người đàn bà lõa lồ nằm dưới chân, miệng hét:

- Mở mắt ra mà xem. Chế Mân đây, hỡi Huyền Trân. Ta chết, tro xác hỏa thiêu còn nóng, mà mi đã bỏ ta theo trai, dập dờ ba tháng liền trên sóng nước với thằng Trần Khắc Chung. Thế mà cành vàng với lá ngọc!

Chưa dứt lời, Chế Mân lại quật roi xuống. Huyền Trân, chắc vậy, quặn người rú lên não nùng, miệng khóc thét, chắp tay cuống quít lạy.

- Bay bảo nhập gia tùy tục. Tục lệ nước ta là chết theo chồng thì bay kháo nhau thế là mọi rợ, rồi sai người đi cướp con gái về. Lấy nó, ta đã dâng hai châu Ô, Rí để dẫn cưới, lòng chân thành mong mỏi từ nay hai nước hết can qua chinh chiến. Nhưng gả con cho ta, phải chăng bay chỉ rắp tâm lấy đất của nước ta? Không phải ư? Sao con gái bay trốn về rồi bay lại không biết trả lại ta hai châu Ô, Rí? Bay là loài người hay là hổ beo, rắn rết? Từ vua đến quan, bay độc chỉ còn trái tim dã thú, mưu quyền trục lợi, chẳng sá gì đến xương máu con người Tiến hành chiến tranh diệt chủng, bay gọi thế là tầm ăn dâu, dần dần lùa dân ta vào Phan Rang, Phan Rí, đốt cho tan hoang thành Đồ Bàn, đập vỡ tượng Brahma, Vishnu và Shiva, tiêu hủy dấu vết văn hóa Chàm.

Vì thế, ta nguyền:

Chính bay sẽ tiêu hủy sách vở, gia phả, đền đài do chính tay bay làm nên, vì đứa nào đứa nấy chỉ tẹp nhẹp bòn rút của riêng mà không biết đến của chung. Bởi vậy bay sẽ không có quá khứ. Không quá khứ, bay mù mờ trong hiện tại, luẩn quẩn hỏi bay là ai. Cũng vì thế bay không thể biết tương lai của bay ra sao, suốt hai trăm năm nghi hoặc, vòng vo đi rồi để lại trở về nơi khởi điểm.

Ta nguyền cho bay đi cướp nước người thì hai trăm nữa lúc nào cũng có kẻ dòm ngó cướp nước bay. Đường dọc đất nước ta, từ Thuận Hóa trở vào châu Ô, cho đến Rang, Rí vốn là vương quốc Chàm, sẽ đầy Thần Sấm, Con Ma để rải mưa bom nắng lửa vào rừng, vào núi, trên sông, dưới biển...

Muốn hóa giải lời nguyền, mỗi đứa bay phải đọc một vạn lần Kinh sám hối.

Toàn Nhật bất giác run rẩy chắp tay, mồm tụng:

''Nam Mô Bản Sư Thích Ca Mâu Ni Phật

Lại từ vô thủy đến nay, chúng con chất chứa nghiệp ác nhiều như cát sông Hằng, gây tội lỗi đầy cả đại địa, hết bỏ thân này lại thụ thân khác. Ba nghiệp của thân, thứ nhất là nghiệp giết hại... Kinh dạy: Nghiệp này làm chúng sinh đọa vào địa ngục, ngã quỉ để chịu khổ. Khi có tâm thức này, thường ôm lòng thâm độc, không dạ xót thương, hoặc vì tham lam mà giết, hoặc vì si mê giận dữ khinh mạn mà giết, phá hồ tháo nước, nhân gió phóng lửa.

Lại từ vô thủy đến nay, hoặc khởi binh đánh nhau, giao tranh nơi biên trường, hai bên giáp mặt giết hại lẫn nhau, hoặc tự mình giết, hoặc sai người giết, hoặc nghe ai giết sinh tâm vui mừng, hoặc giận dữ khoa mác múa đao, hoặc chém, hoặc đâm, hoặc xô xuống hầm hố, lấp hang phá ổ, hoặc dùng xe, ngựa lăn cán dày đạp chúng sinh, gây ra tội vô lượng vô biên.

Lại từ vô thủy đến nay, đối với chúng sinh, hoặc dùng roi gậy, gông xiềng, hoặc kìm kẹp tra khảo, hoặc trói buộc giam cùm, tuyệt cơm tuyệt nước, dùng những cách ác độc làm khổ ải chúng sinh...

Ngày nay chí thành hướng về mười phương chư Phật, Tôn Pháp, Thánh chúng, cầu xin hết lòng sám hối.''

Đột nhiên, trời bỗng sáng rỡ nhưng không thấy mặt trời. Mở mắt ra nhìn, không còn Chế Mân mà nay là Đèo Kha, chàng thanh niên thân hình như đồng mun, lưng quấn khố, tay đưa sáo đinh bia lên ngang miệng. Dưới chân, không còn Huyền Trân mà là nàng Mây, tim còn ghim mũi tên do chính cha mình bắn ra, tóc xõa xuống đất sình, miệng vẫn nhếch ra để lộ chiếc răng nanh khểnh như thể thách thức.

Tiếng nói lại cất lên:

- Chế Mân sinh ra Đèo Kha, Huyền Trân sinh ra nàng Mây. Rồi ngược lại. Nhân và quả là vậy. Thật ra, nếu từ nhân đến quả là bất dịch thì làm gì có thời gian.

Thời gian qua cảm thức của hình tướng vô thường, không tồn tại trong sự bất dịch. Vậy nhân - quả có ngay trong kiếp này, không đợi đến kiếp sau. Ác giả ác báo. Nghe đây:

Ta nguyền cho bay đắm đuối vào vực sâu của quyền lực và danh lợi. Triều đại nào cũng vậy, chỉ hai ba chục năm sau là vua bay hóa cọp, quan tướng thành rắn rít, cả bọn chúng đều biến thành đĩ bợm để đánh lừa dân bay. Vua quan mà đĩ bợm, hàng dân trông vào đâu? Dần dà, để tồn tại, đi với ma phải mặc áo giấy cho nên dân bay rồi cũng phải đánh đĩ. Trong cái vực sâu đó, lòng tham lam và tính tàn bạo sẽ khiến cha giết con, vợ phản chồng, anh em đâm chém nghi ky nhau, máu chảy hai trăm năm đất có thấm cũng chẳng thể khô. Muốn hóa giải lời nguyền này, mỗi đứa chúng bay phải tụng một vạn lần Kinh sám hối!

Toàn Nhật mấp máy miệng, tụng:

… Sở dĩ ngày nay chúng con sám hối chính vì là từ vô thủy nhẫn lai, còn ở địa vị phàm phu bất cứ sang hèn tội. lỗi khôn lường. Mười điều ác nghiệp, tám vạn bốn ngàn trần lao tuy nhiều nhưng không ngoài ba chướng: phiền não, nghiệp chướng và quả báo! Nay đem hết lòng thành, vận tâm thù thắng sám hối ba chướng. Muốn trừ diệt ba chướng phải phát bảy tâm.

Thứ nhất, tâm tủi hổ… say đắm lục trần trôi lăn trong vòng sinh tử, chưa biết bao giờ ra khỏi!

Thứ hai, tâm e sợ, đã là phàm phu thì thân khẩu ý nghiệp thường thuận ưng với tội lỗi!

Thứ ba, tâm lìa dứt, vì đường sinh tử chỉ là vô thường, khổ, không, vô ngã, bất tịnh, hư giả như bọt nước nổi, tan, xoay vần qua lại như bánh xe lăn; còn thêm sinh, lão, bệnh, tử và tám điều khổ nung nấu không dừng!"

Thứ tư, tâm phát Bồ Đề... cầu được nhất thiết chủng trí, Thường, Lạc, Ngã, Tịnh, chứng quả Tát bà nhã, thanh tịnh Phật độ, thành tựu chúng sinh, chẳng tiếc thân mệnh tài sản"...

Một cơn lốc không biết ở đâu bất ngờ ụp xuống xoáy tròn. Đất đá bay tứ tung, va chạm vào nhau nghe ầm ầm đinh tai nhức óc. Tiếng Chế Mân lại thét lên đến rách màng nhĩ:

-Đã huyễn hoặc, bay lẩn quẩn tô vẽ ngay cả cái thảm kịch chém giết lẫn nhau, tự lừa chính mình bằng cách kiêu mạn đòi làm đỉnh cao cái này, tiền đồn cái nọ. Ngoài sự hợm hĩnh không coi ai ra gì, tưởng mình hơn thiên hạ mà thật chỉ hơn ở chỗ lắt léo vặt vãnh, ta lại nguyền cho bay thêm căn bệnh anh hùng. Bởi anh hùng nên chỉ thấy sức mạnh. Chỉ thấy sức mạnh nên kéo dài thảm kịch chiến tranh chém giết. Bay không biết rằng một đất nước hạnh phúc có nhiều hiền triết hơn anh hùng. Một đất nước may mắn là một đất nước không có anh hùng. Không cần anh hùng. Nơi nào anh hùng quá nhiều, nơi ấy không dung kẻ hiền triết. Người có lòng tử tế, tâm ngay thẳng, tránh phải nhìn, phải nghe, đành tìm nơi rừng sâu, núi cao, hay biển vắng mà ẩn trốn.

Thế là bay cứ thế hệ trước hô anh hùng để giết thế hệ sau. Ông cha bay ngoa ngôn đặt bẫy đánh sập con cháu, đời nối đời triền miên u mê, máu vấy tay mình lại đem lên tô cờ tô quạt, cứ hết đánh đứa này đến đuổi đứa nọ, bỏ sức vào những việc vừa hàm hồ, vừa giai đoạn.

Thế là, ha ha, anh hùng nhưng nghèo, đói và dốt. Vì thế nên nhục. Nhục lắm nên lại căm, lại hiềm, lại luẩn quẩn trò khôn vặt, chỉ đợi dịp là hò hét rủ nhau làm anh hùng. Dịp nào? Cứ đợi ngoại bang đến là đất nước bay sinh ra anh hùng. Anh hùng tập hợp bay lại. Bay đoàn kết với nhau để đánh đuổi cho đến lúc ngoại xâm kéo nhau ra. Sau chiến thắng vẻ vang, bay hô hào xây dựng lại bằng năm, bằng mười khi trước? Nhưng không, từ máu tham và sự mê đắm quyền lực, bay hục hặc, chia rẽ, kéo bè, kết đảng rồi sâu xé lẫn nhau. Kẻ bên ngoài thấy thế lại dòm ngó hòng trục lợi. Chính vì lẽ ấy mà lại sẽ có ngoại xâm! Thế là tiếp tục loanh quanh cái vòng đánh đuổi, nhưng không thoát ra được nghèo, đói và dốt...

Tụng đi, muốn hóa giải căn bệnh anh hùng hão huyền, mỗi đứa bay phải tụng một vạn lần Kinh sám hối.

Toàn Nhật lầm rầm:

... Thị chư pháp không tướng, bất diệt, bất sanh, bất cấu, bất tịnh, bất tăng, bất giảm. Thị cố không trung vô sắc, vô thọ, tưởng, hành, thức, vô nhãn, nhĩ, tỷ, thiệt, thân, ý; vô sắc, thanh, hương, vị, xúc, pháp; vô nhãn giới, nãi chí vô ý thức giới; vô vô minh, diệc vô vô minh tận; nãi chí vô lão tử, diệc vô lão tử tận; vô khổ, tập, diệt, đạo; vô trí diệc vô đắc.

Bỗng tiếng Chế Mân lại ồm ồm vang lên:

- Còn bọn sĩ phu nước bay, chúng chỉ biết ngâm vịnh và lừa dối. Khi Huyền Trân sang Chiêm, chúng dè biu chép miệng *"Tiếc thay cây quế giữa rừng. Để cho thằng Mán thằng Mường nó leo."* Cướp được đất, chúng lại hợm hĩnh xướng họa là *"Hai châu Ô Rí vuông nghìn dặm. Một gái thuyền quyên có mấy mươi."* Để che cái tội phỉnh lừa cướp đất, chúng lại ngụy tạo ra cái huyền thoại tình yêu Huyền Trân - Khắc Chung lãng mạn mà quên bằng đi mụn con và tình vợ chồng giữa ta với Huyền Trân. Bọn đó, ta nguyền cho chúng mắc hai căn bệnh.

Thứ nhất là bệnh chỉ nhìn thấy chóp mũi, hời hợt với cả người lẫn mình.

Thứ hai là bệnh đại ngôn, gì cũng hô lên là biết, là có, cứ thế tự ru ngủ mình cho đến độ tin là biết thật, có thật.

Hai trăm năm nữa, chúng thời nào cũng phải sống nhục nhã, rồi chết nhục nhã. Nhục nhã sống vì hèn, cong lưng tùng phục, giả đạo đức, miệng một đằng lòng một nẻo. Nhục nhã chết vì hèn, bỏ vào quách rồi lưng vẫn không thẳng. Cả đời chúng không để lại được dăm chữ dẫu cứ mở miệng là ngâm là vịnh, kiêu căng cho mình hơn người, song thật ra chúng chỉ lặp lại bắt chước chẳng khác gì loài khỉ.

Nghe đây:

Muốn hóa giải lời nguyền, chúng phải tụng một vạn lần Kinh sám hối.

Toàn Nhật lại tụng:

''Nay xin sám hối bốn nghiệp của miệng. Từ vô thủy đến nay, nghiệp ác khẩu ở trong bốn nẻo, sáu loài, tạo nhiều tội lỗi. Lời lẽ hung bạo, mắng nhiếc, hủy nhục, gây họa kết thù, oán thán trời đất, trách móc quỉ thần, chê bai hiền thánh, vu oan giáo họa gây ra tội nghiệp vô lượng vô biên.

Lại từ vô thủy đến nay, nghiệp vọng ngữ nói gian nói dối trong ý mưu cầu lợi dưỡng, danh dự, khiến dấu diếm tình thực, man trá đủ điều, trong tâm mê muội, ngoài mặt dạn dày, chuyện có nói không, chuyện không nói có, lường đảo dối hoặc người đời, đến như cha con, vua tôi, bè bạn mà nói năng gì cũng không khi nào thành thực, khiến người khác lầm nghe mình mà phải tan nhà mất nước. Đã thế, còn trò yêu thuật, thường tự khen tự khoe đã chứng tới bực tứ thiên, tứ vô sắc định, an na bát na, bày trò lạ mê hoặc để mong người cung kính cúng dâng.

Lại từ vô thủy, vì nghiệp ỷ ngữ, nói năng thêu dệt tạo ra bao nhiêu tội lỗi. Dùng âm từ hoa mỹ, văn chương bóng bẩy, xuyên tạc sai lầm, trang sức cho trái quấy, khéo đặt chuyện dâm ô, phóng túng tư thù, không kể lời nghị bàn công chính, dẫu người ta là trung thần, hiền nhân hay chí sĩ vẫn cứ làm văn thêu dệt cho nên tội, để người đời sau tin cho là thật!

Lại từ vô thủy, khen trước mặt, chê sau lưng, tới người kia nói chuyện người này, chỉ biết lợi mình, không nhìn thấy hại đến kẻ khác, dèm siểm để ly gián, vu oan khiến vua tôi nghi kỵ nhau, cha con bất hòa, vợ chồng ly tán, họ hàng thân thích xa nhau, mất nghĩa thầy trò, đoạn tình bè bạn, cả đến hai nước đang giao hảo mà phải hủy bỏ minh ước, gây sự oán thù đem binh đánh nhau giết hại trăm họ.

Những tội gây ra như thế vô lượng vô biên, ngày nay xin chí thành lập tâm sám hối.''

Trời bỗng tối xầm khiến trái đất như trôi vào một thứ chất lỏng đen như mực. Tất cả đắm chìm vào sự im lặng tuyệt đối không thể tưởng tượng nổi. Thời gian cong đi rồi biến mất, chẳng còn để lại bất cứ dấu vết nào kể cả trong ý niệm. Đột nhiên, Chế Mân lại quát:

- Ta chưa thấy từ cổ kim có giống nào như bay. Bay huyễn hão, rồi sinh ra tị hiềm đố kỵ. Ta không cần nguyền, bay cũng đã sa vào cái mẽ bề ngoài, cái nhỏ nhen bên trong.

Có tám cảnh thiên đường, chỉ cần bay có ba đứa là chẳng đứa nào trong bọn bay lên được vì thằng nọ đạp vào đầu thằng kia.

Có bảy tầng địa ngục, không cần ai bảo, bọn bay đứa này lôi đứa kia, rồi xuống đấy cả... Buồn cười lắm, thằng tầng số sáu khinh thằng tầng số bảy, thằng tầng số năm hài lòng vì thấy có thằng ở tầng số sáu, và chỉ biết tiên tiến vươn lên tầng số bốn. U mê như thế, làm sao ra khỏi địa ngục cho được.

Nay ta làm phúc bảo cho: muốn ra khỏi địa ngục, mỗi đứa bay phải đọc một vạn lần Kinh sám hối. Đừng hẹp hòi, tụng Kinh của bất cứ tôn giáo hay quốc gia nào cũng được!

Nhật lẩm nhẩm A di đà Phật, rồi tụng những bài kinh học được ở trại hủi ven bờ sông Mã:

...Lạy ơn Đức Chúa Trời chỉ một lòng tha thứ liên mãi, chúng con sấp mình kêu xin Chúa cho linh hồn người chúng con, xin Chúa chớ để các linh hồn ấy phải tay ma quỉ, cho các linh hồn ấy được nghỉ ngơi đời đời và được sáng soi vô cùng.

Lạy ơn Đức Chúa Giê-Su! Chúa con đã phán rằng: bay hãy xin thì bay sẽ được, vậy con xin Chúa con lòng lành vô cùng thương đến các linh hồn nơi luyện ngục, xin Chúa con nghe lời con cầu xin kêu van Chúa con mở cửa cho các linh hồn ấy được vào và được sự sáng vô cùng hằng soi cho liên. Amen....''

*

Nhật mắt nhắm, tay chắp, cứ thế tụng niệm. Ban đầu, tất cả mọi nhận thức rã thành từng mảnh lềnh bềnh trôi qua sông Mê, về sông Lam, rồi ra cửa Hội để thấm chất mặn của cả một đại dương nước mắt. Về sau, những nhận thức đó lại tụ lại, thu về một, sáng lên bảy sắc xong là tan ra, trở thành không hình, không thể, không tướng, không có, không không... Cứ thế, chỉ một chớp mắt là rã ra rồi chỉ một chớp mắt là tụ lại.

Hồi nhớ về những bước đường vào Đàng Trong, Nhật ngậm ngùi tưởng đến những vạt áo chàm thấp thoáng bên những ngôi cổ tháp rải rác suốt từ Bố Chính vào tới Phú Yên, chứng tích một nền văn hóa đã có thời vô cùng rực rỡ. Từ đồng bằng sông Nhị đã cằn cỗi không còn đủ sức nuôi cho đủ ăn, con đường Nam tiến của cư dân Đàng Ngoài gần như là một sự bó buộc của thiên nhiên khắc nghiệt. Vì thế, máu đổ nhưng làm sao mà tránh được. Vậy thì họ tội tình gì? Nhưng có hay không cũng thế. Có, sám hối. Không, cũng sám hối. Bởi trên con đường đó đã có kẻ thua người thắng, kẻ được người mất. Khi vào, người dân Đàng Ngoài không hề mang sự chiến thắng làm vật cản để họ hòa mình vào dân tộc Chiêm. Họ tiếp thu phong tục, quần áo, văn ngữ, âm nhạc để cùng chung sống và gầy dựng tương lai qua đàn con cháu đã cộng sinh hai chủng tộc. Nhưng thế quyền lại khác! Đám Tống nho hoành hành bằng thứ ý thức hệ cặn bã của phong kiến lại buộc hàng dân vào cái nề nếp trói buộc để ổn định thứ Đế quyền cũ rích. Đến thời Võ Vương, chúng bắt người Đàng Trong ăn mặc kiểu người Tầu chứ chẳng phải là cách trang phục của dân Đại Việt ở Đàng Ngoài.

Nhật chạnh lòng hồi tưởng hình ảnh Chế Mân quất roi vào Huyền Trân, rồi Đèo Kha quất roi vào nàng Mây. Sợi ân ân oán oán cứ ràng buộc lấy nhau như dây kết rối. Mây đã chết cho Đèo Kha mà vẫn chưa trả hết nghiệp của Huyền Trân cho Chế Mân sao? Chiếc răng khểnh cứ như trêu chọc nhắc Nhật hình bóng Chúa Út, kẻ chẳng phản bội một ai, đã yêu, đã sống. Rồi nàng chết, chết là vì chuyện anh em Tây Sơn đâm chém nhau. Còn cha giết con, vợ phản chồng? Thì đã có Hà công, có Hoàng Tế Lý, Đặng Thị Huệ, Trịnh Sâm. Rồi Đàng Trong đánh Đàng Ngoài, rồi dân giáo chống dân lương. Quả là có, có hết, và cứ tiếp tục có.

Có những kẻ sống trong vực sâu của quyền lực và danh vọng hão huyền. Chúng nhan nhản trong chính sử. Nhưng bên cạnh chúng vẫn có những Nguyễn Lữ, những Trịnh Bồng, thẳng tay vất bỏ quyền lực. Có những Ngô Thì Nhậm, chịu chết vì trận đòn thù trên sân Văn Miếu chứ không trốn chạy, chết để bảo vệ lý tưởng của mình. Có những Trọng Thức, suốt một cuộc sống chỉ lao tâm vào một việc là tìm ra phương cách mang lại cho xã hội một cơ chế để xây dựng nền công chính. Có những Dương Quang, kẻ hát lên giục những con chim đập cánh sổ lồng để bay cao, bay xa. Có những Đặng Thị Mai bỏ cả đời mình vào để xoa dịu nỗi đau đớn bất hạnh của những người cùi hủi.

Đẹp thay, có biết bao nhiêu những người vô danh mang tình nhân ái đùm bọc *con người*. Hy sinh thân mình cho *con người*, kể cả những kẻ cùi hủi, sự hy sinh đó cao quí và thiết thực chứ chẳng mù mờ như là hy sinh cho quê hương đất nước, cho tổ quốc thiêng liêng, cho lập trường ý thức... Đó là loại ngôn từ khẩu hiệu, nhiều khi chỉ ngụy trang tư lợi, để mang ra đánh lận người đời đưa họ sa vào cạnh máu rơi lệ đổ để phục vụ cho những thế quyền. Và quan trọng trên mọi sự là có những Quốc Thư, cái tuổi trẻ kia, lớp kế thừa và đóng thời là động cơ thúc đẩy sự sống còn của cả dân tộc.

Nghe lời cha, Thư sau này đặt tên con trai là Nguyễn Trường Tộ. Đến thời Tự Đức, Tộ đã dâng lên triều đình nhà Nguyễn hàng loạt những bản điều trần để canh tân đất nước. Rồi sau Tộ, biết bao nhiêu là những người con khác tiếp tục dấn thân cho một tương lai sáng sủa và tốt đẹp hơn. Vì tương lai ấy, với mỗi người trong chúng ta, sự sám hối không hề thừa. Dẫu chỉ là sám hối trong một khoảng khác, ta sẽ thấy được chính ta. Và giây phút kỳ diệu đó đủ gột sạch những nơi tấm tư còn mang nỗi oán có vậy dẫm ba lớp bụi của lịch sử.

Nhật tiếp tục từng niệm những lời Kinh sám hối của mọi tôn giáo, mọi ngôn ngữ. Thoáng ngửi thấy mùi hương của một loài hoa lạ, chàng hé mắt ra nhìn. Ở kia, râu tóc chàng đã trắng xóa, rũ xuống dòng sông Mê tung tóe bọt nước trên hai bờ, trôi đi, trôi đi. Lỗ huyết xưa để mà tổ tiên họ Hà nay đã lấp đầy đất, những cây rác cao lên quá đầu người. Nhưng sao lại có hoa? Hoa gì mà là thế? A di đà Phật. Nhật lại nhắm mắt, lòng thanh thản nhẹ hửng đi như ánh nắng vàng màu nhiệm khiến muôn loài tái sinh. Cứ thế, dễ đến hai trăm năm. Lần sau cùng, khi Nhật hé mắt nhìn, những cây rác trên bộ huyết đang hóa thân thành một loài cây đong đưa những cánh hoa cong mình vươn lên phía có ánh sáng.

Trời cao vút xanh, xanh biếc. Mây trắng trôi theo nhau, lờ lững, khoan thai, quyện vào rồi lại tan ra. Đằng xa, một đàn chim âu cả trăm con tung bay, cánh óng ánh màu lửa thắp sáng không trung. Vẳng vẳng có tiếng sáo. Lại tiếng sáo diều hệt như tiếng sáo xưa ở Phố Hiến. Trong không trung, tiếng ai từ trên cao vọng lại:

Mi nghe tiếng sáo mà chưa biết nghe tiếng sáo đất? Mi nghe tiếng sáo đất mà chưa nghe biết tiếng sáo trời? Kìa giờ thổi nên muôn tiếng nghe không giống nhau. Nhưng mà khiến cho nó tự thổi đi, hoặc nó tự gào lên, ấy là ai?

Rừng rác lá sắc như dao đã lác đác đỏ hồng. Hoa gì đấy? Lấy đẳng Hóa Công, trời đã vào Xuân. Kìa, cả một rừng lá rác đã hóa thân thành rừng hoa đào. Ờ hay, là rác có thật hay không? Tên nó không thấy có trong bất cứ quyển từ điển Thảo Vật nào. Nhưng hề chi, vì hoa đào có thật. Còn loài hoa màu hồng thẩm kia, vào mùa Xuân, ta cứ gọi nó là hoa đào, mặc dù hoa ngào ngạt thoảng về một mùi hương rất lạ.

Nam Dao
5-10-1998
Chính sửa 4-04-2014